ਸਿਹਤ ਭਰਪੂਰ ਖ਼ੁਸ਼ਹਾਲ ਜੀਵਨ ਕਿਵੇਂ ਜੀਵੀਏ

ਸਿਹਤ ਭਰਪੂਰ ਖੁਸ਼ਹਾਲ ਜੀਵਨ ਕਿਵੇਂ ਜੀਵੀਏ

(ਵਾਰਤਕ)

ਡਾ. ਕਸ਼ਮੀਰਾ ਸਿੰਘ ਸੇਖੋਂ

ਚੇਤਨਾ ਪ੍ਰਕਾਸ਼ਨ
ਪੰਜਾਬੀ ਭਵਨ, ਲੁਧਿਆਣਾ

Sehat Bharpoor Khushal Jeevan kiven jevie

by Dr. Kashmira Singh Sekhon ©
1630, New Prem Nagar
Ludhiana - 141004
Ph. 0161-2402325, Mob. 94174-10111
Email: ksse227@yahoo.com
USA : 001-845-247-3972

Chetna Parkashan
Punjabi Bhawan, Ludhiana Ph. 0161-2413613, 2404928
Sub Off.: Qila Road, Opp. Bus Stand, Kotkapura. Ph.: 01635-222651
Website: www.chetnaparkashan.com
E-mail: chetnaparkashan@sify.com, chetnaparkashan@gmail.com

ISBN 978-81-7883-627-0

ਪਹਿਲੀ ਵਾਰ	:	2010
ਪ੍ਰਕਾਸ਼ਕ	:	ਚੇਤਨਾ ਪ੍ਰਕਾਸ਼ਨ
		ਪੰਜਾਬੀ ਭਵਨ, ਲੁਧਿਆਣਾ। (ਫ਼ੋਨ 2413613, 2404928)
ਛਾਪਕ	:	ਆਰ. ਕੇ. ਆਫ਼ਸੈੱਟ, ਦਿੱਲੀ।
ਮੁੱਲ	:	**150 ਰੁਪਏ $ 8**

ਸਮਰਪਣ

ਅਤਿ ਸਤਿਕਾਰਤ ਸਵਰਗਵਾਸੀ ਮਾਤਾ-ਪਿਤਾ ਗੁਰਦਿਆਲ ਕੌਰ
ਅਤੇ ਗੁਰਦਿਆਲ ਸਿੰਘ ਨੂੰ
ਜਿਹਨਾਂ ਸਦਕਾ ਮੈਂ ਇਸ ਯੋਗ ਬਣਿਆ।

ਤਤਕਰਾ

ਕੀ ਕਿੱਥੇ ਹੈ

1. ਦੋ ਸ਼ਬਦ   –ਕਸ਼ਮੀਰਾ ਸਿੰਘ ਸੇਖੋਂ   9
2. ਮੁੱਖ ਬੰਦ   –ਡਾ. ਖੇਮ ਸਿੰਘ ਗਿੱਲ   11
3. ਭੂਮਿਕਾ   –ਕਸ਼ਮੀਰਾ ਸਿੰਘ ਸੇਖੋਂ   15

ਭਾਗ-1

1. ਸਿਹਤ ਭਰਪੂਰ ਖੁਸ਼ਹਾਲ ਜੀਵਨ ਕਿਵੇਂ ਜੀਵੀਏ 17
   1. ਖੁਰਾਕ ਤੇ ਭੋਜਨ
   2. ਖੁਰਾਕ ਦੀ ਲੋੜ
   3. ਖੁਰਾਕ ਦੀ ਬਣਤਰ
   4. ਪਾਚਣ ਕਿਰਿਆ (Digestion)
   5. ਜ਼ਜਬ ਕਰਨਾ (Metabolism)
   6. ਸੰਤੁਲਿਤ ਭੋਜਨ (Balanced Diet)
   7. ਭੋਜਨ ਦੀ ਮਿਕਦਾਰ
   8. ਭੋਜਨ ਕਿਹੋ ਜਿਹਾ ਹੋਵੇ
   9. ਸਾਫ਼ ਸੁਥਰੀ ਖੁਰਾਕ
   10. ਆਪ ਬੀਤੀ
   11. ਜ਼ਹਿਰਾਂ ਰਹਿਤ ਖੁਰਾਕ

2. ਮਿਲਾਵਟ ਖੋਰੀ 34
   1. ਮਿਲਾਵਟ ਖੋਰੀ ਰੋਕ ਥਾਮ ਕਾਨੂੰਨ, 1954
      (Presention of Food Adulteration Act, 1954)
   2. ਖਾਸ ਪਦਾਰਥਾਂ ਵਿਚ
   3. ਖੁਰਾਕੀ ਸੁਰੱਖਿਆ ਤੇ ਮਿਆਰ ਕਾਨੂੰਨ-2006
      (Food Safety and Standards Act 2006)

ਭਾਗ-2

1. ਰਿਸ਼ਟ-ਪੁਸ਼ਟ ਤੇ ਨਰੋਆ ਸਰੀਰ 42

1. ਸਰੀਰ ਦੀ ਬਣਤਰ
2. ਸਰੀਰ ਦੇ ਭਾਰ ਤੇ ਆਕਾਰ ਦਾ ਮਾਪਣਾ
3. ਸਰੀਰ ਵਿਚ ਵਾਧੂ ਚਰਬੀ ਹੋਣ ਦੇ ਕਾਰਨ
4. ਜ਼ਿਆਦਾ ਭਾਰ ਦੇ ਸਿਹਤ ਉਤੇ ਅਸਰ
5. ਸਰੀਰ ਦੇ ਭਾਰ ਨੂੰ ਕਾਬੂ ਵਿਚ ਰੱਖਣਾ
6. ਖਾਣੇ ਦੀ ਮਿਕਦਾਰ ਨਾਲ ਜੁੜੀਆਂ ਅਲਾਮਤਾਂ

2. ਕਸਰਤ 55

1. ਸਰੀਰ ਨੂੰ ਕਸਰਤ ਦੀ ਲੋੜ
2. ਕਸਰਤ ਦੇ ਲਾਭ
3. ਕਸਰਤ ਕਿੰਨੀ ਕਰਨੀ ਚਾਹੀਦੀ ਹੈ
4. ਨਿੱਜੀ ਤਜਰਬਾ
5. ਕਿਸ ਤਰ੍ਹਾਂ ਦੀ ਕਸਰਤ ਕਰਨੀ ਚਾਹੀਦੀ ਹੈ
6. ਹੋਰ ਨਿੱਜੀ ਤਜਰਬਾ
7. ਕਸਰਤ ਤੇ ਯੋਗਾ
8. ਚਿਕੁੰਗ
9. ਤਾ ਚੀ

3. ਜ਼ਿੰਦਗੀ ਬਿਤਾਉਣ ਦੇ ਢੰਗ 65

1. ਇਕ ਵਧੀਆ ਇਨਸਾਨ ਬਣਨਾ
2. ਸਵੈ-ਪੜਚੋਲ
3. ਜ਼ਿੰਦਗੀ ਪ੍ਰਤੀ ਦ੍ਰਿਸ਼ਟੀਕੋਣ
4. ਨਸ਼ੇ
5. ਸਰੀਰਕ ਤੇ ਮਾਨਸਿਕ ਸ਼ਾਂਤੀ
6. ਪਿਆਰ ਭਰਿਆ ਜੀਵਨ
7. ਗ੍ਰਹਿਸਤੀ ਜੀਵਨ

4. ਰਹਿਣ ਸਹਿਤ ਦੇ ਢੰਗ ਨਾਲ ਜੁੜੀਆਂ ਬਿਮਾਰੀਆਂ 74
   1. ਮੋਟਾਪਾ
   2. ਖ਼ੂਨ ਦਾ ਦਬਾਅ
   3. ਦਿਲ ਦੀਆਂ ਬਿਮਾਰੀਆਂ
   4. ਸ਼ੱਕਰ ਰੋਗ
   5. ਜ਼ਹਿਰੀਲਾ ਮਾਦਾ
   6. ਇਕ ਜਾਇਜਾ
   7. ਐਂਟੀਆਕਸੀਡੈਂਟਸ

ਭਾਗ-3

1. ਜ਼ਿੰਦਗੀ ਦੇ ਪੜਾਅ 83
   1. ਗ੍ਰਹਿਣ ਕਰਨ ਵਾਲਾ ਸਮਾਂ
   2. ਪ੍ਰਾਪਤੀ ਕਰਨ ਵਾਲਾ ਸਮਾਂ
   3. ਦੇਣ ਵਾਲਾ ਸਮਾਂ

2. ਲੰਬੀ ਉਮਰ 96
   1. ਵਿਅਕਤੀ ਦੀ ਉਮਰ ਦਾ ਅੰਦਾਜ਼ਾ
   2. ਲੰਬੀ ਉਮਰ ਕਿਵੇਂ ਪਾਈ ਜਾਵੇ
   3. ਇਕ ਵਿਸ਼ਲੇਸ਼ਣ
   4. ਦੁਨੀਆਂ ਦੇ ਲੰਬੀ ਉਮਰ ਵਾਲੇ ਲੋਕ

3. ਮੇਰੀ ਜ਼ਿੰਦਗੀ ਦੇ ਪੜਾਅ 115
4. ਅੰਤਿਕਾ 120
   1.1 ਖਾਧ ਪਦਾਰਥਾਂ ਵਿਚ ਖੁਰਾਕੀ ਤੱਤਾਂ ਦੀ ਸੂਚੀ
   1.2 ਬਾਲਿਗ ਵਿਅਕਤੀ ਨੂੰ ਨਿਤਾਪ੍ਰਤੀ ਖੁਰਾਕੀ ਤੱਤਾਂ ਦੀ ਲੋੜ
   1.3 ਬਾਲਿਗ ਪੁਰਸ਼ ਲਈ ਪ੍ਰਤੀਦਿਨ ਲੋੜੀਂਦੇ ਸੰਤੁਲਿਤ ਭੋਜਨ ਦੀ ਮਿਕਦਾਰ
   1.4 ਬਾਲਿਗ ਇਸਤਰੀ ਲਈ ਪ੍ਰਤੀਦਿਨ ਲੋੜੀਂਦੇ ਸੰਤੁਲਿਤ ਭੋਜਨ ਦੀ ਮਿਕਦਾਰ
   1.5 ਖਾਧ ਪਦਾਰਥਾਂ ਵਿਚ ਕੋਲੈਸਟਰੋਲ ਦੀ ਮਾਤਰਾ
   1.6 ਸਰੀਰ ਨੂੰ ਵਿਟਾਮਿਨਾਂ ਦੀ ਲੋੜ
   1.7 ਸਰੀਰ ਨੂੰ ਖਨਿਜ ਪਦਾਰਥਾਂ ਦੀ ਲੋੜ
   1.8 ਖਾਧ ਪਦਾਰਥਾਂ ਵਿਚ ਮਿਲਾਵਟੀ ਅੰਸ਼ਾਂ ਦੀ ਹੋਂਦ ਪਤਾ ਲਗਾਉਣ ਦੇ ਸਰਲ ਤਰੀਕੇ
   1.9 ਤੁਹਾਡੀ ਸਿਹਤ ਦੀ ਸਥਿਤੀ ਕਿਹੋ ਜਿਹੀ ਹੈ?

ਦੋ ਸ਼ਬਦ

ਪੰਜਾਬ ਖੇਤੀਬਾੜੀ ਯੂਨੀਵਰਸਿਟੀ ਤੋਂ ਸੇਵਾ ਮੁਕਤ ਹੋਣ ਉਪਰੰਤ ਮਨ ਵਿਚ ਵਿਚਾਰ ਆ ਰਿਹਾ ਸੀ ਕਿ ਕੋਈ ਕਿਤਾਬ ਲਿਖੀ ਜਾਵੇ ਪਰ ਕਿਤਾਬ ਕਿਹੋ ਜਿਹੀ ਲਿਖੀ ਜਾਵੇ, ਕਿਤਾਬ ਕਿਸ ਵਿਸ਼ੇ 'ਤੇ ਲਿਖੀ ਜਾਵੇ, ਮੇਰਾ ਵਿਸ਼ਾ ਜਾਂ ਕੋਈ ਹੋਰ? ਕਿਤਾਬ ਅੰਗਰੇਜ਼ੀ ਵਿਚ ਲਿਖਾਂ ਜਾਂ ਪੰਜਾਬੀ ਵਿਚ? ਅੰਗਰੇਜ਼ੀ ਵਿਚ ਤਾਂ ਬਹੁਤ ਕੁਝ ਲਿਖਿਆ ਮਿਲ ਜਾਂਦਾ ਹੈ ਪਰ ਪੰਜਾਬੀ ਵਿਚ ਸਾਇੰਸ ਅਧਾਰਤ ਲਿਟਰੇਚਰ ਦੀ ਘਾਟ ਹੈ। ਸੋ ਪੰਜਾਬੀ ਵਿਚ ਇਹ ਪੁਸਤਕ 'ਸਿਹਤ ਭਰਪੂਰ ਖੁਸ਼ਹਾਲ ਜੀਵਨ ਕਿਵੇਂ ਜੀਵੀਏ' ਲਿਖਣ ਦਾ ਮਨ ਬਣਾਇਆ। ਮੈਂ ਭਾਵੇਂ ਸੇਵਾ ਮੁਕਤ ਸੀ ਪਰ ਫਿਰ ਵੀ ਮੈਨੂੰ ਬਹੁਤ ਫੁਰਸਤ ਨਹੀਂ ਸੀ। ਗੁਰੂ ਨਾਨਕ ਦੇਵ ਯੂਨੀਵਰਸਿਟੀ ਵਿਚ ਵਿਜ਼ਿਟੰਗ ਪ੍ਰੋਫ਼ੈਸਰ ਤੇ ਫਿਰ 4 ਸਾਲ ਅਕਾਲ ਅਕੈਡਮੀਆਂ ਦੀ ਦੇਖ-ਰੇਖ ਵਿਚ ਲੱਗਿਆ ਰਿਹਾ। ਮੈਂ ਹਰ ਸਾਲ 2-3 ਮਹੀਨਿਆਂ ਲਈ ਅਮਰੀਕਾ ਜ਼ਰੂਰ ਜਾਂਦਾ ਸੀ। ਮੈਂ ਇਹ ਸਮਾਂ ਹਮੇਸ਼ਾ ਕੋਈ ਵਧੀਆ (Best Seller Book) ਕਿਤਾਬ ਪੜ੍ਹਨ, ਇਸ ਤੋਂ ਨੋਟਸ ਬਣਾਉਣ ਵਿਚ ਬਤੀਤ ਕਰਦਾ, ਇਹ ਤਿਆਰ ਕੀਤੇ ਨੋਟ ਇਸ ਕਿਤਾਬ ਦਾ ਅਧਾਰ ਬਣੇ। ਇਨ੍ਹਾਂ ਤੋਂ ਇਲਾਵਾ ਕੁਝ ਹੋਰ ਕਿਤਾਬਾਂ, ਇੰਟਰਨੈਟ ਤੋਂ ਲਈ ਜਾਣਕਾਰੀ ਤੇ ਜਾਤੀ ਤਜਰਬੇ ਵੀ ਸ਼ਾਮਿਲ ਕੀਤੇ ਹਨ। ਕੋਸ਼ਿਸ਼ ਕੀਤੀ ਹੈ ਕਿ ਇਸ ਕਿਤਾਬ ਦੀ ਭਾਸ਼ਾ ਸਰਲ ਹੋਵੇ ਤਾਂ ਕਿ ਇਕ ਪੰਜਾਬੀ ਪੜ੍ਹਿਆ ਆਮ ਸੂਝ-ਬੂਝ ਰੱਖਣ ਵਾਲਾ ਵਿਅਕਤੀ ਇਸ ਨੂੰ ਅਸਾਨੀ ਨਾਲ ਸਮਝ ਸਕੇ। ਇੰਟਰਨਲ ਯੂਨੀਵਰਸਿਟੀ ਬੜੂ ਸਾਹਿਬ ਬਤੌਰ ਰਜਿਸਟਰਾਰ ਇਕ ਸਾਲ ਦੀ ਸੇਵਾ ਉਪਰੰਤ ਅਮਰੀਕਾ ਜਾਣ ਤੋਂ ਪਹਿਲਾਂ ਮੇਰੇ ਕੋਲ ਕੁਝ ਸਮਾਂ ਸੀ। ਉਸ ਵਿਚ ਕਿਤਾਬ ਨੂੰ ਪੂਰਾ ਕਰਨ ਦਾ ਟੀਚਾ ਮਿਥਿਆ। ਪ੍ਰਮਾਤਮਾ ਦੀ ਮਿਹਰ ਸਦਕਾ ਮੈਂ ਇਹ ਪੰਜਾਬੀ ਵਿਚ ਪਲੇਠੀ ਕਿਤਾਬ ਪਾਠਕਾਂ ਦੇ ਰੂਬਰੂ ਕਰਨ ਵਿਚ ਸਫ਼ਲ ਹੋਇਆ ਹਾਂ ਆਸ ਕਰਦਾ ਹਾਂ ਪ੍ਰਵਾਨ ਚੜ੍ਹੇਗੀ।

ਇਸ ਕਿਤਾਬ ਦੇ ਛਪਣ ਲਈ ਬਹੁਤ ਸਾਰੀਆਂ ਸ਼ਖ਼ਸੀਅਤਾਂ ਨੇ ਆਪਣੇ ਯੋਗਦਾਨ ਰਾਹੀਂ ਮੇਰੀ ਬੇਹੱਦ ਸਹਾਇਤਾ ਕੀਤੀ। ਗਿਆਨੀ ਮਹਿੰਦਰ ਸਿੰਘ ਮਾਨੂੰਪੁਰੀ, ਪੰਜਾਬ ਖੇਤੀਬਾੜੀ ਯੂਨੀਵਰਸਿਟੀ ਤੋਂ ਸੇਵਾਮੁਕਤ ਹੋਏ ਪ੍ਰੋਫ਼ੈਸਰ ਅਮਰਜੀਤ ਕੌਰ ਖੋਖਰ ਅਤੇ ਸਾਬਕਾ ਪ੍ਰੋਫ਼ੈਸਰ ਤੇ ਮੁਖੀ, ਖੁਰਾਕ ਵਿਗਿਆਨ ਤੇ ਟੈਕਨੌਲੋਜੀ ਵਿਭਾਗ, ਹਰ ਪਰਿਤਪਾਲ ਸਿੰਘ ਨਾਗੀ ਨੇ ਕਿਤਾਬ ਦੇ ਖਰੜੇ ਨੂੰ ਪੜਨ ਨਾਲ ਇਸ ਦੀ ਸੋਧ ਕੀਤੀ। ਇਨ੍ਹਾਂ ਸ਼ਖ਼ਸੀਅਤਾਂ ਦਾ ਮੈਂ ਤਹਿ ਦਿਲੋਂ ਧੰਨਵਾਦੀ ਹਾਂ।

ਅਤਿ ਧੰਨਵਾਦੀ ਹਾਂ ਡਾ.ਜਗਦੀਸ਼ ਕੌਰ ਸਹਿਯੋਗੀ ਪ੍ਰੋਫ਼ੈਸਰ ਪੱਤਰਕਾਰੀ

ਭਾਸ਼ਾਵਾਂ ਅਤੇ ਸਭਿਆਚਾਰ ਵਿਭਾਗ, ਪੰਜਾਬ ਖੇਤੀਬਾੜੀ ਯੂਨੀਵਰਸਿਟੀ ਦਾ ਜਿਨ੍ਹਾਂ ਨੇ ਖਰੜੇ ਦੀ ਸ਼ੁੱਧਤਾ ਵੀ ਕੀਤੀ ਤੇ ਕਿਤਾਬ ਨੂੰ ਛਪਣ ਵਿਚ ਵੀ ਸਹਾਇਤਾ ਪ੍ਰਦਾਨ ਕੀਤੀ।

ਡਾ. ਖੇਮ ਸਿੰਘ ਜੀ ਗਿੱਲ ਸਾਬਕਾ ਉਪ-ਕੁਲਪਤੀ ਪੰਜਾਬ ਖੇਤੀਬਾੜੀ ਯੂਨੀਵਰਸਿਟੀ ਲੁਧਿਆਣਾ ਦਾ ਅਤਿਅੰਤ ਰਿਣੀ ਹਾਂ ਜਿਨ੍ਹਾਂ ਨੇ ਇਸ ਪੁਸਤਕ ਦਾ ਮੁੱਖ ਬੰਦ ਲਿਖਿਆ।

ਧੰਨਵਾਦੀ ਹਾਂ ਚੇਤਨਾ ਪ੍ਰਕਾਸ਼ਨ, ਲੁਧਿਆਣਾ ਜਿਨ੍ਹਾਂ ਇਸ ਕਿਤਾਬ ਨੂੰ ਪ੍ਰਕਾਸ਼ਿਤ ਕੀਤਾ।

ਪਤਨੀ ਪਰਮਿੰਦਰ ਕੌਰ, ਬੇਟੇ ਕਸ਼ਮਿੰਦਰ ਸਿੰਘ, ਮਨਜਿੰਦਰ ਸਿੰਘ ਅਤੇ ਸਮੂਹ ਪਰਿਵਾਰ ਮੇਰੇ ਧੰਨਵਾਦ ਦੇ ਪਾਤਰ ਹਨ ਜਿਨ੍ਹਾਂ ਹਰ ਪੜਾਅ 'ਤੇ ਮੇਰੀ ਸਹਾਇਤਾ ਕੀਤੀ।

-ਕਸ਼ਮੀਰਾ ਸਿੰਘ ਸੇਖੋਂ

09-12-2009

ਮੁੱਖ ਬੰਦ

ਪੰਜਾਬ ਖੇਤੀਬਾੜੀ ਯੂਨੀਵਰਸਿਟੀ ਤੋਂ ਸੇਵਾਮੁਕਤ ਵਿਗਿਆਨੀ ਡਾ. ਕਸ਼ਮੀਰਾ ਸਿੰਘ ਸੇਖੋਂ, ਜਿਸ ਨੇ ਆਪਣੇ ਜੀਵਨ ਤਜਰਬੇ ਅਤੇ ਆਪਣੇ ਅਧਿਐਨ ਦੇ ਲੰਮੇ ਸਮੇਂ ਵਿਚ ਪ੍ਰਾਪਤ ਕੀਤੇ ਗਿਆਨ ਵਿਚ ਪੰਜਾਬ ਦੇ ਵਸਨੀਕਾਂ ਲਈ ਮਾਂ-ਬੋਲੀ ਪੰਜਾਬੀ ਵਿਚ ਇਕ ਪੁਸਤਕ "ਸਿਹਤ ਭਰਪੂਰ ਖੁਸ਼ਹਾਲ ਜੀਵਨ ਕਿਵੇਂ ਜੀਵੀਏ" ਲਿਖ ਕੇ ਇਕ ਬਹੁਤ ਵੱਡਾ ਸ਼ਲਾਘਾਯੋਗ ਉਪਰਾਲਾ ਕੀਤਾ ਹੈ। ਡਾ. ਸੇਖੋਂ ਨੇ ਆਪਣੇ ਕਾਰਜ-ਕਾਲ ਵਿਚ ਬਹੁ-ਭਾਂਤੀ ਖੋਜਾਂ ਕਰਕੇ ਅੰਤਰ-ਰਾਸ਼ਟਰੀ ਖੇਤੀ ਵਿਗਿਆਨੀ ਦੇ ਤੌਰ 'ਤੇ ਨਾਮਨਾ ਖੱਟਿਆ ਹੈ। ਉਸ ਦੇ ਹਿਰਦੇ ਵਿਚ ਆਪਣੇ ਆਲ਼ੇ-ਦੁਆਲ਼ੇ ਦੇ ਨੌਜਵਾਨਾਂ ਤੇ ਵਡੇਰੀ ਉਮਰ ਦੇ ਵਿਅਕਤੀਆਂ ਲਈ ਅਥਾਹ ਪਿਆਰ ਅਤੇ ਸ਼ਰਧਾ ਹੈ। ਇਸ ਖੋਜ-ਭਰਪੂਰ ਰਚਨਾ ਰਾਹੀਂ ਉਨ੍ਹਾਂ ਸਭਨਾਂ ਲਈ ਸ਼ੁਭ ਇੱਛਾਵਾਂ ਪ੍ਰਸਤੁਤ ਕੀਤੀਆਂ ਹਨ। ਅਸੀਂ ਇਸ ਨੂੰ ਹਾਰਦਿਕ ਜੀਅ ਆਇਆਂ ਆਖਦੇ ਹਾਂ।

ਇਸ ਪੁਸਤਕ ਰਾਹੀਂ ਡਾ. ਕਸ਼ਮੀਰਾ ਸਿੰਘ ਸੇਖੋਂ ਨੇ ਸਾਨੂੰ ਸੰਦੇਸ਼ ਦਿੱਤਾ ਹੇ ਕਿ ਖੁਸ਼ਹਾਲ ਜੀਵਨ ਜਿਉਣ ਲਈ ਨਾ ਕੇਵਲ ਲੰਬੀ ਉਮਰ ਦੀ ਹੀ ਲੋੜ ਹੈ ਸਗੋਂ ਤੰਦਰੁਸਤ ਸਰੀਰ ਦਾ ਕਾਇਮ ਰੱਖਣਾ ਵੀ ਜ਼ਰੂਰੀ ਹੈ। ਤੰਦਰੁਸਤ ਸਰੀਰ ਰੱਖਣ ਲਈ ਸਾਨੂੰ ਆਪਣੇ ਭੋਜਨ ਸੰਬੰਧੀ ਪੂਰੀ ਜਾਣਕਾਰੀ ਹੋਣੀ ਜ਼ਰੂਰੀ ਹੈ। ਕਸਰਤ ਸਰੀਰ ਨੂੰ ਰੋਗਾਂ ਤੋਂ ਦੂਰ ਰੱਖਣ ਅਤੇ ਰੋਗਾਂ ਤੋਂ ਬਚਾਉਣ ਲਈ ਜ਼ਰੂਰੀ ਹੈ। ਤਨ, ਮਨ ਤੇ ਆਤਮਾ ਦੀ ਸ਼ੁੱਧੀ ਲਈ ਚੰਗੇ ਖ਼ਿਆਲ, ਸ਼ੁਭ ਕਰਮ ਤੇ ਉਚੇਰੀ ਅਧਿਆਤਮਕ ਸ਼ਕਤੀ ਵਿਚ ਆਸਥਾ ਰੱਖਣੀ ਵੀ ਜ਼ਰੂਰੀ ਹੈ।

ਡਾ. ਸੇਖੋਂ ਨੇ ਇਸ ਪੁਸਤਕ ਨੂੰ ਤਿੰਨ ਭਾਗਾਂ ਵਿਚ ਵੰਡਿਆ ਹੈ। ਪਹਿਲੇ ਭਾਗ ਵਿਚ ਮਨੁੱਖੀ ਖੁਰਾਕ ਤੇ ਭੋਜਨ ਸੰਬੰਧੀ ਵਿਸਥਾਰ ਸਹਿਤ ਵਿਗਿਆਨਕ ਤੱਥਾਂ ਨੂੰ ਸਾਹਮਣੇ ਰੱਖਕੇ ਵਿਚਾਰ ਕੀਤੀ ਗਈ ਹੈ। ਖੁਰਾਕ ਦੀ ਬਣਤਰ ਕਿਹੋ ਜਿਹੀ ਹੁੰਦੀ ਹੈ, ਪਾਚਣ ਕਿਰਿਆ, ਸੰਤੁਲਿਤ ਭੋਜਨ, ਭੋਜਨ ਦੀ ਮਿਕਦਾਰ, ਸਾਵਧਾਨੀਆਂ ਆਦਿ ਸੰਬੰਧੀ ਵਿਸਥਾਰ ਸਹਿਤ ਦੱਸਿਆ ਹੈ। ਇਸ ਭਾਗ ਵਿਚ ਖੁਰਾਕੀ ਤੱਤਾਂ ਵਿਚ ਕੀਤੀ ਜਾਂਦੀ ਮਿਲਾਵਟ ਨੂੰ ਜਾਨਣ ਸੰਬੰਧੀ ਵੀ ਜਾਣਕਾਰੀ ਦਿੱਤੀ ਗਈ ਹੈ। ਕਿਸੇ ਵਸਤੂ ਵਿਚ ਮੁਨਾਫ਼ਾਖੋਰ ਲੋਕ ਕਿਸ ਤਰ੍ਹਾਂ ਦੀਆਂ ਚੀਜ਼ਾਂ ਦੀ ਮਿਲਾਵਟ ਕਰਕੇ ਲੋਕਾਂ ਦੀ ਸਿਹਤ ਨਾਲ ਧੱਕਾ ਹੀ ਨਹੀਂ ਕਰਦੇ ਸਗੋਂ ਕਈ ਪ੍ਰਕਾਰ ਦੀਆਂ ਬਿਮਾਰੀਆਂ ਦਾ ਕਾਰਨ ਵੀ ਬਣਦੇ ਹਨ। ਅਜਿਹੀਆਂ ਮਿਲਾਵਟੀ ਵਸਤਾਂ ਦੀ ਪਰਖ ਕਰਨ ਵਾਸਤੇ ਭਾਵੇਂ ਲੈਬਾਰਟਰੀਆਂ ਵੀ ਹਨ, ਪਰ ਵਧਦੀ ਆਬਾਦੀ ਦੀ ਮੰਗ-ਪੂਰਤੀ ਕਰਨ ਵਾਸਤੇ

ਸਰਕਾਰ ਵੀ ਕੁਝ ਬੇਵਸ ਜਾਪਦੀ ਹੈ। ਬਹੁਤ ਸਾਰੇ ਉਨ੍ਹਾਂ ਐਕਟਾਂ ਸੰਬੰਧੀ ਵੀ ਜਾਣਕਾਰੀ ਦਿੱਤੀ ਹੈ, ਜਿਹੜੇ ਸਰਕਾਰ ਨੂੰ ਸਮੇਂ-ਸਮੇਂ ਲੋੜ ਅਨੁਸਾਰ ਬਣਾਉਣੇ ਪਏ, ਤਾਂ ਕਿ ਮਿਲਾਵਟ ਖੋਰੀ ਰੋਕੀ ਜਾ ਸਕੇ। ਡਾ. ਸਾਹਿਬ ਨੇ ਪੜ੍ਹਾਈ ਸਮੇਂ ਆਪਣੇ ਨਾਲ ਬੀਤੀ ਘਟਨਾ ਦਾ ਜ਼ਿਕਰ ਵੀ ਕੀਤਾ ਹੈ ਜਿਸ ਨੇ ਉਨ੍ਹਾਂ ਨੂੰ ਸੁਚੇਤ ਕਰ ਦਿੱਤਾ ਕਿ ਅਜਿਹੀਆਂ ਖਾਣ-ਪੀਣ ਦੀਆਂ ਵਸਤਾਂ ਵਿਚ ਮਿਲਾਵਟ ਤੇ ਜ਼ਹਿਰੀਲੇ ਮਾਦੇ ਮਨੁੱਖ ਦੀ ਜਾਨ ਲੈਣ ਤੱਕ ਵੀ ਜਾ ਸਕਦੇ ਹਨ। ਡਾ. ਸਾਹਿਬ ਨੇ ਘਰਾਂ ਵਿਚ ਵਰਤੀਆਂ ਜਾਂਦੀਆਂ ਖਾਣ-ਪੀਣ ਦੀਆਂ ਵਸਤਾਂ ਵਿਚ ਮਿਲਾਵਟੀ ਵਸਤਾਂ ਦੀ ਨਿਰਖ ਪਰਖ ਕਰਨ ਲਈ ਵੀ ਕੁਝ ਪਛਾਣ ਚਿੰਨ੍ਹ ਦਿੱਤੇ ਹਨ। ਇਨ੍ਹਾਂ ਦੀ ਵਰਤੋਂ ਕਰਕੇ ਸੁਆਣੀਆਂ ਆਪਣੇ ਪਰਿਵਾਰ ਨੂੰ ਸਾਫ਼ ਸੁਥਰੀ ਖਾਧ ਖੁਰਾਕ ਦੇ ਕੇ ਬਿਮਾਰੀਆਂ ਤੋਂ ਬਚਾ ਸਕਦੀਆਂ ਹਨ ਅਤੇ ਪਰਿਵਾਰ ਦੀ ਚੰਗੇਰੀ ਸਿਹਤ ਬਣਾਈ ਰੱਖ ਸਕਦੀਆਂ ਹਨ। ਇਸ ਭਾਗ ਵਿਚ ਖੁਰਾਕੀ ਅੰਸ਼ਾਂ ਸੰਬੰਧੀ ਬਹੁਤ ਸਾਰੇ ਪੈਮਾਨੇ ਤੇ ਸਾਰਨੀਆਂ ਵੀ ਦਿੱਤੀਆਂ ਹਨ ਜੋ ਪਾਠਕਾਂ ਦੀ ਜਾਣਕਾਰੀ ਲਈ ਬਹੁਤ ਲਾਭਕਾਰੀ ਸਿੱਧ ਹੋਣਗੀਆਂ।

ਦੂਸਰੇ ਭਾਗ ਵਿਚ ਡਾ. ਸੇਖੋਂ ਨੇ ਮਨੁੱਖੀ ਸਰੀਰ ਦੀ ਬਣਤਰ ਸੰਬੰਧੀ ਵਿਸਥਾਰ ਸਹਿਤ ਚਰਚਾ ਕੀਤੀ ਹੈ। ਸਰੀਰ ਨੂੰ ਠੀਕ, ਸਿਹਤਮੰਦ ਰੱਖਣ ਲਈ ਤੇ ਬਿਮਾਰੀਆਂ ਤੋਂ ਬਚਾਉਣ ਲਈ ਕਸਰਤ ਦੀ ਲੋੜ ਦਰਸਾਈ ਗਈ ਹੈ। ਕਸਰਤ ਸੰਬੰਧੀ ਆਪਣੇ, ਤਜਰਬੇ ਵੀ ਦਿੱਤੇ ਹਨ। ਇਸ ਭਾਗ ਵਿਚ ਸਕੂਲਾਂ ਵਿਚ ਬੱਚਿਆਂ ਨੂੰ ਕਰਵਾਈ ਜਾਂਦੀ ਪੀ.ਟੀ. ਤੋਂ ਲੈ ਕੇ ਯੋਗਾ ਅਤੇ ਬਦੇਸ਼ੀ ਕਸਰਤਾਂ ਸੰਬੰਧੀ ਵੀ ਜਾਣਕਾਰੀ ਦਿੱਤੀ ਹੈ। ਖਾਸ ਕਰਕੇ ਚੀਨ ਵਰਗੇ ਅਗਾਂਹਵਧੂ ਤੇ ਪੁਰਾਤਨ ਸਭਿਅਤਾ ਦੇ ਦੇਸ਼ ਦੇ ਲੋਕਾਂ ਦੀਆਂ ਉਹ ਕਸਰਤਾਂ ਦੀਆਂ ਕਾਢਾਂ ਜਿਨ੍ਹਾਂ ਨਾਲ ਉਹ ਲੋਕ ਰਿਸ਼ਟ-ਪੁਸ਼ਟ ਤੇ ਦਿਮਾਗੀ ਤੌਰ 'ਤੇ ਆਪਣੇ ਆਪ ਨੂੰ ਕਾਬਲ ਬਣਾ ਸਕਦੇ ਹਨ। ਬਹੁਤ ਸਾਧਾਰਨ ਢੰਗ ਦੀਆਂ ਕੁਦਰਤ ਤੇ ਆਲ਼ੇ-ਦੁਆਲ਼ੇ ਵਿਚੋਂ ਨਕਲ ਕਰਕੇ ਇਹ ਬਣਾਈਆਂ ਵਿਧੀਆਂ ਬੜੀਆਂ ਹੀ ਦਿਲਚਸਪ ਹਨ। ਸਾਨੂੰ ਸਮਝਾਉਣ ਲਈ ਤਸਵੀਰਾਂ ਵੀ ਦੇ ਦਿੱਤੀਆਂ ਹਨ। ਇਹ ਅਤਿ ਰੌਚਕ ਸਮੱਗਰੀ ਇਸ ਪੁਸਤਕ ਦੀ ਵਿਸ਼ੇਸ਼ ਪ੍ਰਾਪਤੀ ਹੈ। ਇਸ ਭਾਗ ਵਿਚ ਡਾ. ਸੇਖੋਂ ਨੇ ਜ਼ਿੰਦਗੀ ਜਿਊਣ ਦੇ ਵਧੀਆ ਢੰਗਾਂ 'ਤੇ ਵੀ ਵਿਚਾਰ ਚਰਚਾ ਕੀਤੀ ਹੈ। ਇਕ ਵਧੀਆ ਇਨਸਾਨ ਕੌਣ ਹੁੰਦਾ ਹੈ? ਜ਼ਿੰਦਗੀ ਪ੍ਰਤੀ ਦ੍ਰਿਸ਼ਟੀਕੋਣ, ਸਵੈ ਪੜਚੋਲ, ਨਸ਼ਿਆਂ ਦੀ ਜਹਿਮਤ ਤੋਂ ਦੂਰ ਰਹਿਣਾ- ਨਸ਼ਿਆਂ ਦੇ ਔਗਣ ਤੇ ਨੁਕਸਾਨ- ਗ੍ਰਹਿਸਤੀ ਜੀਵਨ ਕਿਵੇਂ ਵਧੀਆ ਹੋ ਸਕਦਾ ਹੈ, ਆਦਿ ਬਾਰੇ ਵਿਸਥਾਰ ਵਿਚ ਚਰਚਾ ਕੀਤੀ ਗਈ ਹੈ। ਇਸ ਦੇ ਨਾਲ ਹੀ ਮਨੁੱਖੀ ਸਰੀਰ ਨਾਲ ਸੰਬੰਧਤ ਉਨ੍ਹਾਂ ਬਿਮਾਰੀਆਂ ਸੰਬੰਧੀ ਭਰਪੂਰ ਜਾਣਕਾਰੀ ਦਿੱਤੀ ਹੈ ਜਿਹੜੀਆਂ ਸਾਡੇ ਰਹਿਣ-ਸਹਿਣ ਅਤੇ ਜੀਵਨ-ਢੰਗ ਨਾਲ ਸੰਬੰਧਤ ਹਨ।

ਇਸ ਪੁਸਤਕ ਦੇ ਤੀਜੇ ਭਾਗ ਵਿਚ ਡਾ. ਸੇਖੋਂ ਸਾਹਿਬ ਨੇ ਜੀਵਨ ਦੇ ਤਿੰਨ ਪੜਾਅ ਮਿੱਥ ਕੇ ਇਨ੍ਹਾਂ ਪੜਾਵਾਂ ਵਿਚ ਸਫ਼ਲ ਜੀਵਨ ਜਿਉਣ ਦਾ ਢੰਗ ਦਰਸਾਇਆ

ਹੈ। ਇਹ ਆਦਰਸ਼ਵਾਦੀ ਪੜਾਅ ਸਾਨੂੰ ਮਨੋਵਿਗਿਆਨਕ ਤੌਰ 'ਤੇ ਤਿਆਰ ਕਰਦੇ ਹਨ ਕਿ ਮਨੁੱਖ ਪਹਿਲੇ ਪੜਾਅ ਵਿਚ ਸਮਾਜ ਤੇ ਮਾਪਿਆਂ ਤੋਂ ਕੁਝ ਲੈਂਦਾ ਹੈ। ਦੂਜੇ ਪੜਾਅ ਵਿਚ ਉਹ ਪ੍ਰਾਪਤੀਆਂ ਕਰਦਾ ਹੈ ਤੇ ਤੀਜੇ ਪੜਾਅ ਵਿਚ ਆਪਣੀਆਂ ਪ੍ਰਾਪਤੀਆਂ ਅਤੇ ਗਿਆਨ ਰਾਹੀਂ ਚੰਗੇਰੇ ਸਮਾਜ ਦੀ ਉਸਾਰੀ ਵਿਚ ਯੋਗਦਾਨ ਪਾਉਂਦਾ ਹੈ। ਇਹ ਮਨੁੱਖ ਦਾ ਫ਼ਰਜ਼ ਬਣਦਾ ਹੈ ਕਿ ਉਹ 58-60 ਸਾਲ ਪਿੱਛੋਂ ਹੋਰਨਾਂ ਲਈ ਜ਼ਰੂਰ ਕੁਝ ਕਰੇ। ਏਥੇ ਸ਼ਾਇਦ ਡਾ. ਸਾਹਿਬ ਇਹ ਦਸਣਾ ਚਾਹੁੰਦੇ ਹਨ ਕਿ ਗੁਰਮੱਤ ਦੇ ਦੱਸੇ ਰਸਤੇ ਕਿਰਤ ਕਰਨੀ ਤੇ ਵੰਡ ਕੇ ਛੱਕਣਾ ਦਾ ਸਿਧਾਂਤ ਅਸੀਂ ਆਪਣੇ ਆਪ ਤੇ ਕਿਵੇਂ ਲਾਗੂ ਕਰ ਸਕਦੇ ਹਾਂ। ਭਾਈ ਗੁਰਦਾਸ ਜੀ ਦੇ ਸ਼ਬਦਾਂ 'ਚ *"ਕਿਰਤਿ ਵਿਰਤਿ ਕਰਿ ਧਰਮ ਦੀ ਹਥਹੁ ਦੇ ਕੈ ਭਲਾ ਮਨਾਵੈ"* (ਵਾਰ-ਵ-ਪੌੜੀ 12)

ਇਹ ਭਾਗ ਉਨ੍ਹਾਂ ਲਈ ਬੜਾ ਲਾਭਕਾਰੀ ਸਿੱਧ ਹੋਵੇਗਾ ਜਿਨ੍ਹਾਂ ਦੀ ਉਮਰ ਹੁਣ ਬੁਢਾਪੇ ਵਿਚ ਪੈਰ ਰੱਖ ਰਹੀ ਹੈ। ਆਪਣੀ ਸਿਹਤ ਨੂੰ ਕਿਵੇਂ ਤੰਦਰੁਸਤ ਰੱਖ ਸਕਦੇ ਹਾਂ? ਆਪਣੇ ਮਨ ਤੇ ਆਤਮਾ ਨੂੰ ਕਿਵੇਂ ਚੰਗਿਆਈਆਂ ਨਾਲ ਭਰ ਸਕਦੇ ਹਾਂ? ਕਿਵੇਂ ਅਸੀਂ ਪਰਵਾਰ ਤੇ ਸਮਾਜ ਲਈ ਉਸਾਰੂ ਸੋਚ ਰਖਦੇ ਹੋਏ ਲਾਭਕਾਰੀ ਹੋ ਸਕਦੇ ਹਾਂ ਤੇ ਆਪਣਾ ਬੁਢਾਪਾ ਸ਼ਾਨ (ਡਿਗਨਿਟੀ, Dignity) ਨਾਲ ਲੰਘਾ ਸਕਣ ਦੇ ਸਮਰੱਥ ਹੋ ਸਕਦੇ ਹਾਂ? ਅਜਿਹੇ ਵਿਚਾਰਾਂ ਨੂੰ ਪੁਸਤਕ ਦਾ ਇਹ ਭਾਗ ਉਸਾਰੂ ਤੇ ਸੁਚੱਜੇ ਢੰਗ ਨਾਲ ਨਜਿੱਠਦਾ ਹੈ।

ਇਸੇ ਭਾਗ ਵਿਚ ਡਾ. ਸਾਹਿਬ ਨੇ ਸੰਸਾਰ ਦੇ ਉਨ੍ਹਾਂ ਖਿੱਤਿਆਂ ਸੰਬੰਧੀ ਵੀ ਜਾਣਕਾਰੀ ਦਿੱਤੀ ਹੈ ਜਿਨ੍ਹਾਂ ਖਿੱਤਿਆਂ ਦੇ ਲੋਕ ਲੰਬੀ ਤੇ ਅਰੋਗਤਾ ਭਰੀ ਉਮਰ ਲੰਘਾਉਂਦੇ ਹਨ। ਉਨ੍ਹਾਂ ਦੇ ਕੰਮ, ਧੰਦੇ, ਉਨ੍ਹਾਂ ਦੀ ਖੁਰਾਕ ਤੇ ਉਨ੍ਹਾਂ ਦੇ ਵਿਸ਼ਵਾਸ਼ਾਂ ਸੰਬੰਧੀ ਭਰਪੂਰ ਜਾਣਕਾਰੀ ਦਿੱਤੀ ਹੈ। ਇਹ ਵੀ ਇਸ ਪੁਸਤਕ ਦਾ ਵੱਡਮੁੱਲਾ ਹਿੱਸਾ ਹੈ ਜੋ ਸਾਨੂੰ ਆਦਰਸ਼ਕ ਜੀਵਨ-ਢੰਗ ਵੱਲ ਪ੍ਰੇਰਦਾ ਹੈ। ਇਸ ਰਾਹੀਂ ਡਾ. ਸੇਖੋਂ ਨੇ ਆਪਣੇ ਜੀਵਨ ਦੇ ਸੰਖੇਪ ਜਿਹੇ ਦਰਸ਼ਨ ਵੀ ਕਰਵਾਏ ਹਨ। ਕਿਵੇਂ ਇਕ ਸਾਧਾਰਨ ਪਰਿਵਾਰ ਵਿਚ ਜਨਮ ਲੈ ਕੇ ਇਕ ਸਾਧਾਰਨ ਸਕੂਲ ਵਿਚ ਪੜ੍ਹਾਈ ਕਰਕੇ ਯੂਨੀਵਰਸਿਟੀ ਦੇ ਡੀਨ ਪੋਸਟ ਗਰੈਜੂਏਟ ਸਟੱਡੀਜ਼ ਦੇ ਅਹੁਦੇ ਤੀਕ ਪ੍ਰਾਪਤੀ ਕੀਤੀ। ਆਪਣੇ ਜੀਵਨ 'ਚ ਆਈਆਂ ਦੁਖਦਾਈ ਘਟਨਾਵਾਂ ਨੂੰ ਯਾਦ ਕਰਕੇ ਉਨ੍ਹਾਂ ਤੋਂ ਕੁਝ ਸਿੱਖ ਕੇ ਆਪਣਾ ਤੇ ਆਪਣੇ ਪਰਿਵਾਰ ਦਾ ਜੀਵਨ ਹੀ ਨਹੀਂ ਸੁਧਾਰਿਆ, ਸਗੋਂ ਆਪਣੀ ਜਨਮ ਭੋਇ ਪਿੰਡ ਮਾਨੂੰਪੁਰ ਵਿਖੇ ਸਮਾਜ ਭਲਾਈ ਯੋਜਨਾ ਤਿਆਰ ਕਰਕੇ ਆਪਣੇ ਪੈਸੇ ਦੇ ਕੇ ਕੰਮ ਸ਼ੁਰੂ ਕਰਵਾਏ। ਗਰੀਬ ਬੱਚਿਆਂ ਦੀ ਪੜ੍ਹਾਈ ਲਈ ਵਜੀਫ਼ੇ ਦੇ ਰਹੇ ਹਨ। ਅਜਿਹਾ ਹੀ ਬਹੁਤ ਕੁਝ ਇਸ ਪੁਸਤਕ ਵਿਚੋਂ ਪਾਠਕ ਲੱਭ ਸਕਦੇ ਹਨ ਅਤੇ ਕੁਝ ਉਸਾਰੂ ਕਰਨ ਲਈ ਪ੍ਰੇਰਿਤ ਹੋ ਸਕਦੇ ਹਨ।

ਪੁਸਤਕ ਵਿਚ ਡਾ. ਸਾਹਿਬ ਨੇ ਤੱਥਾਂ ਅਤੇ ਤੱਤਾਂ ਦੇ ਅੰਕੜੇ, ਸਾਰਨੀਆਂ, ਪੈਮਾਨੇ ਤੇ ਹੋਰ ਲੋੜੀਂਦੇ ਗ੍ਰਾਫ਼ ਦੇ ਕੇ ਪੁਸਤਕ ਦੀ ਸਮੱਗਰੀ ਨੂੰ ਦਿਲਚਸਪ ਬਣਾਇਆ

ਹੈ ਜੋ ਪਾਠਕਾਂ ਲਈ ਅਤਿ ਲਾਭਦਾਇਕ ਸਿੱਧ ਹੋਵੇਗੀ। ਅੰਤ ਵਿਚ, ਅਜਿਹੀ ਵਿਗਿਆਨਕ ਵਿਧੀ ਨਾਲ ਲਿਖੀ ਪੁਸਤਕ, ਜੋ ਸਿਹਤ ਤੇ ਖੁਰਾਕ ਸੰਬੰਧੀ ਭਰਪੂਰ ਜਾਣਕਾਰੀ ਦਿੰਦੀ ਹੈ, ਆਪਣੀ ਮਾਂ ਬੋਲੀ ਦੇ ਵਿਗਿਆਨਕ ਸਾਹਿਤ ਵਿਚ ਵਾਧਾ ਕਰਨ ਅਤੇ ਮਾਂ ਬੋਲੀ ਨੂੰ ਮਾਣਤਾ ਦੇਣ ਲਈ ਡਾ. ਸੇਖੋਂ ਨੂੰ ਹਾਰਦਿਕ ਵਧਾਈ ਦਿੰਦਾ ਹਾਂ। ਆਸ ਰਖਦਾ ਹਾਂ ਕਿ ਪਾਠਕ ਸੱਜਣ ਇਸ ਤੋਂ ਪੂਰਾ ਪੂਰਾ ਲਾਭ ਉਠਾਕੇ ਜੀਵਨ ਸਫ਼ਲ ਬਣਾਉਣਗੇ।

-ਡਾ. ਖੇਮ ਸਿੰਘ ਗਿੱਲ,
ਸਾਬਕਾ ਉਪ-ਕੁਲਪਤੀ
ਪੰਜਾਬ ਖੇਤੀਬਾੜੀ ਯੂਨੀਵਰਸਿਟੀ, ਲੁਧਿਆਣਾ।

ਭੂਮਿਕਾ

ਹਰ ਮਨੁੱਖ ਇਕ ਸਿਹਤ ਭਰਪੂਰ ਖੁਸ਼ਹਾਲ ਜੀਵਨ ਜਿਊਣਾ ਚਾਹੁੰਦਾ ਹੈ। ਜੇਕਰ ਮਨੁੱਖ ਰੋਗ ਰਹਿਤ ਤੇ ਸਿਹਤਮੰਦ ਹੈ, ਤਦ ਹੀ ਉਹ ਸਖ਼ਤ ਮਿਹਨਤ ਦੀ ਕਮਾਈ ਨਾਲ ਆਪਣਾ ਤੇ ਪਰਿਵਾਰ ਦਾ ਜੀਵਨ ਖੁਸ਼ਹਾਲ ਬਣਾ ਸਕਦਾ ਹੈ। ਇਸ ਲਈ ਸਭ ਤੋਂ ਪਹਿਲਾਂ ਸਾਨੂੰ ਇਹ ਜਾਣਨਾ ਜ਼ਰੂਰੀ ਹੈ ਕਿ ਸਿਹਤ ਤੋਂ ਸਾਡਾ ਕੀ ਭਾਵ ਹੈ? ਸਿਹਤ ਬਾਰੇ ਦੁਨੀਆਂ ਦੀ ਸਭ ਤੋਂ ਵੱਡੀ ਸੰਸਥਾ, ਵਿਸ਼ਵ ਸਿਹਤ ਸੰਸਥਾ (World Health Organisation) ਸਿਹਤ ਨੂੰ ਇਸ ਤਰ੍ਹਾਂ ਬਿਆਨ ਕਰਦੀ ਹੈ ਕਿ "ਸਿਹਤ ਇਕ ਅਰੋਗ ਰਿਸ਼ਟ-ਪੁਸ਼ਟ ਸਰੀਰ ਤੋਂ ਵੱਧ ਇਕ ਸਰੀਰਕ, ਦਿਮਾਗੀ ਤੇ ਸਮਾਜਿਕ ਤੌਰ 'ਤੇ ਸੰਤੁਲਿਤ ਅਵਸਥਾ ਹੋਣਾ ਹੈ।" ਕੁਝ ਲੋਕ ਅਧਿਆਤਮਕ ਸੰਤੁਲਿਤਾ ਨੂੰ ਵੀ ਸਿਹਤ ਦਾ ਹਿੱਸਾ ਮੰਨਦੇ ਹਨ। ਸਿਹਤ ਇਕ ਐਸੀ ਅਵਸਥਾ ਹੈ ਜਿਸ ਵਿਚ ਹਰ ਮਨੁੱਖ ਹਰ ਵਕਤ ਖੁਸ਼ੀ, ਖੇੜਾ, ਮਹਿਸੂਸ ਕਰਦਾ ਹੋਇਆ, ਜ਼ਿੰਦਗੀ ਦਾ ਹਰ ਪਲ ਅਰਥ ਭਰਪੂਰ ਤੇ ਕੁਝ ਕਰਨ ਦੇ ਜਜ਼ਬੇ ਵਿਚ ਬਿਤਾਉਣ ਦੀ ਤਾਂਘ ਰਖਦਾ ਹੈ।

ਚੰਗੀ ਸਿਹਤ ਵਾਲੇ ਮਨੁੱਖ ਦੀ ਉਤਪਾਦਕਤਾ ਵਧ ਹੁੰਦੀ ਹੈ ਜਿਸ ਦਾ ਫ਼ਾਇਦਾ ਉਸਨੂੰ, ਉਸ ਦੇ ਪਰਿਵਾਰ ਅਤੇ ਸਮਾਜ ਨੂੰ ਹੁੰਦਾ ਹੈ। ਕਿਸੇ ਵੀ ਸਮਾਜ ਵਿਚ ਚੰਗੀ ਸਿਹਤ ਵਾਲੇ, ਅਰੋਗ, ਰਿਸ਼ਟ-ਪੁਸ਼ਟ ਮਨੁੱਖ ਜਿੰਨੇ ਵਧ ਹੁੰਦੇ ਹਨ, ਉਨਾ ਹੀ ਉਹ ਸਮਾਜ ਖੁਸ਼ਹਾਲ, ਅਗਾਂਹ-ਵਧੂ ਤੇ ਦੂਜਿਆਂ ਨਾਲੋਂ ਅੱਗੇ ਹੁੰਦਾ ਹੈ। ਜੇਕਰ ਮਨੁੱਖ ਦੀ ਸਰੀਰਕ ਜਾਂ ਦਿਮਾਗੀ ਜਾਂ ਸਮਾਜਿਕ ਸੰਤੁਲਿਤਾ ਕਿਸੇ ਕਾਰਨ ਵਿਗੜ ਜਾਵੇ ਤਾਂ ਉਸ ਦੀ ਸਿਹਤ ਬਿਮਾਰੀ ਵਾਲੀ ਅਵਸਥਾ ਵਾਲਾ ਰੂਪ ਧਾਰਨ ਕਰ ਲੈਂਦੀ ਹੈ।

ਇਸ ਲਈ ਇਕ ਮਨੁੱਖ ਨੂੰ ਸਿਹਤ ਬਣਾਉਣ ਲਈ ਇਹ ਜ਼ਰੂਰੀ ਹੈ ਕਿ ਉਹ ਸਰੀਰਿਕ ਕਿਰਿਆਵਾਂ ਨੂੰ ਜ਼ਿੰਦਗੀ ਦੇ ਹਰ ਪੜਾਅ (ਬਚਪਨ ਤੋਂ ਬੁਢਾਪੇ ਤਕ) ਵਿਚ ਸਹੀ ਸਲਾਮਤ ਤੇ ਨਿਰੰਤਰਤਾ ਵਿਚ ਰਖਕੇ ਇਕ ਚੰਗਾ ਰਿਸ਼ਟ-ਪੁਸ਼ਟ ਰੋਗ ਰਹਿਤ ਸਰੀਰ ਰੱਖਣ ਵਿਚ ਸਫ਼ਲ ਹੋਵੇ।

ਨਰੋਏ ਤੇ ਰਿਸ਼ਟ-ਪੁਸ਼ਟ ਸਰੀਰ ਦੇ ਨਾਲ ਨਾਲ ਹਰ ਮਨੁੱਖ ਦਾ ਇਹ ਵੀ ਨਿਸ਼ਾਨਾ ਹੋਣਾ ਚਾਹੀਦਾ ਹੈ ਕਿ ਉਹ ਦਿਮਾਗੀ ਤੌਰ 'ਤੇ ਵੀ ਨਰੋਆ ਹੋਵੇ। ਦਿਮਾਗੀ ਸਿਹਤ ਤੇ ਸਰੀਰਕ ਸਿਹਤ ਇਕ ਦੂਜੇ ਨਾਲ ਜੁੜੀਆਂ ਹੋਈਆਂ ਹਨ। ਦਿਮਾਗ ਦੀ ਕਮਜ਼ੋਰ ਹਾਲਤ ਸਰੀਰ ਦੇ ਨਰੋਏਪਨ ਤੇ ਵੀ ਮਾੜਾ ਅਸਰ ਪਾਉਂਦੀ ਹੈ। ਦਿਮਾਗ ਦੀ ਸਿਹਤ ਤੇ ਸੰਤੁਲਿਤਾ ਨੂੰ ਕਾਇਮ ਰੱਖਣ ਲਈ ਮਨ ਦੇ ਵਿਕਾਰ ਜਿਵੇਂ ਕਾਮ, ਕ੍ਰੋਧ, ਲਾਭ, ਮੋਹ, ਹੰਕਾਰ ਤੇ ਕਾਬੂ ਰੱਖਣਾ ਵੀ ਜ਼ਰੂਰੀ ਹੈ। ਇਕ ਤਕੜੇ ਦਿਮਾਗ ਵਾਲਾ ਇਨਸਾਨ

ਹੀ ਇਨ੍ਹਾਂ ਵਿਕਾਰਾਂ ਤੇ ਕਾਬੂ ਰੱਖ ਸਕਦਾ ਹੈ।

ਇਕ ਸਮਾਜਕ ਪਹਿਲੂ ਵੀ ਹੈ ਜੋ ਕਿ ਇਨਸਾਨ ਦੀ ਸਿਹਤ ਤੇ ਨਰੋਏਪਨ ਤੇ ਅਸਰ ਪਾਉਂਦਾ ਹੈ, ਉਹ ਹੈ ਸਮਾਜਕ ਸੁਰੱਖਿਆ (Social Security)। ਇਹ ਸਮਾਜਕ ਸੁਰੱਖਿਆ ਇਕ ਸ਼ਹਿਰੀ ਨੂੰ ਜ਼ਿੰਦਗੀ ਦੇ ਹਾਦਸੇ ਜਿਵੇਂ ਕਿ ਬਿਮਾਰੀ, ਬੇਰੁਜ਼ਗਾਰੀ, ਗ਼ਰੀਬੀ, ਮੌਤ, ਹੜ੍ਹ, ਭੂਚਾਲ ਆਦਿ ਦੇ ਖ਼ਤਰਿਆਂ ਤੋਂ ਬਚਾਉਣ ਵਿਚ ਮਦਦਗਾਰ ਹੁੰਦੀ ਹੈ।

ਅੱਜਕਲ੍ਹ ਦੀ ਤਣਾਅਪੂਰਨ ਤੇ ਖਿਚੋਤਾਣ ਵਾਲੀ ਜ਼ਿੰਦਗੀ ਇਕ ਹੋਰ ਅਜਿਹਾ ਪਹਿਲੂ ਹੈ ਜੋ ਕਿ ਇਨਸਾਨ ਦੀ ਸਿਹਤ ਤੇ ਮਾੜਾ ਅਸਰ ਪਾਉਂਦੀ ਹੈ। ਇਸ ਨੂੰ ਇਨਸਾਨ ਆਪਣੀ ਅੰਦਰੂਨੀ ਸ਼ਕਤੀ (Spirit of the Body) ਨਾਲ ਹੀ ਕਾਬੂ ਕਰ ਸਕਦਾ ਹੈ। ਇਸ ਲਈ ਹਰ ਵਿਅਕਤੀ ਨੂੰ ਆਪਣਾ ਮਨ ਸ਼ਾਂਤ ਤੇ ਅਮਨ ਵਾਲੀ ਸਥਿਤੀ ਵਿਚ ਰੱਖਣਾ ਬਹੁਤ ਜ਼ਰੂਰੀ ਹੈ। ਇਸ ਅੰਦਰੂਨੀ ਸ਼ਕਤੀ ਨੂੰ ਅਧਿਆਤਮਕ ਗਿਆਨ ਤੇ ਮਨ ਦੀ ਇਕਾਗਰਤਾ ਰਾਹੀਂ ਤਕੜਾ ਕੀਤਾ ਜਾ ਸਕਦਾ ਹੈ।

ਆਪਣੀ ਚੰਗੀ ਸਿਹਤ, ਤਕੜਾ ਮਨ ਤੇ ਨਰੋਆ ਸਰੀਰ ਰੱਖਣਾ ਜ਼ਿਆਦਾਤਰ ਇਨਸਾਨ ਦੀ ਆਪਣੀ ਜ਼ਿੰਮੇਵਾਰੀ ਹੈ। ਸੋ ਅਰੋਗ, ਨਰੋਆ ਸਰੀਰ ਤੇ ਆਕਰਸ਼ਕ ਸ਼ਖ਼ਸੀਅਤ ਰੱਖਣਾ ਹਰ ਇਕ ਮਨੁੱਖ ਦਾ ਮੁੱਢਲਾ ਨਿਸ਼ਾਨਾ ਹੋਣਾ ਚਾਹੀਦਾ ਹੈ। ਇਸ ਨਿਸ਼ਾਨੇ ਦੀ ਪੂਰਤੀ ਲਈ ਉਸ ਨੂੰ ਜ਼ਿੰਦਗੀ ਦੇ ਹਰ ਪੜਾਅ ਉੱਤੇ ਲਗਾਤਾਰ ਉਪਰਾਲੇ ਜਾਰੀ ਰੱਖਣੇ ਚਾਹੀਦੇ ਹਨ।

ਚੰਗਾ ਸਵੱਛ, ਸੰਤੁਲਿਤ ਭੋਜਨ, ਰੋਗ ਰਹਿਤ ਤਕੜੀ ਤੇ ਨਰੋਈ ਦੇਹ, ਸਰੀਰਕ ਕਸਰਤ, ਯੋਗਾ, ਭਗਤੀ, ਧਾਰਮਿਕ ਗਿਆਨ, ਜ਼ਿੰਦਗੀ ਨੂੰ ਜਿਊਣ ਦਾ ਨਜ਼ਰੀਆ, ਲੰਮੇਰਾ ਖੁਸ਼ਹਾਲ ਉਪਯੋਗੀ ਜੀਵਨ ਜਿਊਣ ਦੀ ਤਾਂਘ ਆਦਿ ਕੁਝ ਆਧਾਰ ਹਨ ਜੋ ਕਿ ਇਕ ਇਨਸਾਨ ਦੇ ਲੰਬੇ, ਅਰੋਗ, ਅਰਥ ਭਰਪੂਰ ਤੇ ਖੁਸ਼ਹਾਲ ਜੀਵਨ ਬਿਤਾਉਣ ਦਾ ਧੁਰਾ ਬਣਦੇ ਹਨ। ਇਸ ਕਿਤਾਬ ਵਿਚ ਇਨ੍ਹਾਂ ਸਾਰੇ ਪਹਿਲੂਆਂ ਉੱਤੇ ਵਿਸਥਾਰ ਸਹਿਤ ਚਰਚਾ ਕੀਤੀ ਗਈ ਹੈ। ਇਸ ਕਿਤਾਬ ਨੂੰ ਤਿੰਨ ਭਾਗਾਂ ਵਿਚ ਵੰਡਿਆ ਗਿਆ ਹੈ। ਪਹਿਲੇ ਭਾਗ ਵਿਚ ਖ਼ੁਰਾਕ, ਸਵੱਛ ਤੇ ਸੰਤੁਲਿਤ ਭੋਜਨ ਬਾਰੇ ਚਰਚਾ ਕੀਤੀ ਗਈ ਹੈ। ਦੂਸਰੇ ਭਾਗ ਵਿਚ ਅਰੋਗ, ਨਰੋਆ ਸਰੀਰ, ਸਹੀ ਜੀਊਣ ਦੀ ਰਾਹ, ਚਰਚਾ ਦਾ ਵਿਸ਼ਾ ਹਨ। ਤੀਸਰੇ ਤੇ ਅਖੀਰਲੇ ਭਾਗ ਵਿਚ, ਜ਼ਿੰਦਗੀ ਦੇ ਹਰ ਪੜਾਅ ਵਿਚ ਕਿਵੇਂ ਖੁਸ਼ਹਾਲੀ ਭਰਿਆ ਜੀਵਨ ਜੀਵਿਆ ਜਾਵੇ, ਦਰਸਾਇਆ ਗਿਆ ਹੈ। ਇਸ ਭਾਗ ਵਿਚ ਵਧੀਆ ਲੰਬੀ ਉਮਰ ਕਿਵੇਂ ਪਾਈ ਜਾਵੇ, ਇਸ ਬਾਰੇ ਵੱਖਰੇ ਤੌਰ 'ਤੇ ਵਿਸਥਾਰ ਸਹਿਤ ਚਰਚਾ ਕੀਤੀ ਗਈ ਹੈ। ਅਖੀਰ ਵਿਚ ਮੈਂ ਖੁਦ ਆਪਣੀ ਜ਼ਿੰਦਗੀ ਦੇ ਪੜਾਵਾਂ ਵਿਚ ਕਿਸ ਤਰ੍ਹਾਂ ਗੁਜ਼ਰਿਆ ਤੇ ਗੁਜ਼ਰ ਰਿਹਾ ਹਾਂ ਇਸ ਬਾਰੇ ਸੰਖੇਪ ਵਿਚ ਕੁਝ ਦੱਸਣ ਦੀ ਕੋਸ਼ਿਸ਼ ਕੀਤੀ ਹੈ।

ਭਾਗ-1

ਸਿਹਤ ਭਰਪੂਰ ਖੁਸ਼ਹਾਲ ਜੀਵਨ ਕਿਵੇਂ ਜੀਵੀਏ

ਖੁਰਾਕ ਤੇ ਭੋਜਨ: ਕੁਦਰਤ ਨੇ ਸੂਰਜ ਦੇ ਰੂਪ ਵਿਚ ਬਹੁਤ ਸਾਰਾ ਨਾ ਮੁੱਕਣ ਵਾਲਾ ਊਰਜਾ ਸ਼ਕਤੀ ਦਾ ਭੰਡਾਰ ਧਰਤੀ ਦੇ ਜੀਵਾਂ ਨੂੰ ਦਿੱਤਾ ਹੈ। ਇਸ ਊਰਜਾ ਸ਼ਕਤੀ ਨੂੰ ਹਰੇ ਪੌਦੇ ਰਸਾਇਣਿਕ ਕਿਰਿਆ ਰਾਹੀਂ ਰਸਾਇਣਿਕ ਸ਼ਕਤੀ ਵਿਚ ਤਬਦੀਲ ਕਰਨ ਦੀ ਸਮਰੱਥਾ ਰਖਦੇ ਹਨ। ਹਰੇ ਪੌਦੇ ਇਸ ਰਸਾਇਣਿਕ ਸ਼ਕਤੀ ਨੂੰ ਪਾਣੀ, ਹਵਾ ਅਤੇ ਧਰਤੀ ਤੋਂ ਪ੍ਰਾਪਤ ਕੀਤੇ ਗਏ ਰਸਾਇਣਿਕ ਤੱਤਾਂ ਦੇ ਸੁਮੇਲ ਨਾਲ ਖੁਰਾਕ ਵਿਚ ਤਬਦੀਲ ਕਰ ਦਿੰਦੇ ਹਨ। ਸੋ ਸਾਰੇ ਸੰਸਾਰ ਦੇ ਜੀਵਾਂ ਦਾ ਖੁਰਾਕ ਦਾ ਸੋਮਾ ਹਰੇ ਪੌਦੇ ਹੀ ਹਨ। ਇਹ ਖੁਰਾਕ ਹਰੇ ਪੌਦਿਆਂ ਦੇ ਸਾਰੇ ਅੰਗਾਂ ਜਿਵੇਂ ਜੜ੍ਹਾਂ, ਤਣਾ, ਪੱਤੇ, ਫੁੱਲ, ਫਲ, ਬੀਜ ਆਦਿ ਰਾਹੀਂ ਜੀਵਾਂ ਨੂੰ ਮਿਲਦੀ ਹੈ। ਸ਼ਾਕਾਹਾਰੀ ਜੀਵ ਸਿੱਧੇ ਤੌਰ ’ਤੇ ਆਪਣੀ ਖੁਰਾਕ ਪੌਦਿਆਂ ਤੋਂ ਲੈਂਦੇ ਹਨ। ਮਾਸਾਹਾਰੀ ਜੀਵ ਅਸਿੱਧੇ ਤੌਰ ’ਤੇ ਯਾਨੀ ਸ਼ਾਕਾਹਾਰੀ ਜੀਵਾਂ ਦਾ ਸ਼ਿਕਾਰ ਕਰਕੇ ਪੌਦਿਆਂ ਤੋਂ ਖੁਰਾਕ ਲੈਂਦੇ ਹਨ।

ਖੁਰਾਕ ਦੀ ਲੋੜ: ਖੁਰਾਕ ਤੋਂ ਹੀ ਸਾਡਾ ਸਰੀਰ ਬਣਦਾ ਵੱਧਦਾ ਤੇ ਫੁਲਦਾ ਹੈ। ਇਹ ਖੁਰਾਕ ਹੀ ਸਰੀਰ ਵਿਚ ਹੱਡੀਆਂ, ਮਾਸ ਤੇ ਖ਼ੂਨ ਵਿਚ ਤਬਦੀਲ ਹੋ ਕੇ ਸਰੀਰ ਦਾ ਹਿਸਾ ਬਣਦੀ ਹੈ। ਸਰੀਰ ਦੇ ਸਾਰੇ ਅੰਗ ਹੱਥ, ਪੈਰ, ਲੱਤਾਂ, ਅੱਖਾਂ, ਨੱਕ, ਸਿਰ, ਦਿਮਾਗ, ਧੜ, ਵਾਲ ਯਾਨੀ ਕਿ ਪੂਰਾ ਸਰੀਰ ਹੀ ਖੁਰਾਕ ਤੋਂ ਬਣਦਾ ਹੈ। ਸਾਡੇ ਸਰੀਰ ਨੂੰ ਕੋਈ ਵੀ ਕੰਮ ਕਰਨ ਲਈ ਸ਼ਕਤੀ ਦੀ ਲੋੜ ਹੁੰਦੀ ਹੈ। ਉਹ ਸ਼ਕਤੀ ਵੀ ਖੁਰਾਕ ਤੋਂ ਪ੍ਰਾਪਤ ਹੁੰਦੀ ਹੈ। ਇੱਥੋਂ ਤੱਕ ਕਿ ਸਰੀਰ ਦੀਆਂ ਬੁਨਿਆਦੀ ਕਿਰਿਆਵਾਂ ਜਿਵੇਂ ਕਿ ਸਾਹ ਲੈਣਾ, ਦਿਲ ਦਾ ਧੜਕਣਾ, ਭਾਵੇਂ ਜਾਗਦੇ ਹੋਈਏ ਜਾਂ ਸੁੱਤੇ ਹੋਈਏ, ਲਈ ਵੀ ਸ਼ਕਤੀ ਦੀ ਲੋੜ ਹੁੰਦੀ ਹੈ ਉਹ ਵੀ ਸਾਡੀ ਖੁਰਾਕ ਤੋਂ ਹੀ ਪ੍ਰਾਪਤ ਹੁੰਦੀ ਹੈ।

ਸਾਡੇ ਸਰੀਰ ਦੇ ਪੁਰਾਣੇ ਕੋਸ਼ਾਣੂ (Cell) ਘਿਸਦੇ ਤੇ ਟੁਟਦੇ ਹਨ, ਉਨ੍ਹਾਂ ਦੇ ਥਾਂ ਨਵੇਂ ਕੋਸ਼ਾਣੂ ਬਣਦੇ ਰਹਿੰਦੇ ਹਨ। ਸਾਡੇ ਸਰੀਰ ਵਿਚ ਬਿਮਾਰੀਆਂ ਤੋਂ ਬਚਣ ਦੀ ਸਮਰੱਥਾ ਹੋਣੀ ਜ਼ਰੂਰੀ ਹੈ। ਇਹ ਸਭ ਕੁਝ ਵੀ ਸਰੀਰ ਨੂੰ ਸਾਡੀ ਖੁਰਾਕ ਤੋਂ ਹੀ ਮਿਲਦਾ ਹੈ।

ਖੁਰਾਕ ਦੀ ਬਣਤਰ:

ਸਾਡੀ ਖੁਰਾਕ ਹੇਠ ਲਿਖੇ ਖੁਰਾਕੀ ਤੱਤਾਂ ਦੀ ਬਣੀ ਹੋਈ ਹੁੰਦੀ ਹੈ।

(1) ਪ੍ਰੋਟੀਨ, (2) ਕਾਰਬੋਹਾਈਡ੍ਰੇਟਸ, (3) ਤੇਲ ਤੇ ਘਿਓ, (4) ਖਣਿਜ ਪਦਾਰਥ, (5) ਵਿਟਾਮਿਨ, (6) ਪਾਣੀ

(1) **ਪ੍ਰੋਟੀਨ**: ਪ੍ਰੋਟੀਨ ਕਾਰਬਨ, ਆਕਸੀਜਨ, ਹਾਈਡ੍ਰੋਜਨ, ਨਾਈਟ੍ਰੋਜਨ, ਫਾਸਫੋਰਸ ਆਦਿ ਤੱਤਾਂ ਦੇ ਬਣੇ ਹੋਏ ਹਨ। ਇਹ ਤੱਤ ਇਕ ਦੂਜੇ ਨਾਲ ਜੁੜਕੇ ਅਮੀਨੋਏਸਿਡ ਬਣਾਉਂਦੇ ਹਨ ਤੇ ਇਹ ਅਮੀਨੋਏਸਿਡ ਇਕ ਦੂਜੇ ਨਾਲ ਜੁੜਕੇ ਪ੍ਰੋਟੀਨ ਬਣ ਜਾਂਦੇ ਹਨ। ਕੁਲ ਅਮੀਨੋਏਸਿਡ 19 ਹਨ। ਇਹ ਅਮੀਨੋਏਸਿਡ ਦੀ ਮਿਕਦਾਰ ਤੇ ਬਣਤਰ ਹੀ ਹੈ ਜੋ ਕਿ ਇਕ ਪ੍ਰੋਟੀਨ ਦੀ ਖੁਰਾਕੀ ਮਹੱਤਤਾ ਨਿਰਧਾਰਤ ਕਰਦੀ ਹੈ।

ਪ੍ਰੋਟੀਨ ਸਾਡੇ ਸਰੀਰ ਦੇ ਮਾਸ, ਹੱਡੀਆਂ, ਲਹੂ, ਹਾਰਮੋਨਜ਼ ਦਾ ਅਹਿਮ ਹਿੱਸਾ ਹਨ। ਸਾਡੇ ਸਰੀਰ ਦੇ ਠੀਕ ਵਧਣ ਫੁੱਲਣ ਲਈ ਸਾਡੀ ਖੁਰਾਕ ਵਿਚ ਪ੍ਰੋਟੀਨ ਦੀ ਲੋੜੀਂਦੀ ਮਾਤਰਾ ਦਾ ਹੋਣਾ ਬਹੁਤ ਜ਼ਰੂਰੀ ਹੈ ਨਹੀਂ ਤਾਂ ਸਾਡਾ ਸਰੀਰ ਛੋਟੇ ਆਕਾਰ ਦਾ ਤੇ ਕਮਜ਼ੋਰ ਰਹਿ ਜਾਵੇਗਾ। ਪ੍ਰੋਟੀਨ, ਅਨਾਜ, ਦਾਲਾਂ, ਤੇਲ-ਬੀਜ, ਮੇਵੇ, ਮੀਟ, ਦੁੱਧ ਅਤੇ ਆਂਡਿਆਂ ਵਿਚ ਵਧ ਮਿਕਦਾਰ ਵਿਚ ਪਾਏ ਜਾਂਦੇ ਹਨ।

(2) **ਕਾਰਬੋਹਾਈਡ੍ਰੇਟਸ**: ਇਹ ਕਾਰਬਨ, ਹਾਈਡ੍ਰੋਜਨ ਤੇ ਆਕਸੀਜਨ ਤੱਤਾਂ ਦੇ ਬਣੇ ਹੁੰਦੇ ਹਨ। ਕਾਰਬੋਹਾਈਡ੍ਰੇਟਸ ਸਾਡੇ ਸਰੀਰ ਨੂੰ ਊਰਜਾ ਦੇਣ ਦੇ ਮੁੱਖ ਸੋਮੇ ਹਨ। ਜੇਕਰ ਅਸੀਂ ਕਾਰਬੋਹਾਈਡ੍ਰੇਟਸ ਦਾ ਲੋੜ ਤੋਂ ਵਧ ਸੇਵਨ ਕਰਦੇ ਹਾਂ ਤਾਂ ਇਹ ਚਰਬੀ ਬਣਕੇ ਸਰੀਰ ਵਿਚ ਜਮ੍ਹਾਂ ਹੋ ਜਾਂਦੇ ਹਨ। ਕਾਰਬੋਹਾਈਡ੍ਰੇਟਸ ਸਾਨੂੰ ਮੁੱਖ ਤੌਰ 'ਤੇ ਅਨਾਜ, ਖੰਡ, ਗੁੜ, ਸ਼ਹਿਦ, ਸ਼ੱਕਰਕੰਦੀ, ਸਾਗੂਦਾਨਾ, ਅਰਾਰੋਟ, ਸਬਜ਼ੀਆਂ ਅਤੇ ਫਲਾਂ ਵਿਚੋਂ ਪ੍ਰਾਪਤ ਹੁੰਦੇ ਹਨ।

(3) **ਚਿਕਨਾਈ (ਤੇਲ ਤੇ ਘਿਉ)**: ਤੇਲ ਤੇ ਘਿਉ ਵੀ ਕਾਰਬਨ, ਹਾਈਡਰੋਜਨ ਤੇ ਆਕਸੀਜਨ ਦੇ ਬਣੇ ਹੋਏ ਹਨ। ਇਹ ਵੀ ਸਾਡੇ ਸਰੀਰ ਨੂੰ ਊਰਜਾ ਪ੍ਰਦਾਨ ਕਰਦੇ ਹਨ। ਇਕ ਗ੍ਰਾਮ ਘਿਉ, ਇਕ ਗਰਾਮ ਕਾਰਬੋਹਾਈਡ੍ਰੇਟਸ ਨਾਲੋਂ ਦੁਗਣੀ ਊਰਜਾ ਸ਼ਕਤੀ ਪ੍ਰਦਾਨ ਕਰਦੀ ਹੈ। ਚਿਕਨਾਈ ਸਰੀਰ ਦੇ ਅੰਗਾਂ ਨੂੰ ਬਾਹਰਲੀ ਚੋਟ ਤੋਂ ਬਚਾਉਂਦੀ ਹੈ। ਤੇਲ ਬੀਜ, ਮੀਟ, ਦੁੱਧ, ਘਿਉ, ਮੱਛੀ, ਅੰਡੇ ਦੀ ਜ਼ਰਦੀ ਆਦਿ ਤੇਲ ਤੇ ਘਿਉ ਦੇ ਮੁੱਖ ਸੋਮੇ ਹਨ।

(4) **ਖਣਿਜ ਪਦਾਰਥ**: ਸਾਡੇ ਸਰੀਰ ਨੂੰ ਕੁਲ 19 ਖਣਿਜ ਪਦਾਰਥਾਂ ਜਿਵੇਂ ਕਿ ਕੈਲਸ਼ੀਅਮ, ਫਾਸਫੋਰਸ, ਮੈਗਨੇਸ਼ੀਅਮ, ਸੋਡੀਅਮ, ਕਲੋਰਾਈਡ, ਪੋਟਾਸ਼ੀਅਮ, ਆਇਓਡੀਨ, ਸਲਫਰ, ਮੈਗਾਨੀਜ਼, ਲੋਹਾ, ਕੌਪਰ, ਕੋਬਾਲਟ, ਜ਼ਿੰਕ ਆਦਿ ਦੀ ਜ਼ਰੂਰਤ ਹੈ ਜੋ ਕਿ ਸਾਨੂੰ ਖੁਰਾਕ ਵਿਚੋਂ ਮਿਲਦੇ ਹਨ। ਇਹ ਧਾਤੂ ਸਾਡੇ ਸਰੀਰ ਵਿਚ ਹੱਡੀਆਂ, ਦੰਦ, ਮਾਸ, ਲਹੂ ਬਣਨ ਲਈ ਲੋੜੀਂਦੇ ਹੋਣ ਤੋਂ ਇਲਾਵਾ ਸਰੀਰ ਦੀਆਂ ਬਹੁਤ ਸਾਰੀਆਂ ਹੋਰ ਕਿਰਿਆਵਾਂ ਲਈ ਅਤਿ ਜ਼ਰੂਰੀ ਹਨ। ਇਹ ਖਣਿਜ ਸਾਨੂੰ ਅਨਾਜ, ਦਾਲਾਂ, ਤੇਲ ਬੀਜ, ਫਲ, ਸਬਜ਼ੀਆਂ, ਮੀਟ, ਦੁੱਧ ਆਦਿ ਜੋ ਸਾਡੇ ਆਮ ਖੁਰਾਕ ਦੇ ਹਿੱਸੇ ਹਨ, ਉਨ੍ਹਾਂ ਤੋਂ ਉਪਲਬਧ ਹੋ ਜਾਂਦੇ ਹਨ।

(5) **ਵਿਟਾਮਿਨ** : ਉਪਰੋਕਤ ਦਰਸਾਏ ਗਏ ਖੁਰਾਕੀ ਅੰਸ਼ਾਂ ਤੋਂ ਇਲਾਵਾ ਸਾਡੇ ਸਰੀਰ ਨੂੰ ਬਹੁਤ ਥੋੜ੍ਹੇ ਪਰ ਅਤੀ ਜ਼ਰੂਰੀ ਅੰਸ਼ ਵਿਟਾਮਿਨਾਂ ਦੀ ਲੋੜ ਹੁੰਦੀ ਹੈ। ਇਹ ਸਰੀਰ

ਨੂੰ ਰਿਸ਼ਟ-ਪੁਸ਼ਟ ਰੱਖਣ ਲਈ ਅਤਿ ਜ਼ਰੂਰੀ ਹਨ। ਇਨ੍ਹਾਂ ਵਿਚ ਤੇਲਾਂ ਵਿਚ ਘੁਲਣ ਸਾਰ ਵਿਟਾਮਿਨ ਏ, ਡੀ, ਕੇ ਅਤੇ ਈ ਹਨ। ਪਾਣੀ ਵਿਚ ਘੁਲਣਸ਼ੀਲ ਗਰੁੱਪ ਬੀ ਅਤੇ ਵਿਟਾਮਿਨ ਸੀ ਹਨ। ਇਨ੍ਹਾਂ ਦੀ ਹਰ ਇਕ ਦੀ ਘਾਟ ਸਰੀਰ ਵਿਚ ਇਕ ਖਾਸ ਬਿਮਾਰੀ ਉਤਪੰਨ ਕਰ ਸਕਦੀ ਹੈ। ਸਾਡੀ ਸਿਹਤ ਵਿਗੜ ਜਾਂਦੀ ਹੈ, ਸਰੀਰ ਕਮਜ਼ੋਰ ਪੈ ਜਾਂਦਾ ਹੈ। ਸਰੀਰ ਦੀ ਬਿਮਾਰੀਆਂ ਨੂੰ ਰੋਕਣ ਦੀ ਸਮਰੱਥਾ ਘੱਟ ਜਾਂਦੀ ਹੈ ਤੇ ਆਖਿਰ ਬਿਮਾਰੀ ਦਾ ਸ਼ਿਕਾਰ ਹੋ ਜਾਂਦਾ ਹੈ। ਫਲ, ਸਬਜ਼ੀਆਂ, ਅਨਾਜ, ਮੀਟ, ਦੁੱਧ ਤੇ ਘਿਉ ਇਨ੍ਹਾਂ ਦੇ ਮੁੱਖ ਸੋਮੇ ਹਨ।

(6) **ਪਾਣੀ:** ਸਰੀਰ ਦਾ ਕੋਈ ਤਿਹਾਈ ਹਿੱਸਾ ਪਾਣੀ ਹੈ। ਪਾਣੀ ਆਪਣੀ ਘੋਲਣਹਾਰ ਵਿਸ਼ੇਸ਼ਤਾ ਕਾਰਨ ਸਰੀਰ ਵਿਚ ਬਹੁਤ ਸਾਰੀਆਂ ਰਸਾਇਣਿਕ ਕਿਰਿਆਵਾਂ ਲਈ ਜ਼ਿੰਮੇਵਾਰ ਹੈ। ਇਹ ਸਰੀਰ ਦਾ ਤਾਪਮਾਨ ਸੰਤੁਲਿਤ ਰੱਖਣ ਵਿਚ ਅਤੇ ਸਰੀਰ ਵਿਚੋਂ ਅਣ ਲੋੜੀਂਦੇ ਅੰਸ਼ਾਂ ਨੂੰ ਬਾਹਰ ਕੱਢਣ ਵਿਚ ਸਹਾਈ ਹੁੰਦਾ ਹੈ। ਪਾਣੀ ਸਰੀਰ ਦੇ ਜੋੜਾਂ ਤੇ ਅੰਗਾਂ ਨੂੰ ਨਰਮ ਰੱਖਦਾ ਹੈ ਤੇ ਲਹੂ ਦਾ ਚੱਕਰ ਪਾਣੀ ਦੇ ਸਹਾਰੇ ਹੀ ਚਲਦਾ ਹੈ। ਪਾਣੀ ਸਾਨੂੰ ਦੁੱਧ, ਫਲ, ਸਬਜ਼ੀਆਂ ਅਤੇ ਤਰਲ ਪਦਾਰਥ ਵਸਤੂਆਂ ਵਿਚੋਂ ਉਪਲਬਧ ਹੁੰਦਾ ਹੈ।

ਹੋਰ ਖੁਰਾਕੀ ਤੱਤ:

ਉੱਪਰ ਦੱਸੇ ਖੁਰਾਕੀ ਤੱਤਾਂ ਤੋਂ ਇਲਾਵਾ ਕੁਝ ਹੋਰ ਰਸਾਇਣ ਹਨ ਜੋ ਕੁਦਰਤੀ ਤੌਰ 'ਤੇ ਪੌਦਿਆਂ ਵਿਚ ਪਾਏ ਜਾਂਦੇ ਹਨ। ਜਿਨ੍ਹਾਂ ਨੂੰ ਫਾਈਟੋ-ਕੈਮੀਕਲਜ਼ (Phyto-chemicals) ਕਿਹਾ ਜਾਂਦਾ ਹੈ। ਇਨ੍ਹਾਂ ਵਿਚ ਫਿਨੋਲਿਕ ਰਸਾਇਣ (Phenolic Compounds), ਰੰਗ ਭਰੇ ਸੁਗੰਧੀ ਦੇਣ ਵਾਲੇ ਰਸਾਇਣ, ਤਾਰਪੀਨ ਆਦਿ ਸ਼ਾਮਲ ਹਨ, ਜਿਹੜੇ ਕਿ ਐਂਟੀਔਕਸੀਡੈਂਟ ਹਨ ਜੋ ਕਿ ਸਾਡੇ ਸਰੀਰ ਨੂੰ ਬਹੁਤ ਸਾਰੀਆਂ ਬਿਮਾਰੀਆਂ ਜਿਵੇਂ ਕਿ ਦਿਲ ਦੀਆਂ ਬਿਮਾਰੀਆਂ, ਕੈਂਸਰ, ਦਿਮਾਗੀ ਕਮਜ਼ੋਰੀ, ਅੱਖਾਂ ਦੀ ਨਿਗਾਹ ਦਾ ਘਟਣਾ, ਉਮਰ ਦੇ ਲਿਹਾਜ਼ ਨਾਲ ਕਮਜ਼ੋਰ ਪੈਣਾ ਆਦਿ ਤੋਂ ਬਚਾਉਣ ਲਈ ਸਹਾਈ ਹੁੰਦੇ ਹਨ। ਇਹ ਰਸਾਇਣਿਕ ਤੱਤ ਅੰਗੂਰ, ਹਰੀ ਚਾਹ, ਕੌਫ਼ੀ, ਰਸਦਾਰ ਫਲ (berries) ਗੁਲਾਬ ਅਤੇ ਹੋਰ ਰੰਗਦਾਰ ਫੁੱਲਾਂ ਤੇ ਪੱਤਿਆਂ ਵਿਚ ਪਾਏ ਜਾਂਦੇ ਹਨ।

ਪਾਚਣ ਕਿਰਿਆ (Digestion): ਉਪਰੋਕਤ ਦਰਸਾਏ ਗਏ ਖੁਰਾਕੀ ਅੰਸ਼ ਸਾਨੂੰ ਕੁਦਰਤੀ ਤੌਰ 'ਤੇ ਉਪਲਬਧ ਖੁਰਾਕ, ਜਿਸ ਤਰ੍ਹਾਂ ਅਨਾਜ, ਫਲ, ਸਬਜ਼ੀਆਂ, ਤੇਲ ਬੀਜ, ਮੀਟ, ਦੁੱਧ, ਘਿਉ ਆਦਿ ਵਸਤਾਂ ਵਿਚੋਂ ਮਿਲਦੇ ਹਨ। ਪਰ ਇਹ ਬਹੁਤ ਸਾਰੀ ਖੁਰਾਕ ਅਸੀਂ ਸਿੱਧੇ ਤੌਰ 'ਤੇ ਨਹੀਂ ਖਾ ਸਕਦੇ। ਸੋ ਇਸਨੂੰ ਸਾਫ਼ ਸਫ਼ਾਈ ਕਰਕੇ, ਪੀਹ ਕੇ, ਗਰਮ ਕਰਕੇ, ਠੰਢਾ ਕਰਕੇ, ਉਬਾਲਕੇ ਜਾਂ ਪਕਾ ਕੇ ਖਾਣ ਯੋਗ ਬਣਾਇਆ ਜਾਂਦਾ ਹੈ। ਇਸ ਕਿਰਿਆ ਨਾਲ ਖੁਰਾਕ ਸਾਡਾ ਭੋਜਨ ਬਣ ਜਾਂਦੀ ਹੈ।

ਇਹ ਭੋਜਨ ਨੂੰ ਅਸੀਂ ਮੂੰਹ ਵਿਚ ਚਿੱਥਕੇ ਆਪਣੇ ਸਰੀਰ ਦੀ ਖੁਰਾਕ ਦੀ ਪਰਨਾਲੀ ਵਿਚ ਲੈ ਜਾਂਦੇ ਹਾਂ। ਇਸ ਪ੍ਰਣਾਲੀ ਵਿਚ ਇਮ ਭੋਜਨ ਵਿਚ ਬਹੁਤ ਸਾਰੇ ਹੋਰ

ਰਸਾਇਣ ਜਿਵੇਂ ਕਿ ਤੇਜ਼ਾਬ, ਐਨਜ਼ਾਈਮਜ਼, ਬਾਈਲ ਏਸਿਡਜ਼, ਲੂਣ, ਲੈਸੀਥਿਨ ਆਦਿ ਪਦਾਰਥ ਜੋ ਸਰੀਰ ਅੰਦਰ ਹੀ ਪੈਦਾ ਹੁੰਦੇ ਹਨ, ਰਲ ਜਾਂਦੇ ਹਨ। ਇਸ ਪਾਚਣ ਕਿਰਿਆ ਰਾਹੀਂ ਸਾਡੇ ਭੋਜਨ ਵਿਚ ਜੋ ਵੱਡੇ ਅਕਾਰ ਦੇ ਕਾਰਬੋਹਾਈਡ੍ਰੇਟਸ ਜਿਵੇਂ ਕਿ ਸਟਾਰਚ (ਨਿਸ਼ਾਸਤਾ) ਖੰਡ ਆਦਿ ਟੁੱਟਕੇ ਛੋਟੇ ਆਕਾਰ ਦੀਆਂ ਖੰਡਾਂ, ਜਿਵੇਂ ਕਿ ਗੁਲੂਕੋਜ਼, ਗਲੈਕਟੋਜ਼ ਅਤੇ ਫ਼ਰਕਟੋਜ਼ ਵਿਚ ਬਦਲ ਜਾਂਦੇ ਹਨ। ਇਸੇ ਤਰ੍ਹਾਂ ਵੱਡੀ ਆਕਾਰ ਦੇ ਪ੍ਰੋਟੀਨ ਟੁੱਟਕੇ ਅਮੀਨੋ ਏਸਿਡਜ਼ ਵਿਚ ਬਦਲ ਜਾਂਦੇ ਹਨ। ਤੇਲ ਤੇ ਘਿਉ ਟੁੱਟ ਕੇ ਤੇਜ਼ਾਬੀ ਅੰਸ਼ (Fattyacids) ਤੇ ਗਲਿਸਰੋਲ (Glycrol) ਬਣ ਜਾਂਦੇ ਹਨ। ਇਹ ਛੋਟੇ ਆਕਾਰ ਦੇ ਪਦਾਰਥ ਸਾਡੀ ਖ਼ੁਰਾਕ ਦੀ ਨਾਲੀ ਵਿਚੋਂ ਪਾਰ ਹੋ ਕੇ ਸਾਡੇ ਖ਼ੂਨ ਦੀ ਨਾਲੀ ਵਿਚ ਪ੍ਰਵੇਸ਼ ਕਰ ਜਾਂਦੇ ਹਨ। ਬਾਕੀ ਦਾ ਵਾਧੂ ਅਣਲੋੜੀਂਦਾ ਖਾਧ ਪਦਾਰਥ ਸਰੀਰ ਵਿਚੋਂ ਪਖ਼ਾਨੇ ਦੇ ਰੂਪ ਵਿਚ ਬਾਹਰ ਚਲਾ ਜਾਂਦਾ ਹੈ।

ਜਜ਼ਬ ਕਰਨਾ (Metabolism): ਇਹ ਛੋਟੇ ਆਕਾਰ ਦੇ ਪਦਾਰਥ ਗੁਲੂਕੋਜ਼, ਫਰਕਟੋਜ਼, ਗਲੈਕਟੋਜ਼, ਖ਼ੂਨ ਦੇ ਦੌਰੇ ਰਾਹੀਂ ਸਾਡੇ ਸਰੀਰ ਦੇ ਸਾਰੇ ਅੰਗਾਂ ਨੂੰ ਉਪਲਬਧ ਹੁੰਦੇ ਹਨ। ਗੁਲੂਕੋਜ਼, ਫਰਕਟੋਜ਼ ਤੇ ਗਲੈਕਟੋਜ਼, ਲਹੂ ਦੀਆਂ ਧਮਣੀਆਂ (Arteries) ਰਾਹੀਂ ਸਰੀਰ ਦੇ ਸਾਰੇ ਤੰਤੂ (Tissues & Cells) ਅਤੇ ਕੋਸ਼ਾਣੂਆਂ ਵਿਚ ਜਜ਼ਬ ਹੋ ਜਾਂਦੇ ਹਨ। ਇੱਥੇ ਗੁਲੂਕੋਜ਼ ਆਕਸੀਜਨ ਨਾਲ ਕਿਰਿਆ ਕਰਕੇ ਟੁੱਟ ਜਾਂਦੀ ਹੈ ਤੇ ਬਹੁਤ ਸਾਰੀ ਸ਼ਕਤੀ ਉਤਪਾਦਨ ਕਰਦੀ ਹੈ, ਜੋ ਕਿ ਸਾਡੇ ਸਰੀਰ ਨੂੰ ਜੋ ਰੋਜ਼ਮਰਾ ਦੇ ਕੰਮ ਕਰਨੇ ਪੈਂਦੇ ਹਨ, ਉਨ੍ਹਾਂ ਲਈ ਉਪਲਬਧ ਹੁੰਦੀ ਹੈ। ਜਦੋਂ ਅਸੀਂ ਲੋੜ ਤੋਂ ਵੱਧ ਕਾਰਬੋਹਾਈਡ੍ਰੇਟਸ ਖਾਂਦੇ ਹਾਂ ਤੇ ਵਾਧੂ ਗੁਲੂਕੋਜ਼ ਬਣਦੀ ਹੈ ਉਹ ਚਿਕਨਾਈ ਬਣਕੇ ਸਾਡੇ ਸਰੀਰ ਵਿਚ ਜਮ੍ਹਾਂ ਹੋ ਜਾਂਦੀ ਹੈ। ਜੋ ਗੁਲੂਕੋਜ਼ ਪੋਰਟਲਵੇਨ (Portalvein) ਰਾਹੀਂ ਸਾਡੇ ਜਿਗਰ (Liver) ਵਿਚ ਪਹੁੰਚਦੀ ਹੈ ਉਹ ਨਿਸ਼ਾਸਤਾ (Glycogyn) ਬਣਕੇ ਸਾਡੇ ਜਿਗਰ ਵਿਚ ਜਮ੍ਹਾਂ ਹੋ ਜਾਂਦੀ ਹੈ। ਇਸੇ ਤਰ੍ਹਾਂ ਚਿਕਨਾਈ ਪਦਾਰਥ ਸਾਡੇ ਖ਼ੂਨ ਵਿਚੋਂ ਤੰਤੂ ਤੇ ਕੋਸ਼ਾਣੂਆਂ ਵਿਚ ਪਰਵੇਸ਼ ਕਰਦੇ ਹਨ ਉਹ ਵੀ ਟੁੱਟਕੇ ਸ਼ਕਤੀ (Energy) ਪੈਦਾ ਕਰਦੇ ਹਨ। ਜੋ ਲੋੜ ਤੋਂ ਵੱਧ ਹੁੰਦੇ ਹਨ ਉਹ ਸਰੀਰ ਦੀ ਚਰਬੀ ਦਾ ਹਿਸਾ ਬਣਕੇ ਜਮ੍ਹਾਂ ਹੋ ਜਾਂਦੇ ਹਨ।

ਪ੍ਰੋਟੀਨ ਤੋਂ ਜੋ ਐਮੀਨੋਏਸਿਡ ਬਣਦੇ ਹਨ ਉਹ ਖ਼ੂਨ ਦੇ ਦੌਰੇ ਰਾਹੀਂ ਜਿਗਰ ਤੇ ਹੋਰ ਅੰਗਾਂ ਵਿਚ ਪਹੁੰਚ ਜਾਂਦੇ ਹਨ। ਇਨ੍ਹਾਂ ਦਾ ਜ਼ਿਆਦਾਤਰ ਹਿੱਸਾ ਸਾਡੇ ਤੰਤੂਆਂ ਦੀ ਪ੍ਰੋਟੀਨ ਵਿਚ ਬਦਲ ਕੇ ਮਾਸ ਪੇਸ਼ੀਆ ਦਾ ਰੂਪ ਧਾਰ ਲੈਂਦਾ ਹੈ। ਕੁਝ ਹਿਸਾ ਇਨਜ਼ਾਈਮਜ਼, ਹਾਰਮੋਨਜ਼ ਆਦਿ ਵਿਚ ਬਦਲ ਜਾਂਦਾ ਹੈ। ਹੋਰ ਵਾਧੂ ਹਿਸਾ ਯੂਰੀਆ, ਯੂਰਿਕ ਏਸਿਡ ਅਤੇ ਕਰਿਏਟੀਨੀਨ (Createnine) ਬਣਕੇ ਪਿਸ਼ਾਬ ਰਾਹੀਂ ਬਾਹਰ ਚਲਾ ਜਾਂਦਾ ਹੈ। ਜੋ ਅਮੀਨੋਏਸਿਡ ਤੰਤੂਆਂ (Tissue) ਦੀ ਪ੍ਰੋਟੀਨ (Tissue Proteins) ਬਣਦੇ ਹਨ, ਉਹ ਸਰੀਰ ਦੇ ਵਧਣ ਫੁਲਣ ਵਿਚ ਅਤੇ ਸਰੀਰ ਵਿਚ ਜੋ ਪੁਰਾਣੇ ਤੰਤੂ ਖ਼ਤਮ ਹੋ ਜਾਂਦੇ ਹਨ ਉਨ੍ਹਾਂ ਦੇ ਥਾਂ ਨਵੇਂ ਤੰਤੂ ਬਣਨ ਵਿਚ ਕੰਮ ਆਉਂਦੇ ਹਨ।

ਇਹ ਅਤਿ ਗੁੰਝਲਦਾਰ ਕਿਰਿਆ ਜੋ ਸਰੀਰ ਦੇ ਕੋਸ਼ਾਣੂਆਂ ਵਿਚ ਹੁੰਦੀ ਰਹਿੰਦੀ ਹੈ, ਇਸ ਵਿਚ ਬਹੁਤ ਸਾਰੇ ਅਣਲੋੜੇ ਪਦਾਰਥ ਵੀ ਪੈਦਾ ਹੋ ਜਾਂਦੇ ਹਨ। ਇਨ੍ਹਾਂ ਨੂੰ ਸਰੀਰ

ਵਿਚੋਂ ਬਾਹਰ ਕੱਢਣਾ ਜ਼ਰੂਰੀ ਹੁੰਦਾ ਹੈ। ਇਹ ਪਦਾਰਥ ਲਹੂ ਰਾਹੀਂ ਵੱਖ-ਵੱਖ ਅੰਗਾਂ ਤੋਂ ਇਕੱਠੇ ਕੀਤੇ ਜਾਂਦੇ ਹਨ ਅਤੇ ਫਿਰ ਬਾਹਰ ਕੱਢੇ ਜਾਂਦੇ ਹਨ। ਸਰੀਰ ਦੀ ਚਮੜੀ ਵਿਚ ਜੋ ਗਰੰਥੀਆਂ (Sweat Glands) ਹਨ ਉਹ ਪਾਣੀ, ਲੂਣ ਤੇ ਕੁਝ ਹੋਰ ਪਦਾਰਥ ਬਾਹਰ ਕੱਢਦੀਆਂ ਹਨ। ਗੁਰਦੇ ਪਾਣੀ, ਲੂਣ, ਦੂਜੇ ਖਣਿਜ, ਯੂਰੀਆ, ਯੂਰਿਕ ਏਸਿਡ, ਅਮੋਨੀਆ, ਅਤੇ ਕਰਿਏਟੀਨੀਨ ਬਾਹਰ ਕਰਦੇ ਹਨ। ਫੇਫੜੇ ਕਾਰਬਨਡਾਈਔਕਸਾਈਡ ਤੇ ਪਾਣੀ ਬਾਹਰ ਕੱਢਦੇ ਹਨ। ਇਸ ਤਰ੍ਹਾਂ ਜੋ ਖੁਰਾਕ ਅਸੀਂ ਖਾਂਦੇ ਹਾਂ। ਉਹ ਸਾਡੇ ਸਰੀਰ ਦਾ ਹਿਸਾ ਬਣ ਜਾਂਦੀ ਹੈ ਅਤੇ ਜੋ ਬੇਲੋੜੇ ਤੇ ਜ਼ਹਿਰੀਲੇ ਅੰਸ਼ ਪੈਦਾ ਹੁੰਦੇ ਹਨ ਉਹ ਬਾਹਰ ਕੱਢੇ ਜਾਂਦੇ ਹਨ।

ਸੰਤੁਲਿਤ ਭੋਜਨ (Balanced Diet)

ਸਾਡੇ ਸਰੀਰ ਨੂੰ ਵਧਣ ਫੁਲਣ ਰਿਸ਼ਟ-ਪੁਸ਼ਟ ਰੱਖਣ ਅਤੇ ਰੋਜ਼ਾਨਾ ਦੇ ਕੰਮ ਕਰਨ ਲਈ ਉਪਰੋਕਤ ਦਰਸਾਏ ਗਏ ਖੁਰਾਕ ਦੇ ਤੱਤ ਸਰੀਰ ਦੀ ਲੋੜ ਅਨੁਸਾਰ ਸਹੀ ਮਿਕਦਾਰ ਵਿਚ ਮਿਲਣੇ ਜ਼ਰੂਰੀ ਹਨ। ਇਹ ਸਾਰੇ ਸਾਨੂੰ ਜੋ ਨਿਤਪ੍ਰਤੀ ਭੋਜਨ ਸੇਵਨ ਕਰਦੇ ਹਾਂ ਉਸ ਰਾਹੀਂ ਮਿਲਦੇ ਹਨ। ਸੋ ਸਾਨੂੰ ਭੋਜਨ ਇਹੋ ਜਿਹਾ ਖਾਣਾ ਚਾਹੀਦਾ ਹੈ ਜਿਹੜਾ ਕਿ ਸਰੀਰ ਦੀਆਂ ਇਹ ਸਾਰੀਆਂ ਲੋੜਾਂ ਪੂਰੀਆਂ ਕਰ ਸਕਦਾ ਹੋਵੇ। ਇਹ ਤਾਂ ਹੀ ਹੋ ਸਕਦਾ ਹੈ ਜੇਕਰ ਅਸੀਂ ਸੰਤੁਲਿਤ ਭੋਜਨ ਸੇਵਨ ਕਰੀਏ। ਸੰਤੁਲਿਤ ਭੋਜਨ ਤੋਂ ਭਾਵ ਹੈ ਕਿ ਇਹੋ ਜਿਹਾ ਭੋਜਨ ਜਿਸ ਵਿਚ ਲੋੜੀਂਦੇ ਸਾਰੇ ਖੁਰਾਕ ਦੇ ਤੱਤ ਮੌਜੂਦ ਹੋਣ ਤੇ ਘੱਟ ਤੋਂ ਘੱਟ ਉਸ ਮਿਕਦਾਰ ਵਿਚ ਜ਼ਰੂਰ ਹੋਣ ਜਿਸ ਮਿਕਦਾਰ ਵਿਚ ਸਾਡੇ ਸਰੀਰ ਨੂੰ ਲੋੜੀਂਦੇ ਹਨ। ਸੰਤੁਲਿਤ ਭੋਜਨ ਸਾਨੂੰ ਇਕ ਹੀ ਤਰ੍ਹਾਂ ਦੀ ਖੁਰਾਕ ਤੋਂ ਨਹੀਂ ਮਿਲ ਸਕਦਾ ਜਿਵੇਂ ਕਿ ਇਕੱਲੇ ਅਨਾਜ ਜਾਂ ਦੁੱਧ ਜਾਂ ਫਲ ਤੇ ਸਬਜ਼ੀਆਂ ਆਦਿ। ਇਹ ਸਭ ਖੁਰਾਕਾਂ ਕਿਸੇ ਨਾ ਕਿਸੇ ਤੱਤ ਦੀ ਘਾਟ ਰੱਖਦੀਆਂ ਹਨ। ਪਰ ਜੇ ਅਸੀਂ ਇਨ੍ਹਾਂ ਵੱਖ-ਵੱਖ ਤਰ੍ਹਾਂ ਦੀਆਂ ਖੁਰਾਕਾਂ ਦਾ ਰਲਾ-ਮਿਲਾ ਕੇ ਸੇਵਨ ਕਰੀਏ ਤਾਂ ਸਰੀਰ ਨੂੰ ਸਾਰੇ ਲੋੜੀਂਦੇ ਤੱਤ ਭੋਜਨ ਤੋਂ ਮਿਲ ਜਾਂਦੇ ਹਨ। ਸਾਡਾ ਸਰੀਰ ਇਨ੍ਹਾਂ ਦਾ ਚੰਗੀ ਤਰ੍ਹਾਂ ਪ੍ਰਯੋਗ ਕਰ ਲੈਂਦਾ ਹੈ ਤੇ ਸਰੀਰ ਵਿਚ ਕੋਈ ਘਾਟ ਨਹੀਂ ਆਉਂਦੀ।

ਇਕ ਸੰਤੁਲਿਤ ਭੋਜਨ ਵਿਚ ਅਨਾਜ ਜਿਵੇਂ ਕਿ ਕਣਕ, ਮੱਕੀ, ਚੌਲ, ਬਾਜਰਾ ਆਦਿ ਦਾ ਹੋਣਾ ਜ਼ਰੂਰੀ ਹੈ। ਜਦੋਂ ਅਸੀਂ ਇਨ੍ਹਾਂ ਨੂੰ ਪੀਹ ਕੇ ਆਟਾ ਬਣਾਉਂਦੇ ਹਾਂ ਤਾਂ ਸਾਨੂੰ ਚੋਕਰ ਨਹੀਂ ਕੱਢਣਾ ਚਾਹੀਦਾ ਕਿਉਂਕਿ ਆਟੇ ਵਿਚ ਰੇਸ਼ਾ (Fibre) ਅਤੇ ਖੁਰਾਕੀ ਤੱਤ ਮੈਦੇ ਨਾਲੋਂ ਜ਼ਿਆਦਾ ਹੁੰਦੇ ਹਨ ਤੇ ਕਬਜ਼ ਦੀ ਸ਼ਿਕਾਇਤ ਨਹੀਂ ਹੁੰਦੀ। ਸਾਡੀ ਖੁਰਾਕ ਵਿਚ ਫਲ ਤੇ ਸਬਜ਼ੀਆਂ ਦਾ ਹੋਣਾ ਵੀ ਜ਼ਰੂਰੀ ਹੈ। ਇਹ ਸਾਨੂੰ ਰੇਸ਼ਾ, ਖਣਿਜ ਤੇ ਵਿਟਾਮਿਨ ਪ੍ਰਦਾਨ ਕਰਦੇ ਹਨ। ਫਲ ਅਤੇ ਸਬਜ਼ੀਆਂ ਵੀ ਤਾਜ਼ੀਆਂ ਹੋਣੀਆਂ ਚਾਹੀਦੀਆਂ ਹਨ। ਫਲ ਅਤੇ ਸਬਜ਼ੀਆਂ ਵੀ ਵੱਖ-ਵੱਖ ਤਰ੍ਹਾਂ ਦੀਆਂ ਤੇ ਵੱਖ-ਵੱਖ ਰੰਗ ਦੀਆਂ ਖਾਣੀਆਂ ਜ਼ਿਆਦਾ ਲਾਭਦਾਇਕ ਹੁੰਦੀਆਂ ਹਨ ਜਿਵੇਂ ਕਿ ਹਰੇ ਰੰਗ ਦੀਆਂ (ਸਾਗ, ਪਾਲਕ, ਮੇਥੀ,) ਪੀਲੇ ਰੰਗ ਦੀਆਂ

(ਗਾਜਰ, ਕੱਦੂ, ਚੁਕੰਦਰ), ਚਿੱਟੀਆਂ (ਮੂਲੀ, ਸ਼ਲਗਮ)। ਸੰਤੁਲਿਤ ਭੋਜਨ ਵਿਚ ਦੁੱਧ ਤੇ ਦੁੱਧ ਤੋਂ ਬਣੇ ਪਦਾਰਥ ਜਿਵੇਂ ਕਿ ਦਹੀਂ, ਪਨੀਰ ਆਦਿ ਵੀ ਹੋਣੇ ਚਾਹੀਦੇ ਹਨ। ਇਹ ਵੀ ਪ੍ਰੋਟੀਨ, ਖਣਿਜ ਅਤੇ ਵਿਟਾਮਿਨ ਦੇ ਚੰਗੇ ਸੋਮੇ ਹਨ। ਸੰਤੁਲਿਤ ਖਾਧ ਵਿਚ ਥਿੰਧਿਆਈ ਦਾ ਹੋਣਾ ਵੀ ਜ਼ਰੂਰੀ ਹੈ। ਥਿੰਧਿਆਈ ਸਰੀਰ ਨੂੰ ਸ਼ਕਤੀ ਦੇਣ ਦੇ ਨਾਲ-ਨਾਲ ਕਈ ਹੋਰ ਜ਼ਰੂਰੀ ਰਸਾਇਣ ਬਣਾਉਣ ਲਈ ਜ਼ਰੂਰੀ ਹੈ। ਪਰ ਥਿੰਧਿਆਈ ਮੱਖਣ, ਘਿਉ, ਬਨਾਸਪਤੀ ਘਿਉ, ਮੀਟ ਦੀ ਬਜਾਏ ਤੇਲ, ਸੁੱਕੇ ਮੇਵੇ (Nuts) ਤੇ ਮੱਛੀ ਤੋਂ ਲੈਣੀ ਚਾਹੀਦੀ ਹੈ। ਕੋਲੈਸਟਰੋਲ ਕਿਉਂਕਿ ਮਾਸਾਹਾਰੀ (Animal Foods) ਪਦਾਰਥਾਂ ਜਿਵੇਂ ਕਿ ਅੰਡੇ ਦੀ ਜ਼ਰਦੀ, ਘਿਉ, ਮੱਖਣ, ਚਰਬੀ, ਕਲੇਜੀ (Liver) ਆਦਿ ਵਿਚ ਪਾਈ ਜਾਂਦੀ ਹੈ। ਇਨ੍ਹਾਂ ਦਾ ਸੇਵਨ ਘੱਟ ਕਰਨਾ ਚਾਹੀਦਾ ਹੈ। ਸੰਤੁਲਿਤ ਭੋਜਨ ਸਿਹਤ ਭਰਪੂਰ ਹੁੰਦਾ ਹੈ ਤੇ ਜ਼ਿੰਦਗੀ ਭਰ ਸਰੀਰ ਦਾ ਭਾਰ ਇਕਸਾਰ ਰੱਖਣ ਦੇ ਨਾਲ ਨਾਲ ਅਰੋਗਤਾ ਤੇ ਮਜ਼ਬੂਤੀ ਪ੍ਰਦਾਨ ਕਰਦਾ ਹੈ।

ਭੋਜਨ ਦੀ ਮਿਕਦਾਰ:

ਖੁਰਾਕ ਤੇ ਖੁਰਾਕੀ ਤੱਤਾਂ ਦੀ ਲੋੜ ਉਮਰ, ਲਿੰਗ, ਕਸਰਤ ਤੇ ਸਰੀਰ ਦੀ ਦੇਹ ਕਿਰਿਆ ਸਥਿਤੀ (Physiological state) ਆਦਿ 'ਤੇ ਨਿਰਭਰ ਕਰਦੀ ਹੈ। ਸਾਡੇ ਸਰੀਰ ਦਾ ਕੱਦ, ਭਾਰ ਤੇ ਆਕਾਰ ਉਹੀ ਹੁੰਦਾ ਹੈ ਜੋ ਕਿ ਜੀਨਜ਼ (Genes) ਰਾਹੀਂ ਸਾਡੇ ਮਾਪਿਆਂ ਤੋਂ ਮਿਲਿਆ ਹੈ। ਪਰ ਫਿਰ ਵੀ ਅਸੀਂ ਆਪਣੇ ਸਰੀਰ ਦੀ ਬਚਪਨ ਤੋਂ ਵੱਡੀ ਉਮਰ ਤੱਕ ਕਿਹੋ ਜਿਹੀ ਸੰਭਾਲ ਤੇ ਪਾਲਣ-ਪੋਸ਼ਣ ਕਰਦੇ ਹਾਂ ਅਤੇ ਕਿਹੋ ਜਿਹੇ ਹਾਲਾਤ ਵਿਚੋਂ ਵਿਚਰਦੇ ਹਾਂ ਇਹ ਸਾਡੇ ਸਰੀਰ ਦੇ ਵਿਕਾਸ ਅਤੇ ਤੰਦਰੁਸਤੀ ਤੇ ਪ੍ਰਭਾਵ ਪਾਉਂਦੇ ਹਨ। ਇਸ ਵਿਚ ਖੁਰਾਕ ਦਾ ਵਧੇਰੇ ਯੋਗਦਾਨ ਹੈ। ਜੇਕਰ ਸਾਨੂੰ ਵਿਰਸੇ ਵਿਚ 6 ਫੁੱਟ ਕੱਦ ਤੱਕ ਵਧਣ ਦੇ ਜੀਨ ਮਿਲੇ ਹਨ ਪਰ ਅਸੀਂ 6 ਫੁੱਟ ਕੱਦ ਤਾਂ ਹੀ ਪਹੁੰਚ ਸਕਾਂਗੇ ਜੇ ਅਸੀਂ ਸਰੀਰ ਨੂੰ ਪੂਰੀ ਤੇ ਸਹੀ ਖੁਰਾਕ ਪ੍ਰਦਾਨ ਕਰਦੇ ਹੋਏ ਬਿਮਾਰੀਆਂ ਤੋਂ ਬਚਾਣ ਵਿਚ ਸਫ਼ਲ ਰਹੇ ਹਾਂ। ਖੁਰਾਕ ਦੀ ਲੋੜ ਉਮਰ ਨਾਲ ਬਦਲਦੀ ਰਹਿੰਦੀ ਹੈ। ਪੁਰਸ਼ ਤੇ ਔਰਤਾਂ ਦੀ ਖੁਰਾਕ ਦੀ ਲੋੜ ਵੱਖਰੀ-ਵੱਖਰੀ ਹੈ। ਖੁਰਾਕ ਦੀ ਲੋੜ ਘੱਟ ਜਾਂ ਵਧ ਕਸਰਤ ਕਰਨ ਨਾਲ ਬਦਲਦੀ ਹੈ। ਜੇ ਕੋਈ ਔਰਤ ਗਰਭਵਤੀ ਜਾਂ ਬੱਚੇ ਨੂੰ ਦੁੱਧ ਪਿਲਾਉਂਦੀ ਹੈ ਉਸਦੀ ਖੁਰਾਕ ਦੀ ਲੋੜ ਹੋਰ ਹੈ।

ਸ਼ਕਤੀ ਦੀ ਲੋੜ : ਸਾਡੇ ਸਰੀਰ ਨੂੰ ਕੰਮ ਕਰਨ ਲਈ ਸ਼ਕਤੀ ਦੀ ਲੋੜ ਹੈ। ਸਰੀਰ ਦੀਆਂ ਕੁਦਰਤੀ ਕਿਰਿਆਵਾਂ ਜਿਵੇਂ ਸਾਹ ਲੈਣਾ, ਦਿਲ ਦਾ ਧੜਕਣਾ, ਪਾਚਣ ਕਿਰਿਆ ਆਦਿ ਸਰੀਰ ਦੇ ਸਾਰੇ ਅੰਗਾਂ ਵਿਚ ਕੋਸ਼ਾਣੂਆਂ ਦੀ ਪੱਧਰ ਤੇ ਕਿਰਿਆਵਾਂ 24 ਘੰਟੇ ਹੀ ਚਲਦੀਆਂ ਰਹਿੰਦੀਆਂ ਹਨ। ਇਨ੍ਹਾਂ ਕਿਰਿਆਵਾਂ ਲਈ ਵੀ ਸ਼ਕਤੀ ਦੀ ਲੋੜ ਹੁੰਦੀ ਹੈ। ਸ਼ਕਤੀ ਨੂੰ ਅਸੀਂ ਵੱਡੀ ਕੈਲਰੀ (ਕਿਲੋ ਕੈਲਰੀ) ਰਾਹੀਂ ਜਿਹੜੀ ਕਿ ਇਕ ਕਿਲੋ ਪਾਣੀ ਨੂੰ ਇਕ ਡਿਗਰੀ ਸੈਂਟੀਗਰੇਡ ਦੇ ਤਾਪਮਾਨ ਵਿਚ ਵਾਧਾ ਕਰਦੀ ਹੈ, ਰਾਹੀਂ ਮਾਪਦੇ ਹਾਂ। ਇਨ੍ਹਾਂ ਕੁਦਰਤੀ ਕਿਰਿਆਵਾਂ ਨੂੰ ਚਲਾਉਣ ਲਈ ਜੋ ਸ਼ਕਤੀ ਲਗਦੀ ਹੈ,

ਉਸਨੂੰ ਮੂਲ ਪਾਚਣ ਗਤੀ (Basal Metabolic Rate, BMR, ਬੀ.ਐਮ.ਆਰ.) ਕਿਹਾ ਜਾਂਦਾ ਹੈ। ਇਹ ਲਗਪਗ ਸਰੀਰ ਲਈ ਪੂਰੀ ਸ਼ਕਤੀ ਦੇ 70 ਪ੍ਰਤੀਸ਼ਤ ਦੇ ਬਰਾਬਰ ਹੁੰਦਾ ਹੈ। ਇਸ ਤੋਂ ਵੱਧ ਜੋ ਵੀ ਅਸੀਂ ਸਰੀਰਕ ਕੰਮ ਕਰਦੇ ਹਾਂ, ਉਸ ਲਈ ਹੋਰ ਸ਼ਕਤੀ ਦੀ ਲੋੜ ਹੁੰਦੀ ਹੈ। ਬਚਪਨ ਵਿਚ ਜਿੰਨਾ ਚਿਰ ਸਾਡਾ ਸਰੀਰ ਵਧਦਾ ਫੁਲਦਾ ਹੈ, ਇਸ ਦੌਰਾਨ ਬੀ.ਐਮ.ਆਰ. ਦੀ ਗਤੀ ਸਭ ਤੋਂ ਵਧ ਹੁੰਦੀ ਹੈ। ਇਸ ਤੋਂ ਬਾਅਦ ਇਸਦੀ ਗਤੀ ਲਗਪਗ 2 ਪ੍ਰਤੀਸ਼ਤ ਹਰ ਦਹਾਕੇ ਘੱਟ ਹੋ ਜਾਂਦੀ ਹੈ। ਬੀ.ਐਮ.ਆਰ. ਨੂੰ ਸਰੀਰ ਦੇ ਭਾਰ (ਕਿਲੋਗ੍ਰਾਮ) ਪ੍ਰਤੀ ਕਿੰਨੀਆਂ ਕੈਲਰੀਆਂ ਦੀ ਲੋੜ ਹੈ ਉਸ ਮੁਤਾਬਕ ਮਾਪਿਆ ਜਾਂਦਾ ਹੈ। ਪੁਰਸ਼ਾਂ ਦਾ ਬੀ.ਐਮ.ਆਰ. ਨਾਪਣ ਲਈ 1.0 ਅਤੇ ਇਸਤਰੀਆਂ ਲਈ 0.9 ਦਾ ਗੁਣਨਖੰਡ (Factor) ਵਰਤਿਆ ਜਾਂਦਾ ਹੈ। ਕਿਸੇ ਵੀ ਵਿਅਕਤੀ ਦਾ ਬੀ.ਐਮ.ਆਰ. ਹੇਠ ਦਿੱਤੇ ਤਰੀਕੇ ਨਾਲ ਜਾਣਿਆ ਜਾ ਸਕਦਾ ਹੈ।

ਬੀ.ਐਮ.ਆਰ= ਸਰੀਰ ਦਾ ਭਾਰ (ਕਿਲੋਗ੍ਰਾਮ) × ਬੀ.ਐਮ.ਆਰ. ਘਣਕ (Factor)।

ਜੇ ਕਿਸੇ ਪੁਰਸ਼ ਦਾ ਭਾਰ 80 ਕਿਲੋ ਹੈ ਤਾਂ ਉਸਦਾ ਬੀ.ਐਮ.ਆਰ. ਹੋਵੇਗਾ 80×1= 80 ਕੈਲਰੀ ਪ੍ਰਤੀ ਘੰਟਾ।

24 ਘੰਟੇ ਲਈ= 80×24= 1920 ਕੈਲਰੀ ਪ੍ਰਤੀ ਦਿਨ। ਜੇਕਰ ਇਹ ਪੁਰਸ਼ ਕੁਝ ਸਰੀਰਕ ਕੰਮ ਕਰਦਾ ਹੈ ਤਾਂ ਉਸਨੂੰ ਵਾਧੂ ਸ਼ਕਤੀ ਦੀ ਲੋੜ ਹੈ। ਉਸਨੂੰ ਕੋਈ 50 ਪ੍ਰਤੀਸ਼ਤ ਸ਼ਕਤੀ ਦੀ ਹੋਰ ਲੋੜ ਹੋਵੇਗੀ 1920x50/100=960 ਕੈਲਰੀ ਪ੍ਰਤੀ ਦਿਨ।

ਸੋ ਇਸ ਪੁਰਸ਼ ਨੂੰ ਕੁਲ 1920+960=2880 ਕੈਲਰੀ ਦੀ ਪ੍ਰਤੀ ਦਿਨ ਲੋੜ ਹੋਵੇਗੀ।

ਇਕ 60 ਕਿਲੋ ਭਾਰ ਵਾਲੀ ਇਸਤਰੀ ਲਈ ਬੀ.ਐਮ.ਆਰ. ਇਸ ਤਰ੍ਹਾਂ ਹੋਵੇਗਾ 60×0.9×24=1296 ਕੈਲਰੀ ਪ੍ਰਤੀ ਦਿਨ। ਜੇਕਰ ਇਹ ਇਸਤਰੀ ਨਿਤ ਦਾ ਘਰ ਦਾ ਸਾਰਾ ਕੰਮ ਕਰਦੀ ਹੈ ਤੇ ਬੱਚਿਆਂ ਦੀ ਦੇਖ ਭਾਲ ਕਰਦੀ ਹੈ ਇਸਨੂੰ 60 ਪ੍ਰਤੀਸ਼ਤ ਹੋਰ ਸ਼ਕਤੀ ਦੀ ਲੋੜ ਹੋਵੇਗੀ। ਜਿਹੜੀ ਕਿ

$$126 \times \frac{60}{100} = 777.6 \text{ ਜਾਂ } 778$$

ਸੋ ਇਸ ਇਸਤਰੀ ਨੂੰ ਕੁਲ 1296+778=2074 ਕੈਲਰੀ ਪ੍ਰਤੀ ਦਿਨ ਲੋੜ ਹੋਵੇਗੀ। ਆਮ ਤੌਰ ਉਤੇ ਸ਼ਕਤੀ ਦੀ ਲੋੜ ਜਾਣਨ ਲਈ ਹੇਠ ਲਿਖੇ ਗੁਣਨਖੰਡ ਵਰਤੇ ਜਾਂਦੇ ਹਨ। ਜੇ ਕੋਈ ਵਿਅਕਤੀ ਕੋਈ ਖਾਸ ਸਰੀਰਕ ਕੰਮ ਨਹੀਂ ਕਰਦਾ = 50%

ਜੋ ਵਿਅਕਤੀ ਥੋੜ੍ਹਾ ਸਰੀਰਕ ਕੰਮ ਕਰਦਾ ਹੈ = 60%

ਜੋ ਵਿਅਕਤੀ ਕਾਫ਼ੀ ਸਰੀਰਕ ਕੰਮ ਕਰਦਾ ਹੈ = 70%

ਜੋ ਵਿਅਕਤੀ ਬਹੁਤਾ ਸਰੀਰਕ ਕੰਮ ਕਰਦਾ ਹੈ = 80 ਤੋਂ 100%

ਇਹ ਸ਼ਕਤੀ ਜ਼ਿਆਦਾਤਰ ਭੋਜਨ ਵਿਚ ਮਿਲੇ ਕਾਰਬੋਹਾਈਡ੍ਰੇਟਸ ਜਾਂ ਚਿਕਨਾਈ ਤੋਂ ਮਿਲਦੀ ਹੈ। ਖੰਡ, ਗੁੜ, ਸ਼ੱਕਰ ਦੀ ਤੁਲਨਾ ਵਿਚ ਇਸ ਸ਼ਕਤੀ ਦਾ ਬਹੁਤ ਹਿੱਸਾ ਪੇਚੀਦਾ ਕਾਰਬੋਹਾਈਡ੍ਰੇਟਸ (Complex Carbohydrates) ਜਿਵੇਂ ਕਿ ਸੈਲੂਲੋਜ਼ (Cellulose), ਨਸ਼ਾਸਤਾ (Starch) ਆਦਿ ਤੋਂ ਮਿਲਣਾ ਚਾਹੀਦਾ ਹੈ। ਸਰੀਰ ਨੂੰ ਕੁਲ ਸ਼ਕਤੀ ਦਾ ਕੋਈ ਦੋ ਤਿਹਾਈ ਹਿੱਸਾ ਕਾਰਬੋਹਾਈਡ੍ਰੇਟਸ ਤੋਂ ਮਿਲਣਾ ਚਾਹੀਦਾ ਹੈ।

ਸਰੀਰ ਨੂੰ ਪ੍ਰੋਟੀਨ ਦੀ ਲੋੜ : ਆਮ ਪੁਰਸ਼ ਤੇ ਇਸਤਰੀ ਨੂੰ ਇਕ ਗ੍ਰਾਮ ਪ੍ਰਤੀ ਕਿਲੋ ਵਜ਼ਨ ਦੇ ਬਰਾਬਰ ਪ੍ਰੋਟੀਨ ਦੀ ਲੋੜ ਹੁੰਦੀ ਹੈ। ਬੱਚਿਆਂ, ਨੌਜੁਆਨਾਂ, ਗਰਭਵਤੀ ਤੇ ਦੁੱਧ ਪਿਲਾਉਣ ਵਾਲੀਆਂ ਇਸਤਰੀਆਂ ਅਤੇ ਖਿਡਾਰੀਆਂ ਨੂੰ ਪ੍ਰੋਟੀਨ ਦੀ ਵਧੇਰੇ ਲੋੜ ਹੁੰਦੀ ਹੈ। ਇਕ ਸਾਲ ਤੋਂ ਘੱਟ ਉਮਰ ਦੇ ਬੱਚਿਆਂ ਨੂੰ ਤਕਰੀਬਨ 2 ਗ੍ਰਾਮ ਪ੍ਰਤੀ ਕਿਲੋ ਭਾਰ, 9 ਸਾਲ ਤੱਕ ਦੇ ਬੱਚਿਆਂ ਲਈ ਤਕਰੀਬਨ 2.5 ਗ੍ਰਾਮ ਪ੍ਰਤੀ ਕਿਲੋ, 10 ਤੋਂ 15 ਸਾਲ ਦੇ ਬੱਚਿਆਂ ਲਈ 1.5 ਗ੍ਰਾਮ ਪ੍ਰਤੀ ਕਿਲੋ, ਇਸ ਤੋਂ ਉਪਰੰਤ ਇਕ ਗ੍ਰਾਮ ਪ੍ਰਤੀ ਕਿਲੋ ਦੇ ਹਿਸਾਬ ਨਾਲ ਪ੍ਰੋਟੀਨ ਦੀ ਲੋੜ ਹੁੰਦੀ ਹੈ। ਗਰਭਵਤੀ ਇਸਤਰੀਆਂ ਨੂੰ ਤਕਰੀਬਨ 30 ਪ੍ਰਤੀਸ਼ਤ ਅਧਿਕ ਅਤੇ ਦੁੱਧ ਪਿਆਉਂਦੀਆਂ ਇਸਤਰੀਆਂ ਲਈ 50 ਪ੍ਰਤੀਸ਼ਤ ਅਧਿਕ ਪ੍ਰੋਟੀਨ ਦੀ ਜ਼ਰੂਰਤ ਹੁੰਦੀ ਹੈ। ਖਿਡਾਰੀਆਂ ਨੂੰ 1.5 ਗ੍ਰਾਮ ਪ੍ਰੋਟੀਨ ਪ੍ਰਤੀ ਕਿਲੋਗ੍ਰਾਮ ਭਾਰ।

ਪ੍ਰੋਟੀਨ ਦੀ ਮਿਕਦਾਰ ਨਾਲ ਇਸਦੀ ਗੁਣਵੱਤਾ ਵੀ ਬਹੁਤ ਜ਼ਰੂਰੀ ਹੈ। ਪ੍ਰੋਟੀਨ ਜੋ ਕਿ 19 ਅਮੀਨੋਏਸਿਡਜ਼ ਦੀ ਬਣੀ ਹੁੰਦੀ ਹੈ। ਉਸ ਵਿਚ 9 ਤਾਂ ਇਹੋ ਜਿਹੇ ਹਨ ਜਿਨ੍ਹਾਂ ਨੂੰ ਆਪਣਾ ਸਰੀਰ ਲੋੜ ਮੁਤਾਬਿਕ ਆਪ ਬਣਾ ਲੈਂਦਾ ਹੈ। 10 ਅਮੀਨੋਏਸਿਡ ਇਹੋ ਜਿਹੇ ਹਨ ਜੋ ਸਾਡਾ ਸਰੀਰ ਬਣਾ ਨਹੀਂ ਸਕਦਾ ਇਸ ਲਈ ਇਨ੍ਹਾਂ ਦਾ ਸਾਡੇ ਭੋਜਨ ਵਿਚ ਸਹੀ ਮਿਕਦਾਰ ਵਿਚ ਹੋਣਾ ਚਾਹੀਦਾ ਹੈ। ਆਮ ਤੌਰ 'ਤੇ ਸਾਡੀ ਪੌਦਿਆਂ ਤੋਂ ਪ੍ਰਾਪਤ ਖੁਰਾਕ ਵਿਚ ਕਿਸੇ ਨਾ ਕਿਸੇ ਇਹੋ ਜਿਹੇ ਅਮੀਨੋਏਸਿਡ ਦੀ ਘਾਟ ਹੁੰਦੀ ਹੈ। ਪਰ ਅੰਡੇ, ਮੀਟ, ਮੱਛੀ, ਦੁੱਧ ਦੀ ਪ੍ਰੋਟੀਨ ਵਿਚ ਇਹ ਘਾਟ ਨਹੀਂ ਪਾਈ ਜਾਂਦੀ। ਇਸ ਕਰਕੇ ਇਹ ਜ਼ਰੂਰੀ ਹੈ ਕਿ ਜੋ ਸ਼ਾਕਾਹਾਰੀ ਭੋਜਨ ਖਾਂਦੇ ਹਨ ਉਨ੍ਹਾਂ ਦੇ ਭੋਜਨ ਵਿਚ ਕਈ ਖੁਰਾਕਾਂ ਜਿਵੇਂ ਅਨਾਜ, ਫਲ ਸਬਜ਼ੀਆਂ, ਦੁੱਧ, ਦਾਲਾਂ ਦਾ ਸੁਮੇਲ ਹੋਣਾ ਚਾਹੀਦਾ ਹੈ। ਬੱਚਿਆਂ ਤੇ ਗਰਭਵਤੀ ਔਰਤਾਂ ਦਾ 30 ਤੋਂ 50 ਪ੍ਰਤੀਸ਼ਤ ਪ੍ਰੋਟੀਨ ਦਾ ਹਿੱਸਾ ਦੁੱਧ ਅਤੇ ਦੁੱਧ ਦੇ ਪਦਾਰਥਾਂ ਤੋਂ ਆਉਣਾ ਚਾਹੀਦਾ ਹੈ। ਭਾਵੇਂ ਪ੍ਰੋਟੀਨ ਵੀ ਸਰੀਰ ਨੂੰ ਸ਼ਕਤੀ ਪ੍ਰਦਾਨ ਕਰ ਸਕਦੇ ਹਨ, ਪਰ ਪ੍ਰੋਟੀਨ ਨੂੰ ਸਰੀਰ ਦੇ ਮਾਸ ਪੇਸ਼ੀ ਬਣਨ ਲਈ ਹੀ ਵਰਤ ਦੇਣਾ ਚਾਹੀਦਾ ਹੈ। ਜੋ ਸਰੀਰ ਨੂੰ ਸ਼ਕਤੀ ਦੀ ਲੋੜ ਹੈ ਉਸਦੀ ਪੂਰਤੀ ਕਾਰਬੋਹਾਈਡ੍ਰੇਟਸ ਤੇ ਥਿੰਧਿਆਈ ਤੋਂ ਹੀ ਪੂਰੀ ਕਰ ਲੈਣੀ ਚਾਹੀਦੀ ਹੈ। ਫਿਰ ਵੀ 12 ਤੋਂ 16 ਪ੍ਰਤੀਸ਼ਤ ਸ਼ਕਤੀ ਪ੍ਰੋਟੀਨ ਤੋਂ ਲਈ ਜਾ ਸਕਦੀ ਹੈ।

ਥਿੰਧਿਆਈ ਦੀ ਲੋੜ: ਥਿੰਧਿਆਈ ਦੀ ਸਰੀਰ ਨੂੰ ਲੋੜ ਦੇ ਕੋਈ ਖਾਸ ਪੈਮਾਨੇ ਨਹੀਂ ਦਰਸਾਏ ਗਏ। ਪਰ ਇਹ ਸਿਫ਼ਾਰਸ਼ ਕੀਤੀ ਜਾਂਦੀ ਹੈ ਕਿ ਸਰੀਰ ਦੀ

ਕੁਲ ਸ਼ਕਤੀ ਦੀ ਲੋੜ ਦਾ 25 ਤੋਂ 30 ਪ੍ਰਤੀਸ਼ਤ ਹਿੱਸਾ ਥਿੰਧਿਆਈ ਤੋਂ ਪੂਰਾ ਹੋਣਾ ਚਾਹੀਦਾ ਹੈ। ਥਿੰਧਿਆਈ ਸਾਡੇ ਸਰੀਰ ਨੂੰ ਜ਼ਰੂਰੀ ਤੇਜ਼ਾਬੀ ਅੰਸ਼ (Essential Fatty acids) ਜੋ ਕਿ ਸਾਡੇ ਸਰੀਰ ਤੇ ਮਹੱਤਵਪੂਰਣ ਅਸਰ ਕਰਦੇ ਹਨ ਵੀ ਦਿੰਦੀ ਹੈ। ਇਨ੍ਹਾਂ ਜ਼ਰੂਰੀ ਤੱਤਾਂ ਦਾ ਖੁਰਾਕ ਵਿਚ ਹੋਣਾ ਬੜਾ ਜ਼ਰੂਰੀ ਹੈ। ਜੋ ਥਿੰਧਿਆਈ ਅਸੀਂ ਸੇਵਨ ਕਰੀਏ ਉਸ ਵਿਚ ਪਰਿਪੂਰਨ ਚਰਬੀ (Staurated Fats) ਜਿਸ ਵਿਚ ਪਰਿਪੂਰਨ ਤੇਜਾਬੀ ਅੰਸ਼ (Saturated Fatty Acids) ਦੀ ਬਹੁਤਾਤ ਅਤੇ ਅੰਤਰਣ ਤੇਜਾਬੀ ਅੰਸ਼ (Trans Fatty Acid) (ਜੋ ਕਿ ਜਦੋਂ ਅਸੀਂ ਤੇਲਾਂ ਤੋਂ ਬਨਸਪਤੀ ਘਿਉ ਬਣਾਉਂਦੇ ਹਾਂ ਜਾਂ ਤੇਲਾਂ ਨੂੰ ਜ਼ਿਆਦਾ (ਵਾਰ-ਵਾਰ) ਤਲਦੇ ਹਾਂ ਤਾਂ ਉਤਪੰਨ ਹੁੰਦਾ ਹੈ) ਘੱਟ ਹੋਣ, ਜਿਸ ਥੰਧਿਆਈ ਵਿਚ ਕੋਲੇਸਟਰੋਲ (Cholestrol) ਘੱਟ ਹੋਵੇ। ਇਸ ਨਾਲ ਦਿਲ ਉੱਤੇ ਹੋਣ ਵਾਲੇ ਮਾੜੇ ਅਸਰ ਘੱਟ ਹੁੰਦੇ ਹਨ। ਇਸੇ ਤਰ੍ਹਾਂ ਜਿਸ ਥਿੰਧਿਆਈ ਵਿਚ ਜ਼ਰੂਰੀ ਤੇਜ਼ਾਬੀ ਅੰਸ਼ (Essential Fatty Acid) ਜ਼ਿਆਦਾ ਹੁੰਦਾ ਹੈ ਉਹ ਵੀ ਕੋਲੈਸਟਰੋਲ ਦੀ ਮਾਤਰ੍ਹਾਂ ਨੂੰ ਘਟਾਉਂਦਾ ਹੈ ਤੇ ਦਿਲ ਦੀਆਂ ਬਿਮਾਰੀਆਂ ਤੋਂ ਬਚਾਉਂਦਾ ਹੈ। ਇਸ ਲਈ ਸਾਨੂੰ ਥਿੰਧਿਆਈ ਲਈ ਜ਼ਿਆਦਾ ਤੇਲ ਵਰਤਣੇ ਚਾਹੀਦੇ ਹਨ। ਖਾਣਾ ਬਣਾਉਣ ਲਈ ਤਿਲਾਂ, ਕੈਨੋਲਾ (ਸਰਸੋਂ) ਵੜੇਵੇਂ, ਮੂੰਗਫਲੀ, ਸੂਰਜਮੁਖੀ, ਕੁਸਮ, ਜੈਤੂਨ ਆਦਿ ਤੇਲਾਂ ਦੀ ਵਰਤੋਂ ਕਰਨੀ ਚਾਹੀਦੀ ਹੈ। ਬਨਸਪਤੀ ਘਿਉ ਤੋਂ ਛੁਟਕਾਰਾ ਪਾਉਣਾ ਚਾਹੀਦਾ ਹੈ। ਕੋਲੈਸਟਰੋਲ ਘਟਾਉਣ ਲਈ ਦੇਸੀ ਘਿਉ, ਮੱਖਣ, ਅੰਡੇ ਦੀ ਜ਼ਰਦੀ ਦਾ ਸੇਵਨ ਘੱਟ ਕਰਨਾ ਚਾਹੀਦਾ ਹੈ। ਜੋ ਅਸੀਂ ਖੁਰਾਕ ਤੋਂ ਕੁਲ ਸ਼ਕਤੀ ਲੈਣੀ ਹੈ ਉਸ ਦਾ ਹਿੱਸਾ ਘਿਉ ਤੇ ਮੱਖਣ ਤੋਂ 10 ਪ੍ਰਤੀਸ਼ਤ ਤੋਂ ਵੱਧ ਨਹੀਂ ਹੋਣਾ ਚਾਹੀਦਾ।

ਖਣਿਜ ਪਦਾਰਥ ਤੇ ਵਿਟਾਮਿਨਜ਼ ਦੀ ਲੋੜ: ਸਾਡੇ ਸਰੀਰ ਨੂੰ ਬਹੁਤ ਸਾਰੇ ਖਣਿਜ ਪਦਾਰਥ ਤੇ ਵਿਟਾਮਿਨਾਂਜ਼ ਦੀ ਲੋੜ ਹੈ। ਇਨ੍ਹਾਂ ਦੀ ਘਾਟ ਸਾਡੇ ਸਰੀਰ ਵਿਚ ਕਮਜ਼ੋਰੀ ਦੇ ਨਾਲ-ਨਾਲ ਬਿਮਾਰੀਆਂ ਵੀ ਉਤਪੰਨ ਕਰਦੀ ਹੈ। ਇਹ ਵਿਸ਼ਾ ਆਪਣੇ ਆਪ ਵਿਚ ਇਕ ਵੱਡਾ ਵਿਸ਼ਾ ਹੈ। ਇਨ੍ਹਾਂ ਬਾਰੇ ਲੋੜੀਂਦੀ ਜਾਣਕਾਰੀ ਬਹੁਤ ਸਾਰੀਆਂ ਕਿਤਾਬਾਂ ਜਾਂ ਸਕੂਲੀ ਕਿਤਾਬਾਂ ਵਿਚ ਅਕਸਰ ਮਿਲਦੀ ਹੈ। ਫਿਰ ਵੀ ਪਾਠਕਾਂ ਦੀ ਸਹੂਲਤ ਲਈ ਕੁਝ ਜ਼ਰੂਰੀ ਜਾਣਕਾਰੀ ਇਸ ਕਿਤਾਬ ਵਿਚ ਅੰਤਿਕਾ ਦੇ ਰੂਪ ਵਿਚ ਦਰਸਾਈ ਗਈ ਹੈ ਜੋ ਕਿ ਪਾਠਕਾਂ ਲਈ ਲਾਹੇਵੰਦ ਹੋ ਸਕਦੀ ਹੈ।

ਖੁਰਾਕੀ ਤੱਤਾਂ ਦਾ ਲੇਖਾ ਜੋਖਾ:

ਦਿਨ ਭਰ ਦੀ ਖੁਰਾਕ ਵਿਚ ਪ੍ਰਾਪਤ ਕੀਤੇ ਤੱਤਾਂ ਦਾ ਲੇਖਾ ਜੋਖਾ ਇਸ ਪ੍ਰਕਾਰ ਕੀਤਾ ਜਾ ਸਕਦਾ ਹੈ।

1. ਦਿਨ ਭਰ ਦੇ ਸੇਵਨ ਕੀਤੇ ਖਾਧ ਪਦਾਰਥਾਂ ਦੀ ਸੂਚੀ ਤੇ ਮਿਕਦਾਰ ਦਾ ਵੇਰਵਾ ਬਣਾਓ।
2. ਹਰ ਇਕ ਖਾਧ ਪਦਾਰਥ ਵਿਚ ਕਿਤਨੇ ਪ੍ਰਤੀਸ਼ਤ ਹਰ ਇਕ ਖੁਰਾਕੀ ਤੱਤ ਦੀ

ਮਾਤਰ੍ਹਾਂ ਹੈ। ਉਸਦੀ ਜਾਣਕਾਰੀ ਅੰਤਿਕਾ 1.1 (ਪੰਨਾ 120) ਤੋਂ ਪ੍ਰਾਪਤ ਕਰੋ।

3. ਹਰ ਇਕ ਖਾਧ ਪਦਾਰਥ ਦੀ ਮਿਕਦਾਰ ਅਤੇ ਉਸ ਵਿਚ ਕਿਤਨੇ ਪ੍ਰਤੀਸ਼ਤ ਇਕ ਖੁਰਾਕੀ ਤੱਤ ਹੈ। ਉਸ ਮੁਤਾਬਿਕ ਖੁਰਾਕੀ ਤੱਤ ਦੀ ਮਿਕਦਾਰ ਹਾਸਲ ਕਰੋ।

ਇਸ ਨੂੰ ਸਮਝਣ ਲਈ ਇਕ ਉਦਾਹਰਣ ਹੇਠ ਦਿੱਤੀ ਗਈ ਹੈ।

1 ਦਿਨ ਭਰ ਦੇ ਸੇਵਣ ਕੀਤੇ ਪਦਾਰਥਾਂ ਦਾ ਵੇਰਵਾ

ਨੰ:	ਖਾਧ ਪਦਾਰਥ	ਮਿਕਦਾਰ (ਗ੍ਰਾਮ)
1.	ਅਨਾਜ (ਕਣਕ ਦਾ ਆਟਾ)	400
2.	ਦਾਲਾਂ (ਮਾਂਹ)	50
3.	ਪਾਲਕ	40
4.	ਗਾਜਰ	60
5.	ਦੁੱਧ/ਦਹੀ	200
6.	ਤੇਲ/ਘਿਓ	40
7.	ਖੰਡ	30

2. ਇਸ ਖੁਰਾਕ ਤੋਂ ਤੁਸੀਂ ਕਿੰਨੀ ਸ਼ਕਤੀ (ਕੈਲੋਰੀ) ਪ੍ਰਾਪਤ ਕੀਤੀ।

i). ਕਣਕ ਦੇ ਆਟੇ ਵਿਚੋਂ

ਅੰਤਿਕਾ 1.1 ਅਨੁਸਾਰ 100 ਗ੍ਰਾਮ ਆਟੇ (ਕਣਕ) ਤੋਂ 348 ਕੈਲਰੀ ਸ਼ਕਤੀ ਮਿਲਦੀ ਹੈ।

ਕਣਕ ਦੇ ਆਟੇ ਦਾ ਸੇਵਣ ਕੀਤਾ = 400 ਗ੍ਰਾਮ

ਸੋ ਆਟੇ ਤੋਂ ਕੁਲ ਸ਼ਕਤੀ ਮਿਲੀ = 400×348/100=13 92 ਕੈਲਰੀ

ii) 100 ਗ੍ਰਾਮ ਦਾਲ ਤੋਂ ਅੰਤਿਕਾ 1.1 ਅਨੁਸਾਰ 350 ਕੈਲਰੀ ਸ਼ਕਤੀ ਮਿਲਦੀ ਹੈ।

ਦਾਲ (ਮਾਂਹ) = 50 ਗ੍ਰਾਮ

ਸੋ ਦਾਲ ਤੋਂ ਸ਼ਕਤੀ ਮਿਲੀ = 350/100×50=175 ਕੈਲਰੀ

iii) ਇਸੇ ਤਰ੍ਹਾਂ ਸਬਜ਼ੀਆਂ ਤੋਂ ਮਿਲੀ ਸ਼ਕਤੀ

50 ਗ੍ਰਾਮ ਪਾਲਕ ਤੋਂ ਸ਼ਕਤੀ ਮਿਲੀ = 32/100×40=13 ਕੈਲਰੀ

60 ਗ੍ਰਾਮ ਗਾਜਰ ਤੋਂ ਮਿਲੀ ਸ਼ਕਤੀ = 47/100×60=28 ਕੈਲਰੀ

ਕੁਲ = 13+28=41

iv) ਦੁੱਧ ਤੋਂ ਮਿਲੀ ਸ਼ਕਤੀ:

200 ਗ੍ਰਾਮ ਦੁੱਧ ਤੋਂ ਮਿਲੀ ਸ਼ਕਤੀ = 180/100×200=360 ਕੈਲਰੀ

ਨੋਟ: 1) ਇਕ ਗ੍ਰਾਮ ਕਾਰਬੋਹਾਈਡ੍ਰੇਟਸ ਤੋਂ 4.5 ਕੈਲਰੀ ਸ਼ਕਤੀ ਮਿਲਦੀ ਹੈ।

2) ਇਕ ਗ੍ਰਾਮ ਚਿਕਨਾਈ (ਘਿਉ, ਤੇਲ ਆਦਿ) ਤੋਂ 9.0 ਕੈਲਰੀ ਸ਼ਕਤੀ ਮਿਲਦੀ ਹੈ।

3) ਇਕ ਗ੍ਰਾਮ ਪ੍ਰੋਟੀਨ ਤੋਂ 4.5 ਕੈਲਰੀ ਸ਼ਕਤੀ ਮਿਲਦੀ ਹੈ।

v) ਤੇਲ ਘਿਓ ਤੋਂ ਮਿਲੀ ਸ਼ਕਤੀ

1 ਗ੍ਰਾਮ ਘਿਓ/ਤੇਲ ਤੋਂ ਮਿਲੀ ਸ਼ਕਤੀ = 9 ਕੈਲਰੀ

40 ਗ੍ਰਾਮ ਘਿਓ/ਤੇਲ ਤੋਂ ਮਿਲੀ ਸ਼ਕਤੀ= 9×40=360 ਕੈਲਰੀ

6. ਖੰਡ/ਗੁੜ ਤੋਂ ਮਿਲੀ ਸ਼ਕਤੀ

1 ਗ੍ਰਾਮ ਖੰਡ ਤੋਂ ਮਿਲੀ ਸ਼ਕਤੀ = 4.5 ਕੈਲਰੀ

30 ਗ੍ਰਾਮ ਖੰਡ ਤੋਂ ਮਿਲੀ ਸ਼ਕਤੀ = 4.5×30=135 ਕੈਲਰੀ

3. ਕੁਲ ਸ਼ਕਤੀ ਜੋ ਖੁਰਾਕ ਵਿਚੋਂ ਮਿਲੀ:

i+ii+iii+iv+v+vi=1392+175+41+360+360+135=2463 ਕੈਲਰੀ

ਇਸੇ ਤਰੀਕੇ ਨਾਲ ਤੁਸੀਂ ਸਾਰੇ ਖੁਰਾਕੀ ਤੱਤਾਂ ਦਾ ਅਨੁਮਾਨ ਲਗਾ ਸਕਦੇ ਹੋ।

ਭੋਜਨ ਕਿਹੋ ਜਿਹਾ ਹੋਵੇ:

ਵੀਹਵੀਂ ਸਦੀ ਦੇ ਸ਼ੁਰੂਆਤ ਤੋਂ ਵੇਖਿਆ ਜਾਵੇ ਸਾਡੇ ਖਾਣੇ ਵਿਚ ਸਥਾਨਕ ਤੌਰ ਤੋਂ ਉਗਾਏ ਹੋਏ ਖੁਰਾਕੀ ਪਦਾਰਥਾਂ ਦੀ ਭਰਮਾਰ ਸੀ। ਇਹ ਪਦਾਰਥ ਪਿੰਡ ਜਾਂ ਕਸਬੇ ਦੇ ਪੱਧਰ ਤੇ ਜਾਂ ਸ਼ਹਿਰ ਦੇ ਆਲ਼ੇ-ਦੁਆਲ਼ੇ ਉਗਾਏ ਜਾਂਦੇ ਸਨ। ਨਿੱਤ ਦਾ ਭੋਜਨ ਵੀ ਇਨ੍ਹਾਂ ਪਦਾਰਥਾਂ 'ਤੇ ਨਿਰਭਰ ਸੀ। ਕਣਕ, ਜੌਂ, ਚੌਲ, ਛੋਲੇ, ਭਿੰਨ ਪ੍ਰਕਾਰ ਦੀਆਂ ਦਾਲਾਂ, ਤੇਲ ਬੀਜ, ਪਿੰਡ ਪਿੰਡ ਉਗਾਏ ਜਾਂਦੇ ਸਨ। ਸਬਜ਼ੀਆਂ ਤੇ ਫਲ ਰੁੱਤ ਮੁਤਾਬਕ ਉਗਾਏ ਜਾਂਦੇ ਸੀ। ਸਬਜ਼ੀ ਹਰ ਦਿਨ ਤਾਜ਼ਾ ਖੇਤ ਵਿਚੋਂ ਲਿਆ ਕੇ ਪਕਾਈ ਜਾਂਦੀ ਸੀ। ਤੇਲ ਬੀਜ਼ਾਂ ਵਿਚੋਂ ਤੇਲ ਵੀ ਸਥਾਨਕ ਤੌਰ 'ਤੇ ਹੀ ਕੱਢਿਆ ਜਾਂਦਾ ਸੀ ਜੋ ਕਿ ਖਾਣ ਪਕਾਉਣ ਦੇ ਕੰਮ ਆਉਂਦਾ ਸੀ। ਹਰ ਘਰ ਮੱਝਾਂ ਗਾਵਾਂ ਰੱਖਦਾ ਸੀ, ਜਿਸ ਤੋਂ ਦੁੱਧ, ਘਿਉ, ਮੱਖਣ, ਪਨੀਰ, ਲੱਸੀ ਆਦਿ ਚੋਖੀ ਮਾਤਰ੍ਹਾਂ ਵਿਚ ਮਿਲ ਜਾਂਦੇ ਸਨ। ਪਿੰਡ ਵਿਚ ਉਗਾਏ ਗੰਨੇ ਤੋਂ ਗੁੜ, ਸ਼ੱਕਰ, ਖੰਡ ਸਾਰੇ ਸਾਲ ਲਈ ਉਪਲਬਧ ਹੋ ਜਾਂਦੇ ਸਨ। ਇਸ ਕਰਕੇ ਉਸ ਸਮੇਂ ਦੀ ਖੁਰਾਕ ਇਨ੍ਹਾਂ ਸਭ ਪਦਾਰਥਾਂ ਦਾ ਰਲਾਅ ਮਿਲਾ ਸੀ। ਇਸ ਖੁਰਾਕ ਦੀ ਜੇ ਥੋੜ੍ਹੀ ਘੋਖ ਕੀਤੀ ਜਾਵੇ ਤਾਂ ਇਸ ਤੋਂ ਪਤਾ ਲੱਗਦਾ ਹੈ ਕਿ ਇਹ ਬਹੁਤ ਹੀ ਸੰਤੁਲਿਤ ਭੋਜਨ ਸੀ। ਇਸ ਵਿਚੋਂ ਜੋ ਖੁਰਾਕੀ ਤੱਤ ਸਾਡੇ ਸਰੀਰ ਨੂੰ ਚਾਹੀਦੇ ਹਨ ਸਭ ਮਿਲ ਜਾਂਦੇ ਸਨ। ਸਵੇਰ ਵੇਲੇ ਦੀ ਖੁਰਾਕ ਵਿਚ ਕਣਕ ਤੇ ਛੋਲਿਆਂ ਦੀ ਮਿੱਸੀ ਰੋਟੀ, ਨਾਲ ਦਹੀਂ, ਮੱਖਣ ਲੱਸੀ ਆਪਣੇ ਆਪ ਵਿਚ ਇਕ ਪੂਰਨ ਖੁਰਾਕ ਸੀ। ਦਿਨ ਵੇਲੇ ਦੀ ਰੋਟੀ ਨਾਲ ਦਾਲਾਂ ਤੇ ਸਬਜ਼ੀਆ ਦਾ ਸੇਵਨ ਪ੍ਰੋਟੀਨ, ਖਣਿਜ ਪਦਾਰਥ ਤੇ ਵਿਟਾਮਿਨ ਦੀ ਲੋੜ ਪੂਰੀ ਕਰ ਦਿੰਦੇ ਸਨ। ਘਿਉ, ਗੁੜ, ਸ਼ੱਕਰ ਸਰੀਰ ਨੂੰ ਜ਼ਿਆਦਾ ਸ਼ਕਤੀ ਦੀ ਲੋੜ ਪੂਰੀ ਕਰਦੇ ਸਨ ਕਿਉਂਕਿ ਉਸ ਵੇਲੇ ਜਿਸਮਾਨੀ ਕੰਮ ਜ਼ਿਆਦਾ ਕੀਤਾ ਜਾਂਦਾ ਸੀ। ਸੋ ਆਮ ਲੋਕ ਸਾਦਾ ਖਾਂਦੇ ਹੋਏ ਵੀ ਰਿਸ਼ਟ-ਪੁਸ਼ਟ ਤੇ ਨਰੋਏ ਸਨ। ਮਾਸ ਅੰਡਿਆਂ ਦਾ ਸੇਵਨ ਨਾ ਬਰਾਬਰ ਸੀ। ਰਸਾਇਣਿਕ ਖਾਦ ਤੇ ਕੀਟਨਾਸ਼ਕ ਦੁਆਈਆਂ ਦੀ ਵਰਤੋਂ ਵੀ ਨਾ ਮਾਤਰ ਹੀ ਸੀ।

ਸਮੇਂ ਦੇ ਨਾਲ ਖੁਰਾਕ ਵਿਚ ਤਬਦੀਲੀ ਆਈ। ਵਧਦੀ ਆਬਾਦੀ, ਮਹਿੰਗਾਈ,

ਵਧਦੇ ਖਰਚੇ, ਰਹਿਣ ਸਹਿਣ ਦੇ ਮਿਆਰ ਵਿਚ ਤਰੱਕੀ ਤੇ ਟੈਕਨੌਲੋਜੀ ਦੇ ਫੈਲਾਅ ਵਿਚ ਆਰਥਿਕ ਪਹਿਲੂ (Economic Factor) ਭਾਰੂ ਪੈਂਦਾ ਗਿਆ, ਪੈਸੇ ਦੀ ਜ਼ਰੂਰਤ ਜ਼ਿਆਦਾ ਵਧ ਗਈ। ਜੋ ਪਿੰਡ ਦੇ ਲੋਕ ਦੁੱਧ ਵੇਚਣਾ ਪਾਪ ਸਮਝਦੇ ਸੀ, ਦੁੱਧ ਅਤੇ ਹੋਰ ਪੈਦਾ ਕੀਤੇ ਪਦਾਰਥ ਵੇਚ ਕੇ ਪੈਸੇ ਦੀ ਜ਼ਰੂਰਤ ਪੂਰੀ ਕਰਨ ਲੱਗ ਪਏ। ਗੰਨਾ ਖੰਡ ਦੀਆਂ ਮਿੱਲਾਂ ਤੇ ਵਿਕਣਾ ਸ਼ੁਰੂ ਹੋ ਗਿਆ ਤੇ ਸਬਜ਼ੀਆਂ, ਫਲ ਵੀ ਪੈਸੇ ਦਾ ਸੋਮਾ ਬਣ ਗਏ। ਫਲ, ਛੋਲੇ, ਦਾਲਾਂ, ਤੇਲ ਬੀਜਾਂ ਦੀ ਥਾਂ ਜ਼ਿਆਦਾ ਪੈਸਾ ਦੇਣ ਵਾਲੀਆਂ ਜਿਨਸਾਂ ਜਿਵੇਂ ਕਣਕ ਅਤੇ ਚੌਲਾਂ ਨੇ ਲੈ ਲਈ। ਇਸ ਤਬਦੀਲੀ ਦਾ ਅਸਰ ਸਾਡੀ ਖੁਰਾਕ ਉੱਤੇ ਪਿਆ। ਸਾਡੀ ਖੁਰਾਕ ਵਿਚ ਦੁੱਧ ਤੋਂ ਬਣੇ ਪਦਾਰਥਾਂ ਦੀ ਘਾਟ ਹੋ ਗਈ। ਦਾਲਾਂ ਜੋ ਕਿ ਪ੍ਰੋਟੀਨ ਦਾ ਮੁੱਖ ਸੋਮਾ ਸਨ ਦੀ ਘਾਟ ਹੋ ਗਈ। ਇਸੇ ਤਰ੍ਹਾਂ ਤਾਜ਼ੀਆਂ ਸਬਜ਼ੀਆਂ, ਫਲ ਤੇ ਤੇਲ ਦੀ ਮਾਤਰ੍ਹਾਂ ਸਾਡੀ ਖੁਰਾਕ ਵਿਚ ਘੱਟ ਗਈ। ਇਸ ਦੌਰਾਨ ਅੰਡੇ ਤੇ ਮੀਟ ਦਾ ਰੁਝਾਨ ਕੁਝ ਵਧਿਆ।

ਇਸਦੇ ਉਲਟ ਜੇ ਅਮਰੀਕਾ ਵਰਗੇ ਅਮੀਰ ਦੇਸ਼ਾਂ ਦੀ ਖੁਰਾਕ ਵੱਲ ਝਾਤ ਮਾਰੀਏ ਤਾਂ ਜੋ ਮੁੱਖ ਤੱਤ ਸਾਡੇ ਸਾਹਮਣੇ ਆਉਂਦੇ ਹਨ ਇਸ ਪ੍ਰਕਾਰ ਹਨ। ਅਮਰੀਕਾ ਵਿਚ ਆਮ ਲੋਕਾਂ ਵਿਚ ਖੁਰਾਕ ਹਰ ਰੋਜ਼ ਕਿੰਨੀ ਤੇ ਕਿਸ ਤਰ੍ਹਾਂ ਦੀ ਹੋਣੀ ਚਾਹੀਦੀ ਹੈ ਜਿਹੜੀ ਕਿ ਸਰੀਰ ਦੀਆਂ ਸਾਰੀਆਂ ਲੋੜਾਂ ਪੂਰੀਆਂ ਕਰ ਸਕਦੀ ਹੋਵੇ। ਇਸ ਬਾਰੇ ਅਮਰੀਕਾ ਦੇ ਖੇਤੀ ਵਿਭਾਗ ਵਲੋਂ ਗਾਈਡ ਜਾਰੀ ਕੀਤੀ ਜਾਂਦੀ ਹੈ। ਇਹੋ ਜਿਹੀ ਗਾਈਡ ਸਭ ਤੋਂ ਪਹਿਲਾਂ 1916 ਵਿਚ ਪ੍ਰਕਾਸ਼ਿਤ ਕੀਤੀ ਗਈ। ਇਸ ਵਿਚ ਸਰੀਰ ਦੀ ਸ਼ਕਤੀ ਨੂੰ ਪੂਰਾ ਕਰਨ ਲਈ ਖੰਡ ਤੇ ਚਿਕਨਾਈ ਦੇ ਸੇਵਨ ਤੇ ਜ਼ਿਆਦਾ ਜ਼ੋਰ ਦਿੱਤਾ ਗਿਆ। ਸਮੇਂ ਦੇ ਨਾਲ ਖੁਰਾਕੀ ਤੱਤਾਂ ਦੀ ਜ਼ਰੂਰਤ ਵਿਚ ਤਬਦੀਲੀ ਆਈ ਅਤੇ ਸਰੀਰਕ ਸ਼ਕਤੀ ਦੀ ਲੋੜ ਨੂੰ ਪੂਰਾ ਕਰਨ ਲਈ ਚਿਕਨਾਈ ਤੇ ਖੰਡ ਜੋ ਖੁਰਾਕ ਨੂੰ ਸੁਆਦਲਾ ਤੇ ਮਿੱਠਾ ਬਣਾਉਣ ਲਈ ਬਾਹਰੋਂ ਪਾਏ ਜਾਂਦੇ ਹਨ, ਉਸ ਉੱਤੇ ਰੋਕ ਲਾਈ ਗਈ। 1992 ਵਿਚ ਇਸ ਗਾਈਡ ਨੂੰ ਮਿਨਾਰ (Pyramid) ਦੀ ਸ਼ਕਲ ਵਿਚ ਪ੍ਰਕਾਸ਼ਤ ਕੀਤਾ ਗਿਆ।

ਇਹ ਮਿਨਾਰ ਕੁਝ ਇਸ ਤਰ੍ਹਾਂ ਦੀ ਹੈ।

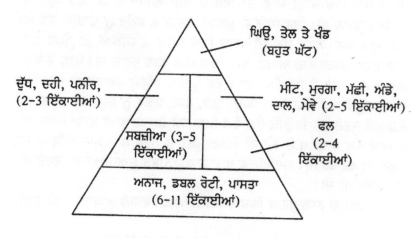

ਇਸ ਮਿਨਾਰ ਵਿਚ ਘਿਉ, ਤੇਲ ਚਿਕਨਾਈ ਤੇ ਖੰਡ ਤੇ ਜ਼ੋਰ ਘੱਟ ਕੀਤਾ ਗਿਆ। ਇਸ ਲਈ ਇਨ੍ਹਾਂ ਨੂੰ ਮਿਨਾਰ ਦੀ ਚੋਟੀ ਵਜੋਂ ਦੱਸਿਆ ਗਿਆ ਹੈ। ਅਨਾਜ, ਡਬਲਰੋਟੀ, ਪਾਸਤਾ ਆਦਿ ਤੇ ਜ਼ਿਆਦਾ ਜ਼ੋਰ ਦਿੱਤਾ ਗਿਆ (ਇਨ੍ਹਾਂ ਨੂੰ ਮਿਨਾਰ ਦੇ ਆਧਾਰ ਵਜੋਂ ਦਰਸਾਇਆ ਗਿਆ ਹੈ)। ਇਸ ਮਿਨਾਰ ਨੂੰ2005 ਵਿਚ ਫੇਰ ਸੋਧਿਆ ਗਿਆ ਤੇ ਇਸ ਦਾ ਨਾਂ ਮੇਰੀ ਮਿਨਾਰ (My Pyramid) ਰੱਖਿਆ ਗਿਆ। ਇਸ ਮਿਨਾਰ ਵਿਚ ਖੁਰਾਕਾਂ ਨੂੰ ਸੰਤੁਲਨ ਤੇ ਸੰਯੁਕਤ ਰੂਪ ਵਿਚ ਵਰਤੇ ਜਾਣ ’ਤੇ ਜ਼ੋਰ ਦਿੱਤਾ ਗਿਆ ਹੈ। ਮੇਰੀ ਮਿਨਾਰ ਨੂੰ ਇਕ ਆਮ ਵਿਅਕਤੀ ਲਈ ਸਿੱਖਿਆ ਦੇ ਸਾਧਨ ਦੇ ਤੌਰ ’ਤੇ ਘੜਿਆ ਗਿਆ ਹੈ ਤਾਂ ਕਿ ਆਮ ਵਿਅਕਤੀ ਇਸ ਤੋਂ ਸੇਧ ਲੈ ਕੇ ਆਪ ਹੀ ਆਪਣੀ ਖੁਰਾਕ ਸੰਬੰਧੀ ਠੀਕ ਫ਼ੈਸਲਾ ਲੈ ਸਕੇ।

ਮੇਰੀ ਮਿਨਾਰ 2000 ਕੈਲੋਰੀ ਹਰ ਰੋਜ਼ ਸੇਵਨ ਕਰਨ ਵਾਲੇ ਖਾਣੇ ਦੇ ਆਧਾਰ ਉਤੇ ਬਣਾਈ ਗਈ ਹੈ। ਇਸ ਵਿਚ ਭਿੰਨ-ਭਿੰਨ ਪ੍ਰਕਾਰ ਦੇ ਖੁਰਾਕੀ ਅੰਸ਼ਾਂ ਦੀ ਮਾਤਰ੍ਹਾ ਇਸ ਤਰ੍ਹਾਂ ਦਰਸਾਈ ਗਈ ਹੈ।

1. **ਫ਼ਲ**: ਦਿਨ ਵਿਚ 4 ਇਕਾਈਆਂ ਖਾਣ ਦੀ ਸਿਫ਼ਾਰਸ਼ ਕੀਤੀ ਗਈ ਹੈ।
2. **ਸਬਜ਼ੀਆਂ**: ਦਿਨ ਭਰ ਵਿਚ 5 ਇਕਾਈਆਂ ਦੀ ਸਿਫ਼ਾਰਸ਼ ਹੈ।
3. **ਅਨਾਜ**: 6 ਇਕਾਈਆਂ ਦੀ ਸਿਫ਼ਾਰਸ਼ ਹੈ ਜਿਸ ਵਿਚ ਅਨਾਜ ਦਾ ਅੱਧਾ ਹਿੱਸਾ ਇਹੋ ਜਿਹਾ ਹੋਣਾ ਚਾਹੀਦਾ ਹੈ ਜਿਸ ਵਿਚੋਂ ਕੋਈ ਛਿਲਕਾ/ਚੋਕਰ ਆਦਿ ਨਾ ਕੱਢਿਆ ਗਿਆ ਹੋਵੇ।
4. **ਮੀਟ ਜਾਂ ਦਾਲਾਂ**: 5.5 ਆਊਂਸ (156 ਗ੍ਰਾਮ) ਦੇ ਬਰਾਬਰ ਇਕਾਈਆਂ।
5. **ਦੁੱਧ ਤੇ ਦੁੱਧ ਤੋਂ ਬਣੇ ਪਦਾਰਥ**: ਤਿੰਨ ਕੱਪ ਜਾਂ ਇਕਾਈਆਂ।
6. **ਤੇਲ**: 24 ਗ੍ਰਾਮ ਜਾਂ 6 ਚਮਚੇ।
7. **ਹੋਰ ਸ਼ਕਤੀ/ਕੈਲੋਰੀਆਂ**: ਉਪਰ ਦਸੀਆਂ ਵਸਤੂਆਂ ਤੋਂ ਇਲਾਵਾ ਹੋਰ ਕੈਲਰੀਆਂ (267) ਹੋਰ ਵਸਤੂਆਂ ਜਿਵੇਂ ਕਿ ਖਾਣਾ ਬਣਾਉਣ ਵੇਲੇ ਵਰਤਿਆ ਗਿਆ ਘਿਉ, ਖੰਡ ਆਦਿ।

ਮੇਰੀ ਮਿਨਾਰ ਦੀਆਂ ਸਿਫ਼ਾਰਸ਼ਾਂ ਉਨ੍ਹਾਂ ਪੁਰਸ਼ਾਂ ਜਿੰਨ੍ਹਾਂ ਦਾ ਭਾਰ 200 ਪੌਂਡ ਤੋਂ ਵੱਧ ਹੋਵੇ, ਲਈ ਠੀਕ ਨਹੀਂ ਹਨ। ਉਨ੍ਹਾਂ ਨੂੰ ਹਰ ਰੋਜ਼ 2500 ਕੈਲਰੀਆਂ ਚਾਹੀਦੀਆਂ ਹਨ। ਇਸੇ ਤਰ੍ਹਾਂ ਇਹ ਸਿਫ਼ਾਰਸ਼ਾਂ ਜਿਸਦਾ ਭਾਰ 100 ਪੌਂਡ ਹੋਵੇ, ਉਸ ਲਈ ਇਹ ਕੈਲਰੀਆਂ ਕਾਫ਼ੀ ਜ਼ਿਆਦਾ ਹਨ। ਇਸ ਲਈ ਹਰ ਵਿਅਕਤੀ ਨੂੰ ਆਪਣੇ ਭਾਰ, ਲੰਬਾਈ, ਲਿੰਗ, ਉਮਰ ਮੁਤਾਬਿਕ ਮੇਰੀ ਮਿਨਾਰ ਦੇ ਆਧਾਰ ’ਤੇ ਆਪਣੀ ਖੁਰਾਕ ਤਹਿ ਕਰਨ ਦੀ ਸਿਫ਼ਾਰਸ਼ ਹੈ।

ਇਕ ਇਕਾਈ ਦੀ ਮਾਤਰਾ ਇਸ ਤਰ੍ਹਾਂ ਦਰਸਾਈ ਗਈ ਹੈ।

1. ਫ਼ਲ:

i) ਪੂਰਾ ਫ਼ਲ ਜਿਵੇਂ ਕਿ ਇਕ ਸੇਬ, ਇਕ ਕੇਲਾ, ਇਕ ਸੰਤਰਾ ਇਕ ਇਕਾਈ ਦੇ ਬਰਾਬਰ ਗਿਣਿਆ ਜਾਂਦਾ ਹੈ।

ii) ਦੋ ਆਲੂ ਬੁਖਾਰੇ ਜਾਂ 15 ਅੰਗੂਰ ਇਕ ਇਕਾਈ ਗਿਣੇ ਜਾਂਦੇ ਹਨ।
iii) ਅੱਧਾ ਜੂਸ ਦਾ ਕੱਪ ਇਕ ਇਕਾਈ ਗਿਣਿਆ ਜਾਂਦਾ ਹੈ।
2. ਸਬਜ਼ੀਆਂ:
i) ਹਰੀਆਂ ਸਬਜ਼ੀਆਂ (ਕੱਟੀਆਂ ਹੋਈਆਂ) ਦਾ ਇਕ ਕੱਪ ਇਕ ਇਕਾਈ ਗਿਣਿਆ ਜਾਂਦਾ ਹੈ।
ii) ਬਰੌਕਲੀ ਦੇ ਪੰਜ ਛੋਟੇ ਫੁੱਲ ਇਕ ਇਕਾਈ ਦੇ ਬਰਾਬਰ ਹਨ।
iii) ਦਸ ਛੋਟੀਆ ਗਾਜਰਾਂ, ਇਕ ਛੱਲੀ, ਗੰਢੇ ਦੀਆਂ ਚਾਰ ਕਾਤਰਾਂ ਇਕ ਇਕਾਈ ਗਿਣੇ ਜਾਂਦੇ ਹਨ।
iv) ਅੱਧਾ ਕੱਪ ਸਬਜ਼ੀਆਂ ਦਾ ਜੂਸ ਤੇ ਪੌਣਾ ਕੱਪ ਟਮਾਟਰ ਦਾ ਜੂਸ ਇਕ ਇਕਾਈ ਗਿਣੇ ਜਾਂਦੇ ਹਨ।
v) ਸਲਾਦ ਦੇ ਦੋ ਵੱਡੇ ਚਮਚੇ ਇਕ ਇਕਾਈ ਬਰਾਬਰ ਗਿਣੇ ਜਾਂਦੇ ਹਨ।
3. ਅਨਾਜ:
i) ਇਕ ਕੱਪ ਆਟਾ ਇਕ ਇਕਾਈ ਗਿਣਿਆ ਜਾਂਦਾ ਹੈ।
ii) ਅੱਧਾ ਕੱਪ ਚੌਲ ਇਕ ਇਕਾਈ ਦੇ ਬਰਾਬਰ ਹੈ।
iii) ਅੱਧਾ ਕੱਪ ਪਾਸਤਾ (ਸੇਮੀਆਂ ਆਦਿ) ਇਕ ਇਕਾਈ ਗਿਣਿਆ ਗਿਆ ਹੈ।
4. ਦੁੱਧ:
i) 1 ਕੱਪ (4 ਔਂਸ) ਇਕ ਇਕਾਈ ਗਿਣਿਆ ਜਾਂਦਾ ਹੈ।
ii) 2 ਆਈਸਕਰੀਮ ਦੇ ਵੱਡੇ ਚਮਚ ਇਕ ਇਕਾਈ ਗਿਣਿਆ ਗਿਆ ਹੈ।
iii) ਤਿੰਨ ਔਂਸ (85 ਗ੍ਰਾਮ) ਪਨੀਰ ਇਕ ਇਕਾਈ ਗਿਣਿਆ ਜਾਂਦਾ ਹੈ।
iv) ਮੱਖਣ ਇਕ ਵੱਡਾ ਚਮਚਾ (4 ਗ੍ਰਾਮ) ਇਕ ਇਕਾਈ।
5. ਮੇਵੇ/ਦਾਲਾਂ: ਇਕ ਔਂਸ (28.5 ਗ੍ਰਾਮ) ਇਕ ਇਕਾਈ ਗਿਣੀ ਜਾਂਦੀ ਹੈ।
6. ਮੀਟ/ਮੁਰਗਾ/ਮੱਛੀ: ਤਿੰਨ ਔਂਸ (85 ਗ੍ਰਾਮ) ਇਕ ਇਕਾਈ ਗਿਣੀ ਜਾਂਦੀ ਹੈ।

ਮੇਰੀ ਮਿਨਾਰ ਅਨੁਸਾਰ ਮਿਲੀ ਜੁਲੀ ਖੁਰਾਕ ਖਾਣ ਨਾਲ ਨਾ ਕਿ ਸਿਰਫ਼ ਸਰੀਰ ਦੀ ਸ਼ਕਤੀ ਦੀਆਂ ਜ਼ਰੂਰਤਾਂ ਹੀ ਪੂਰੀਆਂ ਹੁੰਦੀਆਂ ਹਨ ਬਲਕਿ ਬਹੁਤ ਸਾਰੀਆਂ ਬਿਮਾਰੀਆਂ ਤੋਂ ਵੀ ਬਚਿਆ ਜਾ ਸਕਦਾ ਹੈ। ਇਸ ਮਿਨਾਰ ਅਨੁਸਾਰ ਅਨਾਜ, ਦਾਲਾਂ, ਸਬਜ਼ੀਆ, ਫਲ, ਦੁੱਧ, ਦਾਲਾਂ ਦੀ ਬਹੁਤਾਤ ਹੋਣੀ ਚਾਹੀਦੀ ਹੈ। ਇਸ ਅਨੁਸਾਰ ਇਹੋ ਜਿਹੀ ਖੁਰਾਕ ਖਾਉ ਜਿਸ ਵਿਚ ਚਿਕਨਾਈ ਤੇ ਖੰਡ ਬਹੁਤ ਹੀ ਘੱਟ ਹੋਣ। ਇਕ ਜਾਂ ਦੋ ਕਿਸਮ ਦੀਆਂ ਸਬਜ਼ੀਆਂ ਹੀ ਨਹੀਂ ਖਾਣੀਆਂ ਚਾਹੀਦੀਆ ਬਲਕਿ ਭਿੰਨ-ਭਿੰਨ ਪ੍ਰਕਾਰ ਦੀਆਂ ਸਬਜ਼ੀਆਂ ਖਾਣੀਆਂ ਚਾਹੀਦੀਆਂ ਹਨ। ਇਸੇ ਤਰ੍ਹਾਂ ਭਿੰਨ-ਭਿੰਨ ਪ੍ਰਕਾਰ ਦੇ ਫਲ ਖਾਣੇ ਚਾਹੀਦੇ ਹਨ। ਫਲਾਂ ਦੇ ਜੂਸ ਨਾਲੋਂ ਪੂਰਾ ਫ਼ਲ ਖਾਣਾ ਚਾਹੀਦਾ ਹੈ, ਕਿਉਂਕਿ ਫਲਾਂ

ਨੋਟ: ਇਕ ਛੋਟਾ ਕੱਪ ਚਾਰ ਔਂਸ (ਇਕ ਇਕਾਈ), ਤੇ ਵੱਡਾ ਕੱਪ 12 ਔਂਸ ਤਿੰਨ ਇਕਾਈਆਂ ਦੇ ਬਰਾਬਰ ਗਿਣੇ ਜਾਂਦੇ ਹਨ।

ਵਿਚ ਰੇਸ਼ਾ ਜ਼ਿਅਦਾ ਹੁੰਦਾ ਹੈ ਤੇ ਖੰਡ ਦੀ ਮਾਤਰਾ ਘਟ ਹੁੰਦੀ ਹੈ। ਭੋਜਨ ਵਿਚ ਦੁੱਧ ਤੇ ਦੁੱਧ ਤੋਂ ਬਣੇ ਪਦਾਰਥ ਜਿਵੇਂ ਕਿ ਦਹੀਂ, ਪਨੀਰ, ਖੀਰ (deserts) ਘੱਟ ਥਿੰਧਿਆਈ ਵਾਲੇ ਜਾਂ ਜਿਹਨਾਂ ਵਿਚ ਥਿੰਧਿਆਈ ਨਾ ਹੋਵੇ ਵਰਤਣੇ ਚਾਹੀਦੇ ਹਨ। ਪ੍ਰੋਟੀਨ ਦੀ ਲੋੜ ਦਾਲਾਂ, ਸੁੱਕੇ ਮੇਵੇ ਜਾਂ ਮੀਟ ਖਾ ਕੇ ਪੂਰੀ ਕੀਤੀ ਜਾ ਸਕਦੀ ਹੈ। ਇਕ ਅੰਡਾ ਸਵੇਰ ਵੇਲੇ ਖਾਣ ਦੀ ਵੀ ਸਿਫ਼ਾਰਸ਼ ਕੀਤੀ ਹੈ। ਜੇਕਰ ਮੀਟ ਖਾਣਾ ਹੈ ਤਾਂ ਉਹ ਖਾਉ ਜਿਸ ਵਿਚ ਚਿਕਨਾਈ ਦੀ ਮਾਤਰਾ ਘੱਟ ਹੋਵੇ ਜਿਵੇਂ ਕਿ ਮੁਰਗਾ, ਮੱਛੀ, ਘਿਉ ਬਨਸਪਤੀ ਘਿਉ ਤੇ ਚਰਬੀ ਖਾਣ ਨਾਲੋਂ ਤੇਲਾਂ 'ਤੇ ਜ਼ੋਰ ਦਿੱਤਾ ਗਿਆ ਹੈ।

ਸੋ ਅਮਰੀਕਨ ਖਾਣੇ ਵਿਚ ਹੁਣ ਇਹ ਜ਼ੋਰ ਦਿੱਤਾ ਗਿਆ ਹੈ ਕਿ ਇਹ ਭਿੰਨ-ਭਿੰਨ ਪ੍ਰਕਾਰ ਦੀ ਖੁਰਾਕ ਦੇ ਸੁਮੇਲ ਤੋਂ ਬਣਿਆ ਹੋਣਾ ਚਾਹੀਦਾ ਹੈ। ਪਹਿਲਾਂ ਅਮਰੀਕਨ ਖਾਣੇ ਵਿਚ ਅੰਡੇ, ਸੂਰ, ਗਾਂ, ਭੇਡ, ਬੱਕਰੀਆਂ ਦੇ ਮੀਟ ਆਦਿ ਤੇ ਜ਼ਿਆਦਾ ਜ਼ੋਰ ਸੀ। ਉਸ ਉੱਤੇ ਜ਼ੋਰ ਘੱਟ ਕੀਤਾ ਗਿਆ ਹੈ। ਅਨਾਜ (ਜਿਸ ਵਿਚੋਂ ਛਿਲਕਾ ਨਾ ਕੱਢਿਆ ਗਿਆ ਹੋਵੇ), ਦਾਲਾਂ ਤੇ ਸਬਜ਼ੀਆਂ ਜ਼ਿਆਦਾ ਮਾਤਰਾ ਵਿਚ ਹੋਣ 'ਤੇ ਜ਼ੋਰ ਦਿੱਤਾ ਗਿਆ ਹੈ। ਜੇ ਇਸਦੀ ਸਾਡੀ ਖੁਰਾਕ ਨਾਲ ਤੁਲਨਾ ਕਰੀਏ, ਸਾਡੀ ਖੁਰਾਕ ਵਿਚ ਤਾਂ ਪਹਿਲਾਂ ਤੋਂ ਹੀ ਅਨਾਜ, ਦਾਲਾਂ, ਸਬਜ਼ੀਆਂ ਤੇ ਜ਼ੋਰ ਦਿੱਤਾ ਜਾਂਦਾ ਹੈ। ਬਹੁਤ ਸਾਰੇ ਲੋਕ ਤਾਂ ਮੀਟ, ਆਂਡੇ ਖਾਂਦੇ ਹੀ ਨਹੀਂ। ਜੋ ਖਾਂਦੇ ਹਨ ਬਹੁਤ ਘੱਟ ਖਾਂਦੇ ਹਨ। ਗਾਂ, ਮੱਝ ਦਾ ਮੀਟ ਤਾਂ ਉੱਕਾ ਹੀ ਨਹੀਂ ਖਾਂਦੇ। ਸਾਡੀ ਖੁਰਾਕ ਵਿਚ ਵੀ ਹੁਣ ਤਬਦੀਲੀ ਆ ਰਹੀ ਹੈ। ਖਾਸ ਕਰਕੇ ਅਮੀਰ ਸ਼ਹਿਰੀ ਤੇ ਪੜ੍ਹੇ ਲਿਖੇ ਵਰਗ ਵਿਚ ਜਿਸ ਵਿਚ ਘਿਉ, ਮੱਖਣ, ਬਨਸਪਤੀ ਘਿਉ ਤੇ ਖੰਡ ਦੀ ਮਾਤਰਾ ਘੱਟਦੀ ਜਾ ਰਹੀ ਹੈ। ਇਹ ਅਮਰੀਕਾ ਦੀ ਮੇਰੀ ਮਿਨਾਰ (My Pyramid) ਦੀਆਂ ਸਿਫ਼ਾਰਸ਼ਾਂ ਨਾਲ ਕਾਫ਼ੀ ਮੇਲ ਜੋਲ ਖਾਂਦੀ ਹੈ। ਸੋ ਅਮਰੀਕਾ ਤੇ ਹੋਰ ਅਮੀਰ ਦੇਸ਼ਾਂ ਦੀ ਖੁਰਾਕ ਦਾ ਝੁਕਾਅ ਆਖ਼ਰਕਾਰ ਸਾਡੀ ਰਵਾਇਤੀ ਖੁਰਾਕ ਵੱਲ ਨੂੰ ਝੁਕਦਾ ਜਾ ਰਿਹਾ ਹੈ।

ਸਾਫ਼ ਸੁਥਰੀ ਖੁਰਾਕ:

ਸਾਨੂੰ ਆਪਣੀ ਖੁਰਾਕ ਵੱਲ ਜੋ ਹੋਰ ਵਿਸ਼ੇਸ਼ ਧਿਆਨ ਦੇਣ ਦੀ ਲੋੜ ਹੈ ਉਹ ਹੈ ਕਿ ਸਾਡੇ ਖਾਣੇ ਵਿਚ ਇਹੋ ਜਿਹੀ ਕੋਈ ਚੀਜ਼ ਨਾ ਹੋਵੇ ਜੋ ਸਾਡੀ ਸਿਹਤ ਤੇ ਬੁਰਾ ਅਸਰ ਪਾ ਸਕਦੀ ਹੈ। ਕਈ ਵਾਰੀ ਇਹ ਵੇਖਣ ਵਿਚ ਆਉਂਦਾ ਹੈ ਕਿ ਦੇਖਣ ਵਿਚ ਤਾਂ ਖਾਣਾ ਬਹੁਤ ਵਧੀਆ ਹੁੰਦਾ ਹੈ ਤੇ ਕਿਸੇ ਤਰ੍ਹਾਂ ਦੀ ਕੋਈ ਬਦਬੂ ਆਦਿ ਵੀ ਨਹੀਂ ਹੁੰਦੀ ਪਰ ਇਸ ਵਿਚ ਫਿਰ ਵੀ ਜ਼ਹਿਰੀਲਾ ਮਾਦਾ ਜਾਂ ਇਹੋ ਜਿਹਾ ਮਾਦਾ ਹੁੰਦਾ ਹੈ ਜੋ ਕਿ ਸਾਡੀ ਸਿਹਤ ਤੇ ਭੈੜਾ ਅਸਰ ਪਾਉਂਦਾ ਹੈ। ਇਸ ਕਦਰ ਸਭ ਤੋਂ ਵਧ ਖਤਰਾ ਜੋ ਹੁੰਦਾ ਹੈ ਉਹ ਹੈ ਰੋਗਾਣੂਆਂ ਤੋਂ ਜੋ ਕਿ ਬਹੁਤ ਸਾਰੀਆਂ ਖੁਰਾਕ ਤੋਂ ਹੋਣ ਵਾਲੀਆਂ ਬਿਮਾਰੀਆਂ ਦਾ ਕਾਰਨ ਬਣਦੇ ਹਨ। ਇਹ ਬਿਮਾਰੀਆਂ ਜ਼ਿਆਦਾਤਰ ਸਾਡੀ ਖੁਰਾਕੀ ਨਾਲੀ ਅਤੇ ਪੇਟ ਦੀਆਂ ਅੰਤੜੀਆਂ ਤੇ ਭੈੜਾ ਅਸਰ ਕਰਦੀਆਂ ਹਨ। ਜੋ ਕਿ ਅੰਤੜੀਆਂ ਦੀ ਸੋਜ਼ (Gastroenteristis) ਨਾਲ ਸੰਬੰਧਤ ਹਨ। ਇਸ ਨਾਲ ਸਾਨੂੰ ਟੱਟੀਆਂ, ਉਲਟੀਆਂ,

ਬੁਖਾਰ ਤੇ ਕਮਜ਼ੋਰੀ ਹੁੰਦੀ ਹੈ। ਜੇ ਇਸਨੂੰ ਵਕਤ ਸਿਰ ਨਾ ਰੋਕਿਆ ਜਾਵੇ ਤਾਂ ਇਸਦੇ ਗੰਭੀਰ ਸਿੱਟੇ ਨਿਕਲ ਸਕਦੇ ਹਨ। ਇਹ ਖੁਰਾਕ ਤੋਂ ਉਤਪੰਨ ਹੋਣ ਵਾਲੀਆਂ ਬਿਮਾਰੀਆਂ ਖੁਰਾਕ ਵਿਚ ਬਿਮਾਰੀ ਫੈਲਾਉਣ ਵਾਲੇ ਰੋਗਾਣੂਆਂ ਕਾਰਨ ਹੁੰਦੀਆਂ ਹਨ ਜਿਵੇਂ ਕਿ ਈਕੋਲਾਈ (E.Coli) ਪਾਣੀ ਤੇ ਮੀਟ ਵਿਚ। ਸਾਲਮੋਨੈਲਾ ਤੇ ਸਾਈਜੈਲਾ (Salminella, Shigella) ਸਬਜ਼ੀਆਂ, ਮੀਟ, ਅੰਡਿਆਂ, ਦੁੱਧ ਤੇ ਦੁੱਧ ਤੋਂ ਬਣੇ ਪਦਾਰਥਾਂ ਵਿਚ ਹੋ ਸਕਦੇ ਹਨ। ਖਤਰਾ ਉਸ ਵੇਲੇ ਬਹੁਤ ਵਧ ਜਾਂਦਾ ਹੈ ਜੇਕਰ ਇਹ ਖੁਰਾਕਾਂ ਕੱਚੀਆਂ ਜਾਂ ਅਧਪਕਾਈਆਂ ਖਾਧੀਆਂ ਜਾਣ। ਇਸ ਕਰਕੇ ਇਨ੍ਹਾਂ ਤੋਂ ਬਚਣ ਲਈ ਖੁਰਾਕ ਨੂੰ ਪੂਰੀ ਤਰ੍ਹਾਂ ਸਾਫ਼, ਸੁਥਰਾ ਤੇ ਸੋਧ ਕੇ ਪੂਰੀ ਤਰ੍ਹਾਂ ਪਕਾ ਕੇ ਖਾਓ। ਜੋ ਖੁਰਾਕਾਂ ਛੇਤੀ ਖਰਾਬ ਹੋਣ ਵਾਲੀਆਂ ਜਿਵੇਂ ਫਲ, ਸਬਜ਼ੀਆਂ, ਦੁੱਧ, ਮੀਟ ਆਦਿ ਨੂੰ ਛੇਤੀ ਤੋਂ ਛੇਤੀ ਫਰਿਜ਼ (Refrigerator) ਵਿਚ ਰੱਖੋ (4°C) ਤੇ ਚਾਰ ਪੰਜ ਦਿਨਾਂ ਵਿਚ ਖਾਣੇ ਲਈ ਵਰਤ ਲੈਣਾ ਚਾਹੀਦਾ ਹੈ। ਆਪਣੇ ਹੱਥ, ਭਾਂਡੇ, ਖਾਣਾ ਰੱਖਣ ਤੇ ਬਣਾਉਣ ਵਾਲੇ ਭਾਂਡੇ ਅਤੇ ਰਸੋਈ ਨੂੰ ਚੰਗੀ ਤਰ੍ਹਾਂ ਸਾਫ਼, ਸੁਥਰਾ ਰੱਖਣ ਦੀ ਮਹੱਤਤਾ ਬਾਰੇ ਅਸੀਂ ਸਭ ਪਹਿਲਾਂ ਤੋਂ ਹੀ ਸੁਚੇਤ ਹਾਂ।

ਆਪ ਬੀਤੀ

ਇਹ 1966 ਦੀ ਗੱਲ ਹੈ ਜਦੋਂ ਮੈਂ 1966 ਵਿਚ ਪੰਜਾਬ ਖੇਤੀਬਾੜੀ ਯੂਨੀਵਰਸਿਟੀ ਲੁਧਿਆਣਾ ਵਿਚ ਸੋਲਵੀਂ (M.Sc) ਦੇ ਆਖ਼ਰੀ ਸਾਲ ਵਿਚ ਪੜ੍ਹਦਾ ਸੀ। ਇਕ ਦਿਨ ਮੈਂ ਤੇ ਮੇਰੇ ਦੋਸਤ ਬਰਸਾਤ ਦੀ ਰੁੱਤ (ਜੁਲਾਈ) ਵਿਚ ਬਾਜ਼ਾਰ ਵਿਚ ਜਾ ਕੇ ਗੁਲਾਬ ਜਾਮਣ ਦੇ ਰਸਗੁੱਲੇ ਖਾ ਆਏ। ਦੂਜੇ ਦਿਨ ਸਵੇਰ ਵੇਲੇ ਮੇਰਾ ਪੇਟ ਬਹੁਤ ਖਰਾਬ ਹੋ ਗਿਆ। ਇੰਨੀਆ ਜ਼ਿਆਦਾ ਉਲਟੀਆਂ ਤੇ ਟੱਟੀਆਂ ਲੱਗੀਆਂ ਕਿ ਮੈਂ ਹੈਰਾਨ ਸਾਂ ਕਿ ਮੇਰੇ ਸਰੀਰ ਵਿਚੋਂ ਇਨਾ ਪਾਣੀ ਕਿੱਥੋਂ ਆ ਰਿਹਾ ਹੈ। ਅਖ਼ੀਰ ਮੈਂ ਨਿਢਾਲ ਹੋ ਕੇ ਮੰਜੇ 'ਤੇ ਪੈ ਗਿਆ। ਮੇਰੇ ਸਰੀਰ ਦਾ ਪਾਣੀ ਬਹੁਤ ਘਟ ਗਿਆ (Acute Dehydration) ਮੇਰੇ ਅੰਗ ਠੰਢੇ ਪੈ ਗਏ ਤੇ ਅਕੜੇਵੇਂ ਸ਼ੁਰੂ ਹੋ ਗਏ। ਸਰੀਰ ਵਿਚ ਬਹੁਤ ਦਰਦ ਹੋਣ ਲੱਗਾ। ਮੇਰੇ ਦੋਸਤ ਮੇਰੀ ਹਾਲਤ ਦੇਖਕੇ ਘਬਰਾ ਗਏ। ਉਨ੍ਹਾਂ ਛੇਤੀ ਤੋਂ ਛੇਤੀ ਯੂਨੀਵਰਸਿਟੀ ਦੇ ਡਾਕਟਰ ਗਰੇਵਾਲ ਸਾਹਿਬ ਨੂੰ ਮੇਰੇ ਕਮਰੇ ਵਿਚ ਲੈ ਆਂਦਾ। ਡਾਕਟਰ ਮੇਰੀ ਹਾਲਤ ਦੇਖਕੇ ਘਬਰਾ ਗਿਆ। ਉਸਨੇ ਕਿਹਾ ਕਿ ਮੈਨੂੰ ਇਸ ਹਾਲਤ ਵਿਚ ਸੀ.ਐਮ.ਸੀ. ਹਸਪਤਾਲ ਵੀ ਨਹੀਂ ਲਿਜਾਇਆ ਜਾ ਸਕਦਾ। ਜੇ ਲਿਜਾਇਆ ਜਾਂਦਾ ਤਾਂ ਮੈਂ ਰਾਹ ਵਿਚ ਹੀ ਪੂਰਾ ਹੋ ਸਕਦਾ ਸਾਂ। ਡਾਕਟਰ ਸਾਹਿਬ ਭਾਜੜ ਵਿਚ ਯੂਨੀਵਰਸਿਟੀ ਦੇ ਹਸਪਤਾਲ ਤੋਂ ਗੁਲੂਕੋਜ਼ ਦੀਆਂ ਬੋਤਲਾਂ ਤੇ ਹੋਰ ਦੁਆਈਆਂ ਲੈ ਆਏ। ਮੈਨੂੰ ਮੇਰੇ ਕਮਰੇ ਵਿਚ ਹੀ ਲਗਾਤਾਰ ਛੇ ਬੋਤਲਾਂ ਗੁਲੂਕੋਜ਼ ਦੀਆਂ ਚੜ੍ਹਾਈਆਂ, ਜਿਨ੍ਹਾਂ ਨਾਲ ਮੈਂ ਸੀ.ਐਮ.ਸੀ. ਹਸਪਤਾਲ ਜਾਣ ਜੋਗਾ ਹੋਇਆ। ਹਸਪਤਾਲ ਵਿਚ ਇਕ ਹ.ਫਤਾ ਹੋਰ ਰਿਹਾ। ਹਸਪਤਾਲ ਵਿਚ ਮੇਰੀ ਬਿਮਾਰੀ ਅੰਤੜੀਆ ਦੀ ਸੋਜ਼ (Gastorentitis) ਪਛਾਣੀ ਗਈ। ਜੋ ਗੁਲਾਬ ਜਾਮਨ ਤੇ ਰਸਗੁੱਲਿਆਂ ਵਿਚ ਰੋਗਾਣੂ ਅੰਸ਼ (Bacterial Contamination) ਕਰਕੇ ਹੋਈ।

***

ਕੁਝ ਖੁਰਾਕਾਂ ਜਿਵੇਂ ਅੰਡੇ, ਸੋਇਆਬੀਨ, ਦਾਲਾਂ ਆਦਿ ਵਿਚ ਕੁਦਰਤੀ ਤੌਰ ਉੱਤੇ ਨੁਕਸਾਨਦਾਇਕ ਰਸਾਇਣ ਪਾਏ ਜਾਂਦੇ ਹਨ। ਪਰ ਜੇ ਇਨ੍ਹਾਂ ਖੁਰਾਕਾਂ ਨੂੰ ਚੰਗੀ ਤਰ੍ਹਾਂ ਸਾਫ਼ ਕਰਕੇ, ਧੋ ਕੇ ਪਕਾ ਕੇ ਖਾਧਾ ਜਾਵੇ ਤਾਂ ਇਨ੍ਹਾਂ ਦਾ ਜ਼ਹਿਰੀਲਾ ਅੰਸ਼ ਖ਼ਤਮ ਹੋ ਜਾਂਦਾ ਹੈ। ਇਨ੍ਹਾਂ ਤੋਂ ਇਲਾਵਾ ਸਾਡੀ ਖੁਰਾਕ ਵਿਚ ਬਹੁਤ ਸਾਰੇ ਹੋਰ ਰਸਾਇਣਿਕ ਤੱਤ ਬਾਹਰੋਂ ਪਾਏ ਜਾਂਦੇ ਹਨ। ਜਿਨ੍ਹਾਂ ਵਿਚ ਖੁਰਾਕ ਦੀ ਦਿੱਖ ਨੂੰ ਵਧੀਆ ਕਰਨ ਲਈ, ਕਈ ਤਰ੍ਹਾਂ ਦੇ ਰੰਗ, ਸੁਆਦਲਾ ਬਣਾਉਣ ਲਈ ਲੂਣ, ਖੰਡ, ਸ਼ਰਬਤ, ਸੋਢਾ ਤੇ ਮਿੱਠਾ ਸੋਢਾ ਆਦਿ। ਖੁਰਾਕ ਦੀ ਮਹੱਤਤਾ ਵਧਾਉਣ ਲਈ ਖਣਿਜ ਪਦਾਰਥ, ਵਿਟਾਮਿਨ, ਪ੍ਰੋਟੀਨ, ਖੁਰਾਕ ਨੂੰ ਸੁਧਾਰਨ, ਪਕਾਉਣ ਤੇ ਬਰਕਰਾਰ ਰੱਖਣ ਲਈ ਗੰਧਕ ਤੋਂ ਬਣੇ ਰਸਾਇਣ, ਕਾਰਬਨ ਵਾਲੇ ਤੇਜ਼ਾਬ (Organic Acids) ਆਦਿ ਵਰਤੇ ਜਾਂਦੇ ਹਨ। ਇਹ ਆਮ ਤੌਰ ’ਤੇ ਬਹੁਤ ਘੱਟ ਮਿਕਦਾਰ ਵਿਚ ਤੇ ਕਾਨੂੰਨ ਵਿਚ ਦਰਸਾਈ ਗਈ ਵਧ ਤੋਂ ਵਧ ਮਿਕਦਾਰ ਤੋਂ ਘੱਟ ਵਰਤੇ ਜਾਦੇ ਹਨ। ਇਸ ਕਰਕੇ ਇਨ੍ਹਾਂ ਦਾ ਸਾਡੀ ਸਿਹਤ ਤੇ ਕੋਈ ਬਹੁਤ ਮਾੜਾ ਅਸਰ ਨਹੀਂ ਪੈਂਦਾ। ਫਿਰ ਵੀ ਇਨ੍ਹਾਂ ਦਾ ਉਪਯੋਗ ਘੱਟ ਤੋਂ ਘੱਟ ਹੋਣਾ ਚਾਹੀਦਾ ਹੈ। ਇੱਥੇ ਇਕ ਰਸਾਇਣਿਕ ਤੱਤ ਮੋਨੋਸੋਡੀਅਮ ਗਲੂਟਾਮੇਟ (Monosodium Glutamate, MSG) ਜਿਸਨੂੰ ਆਮ ‘ਅਜੀਨੋਮੋਟੋ’ ਕਿਹਾ ਜਾਂਦਾ ਹੈ ਖਾਸਕਰ ਜ਼ਿਕਰ ਕਰਨਾ ਜ਼ਰੂਰੀ ਹੋਵੇਗਾ। ਇਹ ਬਹੁਤ ਸਾਰੇ ਖਾਣਿਆਂ ਜਿਵੇਂ ਪਨੀਰ, ਮੀਟ ਅਤੇ ਹੋਰ ਤਰੀ ਵਾਲੀਆਂ ਵਸਤਾਂ ਵਿਚ ਖਾਣੇ ਦਾ ਸਵਾਦ ਤੇ ਸੁਗੰਧ ਵਧਾਉਣ ਲਈ ਵਰਤਿਆ ਜਾਂਦਾ ਹੈ। ਇਸ ਨੂੰ ਜਿੰਨਾ ਹੋ ਸਕੇ ਘੱਟ ਵਰਤਣਾ ਚਾਹੀਦਾ ਹੈ ਕਿਉਂਕਿ ਇਸ ਨਾਲ ਪਸੀਨਾ ਆਉਂਦਾ ਹੈ ਤੇ ਖ਼ੂਨ ਦਾ ਦਬਾਅ (Blood Pressure) ਵਧਦਾ ਹੈ।

ਜ਼ਹਿਰਾਂ ਰਹਿਤ ਖੁਰਾਕ (Organic Foods):

ਅੱਜਕਲ੍ਹ ਫ਼ਸਲਾਂ ਦੀ ਪੈਦਾਵਾਰ ਵਧਾਉਣ ਅਤੇ ਕੀੜੇ ਤੇ ਹੋਰ ਬਿਮਾਰੀਆਂ ਤੋਂ ਫਸਲਾਂ ਨੂੰ ਬਚਾਉਣ ਲਈ ਕਈ ਤਰ੍ਹਾਂ ਦੀ ਰਸਾਇਣਿਕ ਖਾਦ ਤੇ ਕੀਟ ਨਾਸ਼ਕ ਦਵਾਈਆਂ ਵਰਤੀਆਂ ਜਾਂਦੀਆਂ ਹਨ। ਜੇਕਰ ਇਨ੍ਹਾਂ ਜ਼ਹਿਰੀਲੇ ਅੰਸ਼ਾਂ ਦੀ ਵਰਤੋਂ ਸਾਵਧਾਨੀ ਨਾਲ ਨਾ ਕੀਤੀ ਜਾਵੇ ਅਤੇ ਇਨ੍ਹਾਂ ਦੀ ਵਰਤੋਂ ਬਾਰੇ ਕੀਤੀਆਂ ਗਈਆਂ ਸਿਫ਼ਾਰਸ਼ਾਂ ਦੀ ਅਣਗਹਿਲੀ ਕਾਰਨ ਗ਼ਲਤ ਵਰਤੋਂ ਕੀਤੀ ਜਾਵੇ ਤਾਂ ਇਸਦੇ ਬੜੇ ਮਾੜੇ ਸਿੱਟੇ ਸਾਹਮਣੇ ਆਉਂਦੇ ਹਨ। ਇਹੋ ਜਿਹੀ ਖੁਰਾਕ ਦੇ ਸੇਵਨ ਨਾਲ ਖਪਤਕਾਰ ਦੀ ਸਿਹਤ ਵਿਗੜਦੀ ਹੈ ਤੇ ਨਾਲ ਹੀ ਕਈ ਤਰ੍ਹਾਂ ਦੀਆਂ ਬਿਮਾਰੀਆਂ ਵੀ ਉਤਪੰਨ ਹੋ ਜਾਂਦੀਆਂ ਹਨ। ਇਸ ਕਰਕੇ ਖਪਤਕਾਰ ਇਹੋ ਜਿਹੀ ਖੁਰਾਕ ਚਾਹੁੰਦੇ ਹਨ ਜਿਸ ਵਿਚ ਇਹ ਨੁਕਸਾਨਦੇਹ ਤੱਤ ਨਾ ਪਾਏ ਜਾਂਦੇ ਹੋਣ। ਸੋ ਅੱਜਕਲ੍ਹ ਇਹੋ ਜਿਹੀਆਂ ਫ਼ਸਲਾਂ ਉਗਾਉਣ ਦਾ ਰੁਝਾਨ ਵਧ ਰਿਹਾ ਹੈ ਜਿਨ੍ਹਾਂ ਵਿਚ ਰਸਾਇਣਿਕ ਖਾਦਾਂ ਤੇ ਕੀੜੇ-ਮਕੌੜੇ ਮਾਰਨ ਵਾਲੀਆਂ ਦਵਾਈਆਂ ਨਾ ਵਰਤੀਆਂ ਗਈਆਂ ਹੋਣ। ਇਹੋ ਜਿਹੀ

ਖੁਰਾਕ ਲਈ ਉਹ ਵਧ ਪੈਸੇ ਦੇਣ ਲਈ ਵੀ ਤਿਆਰ ਰਹਿੰਦੇ ਹਨ। ਪਰ ਫਿਰ ਵੀ ਇਹ ਜ਼ਰੂਰੀ ਨਹੀਂ ਕਿ ਇਹ ਖੁਰਾਕਾਂ ਪੂਰੀ ਤਰ੍ਹਾਂ ਇਨ੍ਹਾਂ ਨੁਕਸਾਨਦੇਹ ਅੰਸ਼ਾਂ ਤੋਂ ਮੁਕਤ ਹੋਣ। ਇਕ ਕਿਸਾਨ ਨੇ ਭਾਵੇਂ ਇਨ੍ਹਾਂ ਦੀ ਵਰਤੋਂ ਫ਼ਸਲ ਉਗਾਉਣ ਵਿਚ ਨਾ ਵੀ ਕੀਤੀ ਹੋਵੇ। ਪਰ ਧਰਤੀ ਵਿਚ ਜਾਂ ਪਾਣੀ ਵਿਚ ਪਹਿਲਾਂ ਤੋਂ ਹੀ ਜਾਂ ਪਿਛਲੇ ਸਾਲਾਂ ਤੋਂ ਵਰਤੇ ਗਏ ਇਹੋ ਜਿਹੇ ਰਸਾਇਣਕ ਹੋਣ ਜਾਂ ਕਿਸੇ ਗੁਆਂਢੀ ਕਿਸਾਨ ਨੇ ਇਨ੍ਹਾਂ ਦੀ ਵਰਤੋਂ ਕੀਤੀ ਹੋਵੇ ਤਾਂ ਉਸਤੋਂ ਹੀ ਅਸ਼ੁੱਧੀ (Contaminaton) ਪੈਦਾ ਹੋ ਜਾਵੇ। ਹਾਂ ਇਹ ਜ਼ਰੂਰ ਹੈ ਕਿ ਆਮ ਤੌਰ ’ਤੇ ਉਗਾਈ ਫ਼ਸਲ ਨਾਲੋਂ ਇਨ੍ਹਾਂ ਫ਼ਸਲਾਂ ਵਿਚ ਇਨ੍ਹਾਂ ਅੰਸ਼ਾਂ ਦੀ ਮਿਕਦਾਰ ਜ਼ਰੂਰ ਘੱਟ ਹੋਵੇਗੀ। ਫਿਰ ਵੀ ਕੇਵਲ ਉਸ ਫ਼ਸਲ ਨੂੰ ਹੀ ਅਸਲ ਵਿਚ ਜ਼ਹਿਰਾਂ ਰਹਿਤ ਕਿਹਾ ਜਾ ਸਕਦਾ ਹੈ ਜਿਸ ਵਿਚ ਅੰਸ਼ ਬਿਲਕੁਲ ਨਾ ਹੋਣ ਜਾਂ ਕਾਨੂੰਨੀ ਤੌਰ ’ਤੇ ਦਰਸਾਈ ਗਈ ਵਧ ਤੋਂ ਵਧ ਮਿਕਦਾਰ ਤੋਂ ਘੱਟ ਹੋਣ। ਅਮਰੀਕਾ ਵਰਗੇ ਮੁਲਕਾਂ ਨੇ ਤਾਂ ਇਹ ਮਿਕਦਾਰਾਂ ਤਹਿ ਕਰ ਦਿੱਤੀਆਂ ਹਨ। ਸਾਡੇ ਮੁਲਕ ਵਿਚ ਇਹ ਮਿਕਦਾਰਾਂ ਤਹਿ ਕਰਨ ਦੀ ਜ਼ਰੂਰਤ ਹੈ।

ਮਿਲਾਵਟਖੋਰੀ:

ਸਿਹਤਯਾਬ ਸਰੀਰ ਲਈ ਸਾਫ਼-ਸੁਥਰੀ, ਤਾਜ਼ੀ, ਪੂਰਣ ਖੁਰਾਕ ਇਕ ਮੁੱਢਲੀ ਲੋੜ ਹੈ। ਅੱਜਕਲ੍ਹ ਦੇ ਜ਼ਮਾਨੇ ਵਿਚ ਇਹੋ ਜਿਹੀ ਖੁਰਾਕ ਉਪਲਬਧ ਕਰਨਾ ਆਪਣੇ ਆਪ ਵਿਚ ਇਕ ਸਮੱਸਿਆ ਬਣ ਕੇ ਸਾਹਮਣੇ ਆ ਰਹੀ ਹੈ। ਜਿੱਧਰ ਵੇਖੋ ਮਿਲਾਵਟਖੋਰੀ ਦਾ ਬੋਲਬਾਲਾ ਹੈ। ਇਸਦੇ ਮੁੱਖ ਕਾਰਨ ਹਨ।

1. ਵਧਦੀ ਆਬਾਦੀ ਦੀਆਂ ਲੋੜਾਂ ਅਨੁਸਾਰ ਖੁਰਾਕ ਦੀ ਉਪਲਬਧੀ ਵਿਚ ਘਾਟ।
2. ਸਮਾਜ ਵਿਚ ਲੋਕਾਂ ਦੀ ਧਨ ਇਕੱਠੇ ਕਰਨ ਤੇ ਥੋੜ੍ਹੇ ਸਮੇਂ ਵਿਚ ਅਮੀਰ ਬਣਨ ਦੀ ਦੌੜ।
3. ਇਸ ਦੌੜ ਵਿਚ ਕਦਰਾਂ-ਕੀਮਤਾਂ ਦਾ ਨਾਸ਼। ਇਹੋ ਜਿਹੇ ਅਨਸਰਾਂ ਨੂੰ ਕੇਵਲ ਪੈਸੇ ਕਮਾਉਣ ਤੱਕ ਮਤਲਬ ਹੈ। ਇਨ੍ਹਾਂ ਭੱਦਰ ਪੁਰਸ਼ਾਂ ਨੂੰ ਇਹ ਜ਼ਰਾ ਜਿੰਨੀ ਵੀ ਚਿੰਤਾ ਨਹੀਂ ਕਿ ਸਾਡੀ ਭੈੜੀ ਕਰਤੂਤ ਕਾਰਨ ਕਿਸੇ ਦੀ ਸਿਹਤ ਖ਼ਰਾਬ ਹੋ ਸਕਦੀ ਹੈ। ਕੋਈ ਬਿਮਾਰ ਪੈ ਸਕਦਾ ਹੈ ਜਾਂ ਸਾਡੀ ਕੀਤੀ ਦਾ ਕਿਸੇ ਹੋਰ ਨੂੰ ਬਹੁਤ ਵੱਡਾ ਖਾਮਿਆਜ਼ਾ ਭੁਗਤਣਾ ਪੈ ਸਕਦਾ ਹੈ।

ਮਿਲਾਵਟ ਖੋਰੀ ਰੋਕਥਾਮ ਕਾਨੂੰਨ 1954 (Presention of Food Aduteration Act, 1954)

ਦੇਸ਼ ਦੀ ਆਜ਼ਾਦੀ ਉਪਰੰਤ 1954 ਵਿਚ ਕੇਂਦਰ ਸਰਕਾਰ ਨੇ ਇਕ ਕਾਨੂੰਨ ਪਾਸ ਕੀਤਾ ਜਿਸਦਾ ਨਾਂ ਰੱਖਿਆ ਗਿਆ ਮਿਲਾਵਟ ਖੋਰੀ ਰੋਕਥਾਮ ਕਾਨੂੰਨ 1954 (Presention of Food Aduteration Act, 1954)। ਇਸ ਕਾਨੂੰਨ ਦਾ ਨਾਂ ਹੀ ਦਸਦਾ ਹੈ ਕਿ ਸਮਾਜ ਵਿਚ ਉਸ ਵੇਲੇ ਵੀ ਮਿਲਾਵਟਖੋਰੀ ਪ੍ਰਚਲਿਤ ਸੀ ਤੇ ਇਸਨੂੰ

ਰੋਕਣ ਲਈ ਇਹ ਕਾਨੂੰਨ ਨੂੰ ਪਾਸ ਕਰਨ ਦੀ ਲੋੜ ਪਈ। ਇਸ ਕਾਨੂੰਨ ਤਹਿਤ 1955 ਵਿਚ ਕਈ ਹੋਰ ਸਿਧਾਂਤ (rules) ਬਣਾਏ ਗਏ ਜੋ ਉਦੋਂ ਤੋਂ ਹੀ ਲਾਗੂ ਹਨ। ਕੀ ਇਸ ਕਾਨੂੰਨ ਦੇ ਬਾਵਜੂਦ ਮਿਲਾਵਟਖੋਰੀ ਬੰਦ ਹੋਈ ਜਾਂ ਪਹਿਲਾਂ ਨਾਲੋਂ ਘਟੀ? ਇਸਦਾ ਜਵਾਬ ਸਾਫ਼ 'ਨਹੀਂ' ਵਿਚ ਹੀ ਹੈ। ਇਸਦੇ ਉਲਟ ਮਿਲਾਵਟਖੋਰੀ ਨਿਰੀ ਪੁਰੀ ਵਧੀ ਹੀ ਨਹੀਂ, ਇਹ ਤਾਂ ਹੁਣ ਸਾਰੇ ਹੱਦ ਬੰਨੇ ਹੀ ਟੱਪ ਗਈ। ਪਹਿਲੇ ਪਹਿਲ ਤਾਂ ਇਹ ਅਨਸਰ ਖੁਰਾਕ ਵਿਚ ਇਹੋ ਜਿਹੀ ਚੀਜ਼ ਦੀ ਮਿਲਾਵਟ ਕਰਦੇ ਸਨ ਜਿਹੜੀ ਕਿ ਸਿਹਤ ਪੱਖੋਂ ਕੋਈ ਮਾੜਾ ਅਸਰ ਨਾ ਕਰਦੀ ਹੋਵੇ। ਮਿਸਾਲ ਵਜੋਂ ਦੁੱਧ ਵਿਚ ਪਾਣੀ ਪਾ ਦੇਣਾ, ਮਹਿੰਗੇ ਤੇਲ ਵਿਚ ਸਸਤਾ ਤੇਲ ਮਿਲਾ ਦੇਣਾ ਆਦਿ। ਅੱਜਕਲ੍ਹ ਤਾਂ ਨਕਲੀ ਖੁਰਾਕ ਹੀ ਬਣਨ ਲੱਗ ਪਈ ਹੈ। ਨਕਲੀ ਦੁੱਧ (Synthetic milk) ਜੋ ਕਿ ਯੂਰੀਆ, ਕਾਸਟਿਕ, ਕਪੜੇ ਧੋਣ ਵਾਲਾ ਪਾਊਡਰ ਆਦਿ ਖ਼ਤਰਨਾਕ ਰਸਾਇਣਿਕ ਵਰਤ ਕੇ ਬਣਾਇਆ ਜਾਂਦਾ ਹੈ। ਇਸੇ ਤਰ੍ਹਾਂ ਨਕਲੀ ਖੋਆ, ਨਕਲੀ ਪਨੀਰ, ਨਕਲੀ ਮੱਖਣ, ਨਕਲੀ ਘਿਓ, ਨਕਲੀ ਮਸਾਲੇ ਕੁਝ ਵੀ ਨਕਲੀ ਮਿਲ ਸਕਦਾ ਹੈ।

ਅੱਜਕਲ੍ਹ ਤਾਂ ਕੋਈ ਐਸਾ ਖਾਧ ਪਦਾਰਥ ਨਹੀਂ ਦਿਸ ਰਿਹਾ ਜਿਸ ਵਿਚ ਕੁਝ ਨਾ ਕੁਝ ਨਾ ਮਿਲਾਇਆ ਹੋਵੇ। ਕੁਝ ਉਦਾਹਰਣ ਹੇਠ ਦਿੱਤੇ ਗਏ ਹਨ:-

	ਖਾਧ ਪਦਾਰਥ	ਮਿਲਾਵਟੀ ਅੰਸ਼	ਸਰੀਰ ਤੇ ਅਸਰ
1.	ਦੁੱਧ	1. ਪਾਣੀ 2. ਨਿਸ਼ਾਸ਼ਤਾ 3. ਕਰੀਮ ਦਾ ਕੱਢਣਾ	ਖੁਰਾਕੀ ਤੱਤਾਂ ਵਿਚ ਘਾਟ। ਪੇਟ ਗੈਸ ਤੇ ਟੱਟੀਆਂ ਲੱਗਣਾ। ਖੁਰਾਕੀ ਤੱਤ ਦੀ ਘਾਟ।
2.	ਖੋਆ ਤੇ ਪਨੀਰ	ਨਿਸ਼ਾਸ਼ਤਾ	ਪੇਟ ਗੈਸ ਤੇ ਟੱਟੀਆਂ ਲੱਗਣਾ।
3.	ਮੱਖਣ	ਬਨਸਪਤੀ ਘਿਓ	ਖੁਰਾਕੀ ਤੱਤਾਂ ਵਿਚ ਤਬਦੀਲੀ ਹਾਨੀਕਾਰਕ ਰਸਾਇਣ ਦਾ ਖਤਰਾ
4.	ਤੇਲ	1. ਆਰਜੀਮੋਨ ਦਾ ਤੇਲ 2. ਖਣਿਜ ਤੇਲ 3. ਰਿੰਡ ਦਾ ਤੇਲ 4. ਟੀ.ਓ.ਸੀ.ਪੀ. (T.O.C.P)(Triortho cresyl phosphate)	ਮੋਤੀਆ ਦੀ ਬਿਮਾਰੀ, ਅੰਗਾਂ, ਪੈਰਾਂ ਦੀ ਸੋਜਿਸ਼ ਜਿਗਰ ਦੇ ਰੋਗ ਤੇ ਕੈਂਸਰ ਦਾ ਖਤਰਾ ਉਲਟੀਆਂ, ਟੱਟੀਆਂ ਦਿਮਾਗੀ ਨਾੜੀਆਂ ਦੀ ਕਮਜ਼ੋਰੀ
5.	ਖੰਡ	1. ਚਾਕ ਦਾ ਧੂੜਾ 2. ਯੂਰੀਆ	ਪੇਟ ਦਾ ਖਰਾਬ ਹੋਣਾ ਖ਼ੂਨ ਦਾ ਦਬਾਅ ਘਟਣਾ ਪਿਸ਼ਾਬ ਦੀ ਪ੍ਰਣਾਲੀ ਤੇ ਅਸਰ
6.	ਆਈਸ ਕਰੀਮ ਤੇ ਹੋਰ ਪੀਣ ਵਾਲੇ ਪਦਾਰਥ	1. ਬਣਾਉਟੀ ਪੀਲਾ ਰੰਗ (Matanil Yellow)	ਪੁਰਸ਼ਾਂ ਦੇ ਅੰਡਕੋਸ਼ ਅਤੇ ਜਿਗਰ ਤੇ ਮਾੜਾ ਅਸਰ

7.	ਦਾਲਾਂ	1. ਕੇਸਰੀ ਦਾਲ 2. ਬਣਾਉਟੀ ਪੀਲਾ ਰੰਗ 3. ਮਿੱਟੀ, ਕੰਕਰ, ਰੇਤ, ਕੀੜੇ ਮਕੌੜੇ ਅਤੇ ਚੂਹੇ ਆਦਿ ਦੇ ਖੰਭ ਤੇ ਮੀਂਗਣਾ	ਲਕਵਾ/ਅਧਰੰਗ ਪੁਰਸਾਂ ਤੇ ਅੰਡਕੋਸ਼ ਅਤੇ ਜਿਗਰ 'ਤੇ ਮਾੜਾ ਅਸਰ ਪੇਟ ਦਾ ਖ਼ਰਾਬ ਹੋਣਾ, ਜਿਗਰ ਦੇ ਦੇ ਮਾੜਾ ਅਸਰ, ਕੈਂਸਰ ਦਾ ਖ਼ਤਰਾ
8.	ਆਟਾ, ਮੈਦਾ, ਸੂਜੀ	1. ਮਿੱਟੀ, ਕੰਕਰ ਅਤੇ ਮਕੌੜੇ ਅਤੇ ਚੂਹੇ ਆਦਿ ਦੇ ਖੰਭ ਤੇ ਮੀਂਗਣਾ	ਪੇਟ ਦਾ ਖਰਾਬ ਹੋਣਾ, ਜਿਗਰ ਤੇ ਮਾੜਾ ਅਸਰ, ਕੈਂਸਰ ਦਾ ਖ਼ਤਰਾ
9.	ਵੇਸਨ	ਕੇਸਰੀ ਦਾਲ	ਲਕਵਾ/ਅਧਰੰਗ
10.	ਕਾਲੀ ਮਿਰਚ	1. ਪਪੀਤੇ ਦੇ ਬੀਜ 2. ਹਲਕੀਆਂ ਕਾਲੀਆਂ ਬੇਰੀਆਂ ਦੇ ਬੀਜ 3. ਮਿੱਟੀ, ਘੱਟਾ, ਰੇਤ, ਮੀਂਗਣਾ ਆਦਿ	ਖੁਰਾਕੀ ਤੱਤਾਂ ਉਪਰ ਅਸਰ ਖੁਰਾਕੀ ਤੱਤਾਂ ਉਪਰ ਅਸਰ ਪੇਟ ਅਤੇ ਜਿਗਰ ਤੇ ਮਾੜਾ ਅਸਰ, ਕੈਂਸਰ ਦਾ ਖਤਰਾ
11.	ਸਰ੍ਹੋਂ/ਰਾਈ	ਆਰਜੀਮੋਨ ਬੀਜ	ਮੋਤੀਆ, ਦਿਲ ਦੀ ਬਿਮਾਰੀ, ਅੰਗਾਂ ਪੈਰਾਂ ਦੀ ਸੋਜਸ਼।
12.	ਹਲਦੀ	1. ਲੈੱਡ ਕਰੋਮੇਟ (Lead Cromate) 2. ਰੰਗਿਆ ਹੋਇਆ ਲੱਕੜ ਪੇਟ ਦਾ ਬੂਰਾ 3. ਪੀਸਿਆ ਹੋਇਆ ਚਾਕ	ਲਹੂ ਦੀ ਘਾਟ, ਲਕਵਾ, ਦਿਮਾਗ ਤੇ ਮਾੜਾ ਅਸਰ ਦੀ ਖਰਾਬੀ, ਕੈਂਸਰ ਦਾ ਖ਼ਤਰਾ ਪੇਟ ਦੀ ਖਰਾਬੀ, ਕੈਂਸਰ ਦਾ ਖ਼ਤਰਾ
13.	ਲਾਲ ਮਿਰਚ (ਪੀਸੀ ਹੋਈ)	1. ਇੱਟਾਂ ਦਾ ਖੋਰਾ 2. ਬਣਾਉਟੀ ਰੰਗ	ਪੇਟ ਦੀ ਖਰਾਬੀ ਜਿਗਰ ਦੀ ਖਰਾਬੀ, ਕੈਂਸਰ ਦਾ ਖਤਰਾ
14.	ਚਾਹ ਦੀ ਪੱਤੀ	1. ਵਰਤੀ ਹੋਈ ਚਾਹ ਪੱਤੀ 2. ਮਾਂਹ ਦਾ ਛਿਲਕਾ ਤੇ ਰੰਗ 3. ਲੋਹੇ ਦੀਆਂ ਪਰਤਾਂ	ਕੈਂਸਰ ਤੇ ਹੋਰ ਬਿਮਾਰੀਆਂ ਖੁਰਾਕ ਦੀ ਨਲੀ ਤੇ ਮਾੜਾ ਅਸਰ। ਪੇਟ ਤੇ ਜਿਗਰ ਉਤੇ ਮਾੜਾ ਅਸਰ
15.	ਅਨਾਜ	1. ਮਿੱਟੀ, ਰੇਤ, ਰੋੜੀ, ਖਰਾਬ, ਬਿਮਾਰੀ ਵਾਲੇ ਦਾਣੇ, ਕੀੜੇ-ਮਕੌੜਿਆਂ ਦੇ ਖੰਭ ਤੇ ਮੀਂਗਣਾ ਆਦਿ 2. ਆਰਜੀਮੋਨ ਬੀਜ	ਪੇਟ ਤੇ ਜਿਗਰ ਉਤੇ ਮਾੜਾ ਅਸਰ ਮੋਤੀਆ, ਦਿਲ ਦੀ ਬੀਮਾਰੀ ਅੰਗਾਂ ਪੈਰਾਂ ਦਾ ਸੁੱਜਣਾ।
16.	ਸੇਲਾ ਚੌਲ	ਵਰਜਿਤ ਪੀਲਾ ਰੰਗ	ਪੁਰਸ਼ਾਂ ਦੇ ਅੰਡਕੋਸ਼ ਅਤੇ ਜਿਗਰ ਉੱਤੇ ਮਾੜਾ ਅਸਰ

ਇਸ ਕਾਨੂੰਨ ਦਾ ਮੰਤਵ ਸੀ ਖਪਤਕਾਰਾਂ ਨੂੰ ਇਕ ਸ਼ੁੱਧ, ਸਾਫ਼ ਤੇ ਪੂਰਣ ਖੁਰਾਕ ਉਪਲਬਧ ਕਰਾਉਣਾ ਅਤੇ ਉਤਪਾਦਕਾਂ ਤੇ ਵਿਉਪਾਰੀਆਂ ਦੀਆਂ ਭੈੜੀਆਂ ਕਰਤੂਤਾਂ ਤੋਂ ਬਚਾਉਣਾ। ਕਾਨੂੰਨ ਮੁਤਾਬਿਕ ਮਿਲਾਵਟ ਨੂੰ ਇਸ ਤਰ੍ਹਾਂ ਦਰਸਾਇਆ ਗਿਆ ਹੈ।

1. ਕਿਸੇ ਖਾਧ ਪਦਾਰਥ ਵਿਚ ਕਿਸੇ ਘਟੀਆ ਤੇ ਸਸਤੀ ਚੀਜ਼ ਦਾ ਮਿਲਾਉਣਾ।
2. ਖਾਧ ਪਦਾਰਥ ਵਿਚ ਇਹੋ ਜਿਹੇ ਰੰਗ, ਖ਼ੁਸ਼ਬੂਦਾਰ ਜਾਂ ਹੋਰ ਇਹੋ ਜਿਹੀਆਂ ਵਸਤਾਂ ਵਰਤਣਾ ਜੋ ਕਿ ਇਸ ਕਾਨੂੰਨਂ ਵਿਚ ਵਰਜਿਤ ਹੋਣ।
3. ਕਿਸੇ ਪਦਾਰਥ ਵਿਚੋਂ ਕਿਸੇ ਖੁਰਾਕੀ ਤੱਤ ਨੂੰ ਕੁਝ ਜਾਂ ਪੂਰੀ ਮਿਕਦਾਰ ਵਿਚ ਕੱਢ ਲੈਣਾ।
4. ਕਿਸੇ ਖੁਰਾਕੀ ਤੱਤ ਨੂੰ ਕੁਝ ਜਾਂ ਪੂਰੀ ਤਰ੍ਹਾਂ ਕੱਢਕੇ ਉਸਦੀ ਥਾਂ ਕਿਸੇ ਹੋਰ ਵਸਤੂ ਨੂੰ ਪਾ ਦੇਣਾ।
5. ਖੁਰਾਕ ਨੂੰ ਸੋਧਣ ਲਈ ਕੋਈ ਇਹੋ ਜਿਹਾ ਗ਼ਲਤ ਤਰੀਕਾ ਅਪਣਾਉਣਾ ਜਿਸ ਨਾਲ ਪਦਾਰਥ ਦੀ ਸ਼ੁਧਤਾ, ਗੁਣਵੱਤਾ ਜਾਂ ਪੂਰਣਤਾ ਤੇ ਮਾੜਾ ਅਸਰ ਹੋਣਾ।
6. ਕਿਸੇ ਮਾੜੀ ਖੁਰਾਕ ਨੂੰ ਰੰਗ, ਖੁਸ਼ਬੂ ਜਾ ਹੋਰ ਚੀਜ਼ ਵਰਤ ਕੇ ਪੈਕ ਜਾਂ ਡੱਬਾ ਬੰਦ ਕਰਕੇ, ਵਧੀਆ ਚੀਜ਼ ਬਣਾਕੇ ਪੇਸ਼ ਕਰਨਾ।
7. ਖਪਤਕਾਰ ਨੂੰ ਇਹੋ ਜਿਹੀ ਚੀਜ਼ ਵੇਚਣ ਦੀ ਕੋਸ਼ਿਸ਼ ਕਰਨਾ ਜਿਸ ਵਿਜ ਕੀੜੇ, ਸੁੰਡ ਜਾਂ ਉੱਲੀ ਹੋਵੇ ਜਾਂ ਜੋ ਖ਼ਰਾਬ ਹੋ ਗਈ ਹੋਵੇ।
8. ਜਿਸ ਪਦਾਰਥ ਵਿਚ ਕੀਟਨਾਸ਼ਕ ਤੇ ਹੋਰ ਜ਼ਹਿਰਾਂ ਦੀ ਅਸ਼ੁਧੀ (Contamination) ਹੋਵੇ।
9. ਜਿਸ ਵਿਚ ਇਸ ਕਾਨੂੰਨ ਤਹਿਤ ਪ੍ਰਵਾਨਤ ਰੰਗ ਤੇ ਹੋਰ ਰਿਸਾਇਣ ਮਿਥੀਆਂ ਗਈਆਂ ਮਿਕਦਾਰਾਂ ਤੋਂ ਜ਼ਿਆਦਾ ਪਾਏ ਗਏ ਹੋਣ।

ਇਸ ਕਾਨੂੰਨ ਵਿਚ ਉਤਪਾਦਕ ਨੂੰ ਖਾਸ ਹਦਾਇਤਾਂ ਹਨ ਕਿ ਖਾਧ ਪਦਾਰਥ ਨੂੰ ਇਕ ਵਧੀਆ ਤਰੀਕੇ ਨਾਲ ਪੈਕ ਜਾਂ ਡੱਬੇ ਬੰਦ ਕਰੇ। ਇਸ ਪੈਕ ਉਪਰ ਖਾਧ ਪਦਾਰਥ ਦਾ ਨਾਂ, ਉਤਪਾਦਕ ਦਾ ਨਾਂ ਤੇ ਪਤਾ, ਇਸ ਵਿਚ ਵਰਤੇ ਗਏ ਰਸਾਇਣ, ਇਸਦਾ ਭਾਰ, ਬਣਾਉਣ ਦੀ ਤਾਰੀਖ ਆਦਿ ਜ਼ਰੂਰ ਦਿੱਤੇ ਗਏ ਹੋਣ।

ਇਸੇ ਤਰ੍ਹਾਂ ਇਕ ਵਿਉਪਾਰੀ ਜਾਂ ਦੁਕਾਨਦਾਰ ਇਹੋ ਜਿਹੀਆਂ ਚੀਜ਼ਾਂ ਵੇਚ ਨਹੀਂ ਸਕਦਾ ਜਿਨ੍ਹਾਂ ਵਿਚ ਉਪਰ ਦਰਸਾਈ ਗਈ ਕਿਸੇ ਤਰ੍ਹਾਂ ਦੀ ਮਿਲਾਵਟ ਹੋਵੇ ਜਾਂ ਪਦਾਰਥ ਵਿਚ ਕਿਸੇ ਮਰੇ ਹੋਏ ਪਸ਼ੂ ਜਾਂ ਪੰਛੀ ਦਾ ਮਾਸ ਆਦਿ ਵਰਤਿਆ ਗਿਆ ਹੋਵੇ।

ਗੁਣਵੱਤਾ ਤੇ ਮਿਆਰ (Standards):

ਇਸ ਕਾਨੂੰਨ ਤਹਿਤ ਵੱਖ-ਵੱਖ ਕਿਸਮਾਂ ਦੇ ਖਾਧ ਪਦਾਰਥਾਂ ਦੇ ਗੁਣਵੱਤਾ ਪ੍ਰਤੀ ਮਿਆਰ ਦਿੱਤੇ ਗਏ ਹਨ। ਹਰ ਇਕ ਉਤਪਾਦਕ ਨੂੰ ਇਹ ਖਾਸ ਹਦਾਇਤ ਹੈ ਕਿ ਉਸਦੇ ਪਦਾਰਥ ਵਿਚ ਇਹ ਮਿਆਰ ਜਿਹੜੇ ਕਿ ਇਕ ਨੀਵੀਂ (ਘੱਟ ਤੋਂ ਘੱਟ) ਪੱਧਰ ਦੀ

ਗੁਣਵੱਤਾ ਵਾਲੇ ਮਿਆਰ ਹਨ, ਉੱਤੇ ਜ਼ਰੂਰ ਪੂਰੇ ਉਤਰਨ। ਖਾਧ ਪਦਾਰਥਾਂ ਦੀ ਗੁਣਵੱਤਾ ਕਿਸੇ ਸੂਰਤ ਵਿਚ ਇਸ ਤੋਂ ਘੱਟ ਨਹੀਂ ਹੋਣੀ ਚਾਹੀਦੀ। ਜਿਹੜੇ ਉਤਪਾਦਕਾਂ ਦੇ ਤਿਆਰ ਕੀਤੇ ਪਦਾਰਥ ਇਨ੍ਹਾਂ ਮਿਆਰਾਂ ਉਤੇ ਪੂਰੇ ਨਾ ਉਤਰਨ ਉਨ੍ਹਾਂ ਨੂੰ ਉਤਪਾਦਕਾਂ ਲਈ ਸਜ਼ਾ ਵੀ ਦਰਸਾਈ ਗਈ ਹੈ। ਇਹ1000 ਰੁਪਏ ਜ਼ੁਰਮਾਨੇ ਤੋਂ 6 ਸਾਲ ਤੱਕ ਦੀ ਜੇਲ੍ਹ ਹੋ ਸਕਦੀ ਹੈ। ਜੇਕਰ ਮਿਲਾਵਟੀ ਪਦਾਰਥ ਖਪਤਕਾਰ ਦੀ ਮੌਤ ਦਾ ਕਾਰਨ ਬਣ ਜਾਂਦਾ ਹੈ ਤਾਂ ਉਤਪਾਦਕ ਨੂੰ ਉਮਰ ਕੈਦ ਨਾਲ 5000 ਤੱਕ ਦਾ ਜ਼ੁਰਮਾਨਾ ਹੋ ਸਕਦਾ ਹੈ।

ਬਣਤਰ:

ਮਿਲਾਵਟਖੋਰੀ ਨੂੰ ਰੋਕਣ ਲਈ ਕਾਨੂੰਨ ਤਹਿਤ ਇਕ ਯੋਗ ਪ੍ਰਣਾਲੀ ਵੀ ਤਹਿ ਕੀਤੀ ਗਈ ਹੈ। ਇਸ ਤਹਿਤ ਇਕ ਕੇਂਦਰੀ ਉੱਚ ਪੱਧਰੀ ਕਮੇਟੀ (Central Committee for Food Standards) (CCFS) ਸਥਾਪਤ ਕੀਤੀ ਗਈ ਹੈ ਜੋ ਕਿ ਵੱਖ-ਵੱਖ ਪਦਾਰਥਾਂ ਦੀ ਗੁਣਵੱਤਾ ਬਾਰੇ ਮਿਆਰ ਤਹਿ ਕਰਦੀ ਹੈ। ਇਸ ਕਾਨੂੰਨ ਤਹਿਤ ਕੇਂਦਰੀ ਖਾਧ ਪਦਾਰਥਾਂ ਦੀਆਂ ਵਿਸ਼ਲੇਸ਼ਣ ਪ੍ਰਯੋਗਸ਼ਾਲਾਵਾਂ (Central Food Laboratories) ਸਥਾਪਤ ਕੀਤੀਆਂ ਗਈਆਂ ਹਨ। ਇਸ ਵੇਲੇ ਦੇਸ਼ ਭਰ ਵਿਚ ਇਹੋ ਜਿਹੀਆਂ ਚਾਰ ਪ੍ਰਯੋਗਸ਼ਾਲਾਵਾਂ ਹਨ ਜੋ ਕਿ ਗਾਜੀਆਬਾਦ, ਕਲਕੱਤਾ, ਪੂਨੇ ਅਤੇ ਮੈਸੂਰ ਵਿਚ ਸਥਾਪਤ ਹਨ। ਇਹ ਇਕ ਤਰ੍ਹਾਂ ਦੀਆਂ ਅੰਤਮ ਫ਼ੈਸਲਾਕੁੰਨ ਪ੍ਰਯੋਗਸ਼ਾਲਾਵਾਂ ਹਨ।

ਇਨ੍ਹਾਂ ਤੋਂ ਇਲਾਵਾ ਇਹੋ ਜਿਹੀਆਂ ਪ੍ਰਯੋਗਸ਼ਾਲਾ ਪ੍ਰਾਂਤ, ਮਿਊਂਸਪੈਲਟੀ ਜਾਂ ਕਾਰਪੋਰੇਸ਼ਨ ਦੇ ਪੱਧਰ ਉੱਤੇ ਵੀ ਸਥਾਪਤ ਕੀਤੀਆਂ ਗਈਆਂ ਹਨ।

ਕਿਸੇ ਵੀ ਖਾਧ ਪਦਾਰਥ ਦੇ ਜੋ ਨਮੂਨੇ ਭਰੇ ਜਾਂਦੇ ਹਨ, ਇਨ੍ਹਾਂ ਪ੍ਰਯੋਗਸ਼ਾਲਾਵਾਂ ਨੂੰ ਨਿਰੀਖਣ/ਵਿਸ਼ਲੇਸ਼ਣ ਲਈ ਭੇਜੇ ਜਾਂਦੇ ਹਨ। ਨਮੂਨਿਆਂ ਦੀ ਨਿਰੀਖਣ ਦੀ ਜ਼ਿੰਮੇਵਾਰੀ ਸਰਕਾਰੀ ਨਿਰੀਖਿਕ (Public Analyst) ਦੀ ਤਹਿ ਕੀਤੀ ਗਈ ਹੈ। ਇਹ ਸਰਕਾਰੀ ਨਿਰੀਖਿਕ ਹੀ ਕਚਿਹਰੀ ਵਿਚ ਆਪਣਾ ਪੱਖ ਪੇਸ਼ ਕਰਦਾ ਹੈ।

ਸਾਰੀਆਂ ਪ੍ਰਯੋਗਸ਼ਾਲਾਵਾਂ ਲਈ ਸਰਕਾਰੀ ਨਿਰੀਖਕ ਚੁਣਨ ਦੀ ਜ਼ਿੰਮੇਵਾਰੀ ਇਕ ਉਚ ਪੱਧਰੀ ਕੇਂਦਰੀ ਸਰਕਾਰੀ ਨਿਰੀਖਿਕ ਬੋਰਡ (Central Public Analyst Board) ਨੂੰ ਸੌਂਪੀ ਗਈ ਹੈ। ਲੇਖਕ ਨੂੰ ਕੋਈ 24 ਸਾਲ ਇਸ ਬੋਰਡ ਦਾ ਮੈਂਬਰ ਹੋਣ ਦਾ ਸੁਭਾਗ ਪ੍ਰਾਪਤ ਹੋਇਆ ਹੈ। ਇਹ ਬੋਰਡ ਹਰ ਸਾਲ ਜੋ ਵਿਅਕਤੀ ਤਹਿ ਕੀਤੀਆਂ ਸ਼ਰਤਾਂ ਉਤੇ ਪੂਰੇ ਉਤਰਦੇ ਹਨ, ਉਨ੍ਹਾਂ ਪਾਸੋਂ ਦਰਖਾਸਤਾਂ ਮੰਗਦਾ ਹੈ। ਫਿਰ ਉਨ੍ਹਾਂ ਵਿਅਕਤੀਆਂ ਦਾ ਲਿਖਤੀ ਇਮਤਿਹਾਨ ਲੈਂਦਾ ਹੈ। ਜੋ ਇਸ ਵਿਚੋਂ ਪਾਸ ਹੁੰਦੇ ਹਨ ਉਨ੍ਹਾਂ ਦੀ ਮੌਖਿਕ ਪ੍ਰੀਖਿਆ (Vivavoce) ਲਈ ਜਾਂਦੀ ਹੈ। ਜੋ ਇਨ੍ਹਾਂ ਦੋਹਾਂ ਵਿਚੋਂ ਪਾਸ ਹੋ ਜਾਂਦੇ ਹਨ, ਉਹ ਵਿਅਕਤੀ ਹੀ ਸਰਕਾਰੀ ਨਿਰੀਖਿਕ ਨਿਯੁਕਤ ਕੀਤੇ ਜਾ ਸਕਦੇ ਹਨ ਤੇ ਉਹ ਹੀ ਕਚਿਹਰੀ ਵਿਚ ਸਰਕਾਰੀ ਪੱਖ ਰੱਖ ਸਕਦੇ ਹਨ। ਮੈਨੂੰ ਇਹ ਸੋਚਕੇ ਬੜੀ ਸੰਤੁਸ਼ਟੀ

ਮਿਲਦੀ ਹੈ ਕਿ ਇਹ ਬੋਰਡ ਬਿਨਾਂ ਕਿਸੇ ਪੱਖਪਾਤ ਜਾਂ ਦਬਾਅ ਦੇ ਕੇਵਲ ਯੋਗ ਵਿਅਕਤੀਆਂ ਨੂੰ ਹੀ ਪਾਸ ਕਰਾਰ ਦਿੰਦਾ ਰਿਹਾ ਹੈ।

ਸਥਾਨਕ ਅਧਿਕਾਰੀ (Local Authority):

ਪ੍ਰਾਂਤਕ ਸਰਕਾਰ ਸਿਹਤ ਵਿਭਾਗ ਤਹਿਤ ਸਥਾਨਿਕ (ਸਿਹਤ) ਅਧਿਕਾਰੀ ਦੀ ਨਿਯੁਕਤੀ ਕਰਦੀ ਹੈ, ਜਿਹੜਾ ਕਿ ਆਮ ਤੌਰ 'ਤੇ ਜ਼ਿਲ੍ਹਾ ਪੱਧਰ ਉਤੇ ਸਿਵਲ ਸਰਜਨ (Chief Medical Officer) ਹੁੰਦਾ ਹੈ। ਇਸ ਅਧਿਕਾਰੀ ਤਹਿਤ ਕੁਝ ਖੁਰਾਕ ਨਿਰੀਖਿਕ (Food Inspector) ਤਾਇਨਾਤ ਹੁੰਦੇ ਹਨ। ਇਨ੍ਹਾਂ ਇੰਸਪੈਕਟਰਾਂ ਨੂੰ ਇਹ ਅਧਿਕਾਰ ਹੁੰਦਾ ਹੈ ਕਿ ਇਹ ਕਿਸੇ ਦੁਕਾਨਦਾਰ, ਫੈਕਟਰੀ ਜਾਂ ਗੁਦਾਮ ਦਾ ਮੁਆਇਨਾ ਕਰਨ ਤੇ ਖਾਧ ਪਦਾਰਥ ਦੇ ਨਮੂਨੇ ਲੈ ਸਕਦੇ ਹਨ ਤੇ ਇਹਨੂੰ ਤਿੰਨ ਭਾਗਾਂ ਵਿਚ ਵੰਡ ਸਕਦੇ ਹਨ। ਇਕ ਭਾਗ ਪ੍ਰਯੋਗਸ਼ਾਲਾ ਨੂੰ ਨਿਰੀਖਣ ਲਈ ਭੇਜ ਦਿੱਤਾ ਜਾਂਦਾ ਹੈ। ਦੋ ਸਥਾਨਕ ਅਧਿਕਾਰੀ ਪਾਸ ਰਹਿੰਦੇ ਹਨ। ਜਿਨ੍ਹਾਂ ਵਿਚੋਂ ਲੋੜ ਪੈਣ ਤੇ ਇਕ ਦੁਬਾਰਾ ਨਿਰੀਖਣ ਲਈ ਭੇਜ ਦਿੱਤਾ ਜਾਂਦਾ ਹੈ ਤੇ ਇਕ ਅਦਾਲਤ ਵਿਚ ਪੇਸ਼ ਕਰਨ ਲਈ ਰੱਖਿਆ ਜਾਂਦਾ ਹੈ।

ਇਸ ਤਰ੍ਹਾਂ ਇਸ ਕਾਨੂੰਨ ਤਹਿਤ ਮਿਲਾਵਟਖੋਰੀ ਰੋਕਣ ਲਈ ਬੜੀ ਸੁਚੱਜੀ ਪ੍ਰਣਾਲੀ ਸਥਾਪਤ ਕੀਤੀ ਗਈ ਹੈ। ਪਰ ਫਿਰ ਵੀ ਇਹ ਪ੍ਰਣਾਲੀ ਆਪਣੇ ਮਕਸਦ ਵਿਚ ਪੂਰੀ ਤਰ੍ਹਾਂ ਸਫ਼ਲ ਨਹੀਂ ਹੋ ਸਕੀ। ਇਸ ਵਿਚ ਮੁੱਢਲੇ ਕਾਰਨ ਉਹੀ ਹਨ ਜੋ ਉੱਪਰ ਦਰਸਾਏ ਗਏ ਹਨ। ਇਸ ਤੋਂ ਇਲਾਵਾ ਕੁਝ ਅੰਦਰੂਨੀ ਖਾਮੀਆਂ ਵੀ ਹਨ ਜਿਵੇਂ ਕਿ ਨਮੂਨਾ ਭਰਨ ਤੋਂ ਨਿਰੀਖਣ ਕਰਨ ਤੇ ਰਿਪੋਰਟ ਮਿਲਣ ਤੀਕ ਬਹੁਤ ਦੇਰੀ ਦਾ ਹੋ ਜਾਣਾ। ਕਈ ਵਾਰ ਨਮੂਨੇ ਪ੍ਰਯੋਗਸ਼ਾਲਾ ਪਹੁੰਚਣ ਤੱਕ ਹੀ ਨਸ਼ਟ ਹੋ ਜਾਂਦੇ ਹਨ। ਕਈ ਵਾਰ ਅਸਰ ਰਸੂਖ ਤਹਿਤ ਨਮੂਨੇ ਬਦਲ ਦਿੱਤੇ ਜਾਂਦੇ ਹਨ। ਪ੍ਰਯੋਗਸ਼ਾਲਾ ਵਿਚ ਸਮੇਂ ਅਨੁਸਾਰ ਅਧੁਨਿਕਤਾ ਦੀ ਘਾਟ। ਪ੍ਰਯੋਗਸ਼ਾਲਾ ਵਿਚ ਕੈਮਿਸਟਾਂ ਦੀ ਗਿਣਤੀ ਤੇ ਉਨ੍ਹਾਂ ਦੀ ਮੁੜ ਸਿਖਲਾਈ ਦੀ ਘਾਟ।

ਕੋਈ 50 ਸਾਲ ਤੋਂ ਬਾਅਦ ਕੇਂਦਰੀ ਸਰਕਾਰ ਨੂੰ ਇਹ ਮਹਿਸੂਸ ਹੋਇਆ ਕਿ ਇਸ ਕਾਨੂੰਨ ਦੀ ਮੁੜ ਸਮੀਖਿਆ ਕੀਤੀ ਜਾਵੇ ਤੇ ਲੋੜ ਅਨੁਸਾਰ ਤਬਦੀਲੀ ਲਿਆਂਦੀ ਜਾਵੇ। ਬੜੀ ਸੋਚ ਵਿਚਾਰ ਤੋਂ ਬਾਅਦ ਸਰਕਾਰ ਨੇ ਇਕ ਕਾਨੂੰਨ 'Food Safety and Standards Act 2006' ਖੁਰਾਕ ਸੁਰੱਖਿਆ ਅਤੇ ਮਿਆਰ ਕਾਨੂੰਨ, 2006 ਪਾਸ ਕੀਤਾ।

ਖੁਰਾਕੀ ਸੁਰੱਖਿਆ ਅਤੇ ਮਿਆਰ ਕਾਨੂੰਨ-2006 (Food Safety and Standards Act-2006):

ਖੁਰਾਕੀ ਮਿਲਾਵਟ ਖੋਰੀ ਕਾਨੂੰਨ 1954 ਤੋਂ ਇਲਾਵਾ ਵਕਤ-ਵਕਤ ਤੇ ਸਰਕਾਰ ਨੇ ਕਈ ਹੋਰ ਕਾਨੂੰਨ ਤੇ ਹੁਕਮ (Order) ਪਾਸ ਕੀਤੇ ਹਨ। ਇਨ੍ਹਾਂ ਵਿਚ ਕੁਝ ਇਸ ਤਰ੍ਹਾਂ ਹਨ:-

ਦੁੱਧ ਤੇ ਦੁੱਧ ਪਦਾਰਥ ਹੁਕਮ, 1992
(Milk and Milk Products Order,1992)
ਫ਼ਲਾਂ ਦੇ ਪਦਾਰਥਾਂ ਬਾਰੇ ਹੁਕਮ, 1955
(Fruit Product Order, 1955)
ਮੀਟ ਤੋਂ ਬਣੇ ਪਦਾਰਥਾਂ ਬਾਰੇ ਹੁਕਮ, 1973
(Meat Food Products Order, 1973)
ਬਨਸਪਤੀ ਤੇਲ ਪਦਾਰਥਾਂ ਬਾਰੇ ਹੁਕਮ, 1947
(The Vegetable Oil Products Order, 1947)
ਖਾਣ ਪੀਣ ਦੇ ਤੇਲਾਂ ਦੇ ਡੱਬਾ ਬੰਦੀ ਬਾਰੇ ਹੁਕਮ, 1998
(The edible oil packing Orders, 1998)
ਘੋਲਣਸ਼ੀਲ ਰਸਾਇਣਾਂ ਨਾਲ ਤੇਲ ਕੱਢਣ, ਖਲ ਤੇ ਖਾਣ ਵਾਲੇ ਆਟੇ ਸੰਬੰਧੀ ਹੁਕਮ, 1967
(The Solvent extraction oil, De-oiled Meat and Edible Flour Order, 1967)

ਇਨ੍ਹਾਂ ਕਾਨੂੰਨਾਂ ਦੀ ਗਿਣਤੀ ਇੰਨੀ ਹੋ ਗਈ ਕਿ ਇਹ ਸਮਝਿਆ ਜਾਣ ਲੱਗ ਪਿਆ ਕਿ ਵਾਸਤਵ ਵਿਚ ਇੰਨੇ ਕਾਨੂੰਨਾਂ ਦੀ ਕੀ ਲੋੜ ਹੈ? ਇਹ ਭੀ ਸਮਝਿਆ ਜਾਣ ਲੱਗ ਪਿਆ ਕਿ ਇੰਨੇ ਜ਼ਿਆਦਾ ਕਾਨੂੰਨ ਫ਼ਾਇਦੇ ਦੀ ਬਜਾਏ ਭੰਬਲਭੂਸੇ ਪੈਦਾ ਕਰਦੇ ਹਨ। ਸੋ ਇਹ ਜ਼ਰੂਰਤ ਮਹਿਸੂਸ ਹੋਈ ਕਿ ਇਨ੍ਹਾਂ ਸਭ ਨੂੰ ਇਕੱਠੇ ਕਰਕੇ ਇਕ ਹੀ ਕਾਨੂੰਨ ਬਣਾ ਦਿੱਤਾ ਜਾਵੇ ਜੋ ਸਭ ਲੋੜਾਂ ਪੂਰੀਆਂ ਕਰ ਸਕਦਾ ਹੋਵੇ।

ਸੋ ਕੇਂਦਰ ਸਰਕਾਰ ਨੇ ਖੁਰਾਕੀ ਸੁਰੱਖਿਆ ਤੇ ਮਿਆਰ ਕਾਨੂੰਨ, 23 ਅਗਸਤ, 2006 ਨੂੰ ਪਾਸ ਕੀਤਾ। ਇਸ ਕਾਨੂੰਨ ਦਾ ਮੰਤਵ ਖੁਰਾਕ ਬਾਰੇ ਕਾਨੂੰਨਾਂ ਨੂੰ ਇਕ ਲੜੀ ਵਿਚ ਪਰੋਕੇ ਇਕ ਕਾਨੂੰਨ ਬਣਾਉਣਾ ਸੀ। ਇਸ ਕਾਨੂੰਨ ਰਾਹੀਂ ਮਿਲਾਵਟ ਖੋਰੀ ਰੋਕਣ ਦੇ ਨਾਲ-ਨਾਲ ਸਾਇੰਸ ਦੇ ਆਧਾਰ ਤੇ ਵੱਖ-ਵੱਖ ਪਦਾਰਥਾਂ ਦੇ ਮਿਆਰ ਤਹਿ ਕਰਨੇ, ਇਨ੍ਹਾਂ ਪਦਾਰਥਾਂ ਦੇ ਉਤਪਾਦਨ ਤੇ ਵਿਉਪਾਰ ਵਿਚ ਲੱਗੇ ਵਿਅਕਤੀਆਂ ਲਈ ਸੇਧ ਦੇਣਾ ਅਤੇ ਖਪਤਕਾਰਾਂ ਨੂੰ ਵਧੀਆ ਸਾਫ਼, ਸੁਧਰੇ, ਪੂਰਨ ਖਾਧ ਪਦਾਰਥ ਉਪਲਬਧ ਕਰਨਾ ਹੈ। ਇਸ ਕਾਨੂੰਨ ਤਹਿਤ ਇਕ ਖੁਰਾਕੀ ਸੁਰੱਖਿਆ ਕਮਿਸ਼ਨਰ ਨਿਯੁਕਤ ਕਰਨ ਅਤੇ ਇਕ ਉਚ ਪੱਧਰੀ ਕੇਂਦਰੀ ਖੁਰਾਕ ਕਮੇਟੀ (Food Authority) ਦੀ ਸਥਾਪਨਾ ਕਰਨ ਦੀ ਵਿਵਸਥਾ ਹੈ। ਇਸ ਕੇਂਦਰੀ ਕਮੇਟੀ ਅਧੀਨ ਸਾਇੰਸਦਾਨਾਂ ਦੀ ਕਮੇਟੀ ਵੀ ਸਥਾਪਤ ਹੋਵੇਗੀ। ਪ੍ਰਾਂਤਿਕ ਪੱਧਰ ਉੱਤੇ ਵੀ ਖੁਰਾਕੀ ਕਮਿਸ਼ਨਰ, ਖੁਰਾਕੀ ਸੁਰੱਖਿਆ ਅਫ਼ਸਰ ਅਤੇ ਨਿਰੀਖਕ ਨਿਯੁਕਤ ਕਰਨ ਦੀ ਵਿਵਸਥਾ ਹੈ। ਇਸੇ ਤਰ੍ਹਾਂ ਜ਼ਿਲ੍ਹਾ ਪੱਧਰ ਉੱਤੇ ਵੀ ਖੁਰਾਕ ਸੁਰੱਖਿਆ ਅਧਿਕਾਰੀ ਨਿਯੁਕਤ ਕੀਤੇ ਜਾਣਗੇ। ਉਨ੍ਹਾਂ ਨੂੰ ਕਿਸੇ ਵੀ ਦੁਕਾਨ, ਫ਼ੈਕਟਰੀ, ਗੁਦਾਮ ਤੇ ਉਤਪਾਦਨ ਸਥਾਨ ਦਾ ਮੁਆਇਨਾ ਕਰਨ ਅਤੇ ਨਮੂਨੇ ਭਰਨ ਦੇ ਪੂਰੇ ਅਧਿਕਾਰ ਦਿੱਤੇ ਗਏ ਹਨ। ਇਸ ਕਾਨੂੰਨ ਅਨੁਸਾਰ ਖਰੀਦਦਾਰ ਜਾਂ

ਖਪਤਕਾਰ ਨੂੰ ਇਹ ਅਧਿਕਾਰ ਹੈ ਕਿ ਉਹ ਵੀ ਕਿਸੇ ਖਾਧ ਪਦਾਰਥ ਦਾ ਪ੍ਰੀਖਣ ਕਰ ਸਕਦਾ ਹੈ।

ਖੁਰਾਕ ਅਫ਼ਸਰ ਨਮੂਨੇ ਦਾ ਨਿਰੀਖਣ/ਵਿਸ਼ਲੇਸ਼ਣ ਨਿਰੀਖਕ (Analyst) ਪਾਸੋਂ ਕਰਾਏਗਾ। ਇਸ ਦੀ ਰਿਪੋਰਟ ਨਿਰੀਖਕ 14 ਦਿਨਾਂ ਵਿਚ ਭੇਜੇਗਾ। ਜੇਕਰ ਰਿਪੋਰਟ ਮੁਤਾਬਿਕ ਨਮੂਨਾ ਫੇਲ੍ਹ ਹੋ ਜਾਂਦਾ ਹੈ ਤਾਂ ਸੰਬੰਧਤ ਵਿਅਕਤੀ ਉਤੇ ਮੁਕੱਦਮਾ ਦਾਇਰ ਕੀਤਾ ਜਾ ਸਕਦਾ ਹੈ।

ਅਪਰਾਧ ਦੀ ਤੀਬਰਤਾ ਅਨੁਸਾਰ ਵੱਖ-ਵੱਖ ਅਪਰਾਧਾਂ ਲਈ ਵੱਖ-ਵੱਖ ਤਰ੍ਹਾਂ ਦੀਆਂ ਸਜ਼ਾਵਾਂ ਜਿਹੜੀਆਂ ਕਿ ਲੱਖਾਂ ਰੁਪਏ ਜ਼ੁਰਮਾਨਾ ਤੇ ਸਾਲਾਂ ਬੱਧੀ ਕੈਦ ਹੋ ਸਕਦੀ ਹੈ, ਇਸ ਕਾਨੂੰਨ ਵਿਚ ਵਿਸਥਾਰ ਪੂਰਵਕ ਦਰਸਾਈਆਂ ਗਈਆਂ ਹਨ।

ਨਿਸ਼ਚਿਤ ਤੌਰ 'ਤੇ ਇਹ ਕਾਨੂੰਨ ਪਹਿਲੇ ਮਿਲਾਵਟ ਖੋਰੀ ਰੋਕੂ ਕਾਨੂੰਨਾਂ ਨਾਲੋਂ ਵੱਧ ਸਖ਼ਤ ਹੈ। ਪਹਿਲੇ ਕਾਨੂੰਨ ਵਿਚ ਕੁਝ ਕਮੀਆਂ ਸਾਹਮਣੇ ਦਿਸ ਰਹੀਆਂ ਹਨ। ਉਨ੍ਹਾਂ ਨੂੰ ਦੂਰ ਕਰਨ ਦੀ ਕੋਸ਼ਿਸ਼ ਕੀਤੀ ਗਈ ਹੈ। ਇਹ ਆਉਣ ਵਾਲਾ ਸਮਾਂ ਹੀ ਦੱਸੇਗਾ ਕਿ ਇਹ ਕਾਨੂੰਨ ਆਪਣੇ ਮੰਤਵ ਵਿਚ ਕਿੰਨਾ ਕੁ ਸਫ਼ਲ ਰਹੇਗਾ ਤੇ ਇਸ ਦੀ ਕਾਰਗੁਜ਼ਾਰੀ 1954 ਵਾਲੇ ਕਾਨੂੰਨ ਨਾਲੋਂ ਕਿਤਨੀ ਕੁ ਚੰਗੀ ਹੋਵੇਗੀ।

ਫਿਰ ਵੀ ਮੇਰੀ ਸੋਚ ਅਨੁਸਾਰ ਇਕੱਲੀ ਸਰਕਾਰ ਦੇ ਉਪਰਾਲਿਆਂ ਦਾ ਪੂਰੀ ਤਰ੍ਹਾਂ ਕਾਰਗਾਰ ਸਿੱਧ ਹੋਣਾ ਮੁਸ਼ਕਿਲ ਜਾਪਦਾ ਹੈ। ਇਸ ਲਈ ਆਮ ਪਬਲਿਕ ਨੂੰ ਸਾਹਮਣੇ ਆਉਣਾ ਪਵੇਗਾ। ਜਿਸ ਸਥਾਨ ਉੱਤੇ ਮਿਲਾਵਟ ਖੋਰੀ ਦਾ ਧੰਦਾ ਚੱਲ ਰਿਹਾ ਹੁੰਦਾ ਹੈ, ਉਸਦੀ ਭਿਣਕ ਸਭ ਤੋਂ ਪਹਿਲਾਂ ਸਥਾਨਕ ਵਾਸੀਆਂ ਨੂੰ ਮਿਲਦੀ ਹੈ। ਜੋ ਕੁਝ ਉਸ ਸਥਾਨ 'ਤੇ ਹੋ ਰਿਹਾ ਹੁੰਦਾ ਹੈ, ਉਸ ਦੀ ਭਲੀਭਾਂਤ ਹੀ ਉਨ੍ਹਾਂ ਨੂੰ ਸਮਝ ਆ ਜਾਂਦੀ ਹੈ। ਲੋਕ ਇਕੱਠੇ ਹੋ ਕੇ ਇਹੋ ਜਿਹੇ ਅਨਸਰਾਂ ਉੱਤੇ ਰੋਕ ਲਾ ਸਕਦੇ ਹਨ। ਇਹੋ ਜਿਹੇ ਭੈੜੇ ਅਨਸਰਾਂ ਦਾ ਸਮਾਜਿਕ ਬਾਈਕਾਟ ਕਰ ਸਕਦੇ ਹਨ। ਉਨ੍ਹਾਂ ਦੇ ਤਿਆਰ ਕੀਤੇ ਖਾਧ ਪਦਾਰਥ ਖਰੀਦਣਾ ਬੰਦ ਕਰ ਸਕਦੇ ਹਨ। ਇਹ ਇਕ ਬਹੁਤ ਵੱਡਾ ਹਥਿਆਰ ਹੈ। ਇਸ ਪ੍ਰਤੀ ਕਾਨੂੰਨ ਦੀ ਮਦਦ ਵੀ ਲੈ ਸਕਦੇ ਹਨ। ਸੰਬੰਧਤ ਅਧਿਕਾਰੀਆਂ ਦੇ ਧਿਆਨ ਵਿਚ ਲਿਆ ਸਕਦੇ ਹਨ।

ਨੋਟ: ਪਾਠਕਾਂ ਦੀ ਜਾਣਕਾਰੀ ਲਈ ਕੁਝ ਸਰਲ ਤਰੀਕੇ ਜਿਨ੍ਹਾਂ ਰਾਹੀਂ ਉਹ ਆਪ ਖਾਧ ਪਦਾਰਥਾਂ ਵਿਚ ਮਿਲਾਵਟ ਅੰਸ਼ਾਂ ਦੀ ਹੋਂਦ ਦਾ ਪਤਾ ਲਗਾ ਸਕਦੇ ਹਨ, ਅੰਤਿਕਾ (1.8) ਵਿਚ ਦਰਸਾਏ ਗਏ ਹਨ।

ਭਾਗ- ਦੂਜਾ
ਰਿਸ਼ਟ-ਪੁਸ਼ਟ ਤੇ ਨਰੋਆ ਸਰੀਰ

ਇਕ ਰਿਸ਼ਟ-ਪੁਸ਼ਟ ਤੇ ਨਰੋਆ ਵਿਅਕਤੀ ਉਹ ਹੈ ਜੋ ਕਿ ਸਰੀਰਿਕ, ਮਾਨਸਿਕ ਅਤੇ ਅਧਿਆਤਮਕ ਤੌਰ 'ਤੇ ਤਕੜਾ ਹੋਵੇ। ਜਿਸਦੀ ਸੋਚ ਉਸਾਰੂ ਅਤੇ ਨਿਤ ਪ੍ਰਤੀ ਜੀਵਨ ਦਾ ਵਤੀਰਾ ਚੁਸਤ ਦਰੁਸਤ (Active Life Style) ਤੇ ਚੜ੍ਹਦੀ ਕਲਾ ਵਾਲਾ ਹੋਵੇ। ਇਹੋ ਜਿਹੀ ਧਾਰਨਾ ਵਾਲਾ ਮਨੁੱਖ ਬਣਨਾ ਬਹੁਤ ਸਾਰੇ ਪਹਿਲੂਆਂ ਤੇ ਨਿਰਭਰ ਹੈ, ਜਿਵੇਂ ਕਿ ਠੀਕ ਮਾਤਰਾ ਵਿਚ ਸਾਫ਼ ਸੁਥਰੀ ਸੰਤੁਲਿਤ ਖੁਰਾਕ (ਜਿਸਦੀ ਪਹਿਲਾਂ ਚਰਚਾ ਕੀਤੀ ਜਾ ਚੁੱਕੀ ਹੈ)। ਉਸ ਵਿਅਕਤੀ ਦੀਆਂ ਖਾਣ ਪੀਣ ਦੀਆਂ ਆਦਤਾਂ ਕਿਹੋ ਜਿਹੀਆਂ ਹਨ। ਉਸਦੀ ਜ਼ਿੰਦਗੀ ਵਿਚ ਕਸਰਤ ਦੀ ਕਿੰਨੀ ਕੁ ਥਾਂ ਹੈ। ਉਸਦਾ ਆਪਣੇ ਜੀਵਨ ਪ੍ਰਤੀ ਕੀ ਨਜ਼ਰੀਆ ਹੈ। ਉਸ ਵਿਅਕਤੀ ਵਿਚ ਜ਼ਿੰਦਗੀ ਦੇ ਨਿਤਾਪ੍ਰਤਿ ਦਬਾਅ, ਖਿਚਾਅ, ਚਿੰਤਾਵਾਂ ਤੇ ਮੁਸ਼ਕਿਲਾਂ ਦਾ ਸਾਹਮਣਾ ਕਰਨ ਦੀ ਕਿੰਨੀ ਕੁ ਸਮੱਰਥਾ ਹੈ ਆਦਿ। ਇਸ ਭਾਗ ਵਿਚ ਇਹਨਾਂ ਪਹਿਲੂਆਂ ਤੇ ਵਿਸਥਾਰ ਪੂਰਵਕ ਚਰਚਾ ਕਰਨ ਦੀ ਕੋਸ਼ਿਸ਼ ਕੀਤੀ ਗਈ ਹੈ।

ਸਰੀਰ ਦੀ ਬਣਤਰ
(Composition of the body)

ਆਮ ਤੌਰ ਤੇ ਇਕ ਨੌਜਵਾਨ ਵਿਅਕਤੀ ਦੇ ਸਰੀਰ ਦੀ ਬਣਤਰ ਇਸ ਤਰ੍ਹਾਂ ਦੀ ਹੁੰਦੀ ਹੈ।

ਅੰਸ਼	ਪੁਰਸ਼	ਇਸਤਰੀ
	%	%
ਮਾਸ	45	36
ਚਰਬੀ	15	27
1. ਜ਼ਰੂਰੀ ਚਰਬੀ	3	12
2. ਵਾਧੂ ਚਰਬੀ	12	15
ਹੱਡੀਆਂ	15	12
ਹੋਰ (ਲਹੂ, ਚਮੜੀ ਆਦਿ)	25	25

ਪੁਰਸ਼ ਵਿਚ ਮਾਸ ਦੀ ਮਾਤਰਾ ਅਤੇ ਇਸਤਰੀ ਵਿਚ ਚਰਬੀ ਦੀ ਮਾਤਰਾ ਤੁਲਨਾਤਮਕ ਤੌਰ 'ਤੇ ਜ਼ਿਆਦਾ ਹੁੰਦੀ ਹੈ।

ਇਕ ਵਿਅਕਤੀ ਕਿੰਨਾ ਕੁ ਤੰਦਰੁਸਤ ਕਿੰਨਾ ਕੁ ਬਿਮਾਰੀਆਂ ਤੋਂ ਰਹਿਤ ਹੈ।

ਉਸ ਦੀ ਸ਼ਕਲ ਤੇ ਸਰੀਰ ਦਾ ਆਕਾਰ ਕਿਹੋ ਜਿਹਾ ਹੈ। ਇਹ ਸਭ ਕੁਝ ਉਸਦੇ ਸਰੀਰ ਦੀ ਬਣਤਰ ਤੇ ਨਿਰਭਰ ਕਰਦਾ ਹੈ। ਸਰੀਰ ਦੀ ਬਣਤਰ ਜ਼ਿਆਦਾਤਰ ਇਸ 'ਤੇ ਨਿਰਭਰ ਕਰਦੀ ਹੈ ਕਿ ਸਰੀਰ ਵਿਚ ਚਰਬੀ ਦੀ ਮਾਤਰਾ ਕਿੰਨੀ ਹੈ ਤੇ ਕਿੰਨੀ ਚਰਬੀ ਤੋਂ ਬਿਨਾਂ ਦਾ ਮਾਦਾ ਹੈ ਤੇ ਇਹ ਚਰਬੀ ਸਰੀਰ ਦੇ ਵੱਖ-ਵੱਖ ਅੰਗਾਂ ਵਿਚ ਕਿਸ ਤਰ੍ਹਾਂ ਫ਼ੈਲੀ ਹੋਈ ਹੈ। ਸੋ ਸਰੀਰ ਦੇ ਦੋ ਭਾਗ ਹਨ:-

1. ਚਰਬੀ
2. ਚਰਬੀ ਤੋਂ ਰਹਿਤ ਹਿੱਸੇ

ਚਰਬੀ ਰਹਿਤ ਹਿੱਸੇ ਵਿਚ ਸਰੀਰ ਦੇ ਸਾਰੇ ਮਾਸ ਪੇਸ਼ੀਆਂ, ਲਹੂ, ਹੱਡੀਆਂ, ਦੰਦ, ਪਾਣੀ ਆਉਂਦੇ ਹਨ। ਚਰਬੀ ਵੀ ਦੋ ਭਾਗਾਂ ਵਿਚ ਵੰਡੀ ਜਾਂਦੀ ਹੈ।

1. ਜ਼ਰੂਰੀ (Essential)
2. ਵਾਧੂ (Non-Essential)

ਜ਼ਰੂਰੀ ਚਰਬੀ ਉਹ ਹੈ ਜੋ ਸਾਡੇ ਸਰੀਰ ਦਾ ਹਿੱਸਾ ਹੈ ਜਿਵੇਂ ਕਿ ਦਿਮਾਗ, ਦਿਲ, ਫੇਫੜੇ, ਮਿਹਦਾ, ਨਸਾਂ ਵਿਚ। ਇਹ ਚਰਬੀ ਜੋ ਕਿ ਸਰੀਰ ਦੀਆਂ ਕਿਰਿਆਵਾਂ ਲਈ ਅਤੀ ਜ਼ਰੂਰੀ ਹੈ ਤੇ ਕੁਲ ਭਾਰ ਦਾ 3 ਤੋਂ 5 ਪ੍ਰਤੀਸ਼ਤ ਪੁਰਸ਼ਾਂ ਵਿਚ ਅਤੇ 8 ਤੋਂ 12 ਪ੍ਰਤੀਸ਼ਤ ਇਸਤਰੀਆਂ ਵਿਚ ਹੁੰਦਾ ਹੈ। ਜੋ ਵਾਧੂ ਚਰਬੀ ਹੈ ਉਹ ਚਰਬੀ ਵਾਲੇ ਕੋਸ਼ਾਣੂ ਅਤੇ ਚਰਬੀ ਵਾਲੇ ਤੰਤੂ ਜੋ ਚਰਬੀ ਦੇ ਸਟੋਰ ਹਨ, ਉਨ੍ਹਾਂ ਵਿਚ ਭਰੀ ਹੁੰਦੀ ਹੈ। ਇਹ ਸਟੋਰ ਸਾਡੀ ਚਮੜੀ ਦੇ ਥੱਲੇ ਤੇ ਹੋਰ ਅੰਗਾਂ ਦੇ ਦੁਆਲ਼ੇ ਸਥਿਤ ਹੁੰਦੇ ਹਨ।

ਵਾਧੂ ਚਰਬੀ ਉਦੋਂ ਵਧਦੀ ਹੈ ਜਦੋਂ ਅਸੀਂ ਲੋੜ ਤੋਂ ਵੱਧ ਖੁਰਾਕ ਖਾਂਦੇ ਹਾਂ। ਇਸ ਲਈ ਚਰਬੀ ਵਾਲੇ ਕੋਸ਼ਾਣੂਆਂ (Cells) ਦਾ ਆਕਾਰ ਵੱਡਾ ਹੋ ਜਾਂਦਾ ਹੈ। ਪਰ ਇਨ੍ਹਾਂ ਦੀ ਗਿਣਤੀ ਵਿਚ ਕੋਈ ਵਾਧਾ ਨਹੀਂ ਹੁੰਦਾ। ਇਹ ਵਾਧੂ ਚਰਬੀ ਦਾ ਸਰੀਰ ਵਿਚ ਕੋਈ ਖਾਸ ਕੰਮ ਨਹੀਂ ਸਗੋਂ ਸਰੀਰ ਦਾ ਭਾਰ ਵਧਾਉਂਦੀ ਹੈ ਤੇ ਸਰੀਰ ਦੇ ਆਕਾਰ ਤੇ ਵੀ ਮਾੜਾ ਪ੍ਰਭਾਵ ਪਾਉਂਦੀ ਹੈ। ਇਸ ਲਈ ਜਦੋਂ ਵੀ ਅਸੀਂ ਸਰੀਰ ਦੀ ਬਣਤਰ ਦੇਖਦੇ ਹਾਂ ਤਾਂ ਸਭ ਤੋਂ ਵਧ ਧਿਆਨ ਸਰੀਰ ਦੇ ਕੁਲ ਭਾਰ ਵਿਚ ਚਰਬੀ ਦਾ ਕਿੰਨਾ ਹਿੱਸਾ ਹੈ ਉਸ ਵੱਲ ਦਿੰਦੇ ਹਾਂ। ਇਹ ਵੇਖਿਆ ਗਿਆ ਹੈ ਕਿ ਦੋ ਵਿਅਕਤੀਆਂ ਦੇ ਸਰੀਰ ਦਾ ਭਾਰ ਭਾਵੇਂ ਇਕੋ ਜਿਹਾ ਹੋਵੇ, ਪਰ ਦੋਹਾਂ ਦੇ ਸਰੀਰ ਦੀ ਚਰਬੀ ਦੀ ਮਾਤਰਾ ਵੱਖ-ਵੱਖ ਹੋ ਸਕਦੀ ਹੈ। ਇਕ ਵਿਅਕਤੀ ਜੋ ਸਰੀਰਕ ਕਸਰਤ ਕਰਦਾ ਹੈ ਉਸ ਦੇ ਸਰੀਰ ਵਿਚ ਚਰਬੀ ਦਾ ਭਾਰ 15 ਪ੍ਰਤੀਸ਼ਤ ਹੀ ਹੋਵੇ ਪਰ ਦੂਸਰੇ ਵਿਚ ਇਹ ਤੀਹ ਪ੍ਰਤੀਸ਼ਤ ਵੀ ਹੋ ਸਕਦਾ ਹੈ। ਇਹ 30 ਪ੍ਰਤੀਸ਼ਤ ਵਾਲਾ ਵਿਅਕਤੀ ਸਰੀਰਕ ਤੌਰ 'ਤੇ ਫਿਟ ਨਹੀਂ ਹੋਵੇਗਾ। ਜੋ ਵਿਅਕਤੀ ਕਸਰਤ ਕਰਦਾ ਹੈ ਉਸ ਵਿਚ ਮਾਸ ਤੇ ਮਾਸ ਪੇਸ਼ੀਆਂ ਦੀ ਮਾਤਰਾ ਜ਼ਿਆਦਾ ਹੋਵੇਗੀ। ਮਾਸ ਦੀ ਘਣਤਾ (1.1 ਗ੍ਰਾਮ/ਸੈ. ਮੀਟਰ) ਚਰਬੀ (0.9) ਨਾਲੋਂ ਜ਼ਿਆਦਾ ਹੁੰਦੀ ਹੈ। ਇਸ ਕਰਕੇ ਸਰੀਰ ਦਾ ਭਾਰ ਇਕੋ ਜਿਹਾ ਹੋਣ ਦੇ ਬਾਵਜੂਦ ਵੀ ਇਹ ਵਿਅਕਤੀ ਸਡੌਲ ਸਰੀਰ ਦਾ ਹੋਵੇਗਾ। ਪਰ ਦੂਸਰਾ ਵਿਅਕਤੀ ਫੁੱਲਿਆ ਹੋਇਆ ਤੇ ਮੋਟਾ ਹੋਵੇਗਾ। ਆਮ ਤੌਰ 'ਤੇ ਪੁਰਸ਼ ਵਿਚ ਕੁਲ ਭਾਰ ਦਾ 15 ਪ੍ਰਤੀਸ਼ਤ ਅਤੇ ਇਸਤਰੀ ਵਿਚ 22 ਪ੍ਰਤੀਸ਼ਤ

ਚਰਬੀ ਦਾ ਭਾਰ ਹੋਵੇ ਤਾਂ ਇਹ ਬਹੁਤ ਠੀਕ ਸਮਝਿਆ ਜਾਂਦਾ ਹੈ। ਖਿਡਾਰੀਆਂ ਵਿਚ ਇਸਦਾ ਅਨੁਪਾਤ ਕਾਫੀ ਘੱਟ ਹੁੰਦਾ ਹੈ। ਸਰੀਰ ਵਿਚ ਚਰਬੀ ਕਿਸ ਤਰ੍ਹਾਂ ਫੈਲੀ ਹੋਈ ਤੇ ਕਿੱਥੇ ਜ਼ਿਆਦਾ ਜਮ੍ਹਾਂ ਹੋਈ ਹੈ, ਇਹ ਵੀ ਬਹੁਤ ਮਹੱਤਵਪੂਰਨ ਹੈ। ਆਮ ਤੌਰ 'ਤੇ ਮਰਦਾਂ ਵਿਚ ਇਹ ਪੇਟ ਦੁਆਲ਼ੇ ਤੇ ਇਸਤਰੀਆਂ ਵਿਚ ਪਿੱਠ (Hips) ਦੁਆਲ਼ੇ ਜਮ੍ਹਾਂ ਹੁੰਦੀ ਹੈ।

ਸਰੀਰ ਦੇ ਭਾਰ ਤੇ ਆਕਾਰ ਦਾ ਮਾਪਣਾ:

ਆਮ ਤੌਰ 'ਤੇ ਅਸੀਂ ਸਰੀਰ ਦਾ ਭਾਰ, ਭਾਰ ਤੋਲਣ ਵਾਲੀਆਂ ਮਸ਼ੀਨਾਂ ਜਾਂ ਤਕੜੀਆਂ ਰਾਹੀਂ ਕਿਲੋ ਜਾਂ ਪੌਂਡ ਵਿਚ ਤੋਲਦੇ ਹਾਂ। ਸਰੀਰ ਦੀ ਲੰਬਾਈ ਫੀਤੇ ਨਾਲ ਫੁੱਟ, ਇੰਚ ਜਾਂ ਮੀਟਰਾਂ ਵਿਚ ਮਾਪ ਲੈਂਦੇ ਹਾਂ। ਸਾਡਾ ਭਾਰ ਸਾਡੀ ਲੰਬਾਈ ਅਨੁਸਾਰ ਸਹੀ ਹੈ ਕਿ ਨਹੀਂ, ਇਸ ਬਾਰੇ ਅਸੀਂ ਜੋ ਉਚਿਤ ਭਾਰ ਤੇ ਲੰਬਾਈ ਬਾਰੇ ਜੋ ਖਾਕੇ ਮਿਲਦੇ ਹਨ ਉਨ੍ਹਾਂ ਤੋਂ ਤੁਲਨਾਤਮਕ ਜਾਣਕਾਰੀ ਲੈ ਕੇ ਜਾਣ ਸਕਦੇ ਹਾਂ।

ਇਹੋ ਜਿਹਾ ਇਕ ਖਾਕਾ ਪੰਨਾ 75 ਉੱਤੇ ਦਰਸਾਇਆ ਗਿਆ ਹੈ।

ਦੂਜਾ ਤਰੀਕਾ ਸਰੀਰਕ ਭਾਰ ਸੂਚਕ (Body Mass Index, BMI) ਬੀ.ਐਮ.ਆਈ. ਇਹ ਪਹਿਲੇ ਤਰੀਕੇ ਨਾਲੋਂ ਵਧੀਆ ਤਰੀਕਾ ਗਿਣਿਆ ਜਾਂਦਾ ਹੈ ਤੇ ਸੰਸਾਰ ਵਿਚ ਪ੍ਰਚਲਿਤ ਹੈ। ਇਸ ਵਿਚ ਸਰੀਰ ਦਾ ਭਾਰ ਕਿਲੋਗ੍ਰਾਮਾਂ ਵਿਚ ਤੋਲਿਆ ਜਾਂਦਾ ਹੈ ਤੇ ਸਰੀਰ ਦੀ ਲੰਬਾਈ ਮੀਟਰਾਂ ਵਿਚ ਮਿਣੀ ਜਾਂਦੀ ਹੈ। ਫਿਰ ਭਾਰ ਨੂੰ ਲੰਬਾਈ ਦੇ ਵਰਗ ਫਲ ਨਾਲ ਵੰਡਿਆ ਜਾਂਦਾ ਹੈ।

$$\text{ਸਰੀਰਕ ਭਾਰ ਸੂਚਕ} = \frac{\text{ਸਰੀਰ ਦਾ ਭਾਰ (ਕਿਲੋਗ੍ਰਾਮ)}}{(\text{ਲੰਬਾਈ, ਮੀਟਰ})^2}$$

ਸੋ ਜੋ ਵਿਅਕਤੀ 80 ਕਿਲੋ ਭਾਰ ਤੇ 1.7 ਮੀਟਰ ਲੰਬਾ ਹੋਵੇ, ਉਸਦਾ ਸਰੀਰਕ

$$\text{ਭਾਰ ਸੂਚਕ} = \frac{80}{(1.7)^2} = \frac{80}{2.89} = 27.6$$

ਜੇ ਕਿਸੇ ਵਿਅਕਤਤੀ ਦਾ ਸਰੀਰਕ ਭਾਰ ਸੂਚਕ 25 ਤੋਂ ਘੱਟ ਹੈ ਉਹ ਬਿਲਕੁਲ ਠੀਕ ਮੰਨਿਆ ਜਾਂਦਾ ਹੈ। ਜੇਕਰ ਇਹ 25 ਤੋਂ 30 ਵਿਚਕਾਰ ਹੈ ਤਾਂ ਉਸਨੂੰ ਭਾਰਾ ਗਿਣਿਆ ਜਾਂਦਾ ਹੈ। ਜੇਕਰ ਭਾਰ ਸੂਚਕ 30 ਤੋਂ ਉਪਰ ਹੈ, ਉਸਨੂੰ ਮੋਟਾ ਗਿਣਿਆ ਜਾਂਦਾ ਹੈ। ਜੇਕਰ ਭਾਰ ਸੂਚਕ 18.5 ਤੋਂ ਘਟ ਹੈ ਤਾਂ ਉਸਨੂੰ ਲੋੜ ਤੋਂ ਵੱਧ ਹਲਕਾ ਗਿਣਿਆ ਜਾਂਦਾ ਹੈ।

ਸਰੀਰ ਵਿਚ ਚਰਬੀ ਦੀ ਵੰਡ ਦਾ ਮਾਪਣਾ: ਆਮ ਤੌਰ 'ਤੇ ਇਸਨੂੰ ਕਮਰ ਦੁਆਲੇ ਦਾ ਘੇਰਾ (Waist circumfrence) ਤੇ ਪਿੱਠ ਦੁਆਲ਼ੇ ਦਾ ਘੇਰਾ (Hip circumfrence) ਮਾਪ ਕੇ ਤੇ ਇਨ੍ਹਾਂ ਦੀ ਅਨੁਪਾਤ ਤੋਂ ਜਾਣਿਆ ਜਾਂਦਾ ਹੈ।

ਕਮਰ ਦੁਆਲ਼ੇ ਦਾ ਘੇਰਾ

ਅਨੁਪਾਤ (Ratio)= -------------

ਪਿੱਠ ਦੁਆਲ਼ੇ ਦਾ ਘੇਰਾ

ਜੇਕਰ ਕਿਸੇ ਪੁਰਸ਼ ਦਾ ਕਮਰ ਦੁਅਲ਼ੇ ਦਾ ਘੇਰਾ 40 ਇੰਚ ਤੋਂ ਜ਼ਿਆਦਾ ਹੈ ਤੇ ਅਨੁਪਾਤ 0.94 ਤੋਂ ਉਪਰ ਹੈ ਤਾਂ ਇਸਨੂੰ ਖ਼ਤਰਨਾਕ ਕਰਾਰ ਦਿੱਤਾ ਜਾਂਦਾ ਹੈ। ਇਸੇ ਤਰ੍ਹਾਂ ਜੇ ਕਿਸੇ ਇਸਤਰੀ ਦਾ ਕਮਰ ਦੁਆਲ਼ੇ ਦਾ ਘੇਰਾ 35 ਇੰਚ ਤੋਂ ਉਪਰ ਹੈ ਤੇ ਅਨੁਪਾਤ 0.82 ਤੋਂ ਉਪਰ ਹੈ ਇਸਨੂੰ ਵੀ ਖਤਰੇ ਭਰਿਆ ਗਿਣਿਆ ਜਾਂਦਾ ਹੈ।

ਇਨ੍ਹਾਂ ਤੋਂ ਬਿਨਾਂ ਸਰੀਰ ਦੇ ਭਾਰ ਨੂੰ ਮਾਪਣ ਦੇ ਹੋਰ ਵੀ ਕਈ ਤਰੀਕੇ ਹਨ, ਜਿਵੇਂ ਕਿ ਪਾਣੀ ਵਿਚ ਸਰੀਰ ਦਾ ਭਾਰ ਤੋਲਣਾ, ਚਮੜੀ ਦੀ ਮੋਟਾਈ ਦਾ ਮਿਣਨਾ, ਬੌਡ ਪੌਡ (ਇਕ ਛੋਟਾ ਖਾਨਾ, Chamber) ਰਾਹੀਂ ਕੰਪਿਊਟਰ ਦੀ ਵਰਤੋਂ ਨਾਲ ਜਾਂ ਫਿਰ X-Ray ਆਦਿ, ਪਰ ਇਹ ਜ਼ਿਆਦਾ ਵਿਗਿਆਨੀ ਤੇ ਡਾਕਟਰ ਲੋਕ ਵਰਤਦੇ ਹਨ। ਆਮ ਵਿਅਕਤੀ ਉਪਰ ਦੱਸੇ ਗਏ ਤਰੀਕਿਆਂ ਨਾਲ ਆਪਣੇ ਬਾਰੇ ਜਾਣਕਾਰੀ ਪ੍ਰਾਪਤ ਕਰ ਸਕਦਾ ਹੈ।

ਸਰੀਰ ਦੇ ਭਾਰ ਨੂੰ ਸੰਤੁਲਨ ਰੱਖਣਾ: ਸਾਡੇ ਸਰੀਰ ਦੀ ਲੰਬਾਈ, ਇਸਦਾ ਢਾਂਚਾ, ਡੀਲ ਡੌਲ, ਚਿਹਰਾ ਮੁਹਰਾ ਸਭ ਕੁਝ ਕਿਸ ਤਰ੍ਹਾਂ ਦੇ ਹੋਣਗੇ ਇਹ ਸਾਨੂੰ ਵਿਰਸੇ (Genes) ਰਾਹੀਂ ਸਾਡੇ ਮਾਤਾ-ਪਿਤਾ ਤੋਂ ਮਿਲਦੇ ਹਨ। ਇਸੇ ਤਰ੍ਹਾਂ ਸਾਡੇ ਸਰੀਰ ਦਾ ਭਾਰ ਕਿੰਨਾ ਹੋਵੇਗਾ ਇਹ ਵੀ ਸਾਡੇ ਜੀਨਾਂ (Genes) 'ਤੇ ਨਿਰਭਰ ਹੈ। ਫਿਰ ਵੀ ਅਸੀਂ ਆਪਣੇ ਸਰੀਰ ਦਾ ਕਿਸ ਤਰ੍ਹਾਂ ਦਾ ਪਾਲਣ-ਪੋਸ਼ਣ ਕਰਦੇ ਤੇ ਇਸ ਨੂੰ ਕਿਸ ਤਰ੍ਹਾਂ ਦਾ ਵਾਤਵਰਣ ਦਿੰਦੇ ਹਾਂ ਉਸਦਾ ਭੀ ਸਾਡੇ ਸਰੀਰ ਦੇ ਆਕਾਰ ਅਤੇ ਭਾਰ ਉੱਤੇ ਬਹੁਤ ਅਸਰ ਪੈਂਦਾ ਹੈ। ਵਾਤਾਵਰਣ ਤੋਂ ਭਾਵ ਹੈ ਕਿ ਅਸੀਂ ਆਪਣੇ ਸਰੀਰ ਨੂੰ ਕਿਹੋ ਜਿਹੀ ਖ਼ੁਰਾਕ, ਕਿੰਨੀ ਕੁ ਕਸਰਤ, ਕਿੰਨੀ ਕੁ ਤਣਾਅ ਮੁਕਤ ਖ਼ੁਸ਼ੀ ਦਾ ਮਾਹੌਲ (Stress Free) ਦਿੱਤਾ ਹੈ ਕਿੰਨਾ ਕੁ ਨਸ਼ਿਆਂ ਤੇ ਭੈੜੀਆਂ ਆਦਤਾਂ ਤੋਂ ਬਚਾ ਕੇ ਰੱਖਿਆ ਹੈ। ਇਸ ਕਰਕੇ ਸਰੀਰ ਦੇ ਭਾਰ ਨੂੰ ਕਾਬੂ ਵਿਚ ਰੱਖਣਾ ਆਪਣੇ ਆਪ ਵਿਚ ਇਕ ਵੱਡੀ ਚੁਣੌਤੀ ਹੈ। ਦਰਅਸਲ ਸਰੀਰ ਦੇ ਭਾਰ ਨੂੰ ਕਾਬੂ ਵਿਚ ਰੱਖਣ ਲਈ ਇਕ ਤਰ੍ਹਾਂ ਸਰੀਰ ਵਿਚ ਵਾਧੂ ਚਰਬੀ ਦੀ ਮਾਤਰਾ ਤੇ ਅੰਕੁਸ਼ ਲਾਉਣਾ ਹੈ। ਆਮ ਤੌਰ 'ਤੇ ਜਿਸ ਵਿਅਕਤੀ ਦਾ ਭਾਰ ਜ਼ਿਆਦਾ ਹੁੰਦਾ ਹੈ ਉਸ ਵਿਚ ਚਰਬੀ ਦੀ ਮਾਤਰਾ ਜ਼ਿਆਦਾ ਹੁੰਦੀ ਹੈ।

ਸਰੀਰ ਵਿਚ ਵਾਧੂ ਚਰਬੀ ਦੇ ਕਾਰਨ

ਆਨੁਵੰਸ਼ਕ (Genetic): ਇਹ ਅਨੁਮਾਨ ਲਗਾਇਆ ਗਿਆ ਹੈ ਕਿ ਸਰੀਰ ਦੇ ਭਾਰ ਦਾ ਤਕਰੀਬਨ 40 ਪ੍ਰਤੀਸ਼ਤ ਹਿਸਾ ਸਾਡੇ ਜੀਨ, ਜੋ ਕਿ ਮਾਤਾ/ਪਿਤਾ ਤੋਂ ਵਿਰਸੇ ਵਿਚ ਮਿਲੇ ਹਨ ਉਨ੍ਹਾਂ ਦੇ ਨਿਰਭਰ ਹੁੰਦਾ ਹੈ। ਇਹ ਜੀਨ ਹੀ ਇਹ ਤਹਿ ਕਰਦੇ ਹਨ ਕਿ ਕਿੰਨੀ ਕੁ ਖ਼ੁਰਾਕ ਖਾਣ ਨਾਲ ਕਿਸੇ ਵਿਅਕਤੀ ਦਾ ਭਾਰ ਕਿੰਨਾ ਕੁ ਛੇਤੀ ਵਧਦਾ ਹੈ। ਜੇਕਰ ਕਿਸੇ ਵਿਅਕਤੀ ਦੇ ਦੋਵੇਂ ਮਾਪੇ ਮੋਟੇ ਹਨ ਤਾਂ ਬੱਚੇ ਦੇ ਭਾਰ ਵਿਚ ਦੁਗਣਾ ਵਾਧਾ ਹੋਣ ਦੀ ਸੰਭਾਵਨਾ ਹੁੰਦੀ ਹੈ, ਬਨਿਸਬਤ ਉਸ ਬੱਚੇ ਨਾਲੋਂ ਜਿਸ ਦਾ

ਇਕ ਮਾਪਾ ਹੀ ਮੋਟਾ ਹੋਵੇ। ਪਰ ਫਿਰ ਵੀ ਇਹ ਵੇਖਣ ਵਿਚ ਆਉਂਦਾ ਹੈ ਕਿ ਜਿਸ ਬੱਚੇ ਦੇ ਮਾਪੇ ਮੋਟੇ ਹੁੰਦੇ ਹਨ, ਜ਼ਰੂਰੀ ਨਹੀਂ ਕਿ ਉਹ ਮੋਟਾ ਹੀ ਹੋਵੇ। ਇਸਦੇ ਉਲਟ ਜਿਸ ਬੱਚੇ ਦੇ ਮਾਪਿਆਂ ਦਾ ਭਾਰ ਠੀਕ ਹੈ ਉਹ ਬੱਚੇ ਮੋਟੇ ਹੁੰਦੇ ਦੇਖੇ ਗਏ ਹਨ। ਇਸ ਲਈ ਆਨੁਵੰਸ਼ਕੀ (Genetics) ਪਹਿਲੂ ਤੋਂ ਇਲਾਵਾ ਵਾਤਾਵਰਨ ਦਾ ਵੀ ਬਹੁਤ ਅਸਰ ਹੁੰਦਾ ਹੈ।

ਇਕ ਹੋਰ ਕਾਰਨ ਜੋ ਮੋਟਾਪਣ ਤੇ ਬਹੁਤ ਅਸਰ ਪਾਉਂਦਾ ਹੈ। ਉਹ ਹੈ ਕਿ ਕੋਈ ਵਿਅਕਤੀ, ਜੋ ਸ਼ਕਤੀ ਖੁਰਾਕ ਰਾਹੀਂ ਉਸਦੇ ਸਰੀਰ ਨੂੰ ਮਿਲਦੀ ਹੈ, ਉਸਨੂੰ ਕਿਸ ਗਤੀ ਨਾਲ ਜਜ਼ਬ ਕਰਦਾ ਹੈ। ਇਸ ਸ਼ਕਤੀ ਦਾ ਇਕ ਵੱਡਾ ਹਿਸਾ ਹਰ ਵਿਅਕਤੀ ਵਿਚ ਉਸਦੇ ਸਰੀਰ ਦੀਆਂ ਜ਼ਰੂਰੀ ਕਿਰਿਆਵਾਂ ਜਿਵੇਂ ਕਿ ਸਾਹ ਲੈਣਾ, ਦਿਲ ਦਾ ਧੜਕਣਾ, ਲਹੂ ਦਾ ਦੌਰਾ, ਲਹੂ ਦਾ ਦਬਾਅ ਤੇ ਸਰੀਰ ਦੇ ਤਾਪਮਾਨ ਨੂੰ ਸੰਤੁਲਿਤ ਰੱਖਣਾ ਆਦਿ ਤੇ ਲੱਗ ਜਾਂਦਾ ਹੈ। ਇਸਨੂੰ ਮੂਲ ਪਾਚਣ ਗਤੀ (BMR)ਕਿਹਾ ਜਾਂਦਾ ਹੈ। ਕੁਲ ਸ਼ਕਤੀ ਦਾ 60 ਤੋਂ 70 ਪ੍ਰਤੀਸ਼ਤ ਹਿਸਾ ਮੂਲ ਪਾਚਣ ਗਤੀ ਵਿਚ ਖਰਚ ਹੋ ਜਾਂਦਾ ਹੈ। 7 ਤੋਂ 10 ਪ੍ਰਤੀਸ਼ਤ ਹਿਸਾ ਪਾਚਣ ਗਤੀ ਵਿਚ ਖਰਚ ਹੋ ਜਾਂਦਾ ਹੈ ਤੇ ਤਕਰੀਬਨ 25 ਤੋਂ 30 ਪ੍ਰਤੀਸ਼ਤ ਹਿਸਾ ਸਰੀਰ ਨਿੱਤ ਦੇ ਕੰਮ ਜਾਂ ਕਸਰਤ ਕਰਨ ਵਿਚ ਖਰਚ ਕਰਦਾ ਹੈ। ਜਿਸ ਵਿਅਕਤੀ ਵਿਚ ਮਾਸ ਪੇਸ਼ੀਆਂ (Muscles) ਜ਼ਿਆਦਾ ਹਨ, ਉਸਦੀ ਮੂਲ ਪਾਚਣ ਗਤੀ ਜ਼ਿਆਦਾ ਹੁੰਦੀ ਹੈ। ਜਿਸ ਵਿਅਕਤੀ ਦੀ ਮੂਲ ਪਾਚਣ ਗਤੀ ਜ਼ਿਆਦਾ ਹੁੰਦੀ ਹੈ ਉਹ ਜ਼ਿਆਦਾ ਸ਼ਕਤੀ ਖਰਚ ਕਰਦਾ ਹੈ ਤੇ ਉਹ ਵਿਅਕਤੀ ਦੂਸਰੇ ਵਿਅਕਤੀ ਨਾਲੋਂ ਬਿਨਾਂ ਭਾਰ ਵਧਾਏ ਖਾਣੇ ਰਾਹੀ ਜ਼ਿਆਦਾ ਸ਼ਕਤੀ (Calories) ਖਾ ਸਕਦਾ ਹੈ।

ਜੋ ਵਿਅਕਤੀ ਕਸਰਤ ਕਰਦੇ ਹਨ ਉਨ੍ਹਾਂ ਦੀ ਮੂਲ ਪਾਚਣ ਸ਼ਕਤੀ ਜ਼ਿਆਦਾ ਹੁੰਦੀ ਹੈ। ਉਨ੍ਹਾਂ ਵਿਅਕਤੀਆਂ ਵਿਚ ਮਾਸ ਪੇਸ਼ੀਆ ਦੇ ਭਾਰ ਵਿਚ ਵੀ ਵਾਧਾ ਹੁੰਦਾ ਹੈ। ਇਸ ਨਾਲ ਵੀ ਮੂਲ ਪਾਚਣ ਸ਼ਕਤੀ ਵਧ ਜਾਂਦੀ ਹੈ। ਇਹ ਤੋਂ ਇਲਾਵਾ ਜੇ ਕੋਈ ਵਿਅਕਤੀ ਕਸਰਤ ਕਰਦਾ ਹੈ, ਉਸਦੀ ਬਹੁਤ ਸਾਰੀ ਸ਼ਕਤੀ ਕਸਤਰ ਰਾਹੀਂ ਖਰਚ ਹੋ ਜਾਂਦੀ ਹੈ। ਇਸੇ ਕਰਕੇ ਜੋ ਵਿਅਕਤੀ ਭਾਰ ਘਟਾਉਣ ਦੀ ਕੋਸ਼ਿਸ਼ ਕਰਦਾ ਹੈ ਉਸਨੂੰ ਕਸਰਤ ਬਹੁਤ ਲਾਹੇਵੰਦ ਹੁੰਦੀ ਹੈ।

ਸੋ ਜੋ ਸ਼ਕਤੀ ਅਸੀਂ ਖੁਰਾਕ ਰਾਹੀਂ ਲੈਂਦੇ ਹਾਂ ਤੇ ਜੋ ਸਾਡਾ ਸਰੀਰ ਖਰਚ ਕਰਦਾ ਹੈ ਇਸਦਾ ਲੇਖਾ ਜੋਖਾ ਭਾਰ ਦੇ ਹਿਸਾਬ ਨਾਲ ਬਹੁਤ ਮਹੱਤਵਪੂਰਣ ਹੈ। ਜੇ ਕੋਈ ਵਿਅਕਤੀ ਖਰਚ ਕਰਨ ਨਾਲੋਂ ਜ਼ਿਆਦਾ ਸ਼ਕਤੀ (Caloreis) ਖਾਂਦਾ ਹੈ, ਤਾਂ ਜੋ ਵਾਧੂ ਸ਼ਕਤੀ ਹੁੰਦੀ ਹੈ ਉਹ ਸਾਡੇ ਸਰੀਰ ਵਿਚ ਵਾਧੂ ਚਰਬੀ ਬਣਕੇ ਜਮ੍ਹਾਂ ਹੋ ਜਾਂਦੀ ਹੈ। ਇਸ ਨਾਲ ਅਸੀਂ ਆਪਣਾ ਭਾਰ ਵਧਾ ਲੈਂਦੇ ਹਾਂ। ਸੋ ਜਿਹਨਾਂ ਵਿਅਕਤੀਆਂ ਦਾ ਭਾਰ ਜ਼ਿਆਦਾ ਹੈ ਉਹ ਆਮ ਤੌਰ 'ਤੇ ਜ਼ਿਆਦਾ ਸ਼ਕਤੀ (Caloreis) ਖਾਂਦੇ ਪਾਏ ਜਾਂਦੇ ਹਨ। ਇਹ ਵੀ ਦੇਖਿਆ ਗਿਆ ਹੈ ਕਿ ਉਨ੍ਹਾਂ ਦੇ ਖਾਣੇ ਵਿਚ ਜ਼ਿਆਦਾ ਸ਼ਕਤੀ ਦੇਣ ਵਾਲੇ ਪਦਾਰਥ ਘਿਉ, ਮੱਖਣ, ਤੇਲ, ਖੰਡ ਦਾ ਅਨੁਪਾਤ ਜ਼ਿਆਦਾ ਹੁੰਦਾ ਹੈ। ਇਕ ਅਨੁਮਾਨ ਅਨੁਸਾਰ ਜੋ ਵਿਅਕਤੀ 150 ਕੈਲਰੀਆਂ ਹਰ ਰੋਜ਼ ਲੋੜ ਨਾਲੋਂ ਵੱਧ ਖਾਂਦਾ ਹੈ, ਉਸਦਾ ਇਕ ਸਾਲ ਵਿਚ 7 ਕਿਲੋ ਭਾਰ ਵੱਧ ਜਾਂਦਾ ਹੈ। ਇਸਤਰੀਆਂ ਵਿਚ

ਹਰਮੋਨਜ਼ (ਸਰੀਰ ਦੀਆਂ ਗਿਲਟੀਆਂ ਵਿਚੋਂ ਨਿਕਲੇ ਰਸ) ਦੀ ਤਬਦੀਲੀ ਨਾਲ ਵੀ ਭਾਰ ਤੇ ਅਸਰ ਵੇਖਿਆ ਗਿਆ ਹੈ। ਇਹ ਹਾਰਮੋਨਜ਼ ਦੇ ਬਦਲਾਅ ਕਾਰਨ ਜਦੋਂ ਕੁੜੀਆਂ ਜੁਆਨ (Puberty) ਹੁੰਦੀਆਂ ਹਨ, ਉਨ੍ਹਾਂ ਦੀਆਂ ਛਾਤੀਆਂ ਤੇ ਪਿੱਠ ਭਾਰੀ ਹੋ ਜਾਂਦੀ ਹੈ ਤੇ ਚਮੜੀ ਦੇ ਨੀਚੇ ਚਰਬੀ ਜਮ੍ਹਾਂ ਹੋ ਜਾਂਦੀ ਹੈ। ਇਸ ਤਰ੍ਹਾਂ ਦੀਆਂ ਤਬਦੀਲੀਆਂ ਗਰਭ ਦੁਰਾਨ ਅਤੇ ਮਾਹਵਾਰੀ ਬੰਦ ਹੋਣ ਤੇ ਵੀ ਆਉਂਦੀਆਂ ਹਨ।

ਇਕ ਹੋਰ ਕਾਰਨ ਜੋ ਬੱਚਿਆਂ ਤੇ ਆਮ ਲੋਕਾਂ ਵਿਚ ਵੱਧ ਭਾਰ ਹੋਣ ਦਾ ਕਾਰਨ ਬਣ ਰਿਹਾ ਹੈ, ਉਹ ਹੈ ਘੱਟ ਕਸਰਤ ਤੇ ਸੁਸਤ ਜ਼ਿੰਦਗੀ ਵਿਚ ਵਿਚਰਨਾ। ਬੱਚੇ ਅਤੇ ਜੁਆਨ ਬਹੁਤ ਸਾਰਾ ਵਿਹਲਾ ਸਮਾਂ ਟੀ.ਵੀ. ਤੇ ਕੰਮਪਿਊਟਰ ਸਾਹਮਣੇ ਬੈਠ ਕੇ ਬਿਤਾਉਂਦੇ ਹਨ। ਸਾਈਕਲ ਚਲਾਉਣਾ, ਮੈਦਾਨੀ ਖੇਡਾਂ ਖੇਡਣਾ, ਨੱਸਣਾ, ਟੱਪਣਾ, ਕੁੱਦਣਾ ਭੁੱਲ ਗਏ ਹਨ। ਪੌੜੀਆਂ ਰਾਹੀਂ ਚੜ੍ਹਨ ਦੀ ਬਜਾਏ ਲਿਫ਼ਟ ਪਸੰਦ ਕਰਦੇ ਹਨ। ਸਰੀਰ ਦੇ ਭਾਰ ਨੂੰ ਕਾਬੂ ਵਿਚ ਰੱਖਣ ਦਾ ਅਸਲ ਭੇਦ ਹੈ ਕਿ ਜੋ ਸ਼ਕਤੀ ਅਸੀਂ ਖੁਰਾਕ ਰਾਹੀਂ ਲੈਂਦੇ ਹਾਂ ਤੇ ਜੋ ਸ਼ਕਤੀ ਅਸੀਂ ਰੋਜ਼ਾਨਾ ਖਰਚ ਕਰਦੇ ਹਾਂ, ਉਸ ਵਿਚ ਸੰਤੁਲਿਤਾ ਲਿਆਉਣਾ ਹੈ।

ਜ਼ਿਆਦਾ ਭਾਰ ਦੇ ਸਿਹਤ ਉੱਤੇ ਅਸਰ: ਕਿਸੇ ਵਿਅਕਤੀ ਦਾ ਜਿਨਾ ਭਾਰ ਵਧਦਾ ਜਾਂਦਾ ਹੈ ਉਨਾ ਹੀ ਭਾਰ ਜ਼ਿਆਦਾ ਹੋਣ ਨਾਲ ਉਸਦੀਆਂ ਸੰਬੰਧਤ ਸਮੱਸਿਆਵਾਂ ਵਿਚ ਵਾਧਾ ਹੁੰਦਾ ਹੈ। ਆਮ ਤੌਰ 'ਤੇ ਜਿਹੜੇ ਵਿਅਕਤੀ ਮੋਟੇ ਹਨ, ਉਨ੍ਹਾਂ ਵਿਚ ਛੋਟੀ ਉਮਰ ਵਿਚ ਮਰਨ ਦਾ ਖਤਰਾ ਵਧ ਹੁੰਦਾ ਹੈ। ਇਹ ਖਤਰਾ ਇਕ ਸਹੀ ਭਾਰ ਵਾਲੇ ਵਿਅਕਤੀ ਨਾਲੋਂ ਤਕਰੀਬਨ ਦੁਗਣਾ ਹੋ ਜਾਂਦਾ ਹੈ। ਮੋਟੇ ਵਿਅਕਤੀਆਂ ਦੇ ਖ਼ੂਨ ਵਿਚ ਚਿਕਨਾਈ ਦੀ ਮਾਤਰਾ ਵਧ ਹੋ ਜਾਂਦੀ ਹੈ ਤੇ ਦਿਲ ਦੀਆਂ ਬਿਮਾਰੀਆਂ ਦੇ ਲੱਗਣ ਦੇ ਮੌਕੇ ਵਧ ਜਾਂਦੇ ਹਨ। ਮੋਟਾਪੇ ਤੇ ਸ਼ੱਕਰ ਰੋਗ (Diabetes) ਦਾ ਆਪਸ ਵਿਚ ਸਿੱਧਾ ਸੰਬੰਧ ਹੈ। ਮੋਟੇ ਵਿਅਕਤੀਆਂ ਵਿਚ ਸ਼ੱਕਰ ਰੋਗ ਹੋਣ ਦਾ ਖਤਰਾ ਦੂਸਰੇ ਵਿਅਕਤੀਆਂ ਨਾਲੋਂ ਤਿੰਨ ਗੁਣਾ ਵਧ ਜਾਂਦਾ ਹੈ। ਮੋਟੇ ਵਿਅਕਤੀ ਨੂੰ ਕਈ ਤਰ੍ਹਾਂ ਦੇ ਕੈਂਸਰ ਹੋਣ ਦਾ ਡਰ ਵੀ ਜ਼ਿਆਦਾ ਹੁੰਦਾ ਹੈ। ਇਹੋ ਜਿਹੇ ਬੰਦਿਆਂ ਨੂੰ ਕਈ ਹੋਰ ਤਰ੍ਹਾਂ ਦੀਆਂ ਸ਼ਿਕਾਇਤਾਂ ਜਿਵੇਂ ਕਿ ਖ਼ੂਨ ਦਾ ਦਬਾਅ ਵਧ ਹੋਣਾ, ਪਿੱਠ ਤੇ ਜੋੜਾਂ ਦਾ ਦਰਦ, ਗੁਰਦਿਆਂ, ਚਮੜੀ ਦੇ ਰੋਗ, ਨਾਮਰਦਗੀ, ਸਾਹ ਤੇ ਨੀਂਦ ਦਾ ਠੀਕ ਨਾ ਆਉਣਾ ਆਦਿ ਦੇ ਆਸਾਰ ਵਧ ਜਾਂਦੇ ਹਨ। ਇਹ ਵੀ ਦੇਖਿਆ ਗਿਆ ਹੈ ਕਿ ਜਿਹੜੇ ਵਿਅਕਤੀਆਂ ਵਿਚ ਵਾਧੂ ਚਰਬੀ ਢਿੱਡ ਦੁਆਲ਼ੇ ਵਧ ਜਾਂਦੀ ਹੈ ਉਸਨੂੰ ਇਸ ਤਰ੍ਹਾਂ ਦੀਆਂ ਬਿਮਾਰੀਆਂ ਲੱਗਣ ਦਾ ਖ਼ਤਰਾ ਉਸ ਵਿਅਕਤੀ ਨਾਲੋਂ ਜ਼ਿਆਦਾ ਹੁੰਦਾ ਹੈ ਜਿਸ ਵਿਚ ਚਰਬੀ ਪਿੱਠ (Hips) ਦੁਆਲ਼ੇ ਵਧੀ ਹੋਈ ਹੁੰਦੀ ਹੈ। ਇਨ੍ਹਾਂ ਵਿਅਕਤੀਆਂ ਵਿਚ ਇਹ ਚਰਬੀ ਛੇਤੀ ਘੁਲਕੇ ਤੇ ਜਜ਼ਬ ਹੋ ਕੇ ਖ਼ੂਨ ਵਿਚ ਛੇਤੀ ਪਹੁੰਚ ਜਾਂਦੀ ਹੈ ਤੇ ਖ਼ੂਨ ਵਿਚ ਚਿਕਨਾਈ ਵਧ ਜਾਂਦੀ ਹੈ।

ਮੋਟਾਪਾ ਸਰੀਰ ਦੇ ਨਰੋਏਪਨ ਤੇ ਚੁਸਤੀ ਤੇ ਵੀ ਮਾੜਾ ਅਸਰ ਪਾਉਂਦਾ ਹੈ। ਭਾਰੇ ਸਰੀਰ ਵਾਲਾ ਵਿਅਕਤੀ ਤੁਰਨ ਫਿਰਨ, ਕੰਮ ਕਰਨ, ਇੱਥੋਂ ਤੱਕ ਕਿ ਕਸਰਤ ਕਰਨ ਵਿਚ ਕਠਿਨਾਈ ਮਹਿਸੂਸ ਕਰਦਾ ਹੈ। ਉਸਦੇ ਸਰੀਰ ਦੀਆਂ ਮਾਸ ਪੇਸ਼ੀਆਂ ਦੀ ਤਾਕਤ,

ਸਰੀਰ ਦੀ ਲਚਕ ਤੇ ਮਜ਼ਬੂਤੀ ਘੱਟ ਜਾਂਦੇ ਹਨ।

ਮੋਟਾਪੇ ਵਾਲੇ ਵਿਅਕਤੀ ਮਨੋਵਿਗਿਆਨਕ ਤੇ ਦਿਮਾਗੀ ਤੌਰ 'ਤੇ ਵੀ ਕਮਜ਼ੋਰ ਮਹਿਸੂਸ ਕਰਦੇ ਹਨ। ਉਹ ਫ਼ਿਕਰਮੰਦੀ, ਨਿਰਾਸ਼ਤਾ ਅਤੇ ਹੀਣਤਾ ਦੀ ਭਾਵਨਾ ਦਾ ਸ਼ਿਕਾਰ ਹੋ ਜਾਂਦੇ ਹਨ।

ਸਰੀਰ ਦੇ ਭਾਰ ਨੂੰ ਕਾਬੂ ਵਿਚ ਰੱਖਣਾ: ਆਪਣੇ ਆਪ ਨੂੰ ਰਿਸ਼ਟ-ਪੁਸ਼ਟ ਤੇ ਸਿਹਤਮੰਦ ਰੱਖਣ ਲਈ ਭਾਰ ਨੂੰ ਕਾਬੂ ਵਿਚ ਰੱਖਣਾ ਬਹੁਤ ਜ਼ਰੂਰੀ ਹੈ। ਸਾਡਾ ਸਰੀਰ ਆਪਣੇ ਭਾਰ ਨੂੰ ਇਕ ਖਾਸ ਭਾਰ ਤੇ ਸਥਿਰ ਰੱਖਣ ਦੀ ਕੋਸ਼ਿਸ਼ ਕਰਦਾ ਹੈ। ਜਦੋਂ ਇਸ ਤੋਂ ਭਾਰ ਵਧ ਹੋਣ ਲੱਗਦਾ ਹੈ ਤਾਂ ਇਹ ਭਾਰ ਨੂੰ ਘਟਾਉਣ ਦੀ ਕੋਸ਼ਿਸ਼ ਕਰਦਾ ਹੈ ਤੇ ਇਸ ਤੋਂ ਘੱਟ ਹੋਣ ਲਗਦਾ ਹੈ ਤਾਂ ਇਸਨੂੰ ਵਧਾਉਣ ਦੀ ਕੋਸ਼ਿਸ ਕਰਦਾ ਹੈ। ਇਸ ਕਿਰਿਆ ਨੂੰ ਸਥਿਰ ਸਿਧਾਂਤ (Set Point Theory) ਕਿਹਾ ਜਾਂਦਾ ਹੈ। ਜੋ ਸਰੀਰ ਦੇ ਅੰਦਰ ਹੀ ਇਕ ਤਰ੍ਹਾਂ ਦੀ ਅਨੁਵੰਸ਼ਕੀ ਪ੍ਰਣਾਲੀ (Genetic System) ਹੈ ਜੋ ਭਾਰ ਨੂੰ ਕਿਸੇ ਖਾਸ ਪੱਧਰ ਤੇ ਰੱਖਣ ਵਿਚ ਰੁਝੀ ਰਹਿੰਦੀ ਹੈ। ਪਰ ਫਿਰ ਵੀ ਸਾਡੀਆਂ ਖਾਣ-ਪੀਣ, ਕਸਰਤ ਕਰਨ ਤੇ ਹੋਰ ਰਹਿਣ-ਬਹਿਣ ਦੀਆਂ ਆਦਤਾਂ ਦਾ ਇਸ ਸੈਟ ਸਥਿਰਤਾ ਪੱਧਰ ਉੱਤੇ ਅਸਰ ਪੈਂਦਾ ਹੈ ਤੇ ਇਸ ਵਿਚ ਬਦਲਾਅ ਲਿਆ ਦਿੰਦੀਆਂ ਹਨ।

ਬਹੁਤ ਸਾਰੇ ਵਿਅਕਤੀ ਖਾਣਾ ਘੱਟ ਕਰਕੇ (Dieting) ਭਾਰ ਨੂੰ ਘਟਾਉਣ ਦੀ ਕੋਸ਼ਿਸ਼ ਕਰਦੇ ਹਨ। ਵੇਖਣ ਵਿਚ ਆਇਆ ਹੈ ਕਿ ਇਹ ਭਾਰ ਕੁਝ ਸਮੇਂ (Temporary) ਲਈ ਹੀ ਘਟਦਾ ਹੈ। ਜਿਉਂ ਹੀ ਉਹ ਫਿਰ ਪਹਿਲੇ ਵਾਲੇ ਖਾਣੇ 'ਤੇ ਆਉਂਦੇ ਹਨ ਤਾਂ ਉਹ ਮੁੜ ਉਸੇ ਸਥਿਤੀ ਵਿਚ ਪਹੁੰਚ ਜਾਂਦੇ ਹਨ। ਜਦੋਂ ਸਰੀਰ ਵਿਚ ਸ਼ਕਤੀ ਦੀ ਘਾਟ ਹੁੰਦੀ ਹੈ ਤਾਂ ਸਾਡਾ ਅੰਦਰੂਨੀ ਢਾਂਚਾ ਤੇ ਮਾਸ ਸਮੂਹ (Muscle tissues) ਆਪਣੇ ਆਪ ਨੂੰ ਭੁਖਮਰੀ (Starvation) ਵਾਲੀ ਸਥਿਤੀ ਦੇ ਅਨੁਕੂਲ ਢਾਲ ਲੈਂਦੇ ਹਨ। ਪਰ ਜਦੋਂ ਹੀ ਖਾਣ ਵਾਲੀ ਪਹਿਲੀ ਸਥਿਤੀ ਬਣਦੀ ਹੈ ਤੇ ਇਹ ਸਥਿਤੀ ਵੀ ਬਦਲ ਜਾਂਦੀ ਹੈ। ਭਾਰ ਫਿਰ ਵਧ ਜਾਂਦਾ ਹੈ ਤੇ ਜੋ ਇਹ ਭਾਰ ਵਧਦਾ ਹੈ ਉਹ ਚਰਬੀ ਦੀ ਸ਼ਕਲ ਵਿਚ ਵਧਦਾ ਹੈ।

ਜੇ ਅਸੀਂ ਪੱਕੇ ਤੌਰ 'ਤੇ ਭਾਰ ਘਟਾਉਣਾ ਚਾਹੁੰਦੇ ਹਾਂ ਤਾਂ ਸਾਨੂੰ ਜ਼ਿੰਦਗੀ ਬਿਤਾਉਣ ਦਾ ਚੰਗਾ ਰਾਹ ਅਪਨਾਉਣਾ ਪਵੇਗਾ ਜੋ ਕਿ ਸਾਰੀ ਜ਼ਿੰਦਗੀ ਬਣਿਆ ਰਹੇ। ਇਸ ਲਈ ਸਾਨੂੰ ਖਾਣ-ਪੀਣ, ਚੁਸਤੀ ਤੇ ਫੁਰਤੀ, ਕਸਰਤ ਦੀਆਂ ਆਦਤਾਂ ਦੇ ਨਾਲ-ਨਾਲ ਚੜ੍ਹਦੀ ਕਲਾ ਵਿਚ ਰਹਿਣ ਤੇ ਚਿੰਤਾ, ਫ਼ਿਕਰ, ਡਰ ਨੂੰ ਨਿਰੰਤਰ ਕਾਬੂ ਰਖਕੇ ਵਿਚਰਨ ਦੀ ਲੋੜ ਹੈ।

ਖਾਣਾ ਖਾਣ ਤੇ ਕਾਬੂ: ਕਾਫੀ ਘੋਖ ਤੇ ਤਜਰਬਿਆਂ ਤੋਂ ਬਾਅਦ ਮਾਹਿਰ ਹੁਣ ਇਸ ਸਿੱਟੇ ਤੇ ਪਹੁੰਚੇ ਹਨ ਕਿ ਇਹ ਇਕੱਲਾ ਤੁਸੀਂ ਖਾਣੇ ਵਿਚ ਕਿੰਨੀਆਂ ਕੈਲਰੀਆਂ (ਸ਼ਕਤੀ) ਖਾਂਦੇ ਹੋ ਉਸ ਨਾਲ ਹੀ ਭੁੱਖ ਤੋਂ ਸੰਤੁਸ਼ਟੀ ਨਹੀਂ ਹੁੰਦੀ। ਤੁਸੀਂ ਕਿੰਨਾ ਢਿੱਡ ਭਰਵਾਂ (Bulk) ਖਾਣਾ ਖਾਂਦੇ ਹੋ ਜਿਸ ਨਾਲ ਤੁਸੀਂ ਰਜਿਆ ਹੋਇਆ ਮਹਿਸੂਸ ਕਰਦੇ ਹੋ, ਉਹ ਵੀ ਉਨਾ ਹੀ ਜ਼ਰੂਰੀ ਹੈ। ਜਿਹੜੀ ਖੁਰਾਕ ਵਿਚ ਸ਼ਕਤੀ ਦੀ ਘਣਤਾ ਘੱਟ ਹੁੰਦੀ ਹੈ, ਉਹ ਖੁਰਾਕ ਸ਼ਕਤੀ ਪੂਰੀ ਕਰਨ ਲਈ ਜ਼ਿਆਦਾ ਮਾਤਰਾ ਵਿਚ ਖਾਣੀ ਪੈਂਦੀ ਹੈ। ਸੌ ਗ੍ਰਾਮ

ਮੂੰਗਫਲੀ ਸਾਨੂੰ 550 ਕੈਲਰੀ ਸ਼ਕਤੀ ਦਿੰਦੀ ਹੈ ਪਰ ਸੌ ਗ੍ਰਾਮ ਗਾਜਰ ਸਾਨੂੰ 50 ਕੈਲਰੀ ਸ਼ਕਤੀ ਦਿੰਦੀ ਹੈ। ਸੋ ਸਾਨੂੰ ਇਕੋ ਜਿੰਨੀ ਸ਼ਕਤੀ ਲੈਣ ਲਈ ਗਾਜਰ, ਮੂੰਗਫਲੀ ਨਾਲੋਂ 11 ਗੁਣਾ ਜ਼ਿਆਦਾ ਖਾਣੀ ਪਵੇਗੀ। ਸੋ ਸਾਨੂੰ ਭਾਰ ਕਾਬੂ ਵਿਚ ਰੱਖਣ ਲਈ ਇਹੋ ਜਿਹੇਖਾਣੇ ਚਾਹੀਦੇ ਹਨ ਜਿਨ੍ਹਾਂ ਵਿਚ ਸ਼ਕਤੀ ਦੀ ਘਣਤਾ ਘੱਟ ਹੋਵੇ ਤਾਂ ਕਿ ਜਦੋਂ ਅਸੀਂ ਰੱਜਿਆ ਹੋਇਆ ਮਹਿਸੂਸ ਕਰੀਏ ਤਾਂ ਸਾਡੇ ਸਰੀਰ ਅੰਦਰ ਸ਼ਕਤੀ (Calories) ਘੱਟ ਦਾਖਲ ਹੋਈ ਹੋਵੇ। ਅਨਾਜ, ਸਬਜ਼ੀਆਂ, ਫਲ ਵਿਚ ਸ਼ਕਤੀ ਦੀ ਘਣਤਾ ਘੱਟ ਹੁੰਦੀ ਹੈ। ਮੀਟ, ਆਈਸਕ੍ਰੀਮ, ਆਲੂ ਦੀਆਂ ਟਿੱਕੀਆਂ, ਕੇਕ, ਪੇਸਟਰੀ, ਮੱਖਣ, ਘਿਉ, ਤਲੀਆਂ ਹੋਈਆਂ ਚੀਜ਼ਾਂ ਵਿਚ ਘਣਤਾ ਜ਼ਿਆਦਾ ਹੁੰਦੀ ਹੈ।

ਖਾਣ ਪੀਣ ਦੀਆਂ ਆਦਤਾਂ: ਖਾਣ ਪੀਣ ਦੀਆਂ ਆਦਤਾਂ ਵੀ ਸਰੀਰ ਦੇ ਭਾਰ ਨੂੰ ਸੰਤੁਲਿਤ ਰੱਖਣ ਵਿਚ ਬਹੁਤ ਯੋਗਦਾਨ ਪਾਉਂਦੀਆਂ ਹਨ। ਦਿਨ ਵਿਚ ਇਕ ਵਕਤ ਘੱਟ ਪਰ ਕਈ ਵਾਰ ਖਾਉ। ਘੱਟ ਤੋਂ ਘੱਟ ਦਿਨ ਵਿਚ ਤਿੰਨ ਵਾਰ ਖਾਣਾ ਖਾਣ ਦੀ ਆਦਤ ਪਾ ਲੈਣੀ ਚਾਹੀਦੀ ਹੈ। ਜੇਕਰ ਤੁਸੀਂ ਵਕਤ ਤੇ ਖਾਣਾ ਨਹੀਂ ਖਾਂਦੇ ਤਾਂ ਤੁਸੀਂ ਭੁੱਖੜ ਮਹਿਸੂਸ ਕਰਦੇ ਹੋ ਤੇ ਜਦੋਂ ਤੁਸੀਂ ਖਾਂਦੇ ਹੋ ਤਾਂ ਲੋੜ ਤੋਂ ਵਧ ਖਾ ਜਾਂਦੇ ਹੋ। ਆਮ ਤੌਰ 'ਤੇ ਅਸੀਂ ਇਸ ਸਥਿਤੀ ਵਿਚ ਜ਼ਿਆਦਾ ਚਿਕਨਾਈ, ਜ਼ਿਅਦਾ ਖੰਡ ਤੇ ਜ਼ਿਆਦਾ ਸ਼ਕਤੀ ਵਾਲੇ ਭੋਜਨ ਦਾ ਸੇਵਨ ਕਰ ਜਾਂਦੇ ਹਾਂ। ਜ਼ਿਆਦਾ ਤਰ੍ਹਾਂ ਦੀਆਂ ਖੁਰਾਕਾਂ ਖਾਣੇ ਵਿਚ, ਪਰ ਸੀਮਤ ਮਾਤਰਾ (ਸੰਜਮ) ਵਿਚ ਖਾਣ ਦੀ ਆਦਤ ਪਾਉ। ਖਾਣ ਲਈ 50:25:25 ਦਾ ਨਿਯਮ ਅਪਣਾਉ, ਯਾਨੀ ਕਿ 50% ਗੁਦਾ, 25% ਪਾਣੀ ਤੇ 25% ਪੇਟ ਖਾਲੀ (ਹਾਜਮੇ ਲਈ)।

ਲਗਾਤਾਰ ਰਾਤ ਨੂੰ ਭਾਰੀ ਖਾਣਾ ਖਾਣ ਦੀ ਆਦਤ ਸਰੀਰ ਦਾ ਭਾਰ ਵਧਾਉਂਦੀ ਹੈ। ਰਾਤ ਨੂੰ ਲੇਟ ਤੇ ਭਾਰੀ ਖਾਣਾ ਨਹੀਂ ਖਾਣਾ ਚਾਹੀਦਾ। ਇਸਦਾ ਸੌਣ ਤੋਂ 1 ਤੋਂ 2 ਘੰਟੇ ਪਹਿਲਾਂ ਸੇਵਨ ਕਰਨਾ ਸਿਹਤ ਲਈ ਠੀਕ ਰਹਿੰਦਾ ਹੈ। ਖਾਣਾ ਆਰਾਮ ਨਾਲ ਖਾਉ, ਕਾਹਲ ਵਿਚ ਨਾ ਖਾਓ। ਕਿਉਂਕਿ ਦਿਮਾਗ ਨੂੰ ਰੱਜੇ ਹੋਣ ਦਾ ਸੁਨੇਹਾ ਕੁਝ ਦੇਰੀ ਨਾਲ ਪਹੁੰਚਦਾ ਹੈ। ਖਾਣ ਵੇਲੇ ਖਾਣ ਵਿਚ ਹੀ ਧਿਆਨ ਦਿਉ। ਟੀ.ਵੀ. ਜਾਂ ਪੜ੍ਹਨਾ ਹੋਰ ਪਾਸੇ ਵੱਲ ਧਿਆਨ ਖਿਚਦੇ ਹਨ ਤੇ ਤੁਸੀਂ ਸੁਭਾਵਕ ਹੀ ਵੱਧ ਖਾ ਜਾਂਦੇ ਹੋ। ਪਾਣੀ ਪੀਣ ਵੱਲ ਵੀ ਖਾਸ ਧਿਆਨ ਦਿਉ। ਇਕ ਦਿਨ ਵਿਚ ਤਕਰੀਬਨ 8 ਗਲਾਸ ਪਾਣੀ ਜ਼ਰੂਰ ਪੀਉ।

ਸਾਡੀ ਜੀਭ ਉੱਤੇ ਇਹੋ ਜਿਹੀਆਂ ਤੰਤੀਆਂ (Taste buds) ਹਨ ਜੋ ਕਿ ਖਾਣੇ ਦੇ ਸਵਾਦ ਜਿਵੇਂ ਕਿ ਮਿੱਠਾ, ਫਿੱਕਾ, ਖੱਟਾ, ਲੂਣਾ, ਸਵਾਦੀ ਆਦਿ ਬਾਰੇ ਸਾਨੂੰ ਸੂਚਿਤ ਕਰਦੀਆਂ ਹਨ। ਇਹ ਤੰਤੀਆਂ ਸਾਡੀ ਖੁਰਾਕ ਬਾਰੇ ਸੰਕੇਤ ਦਿੰਦੀਆਂ ਹਨ ਕਿ ਅਸੀਂ ਕਿਹੋ ਜਿਹੀ ਖੁਰਾਕ ਖਾਈਏ।

ਇਸਦੇ ਨਾਲ ਹੀ ਸਾਡੇ ਸਰੀਰ ਨੂੰ ਖੁਰਾਕ ਪ੍ਰਤੀ ਕੁਦਰਤ ਨੇ ਬੁੱਧੀ ਬਖ਼ਸ਼ੀ ਹੈ ਇਹ ਬੁੱਧੀ ਸਾਨੂੰ ਦਸਦੀ ਹੈ ਕਿ ਸਾਨੂੰ ਕਦੋਂ ਤੇ ਕਿੰਨਾ ਕੁ ਖਾਣਾ ਚਾਹੀਦਾ ਹੈ। ਸੋ ਸਾਨੂੰ ਇਸ ਮੁਤਾਬਕ ਚੱਲਣਾ ਚਾਹੀਦਾ ਹੈ ਜਦੋਂ ਸੰਕੇਤ ਮਿਲਦਾ ਹੈ ਕਿ ਅਸੀਂ ਭੁੱਖੇ ਹਾਂ ਤਾਂ

ਖਾਣਾ ਖਾਉ। ਜਦੋਂ ਸੰਕੇਤ ਮਿਲਦਾ ਹੈ ਕਿ ਹੁਣ ਰੱਜ ਗਏ ਹਾਂ ਉਥੇ ਹੀ ਬੱਸ ਕਰ ਦਿਉ। ਜੇ ਪਿਆਸ ਦਾ ਸੰਕੇਤ ਮਿਲਦਾ ਹੈ ਤਾਂ ਪਾਣੀ ਪੀਉ। ਕੁਝ ਵਿਅਕਤੀਆਂ ਨੂੰ ਖਾਣ ਪੀਣ ਵਾਲੀਆਂ ਕੁਝ ਖਾਸ ਵਸਤਾਂ ਵੱਲ ਖਿੱਝ ਹੁੰਦੀ ਹੈ ਤੇ ਉਹ ਉਨ੍ਹਾਂ ਨੂੰ ਖਾਣਾ ਲੋਚਦੇ ਰਹਿੰਦੇ ਹਨ। ਕਈ ਵਾਰ ਇਨ੍ਹਾਂ ਦਾ ਜ਼ਿਆਦਾ ਮਾਤਰਾ ਵਿਚ ਸੇਵਨ ਕਰਨਾ ਸਾਡੀ ਸਿਹਤ ਲਈ ਹਾਨੀਕਾਰਕ ਹੋ ਸਕਦਾ ਹੈ। ਇਸ ਲਈ ਇਸ ਖਿੱਚ ਨੂੰ ਜਿਨਾ ਹੋ ਸਕੇ ਕਾਬੂ ਵਿਚ ਰੱਖਣਾ ਚਾਹੀਦਾ ਹੈ ਤੇ ਇਨ੍ਹਾਂ ਚੀਜ਼ਾਂ ਦਾ ਸੇਵਨ ਘੱਟ ਤੋਂ ਘੱਟ (ਹਫ਼ਤੇ ਵਿਚ ਇਕ ਵਾਰੀ) ਕਰ ਦੇਣਾ ਚਾਹੀਦਾ ਹੈ। ਜੇਕਰ ਇਸ ਵਿਚ ਮੁਸ਼ਕਿਲ ਹੋਵੇ ਤਾਂ ਉਨ੍ਹਾਂ ਨੂੰ ਇਨ੍ਹਾਂ ਚੀਜ਼ਾਂ ਨਾਲ ਰਲਦੀਆਂ ਮਿਲਦੀਆਂ ਚੀਜ਼ਾਂ ਦਾ ਸੇਵਨ ਕਰਕੇ ਆਪਣੀ ਤਸੱਲੀ ਕਰ ਲੈਣੀ ਚਾਹੀਦੀ ਹੈ।

ਕੁਝ ਵਿਅਕਤੀ ਲੋੜ ਤੋਂ ਵਧ ਖਾਣ ਦੀ ਆਦਤ ਪਾ ਲੈਂਦੇ ਹਨ। ਵਾਧੂ ਖਾਣ ਨਾਲ ਸਾਡੀ ਖੁਰਾਕ ਪ੍ਰਣਾਲੀ ਅਤੇ ਹੋਰ ਅੰਗਾਂ ਉੱਤੇ ਦਬਾਅ ਵਧਦਾ ਹੈ ਤੇ ਇਨ੍ਹਾਂ ਨਾਲ ਖੁਰਾਕ ਹਜ਼ਮ ਕਰਨ ਤੇ ਫ਼ਾਲਤੂ ਖੁਰਾਕ ਨੂੰ ਬਾਹਰ ਕੱਢਣ ਲਈ ਵਧੇਰੇ ਕੰਮ ਕਰਨਾ ਪੈਂਦਾ ਹੈ। ਇਹੋ ਜਿਹੇ ਵਿਅਕਤੀ ਸਮੇਂ ਨਾਲ ਆਪਣਾ ਹਾਜ਼ਮਾਂ ਖ਼ਰਾਬ ਕਰ ਬੈਠਦੇ ਹਨ। ਇਸਦੇ ਨਾਲ ਹੀ ਜੋ ਵਾਧੂ ਖੁਰਾਕ ਹਜ਼ਮ ਨਹੀਂ ਹੁੰਦੀ ਉਸ ਤੋਂ ਉਤਪੰਨ ਹੋਣ ਵਾਲੇ ਵਿਸ਼ੈਲੇ ਤੱਤਾਂ ਨਾਲ ਸਰੀਰ ਵਿਚ ਜ਼ਹਿਰੀਲੇ ਮਾਦੇ ਦੀ ਮਿਕਦਾਰ ਵਧਾ ਲੈਂਦੇ ਹਨ। ਇਸਦੇ ਬੜੇ ਮਾੜੇ ਨਤੀਜੇ ਨਿਕਲਦੇ ਹਨ। ਇਸੇ ਲਈ ਕਿਹਾ ਜਾਂਦਾ ਹੈ ਕਿ ਲਗਾਤਾਰ ਵਾਧੂ ਖੁਰਾਕ ਖਾਣਾ ਭੁੱਖੇ ਰਹਿਣ ਨਾਲੋਂ ਜ਼ਿਆਦਾ ਘਾਤਕ ਹੁੰਦਾ ਹੈ। ਨਾ ਭੁੱਖੇ ਹੋਣ ਦੇ ਬਾਵਜੂਦ ਵੀ ਖਾਣਾ ਸੇਵਣ ਕਰਨਾ ਆਪਣੇ ਸਰੀਰ ਨੂੰ ਦੰਡ ਦੇਣ ਦੇ ਬਰਾਬਰ ਹੈ।

ਚੁਸਤ ਫੁਰਤ ਜ਼ਿੰਦਗੀ (Active life Style): ਮੋਟਾਪੇ ਨੂੰ ਕਾਬੂ ਰੱਖਣ ਲਈ ਖਾਣ ਦੀਆਂ ਆਦਤਾਂ ਨੂੰ ਕਾਬੂ ਰੱਖਣ ਦੇ ਨਾਲ-ਨਾਲ ਜ਼ਿੰਦਗੀ ਵਿਚ ਚੁਸਤ ਫੁਰਤ ਰਹਿਣ ਦੀ ਆਦਤ ਅਪਣਾਉਣੀ ਚਾਹੀਦੀ ਹੈ। ਤੁਹਾਨੂੰ ਆਪਣੇ ਨਿਤ ਪ੍ਰਤੀ ਦੇ ਕੰਮਕਾਰ ਜਿਵੇਂ ਕਿ ਘਰ ਦੇ ਛੋਟੇ ਮੋਟੇ ਕੰਮ, ਘਰੇਲੂ ਬਗੀਚੀ, ਨੇੜੇ ਤੇੜੇ ਪੈਦਲ ਜਾਂ ਸਾਈਕਲ 'ਤੇ ਜਾਣਾ, ਪੌੜੀਆਂ ਰਾਹੀਂ ਚੜ੍ਹਨਾ ਆਦਿ ਕਰਨ ਦੀ ਆਦਤ ਪਾਉਣੀ ਚਾਹੀਦੀ ਹੈ। ਮਾਹਰਾਂ ਨੇ ਪਤਾ ਲਗਾਇਆ ਹੈ ਕਿ ਜਿਹੜੇ ਵਿਅਕਤੀਆਂ ਦਾ ਭਾਰ ਇਸ ਤਰ੍ਹਾਂ ਘਟਦਾ ਹੈ ਉਹ ਦੁਬਾਰਾ ਨਹੀਂ ਵਧਦਾ। ਉਹ ਤਕਰੀਬਨ 2800 ਕੈਲਰੀ ਇਕ ਹਫ਼ਤੇ ਵਿਚ ਇਹ ਜਿਹੇ ਛੋਟੇ ਮੋਟੇ ਕੰਮ ਕਰਨ ਵਿਚ ਖਰਚ ਲੈਂਦੇ ਹਨ, ਜੋ ਕਿ ਇਕ ਵਿਅਕਤੀ ਦੇ ਇਕ ਘੰਟਾ ਹਰ ਰੋਜ਼ ਰਫ਼ਤਾਰ ਤੁਰਨ ਦੇ ਬਰਾਬਰ ਹੁੰਦੀ ਹੈ।

ਕਸਰਤ: ਸਰੀਰ ਦਾ ਭਾਰ ਤੇ ਆਕਾਰ ਠੀਕ ਰੱਖਣ ਲਈ ਕਸਰਤ ਕਰਨ ਦੀ ਆਦਤ ਪਾਉਣਾ ਬਹੁਤ ਹੀ ਉਪਯੋਗੀ ਹੈ ਜੇ ਅਸੀਂ ਦਰਮਿਆਨੀ ਤੌਰ ਦੀ ਕਸਰਤ ਹਰ ਰੋਜ਼ ਤੇ ਲੰਬੇ ਸਮੇਂ ਲਈ ਕਰਦੇ ਹਾਂ ਤਾਂ ਸਾਡੀ ਬਹੁਤ ਸਾਰੀ ਸ਼ਕਤੀ (Calories) ਇਸ ਵਿਚ ਵਰਤੀ ਜਾਂਦੀ ਹੈ। ਜਦੋਂ ਅਸੀਂ ਕਸਰਤ ਕਰਨੀ ਬੰਦ ਕਰਦੇ ਹਾਂ ਤਾਂ ਸਾਡੀ ਸ਼ਕਤੀ ਨੂੰ ਵਰਤਣ ਦੀ ਗਤੀ ਆਮ ਨਾਲੋਂ ਤੇਜ਼ ਹੋਣ ਕਰਕੇ ਹੋਰ ਵਾਧੂ (20 ਤੋਂ 80 ਕੈਲਰੀ) ਖਰਚ ਲੈਂਦੇ ਹਾਂ। ਇਹ ਵੀ ਵੇਖਿਆ ਗਿਆ ਹੈ ਕਿ ਜਦੋਂ ਅਸੀਂ ਘੱਟ ਪ੍ਰਬਲਤਾ ਦੀ ਕਸਰਤ ਕਰਦੇ ਹਾਂ ਤਾਂ ਜ਼ਿਆਦਾ ਸ਼ਕਤੀ (50%) ਚਿਕਨਾਈ ਤੋਂ ਆਉਂਦੀ ਹੈ ਪਰ ਜਦੋਂ ਬਹੁਤੀ

ਪ੍ਰਬਲਤਾ (internsity) ਦੀ ਕਸਰਤ ਕਰਦੇ ਹਾਂ ਤਾਂ ਚਿਕਨਾਈ ਤੋਂ ਸ਼ਕਤੀ 40% ਰਹਿ ਜਾਂਦੀ ਹੈ। ਕਿਉਂਕਿ ਤੇਜ਼ ਕਸਰਤ ਨਾਲ ਕੁਲ ਸ਼ਕਤੀ ਕਾਫੀ ਜ਼ਿਆਦਾ ਖਰਚ ਹੋਈ ਹੁੰਦੀ ਹੈ। ਇਸ ਲਈ ਕੁਲ ਮਿਲਾ ਕੇ ਚਿਕਨਾਈ ਤੋਂ ਸ਼ਕਤੀ ਦਾ ਖਰਚ ਜ਼ਿਆਦਾ ਹੋ ਜਾਂਦਾ ਹੈ। ਕਸਰਤ ਕਰਨ ਦੇ ਸਰੀਰ ਦੇ ਭਾਰ ਤੇ ਕਾਬੂ ਰੱਖਣ ਤੋਂ ਇਲਾਵਾ ਹੋਰ ਵੀ ਬਹੁਤ ਸਾਰੇ ਲਾਭ ਹਨ, ਇਸ ਕਰਕੇ ਇਸ ਵਿਸ਼ੇ ਤੇ ਅਗਾਂਹ ਜਾ ਕੇ ਵਿਸਥਾਰ ਪੂਰਵਕ ਚਰਚਾ ਕੀਤੀ ਗਈ ਹੈ।

ਜ਼ਿੰਦਗੀ ਦੀਆਂ ਸਮੱਸਿਆਵਾਂ ਦਾ ਸਾਹਮਣਾ: ਕੁਝ ਵਿਅਕਤੀ ਜ਼ਿੰਦਗੀ ਦੀਆਂ ਸਮੱਸਿਆਵਾਂ ਜਿਵੇਂ ਕਿ ਤਣਾਅ, ਚਿੰਤਾ, ਇਕੱਲਾਪਨ, ਥਕਾਵਟ, ਉਕਤਾਹਟ, ਢਹਿੰਦੀ ਕਲਾ ਆਦਿ ਦਾ ਹੱਲ ਖੁਰਾਕ ਜ਼ਿਆਦਾ ਖਾਣ, ਸ਼ਰਾਬ, ਸਿਗਰਟ, ਨਸ਼ੇ ਦਾ ਸੇਵਨ ਜਾਂ ਜੂਆ ਖੇਡਣ ਨਾਲ ਲੱਭਣ ਦੀ ਕੋਸ਼ਿਸ਼ ਕਰਦੇ ਹਨ। ਕੁਝ ਲੋਕ ਐਵੇਂ ਹੀ ਅਸਲੀ ਜਾਂ ਖਿਆਲੀ ਖਤਰਿਆਂ ਤੋਂ ਡਰਕੇ ਹੀ ਜ਼ਿਆਦਾ ਖਾਣ ਦੀ ਆਦਤ ਪਾ ਲੈਂਦੇ ਹਨ। ਇਹੋ ਜਿਹੇ ਵਿਅਕਤੀਆਂ ਨੂੰ ਖੁਲ੍ਹੀਆਂ ਅੱਖਾਂ ਨਾਲ ਸੋਚ ਸਮਝਕੇ ਆਪਣੀ ਖਾਣ-ਪੀਣ ਦੀ ਆਦਤ ਨੂੰ ਸੁਧਾਰਨਾ ਚਾਹੀਦਾ ਹੈ ਤਾਂ ਕਿ ਸਰੀਰ ਤੇ ਮਾੜਾ ਅਸਰ ਨਾ ਪਵੇ।

ਸਰੀਰ ਦਾ ਸਰੂਪ (Image of Figure) : ਕੁਝ ਵਿਅਕਤੀ ਆਪਣੇ ਸਰੀਰ ਦੀ ਬਨਾਵਟ ਤੇ ਸਰੂਪ ਤੋਂ ਨਿਰਾਸ਼ਤਾ ਅਨੁਭਵ ਕਰਦੇ ਹਨ। ਖਾਸ ਕਰਕੇ ਇਸਤਰੀ ਵਰਗ ਇਸ ਬਾਰੇ ਚਿੰਤਤ ਰਹਿੰਦਾ ਹੈ। ਆਮ ਤੌਰ 'ਤੇ ਉਹ ਆਪਦੇ ਸਰੀਰ ਨੂੰ ਹੋਰ ਪਤਲਾ ਕਰਨ ਦੀ ਕੋਸ਼ਿਸ਼ ਵਿਚ ਲੱਗੀਆਂ ਰਹਿੰਦੀਆਂ ਹਨ। ਅੱਜਕਲ੍ਹ ਟੀ.ਵੀ., ਅਖ਼ਬਾਰਾਂ, ਰਸਾਲਿਆਂ ਵਿਚ ਫ਼ਿਲਮੀ ਕਲਾਕਾਰ ਅਤੇ ਮਾਡਲਾਂ ਦੀਆਂ ਤਸਵੀਰਾਂ ਇਸਤਰੀ ਵਰਗ ਤੇ ਜ਼ਿਆਦਾ ਪ੍ਰਭਾਵ ਪਾਉਂਦੀਆਂ ਹਨ। ਉਹ ਵੀ ਆਪਣੇ ਸਰੀਰ ਦੇ ਸਰੂਪ ਨੂੰ ਉਨ੍ਹਾਂ ਵਰਗਾ ਬਣਾਉਣ ਦੀ ਕੋਸ਼ਿਸ਼ ਵਿਚ ਲੱਗ ਜਾਂਦੀਆਂ ਹਨ। ਵੇਖਣ ਵਿਚ ਆਇਆ ਹੈ ਕਿ 75 ਪ੍ਰਤੀਸ਼ਤ ਇਸਤਰੀਆਂ ਜਿਨ੍ਹਾਂ ਦਾ ਭਾਰ ਠੀਕ ਠਾਕ ਹੁੰਦਾ ਹੈ ਉਹ ਵੀ ਆਪਣੇ ਆਪ ਨੂੰ ਭਾਰਾ ਸਮਝਣ ਲੱਗ ਜਾਂਦੀਆਂ ਹਨ ਤੇ ਖੁਰਾਕ ਦੇ ਸੇਵਨ 'ਤੇ ਅੰਕੁਸ਼ ਲਗਾ ਦਿੰਦੀਆਂ ਹਨ। ਇਸ ਨਾਲ ਉਨ੍ਹਾਂ ਦਾ ਖੁਰਾਕ ਪ੍ਰਤੀ ਨਜ਼ਰੀਆ ਹੀ ਬਦਲ ਜਾਂਦਾ ਹੈ। ਹਰ ਵੇਲੇ ਸ਼ਕਤੀ (Calories) ਦੇ ਸੇਵਨ ਨੂੰ ਘੱਟ ਕਰਨ ਦੀ ਹੀ ਸੋਚ ਲੱਗੀ ਰਹਿੰਦੀ ਹੈ। ਇਸ ਪ੍ਰਤੀ ਲੋੜ ਤੋਂ ਵਧ ਚਿੰਤਾਤੁਰ ਰਹਿਣ ਦੀ ਆਦਤ ਹੀ ਬਣ ਜਾਂਦੀ ਹੈ। ਇਸਦੇ ਨਾਲ-ਨਾਲ ਕਸਰਤ ਵੀ ਵਧਾ ਦਿੰਦੀਆਂ ਹਨ। ਕਈ ਵਾਰ ਜਿੰਨੀ ਖੁਰਾਕ ਤੇ ਖੁਰਾਕ ਦੇ ਤੱਤ ਸਰੀਰ ਨੂੰ ਮਿਲਣੇ ਚਾਹੀਦੇ ਹਨ ਉਹ ਵੀ ਪੂਰੇ ਨਹੀਂ ਮਿਲਦੇ। ਨਤੀਜੇ ਦੇ ਤੌਰ 'ਤੇ ਉਨ੍ਹਾਂ ਦੀ ਸ਼ਕਲ ਸੂਰਤ ਵਧੀਆ ਹੋਣ ਦੀ ਥਾਂ ਸਰੀਰਕ ਕਮਜ਼ੋਰੀ ਆ ਜਾਂਦੀ ਹੈ। ਇਸ ਕਰਕੇ ਲੋੜ ਤੋਂ ਵਧ ਫ਼ਿਕਰ ਅਤੇ ਲੋੜ ਤੋਂ ਜ਼ਿਆਦਾ ਖੁਰਾਕ ਨੂੰ ਘਟਾਉਣ ਦੇ ਨੁਕਸਾਨ ਤੋਂ ਬਚਣ ਵੱਲ ਵੀ ਖਾਸ ਧਿਆਨ ਦੇਣਾ ਚਾਹੀਦਾ ਹੈ। ਇਕ ਅੰਦਾਜ਼ੇ ਅਨੁਸਾਰ (National Family Health Survey-III, 2006) ਭਾਰਤ ਵਿਚ 23.5% ਸ਼ਹਿਰੀ ਇਸਤਰੀਆਂ ਅਤੇ ਪਿੰਡਾਂ ਵਿਚ 7.4% ਇਸਤਰੀਆਂ ਮੋਟਾਪੇ ਦਾ ਸ਼ਿਕਾਰ ਹਨ ਜਿਨ੍ਹਾਂ ਦਾ ਸਰੀਰਕ ਭਾਰ ਸੂਚਕ (BMI) 25 ਤੋਂ ਉਪਰ ਹੈ। ਇਸੇ ਤਰ੍ਹਾਂ ਪੁਰਸ਼ਾਂ ਵਿਚ

16%ਸ਼ਹਿਰੀ ਅਤੇ 5.6% ਪੇਂਡੂ ਵਾਸੀ ਮੋਟਾਪੇ ਦਾ ਸ਼ਿਕਾਰ ਪਾਏ ਗਏ ਹਨ।

ਅਸਲ ਵਿਚ ਅਸੀਂ ਕਿਸੇ ਹੱਦ ਤੱਕ ਹੀ ਆਪਣੇ ਸਰੀਰ ਦੇ ਭਾਰ ਅਤੇ ਆਕਾਰ ਵਿਚ ਬਦਲਾਅ ਲਿਆ ਸਕਦੇ ਹਾਂ। ਜਿਵੇਂ ਪਹਿਲਾਂ ਦੱਸਿਆ ਗਿਆ ਹੈ ਕਿ ਇਹ ਜ਼ਿਆਦਾ ਕਰਕੇ ਸਾਨੂੰ ਆਪਣੇ ਮਾਪਿਆਂ ਤੋਂ ਵਿਰਸੇ ਵਿਚ ਹੀ ਮਿਲਦਾ ਹੈ। ਪਰ ਸਾਨੂੰ ਆਪਣੇ ਰਹਿਣ-ਸਹਿਣ ਵਿਚ ਖੁਰਾਕੀ ਤੱਤਾਂ ਦਾ ਪੂਰਾ ਖ਼ਿਆਲ ਰੱਖਦੇ ਹੋਏ ਇਸਨੂੰ ਹਰ ਰੋਜ਼ ਦੀ ਕਸਰਤ ਨਾਲ ਜੋੜਦੇ ਹੋਏ ਅਤੇ ਚੰਗੀਆਂ ਖਾਣ-ਪੀਣ ਦੀਆਂ ਆਦਤਾਂ ਪਾਉਂਦੇ ਹੋਏ ਆਪਣੇ ਸਰੀਰ ਦਾ ਭਾਰ ਤੇ ਆਕਾਰ ਜੋ ਕੁਦਰਤੀ ਤੌਰ 'ਤੇ (ਸਥਿਰ ਭਾਰ ਸਿਧਾਂਤ ਅਨੁਸਾਰ) ਹੋਣਾ ਚਾਹੀਦਾ ਹੈ ਉਸਨੂੰ ਹੋਣ ਦੇਣਾ ਚਾਹੀਦਾ ਹੈ। ਇਹ ਹਰ ਇਕ ਵਿਅਕਤੀ ਲਈ ਵੱਖਰਾ ਵੱਖਰਾ ਹੈ। ਇਸ ਨਾਲ ਲੋੜ ਤੋਂ ਵੱਧ ਖਿਲਵਾੜ ਮਾੜਾ ਹੀ ਸਿੱਧ ਹੋਵੇਗਾ। ਇਹ ਚੇਤੇ ਰੱਖਣਾ ਚਾਹੀਦਾ ਹੈ ਕਿ ਹਰ ਕੋਈ ਮਾਡਲ ਨਹੀਂ ਬਣ ਸਕਦਾ।

ਖਾਣੇ ਦੀ ਮਿਕਦਾਰ ਨਾਲ ਜੁੜੀਆਂ ਅਲਾਮਤਾਂ: ਆਮ ਤੌਰ 'ਤੇ ਖਾਣੇ ਦੀ ਸਹੀ ਮਿਕਦਾਰ ਤੇ ਤਰੀਕੇ ਨੂੰ ਲੈ ਕੇ ਤਿੰਨ ਤਰ੍ਹਾਂ ਦੇ ਵਿਅਕਤੀ ਵੇਖੇ ਜਾਂਦੇ ਹਨ।

1. ਉਹ ਜੋ ਭਾਰ ਦੇ ਵਧ ਜਾਣ ਦੇ ਡਰ ਤੋਂ ਲੋੜ ਤੋਂ ਵੀ ਘੱਟ ਖਾਂਦੇ ਹਨ। ਭਾਵ ਆਪਣੇ ਆਪ ਸੌਂਪੀ ਭੁੱਖ ਮਾਰੀ ਵਾਲੀ ਦਸ਼ਾ।
2. ਉਹ ਜੋ ਅਕਸਰ ਖਾਣਾ ਲੋੜ ਤੋਂ ਜ਼ਿਆਦਾ ਖਾਂਦੇ ਹਨ ਤੇ ਬਾਅਦ ਵਿਚ ਇਸ ਵਾਧੂ ਖਾਣੇ ਤੋਂ ਖਹਿੜਾ ਉਲਟੀ ਰਾਹੀਂ ਜਾਂ ਜੁਲਾਬ ਰਾਹੀਂ ਛੁਡਾਉਣ ਦੀ ਕੋਸ਼ਿਸ਼ ਕਰਦੇ ਹਨ।
3. ਉਹ ਜੋ ਵਾਧੂ ਖਾਣਾ ਖਾਣ ਦੇ ਨੁਕਸਾਨ ਤੋਂ ਬੇਪ੍ਰਵਾਹ ਅਕਸਰ ਹੀ ਲੋੜ ਤੋਂ ਵੱਧ ਖਾਣਾ ਖਾਂਦੇ ਰਹਿੰਦੇ ਹਨ।

ਪਹਿਲੀ ਸ਼੍ਰੇਣੀ ਵਿਚ ਨੌਜਵਾਨ ਲੜਕੀਆਂ (12-18 ਸਾਲ) ਤੇ ਚੜ੍ਹਦੀ ਉਮਰ ਦੀਆਂ ਤੀਵੀਆਂ ਦੀ ਸੰਖਿਆ ਜ਼ਿਆਦਾ ਹੈ। ਉਹ ਉਨਾ ਖਾਣਾ ਵੀ ਪੂਰਾ ਨਹੀਂ ਖਾਂਦੀਆਂ ਜਿੰਨਾ ਕਿ ਉਨ੍ਹਾਂ ਦੇ ਸਰੀਰ ਨੂੰ ਘੱਟ ਤੋਂ ਘੱਟ ਮਿਲਣਾ ਚਾਹੀਦਾ ਹੈ। ਜਿਨ੍ਹਾਂ ਵਿਅਕਤੀਆਂ ਦਾ ਸਰੀਰਕ ਭਾਰ ਸੂਚਕ (BMI)18 ਤੋਂ ਘੱਟ ਹੁੰਦਾ ਹੈ, ਉਨ੍ਹਾਂ ਨੂੰ ਇਸ ਅਲਾਮਤ ਦਾ ਸ਼ਿਕਾਰ ਗਿਣਿਆ ਜਾਂਦਾ ਹੈ। ਉਨ੍ਹਾਂ ਨੂੰ ਹਮੇਸ਼ਾ ਭਾਰ ਵਧਣ ਦਾ ਤੇ ਸਰੀਰ ਦੇ ਆਕਾਰ ਦੇ ਖ਼ਰਾਬ ਹੋਣ ਦਾ ਹੀ ਫ਼ਿਕਰ ਲੱਗਿਆ ਰਹਿੰਦਾ ਹੈ। ਇਹ ਲੋਕ ਅੰਦਰਮੁਖੀ ਹੋ ਜਾਂਦੇ ਹਨ। ਲੋਕਾਂ ਨਾਲ ਘੁਲਣ ਮਿਲਣ ਦੀ ਰੁਚੀ ਘੱਟ ਜਾਂਦੀ ਹੈ ਤੇ ਵਕਤ ਨਾਲ ਇਕੱਲਾਪਨ ਮਹਿਸੂਸ ਕਰਨ ਲੱਗ ਜਾਂਦੇ ਹਨ। ਜ਼ਿਆਦਾ ਦੇਰ ਭੁੱਖ ਮਾਰੀ ਵਾਲੀ ਸਥਿਤੀ ਵਿਚ ਰਹਿਣ ਨਾਲ ਉਨ੍ਹਾਂ ਦੇ ਮਿਹਦੇ ਤੇ ਖ਼ੂਨ ਦੀ ਕਿਰਿਆ, ਗਿਲਟੀਆਂ ਦੇ ਰਸ (Harmones) ਅਤੇ ਖੁਰਾਕ ਦੀ ਪ੍ਰਣਾਲੀ ਵਿਗੜ ਜਾਂਦੀਆਂ ਹਨ। ਜੇ ਬਹੁਤ ਭਾਰ ਘੱਟ ਜਾਵੇ ਤਾਂ ਇਸਤਰੀਆਂ ਦੀ ਮਾਹਵਾਰੀ ਵੀ ਬੰਦ ਹੋ ਸਕਦੀ ਹੈ। ਇਨ੍ਹਾਂ ਵਿਅਕਤੀਆਂ ਵਿਚ ਚਰਬੀ ਘੱਟਦੀ ਘੱਟਦੀ ਤਕਰੀਬਨ ਖ਼ਤਮ ਹੋਣ ਦੀ ਸਥਿਤੀ ਵਿਚ ਆ ਜਾਂਦੀ ਹੈ। ਸਰੀਰ ਆਪਣੀਆਂ ਪ੍ਰੋਟੀਨ ਦੀਆਂ ਲੋੜਾਂ ਪੂਰੀਆਂ ਕਰਨ ਲਈ ਮਾਸ ਤੇ ਮਾਸ ਪੇਸ਼ੀਆਂ

ਵਰਤਣੀਆਂ ਸ਼ੁਰੂ ਕਰ ਦੇਂਦਾ ਹੈ। ਜਿਸ ਨਾਲ ਸਰੀਰ ਦੇ ਅੰਗਾਂ ਤੇ ਮਾੜਾ ਅਸਰ ਹੁੰਦਾ ਹੈ। ਇਹੋ ਜਿਹਾ ਵਿਅਕਤੀ ਫਿਰ ਦਿਮਾਗੀ ਸੰਤੁਲਿਤਾ ਖੋ ਬਹਿੰਦਾ ਹੈ। ਢਹਿੰਦੀ ਕਲਾ (Depression) ਦਾ ਸ਼ਿਕਾਰ ਹੋ ਜਾਂਦਾ ਹੈ ਤੇ ਖੁਦਕੁਸ਼ੀ ਦੀ ਰਾਹ ਵਲ ਮੂੰਹ ਕਰ ਲੈਂਦਾ ਹੈ।

ਅੱਜਕਲ੍ਹ ਦੇ ਜ਼ਮਾਨੇ ਵਿਚ ਬਹੁਤ ਸਾਰੀਆਂ ਭਰਜਵਾਨ ਲੜਕੀਆਂ ਅਤੇ ਜੁਆਨ ਔਰਤਾਂ ਵਿਚ ਇਹ ਇਕ ਤਰ੍ਹਾਂ ਦੀ ਹੋੜ ਹੀ ਲੱਗ ਗਈ ਹੈ ਕਿ ਉਨ੍ਹਾਂ ਦਾ ਸਰੀਰ ਪਤਲਾ ਚੁਸਤ ਫੁਰਤ ਤੇ ਸੋਹਣਾ ਲੱਗੇ। ਉਹ ਖਾਸ ਕਰਕੇ ਫ਼ਿਲਮੀ, ਟੀ.ਵੀ. ਕਲਾਕਾਰਾਂ ਜਾਂ ਮਾਡਲਾਂ ਤੋਂ ਆਕਰਸ਼ਤ ਹੋ ਕੇ ਉਨ੍ਹਾਂ ਵਰਗੇ ਬਣਨ ਦੀ ਹਰ ਤਰ੍ਹਾਂ ਕੋਸ਼ਿਸ਼ ਕਰਦੀਆਂ ਹਨ। ਇਸ ਹੋੜ ਵਿਚ ਉਹ ਆਪਣੀ ਖੁਰਾਕ ਬਹੁਤ ਘੱਟ ਕਰ ਦਿੰਦੀਆਂ ਹਨ ਤੇ ਕਸਰਤ ਨੂੰ ਵੀ ਲੋੜ ਤੋਂ ਜ਼ਿਆਦਾ ਵਧਾ ਦਿੰਦੀਆਂ ਹਨ। ਇਕ ਹੱਦ ਤੱਕ ਤਾਂ ਇਹ ਸਭ ਕੁਝ ਚਲਦਾ ਹੈ, ਪਰ ਕੁਝ ਸਮੇਂ ਵਿਚ ਇਹ ਜਨੂੰਨ ਇੰਨਾ ਜ਼ਿਆਦਾ ਵਧ ਜਾਂਦਾ ਹੈ ਕਿ ਉਨ੍ਹਾਂ ਦੇ ਸਰੀਰ ਵਿਚ ਕਮਜ਼ੋਰੀ ਆ ਜਾਂਦੀ ਹੈ। ਸੋਹਣੇ ਹੋਣ ਦੀ ਥਾਂ ਦੁਬਲੇ ਪਤਲੇ ਹੋਣ ਵਾਲੀ ਸਥਿਤੀ ਹੋ ਜਾਂਦੀ ਹੈ, ਜੋ ਕਿ ਸਿਹਤ ਪੱਖੋਂ ਬਹੁਤ ਮਾੜੀ ਹੈ। ਇੱਥੇ ਦੋ ਬਰਾਜ਼ੀਲ ਦੀਆਂ ਮਾਡਲਾਂ ਬਾਰੇ ਜਾਣਕਾਰੀ ਦੇਣਾ ਜ਼ਰੂਰੀ ਹੈ। ਉਨ੍ਹਾਂ ਨੇ ਪਤਲੇ ਹੋਣ ਲਈ ਬਾਕੀ ਖਾਣੇ ਛੱਡਕੇ ਇਕੱਲੇ ਸਬਜ਼ੀਆਂ, ਫਲ ਤੇ ਤਰਲ ਪਦਾਰਥ ਪੀਣ ਤੱਕ ਆਪਣੀ ਖੁਰਾਕ ਨੂੰ ਸੀਮਤ ਕਰ ਲਿਆ। ਇਕ ਨੇ ਕੇਵਲ ਸਲਾਦ, ਸੋਢੇ ਤੇ ਦੂਸਰੀ ਨੇ ਕੇਵਲ ਸੇਬ ਤੇ ਟਮਾਟਰ ਖਾਣੇ ਸ਼ੁਰੂ ਕਰ ਦਿੱਤੇ। ਤਿੰਨ ਮਹੀਨੇ ਮਗਰੋਂ ਇਨ੍ਹਾਂ ਦੀ ਭੁੱਖ ਮਾਰੀ ਨਾਲ ਮਰਨ ਵਾਲੀ ਸਥਿਤੀ ਹੋ ਗਈ। ਇਨ੍ਹਾਂ ਨੂੰ ਸਪੇਨ ਵਿਚ ਹੋਣ ਵਾਲੇ ਮੁਕਾਬਲੇ 'ਚੋਂ ਵੀ ਬਾਹਰ ਕਰ ਦਿੱਤਾ ਗਿਆ। ਅੰਤ ਦੋ ਸਾਲ ਪਹਿਲਾਂ ਇਨ੍ਹਾਂ ਦੇ ਮਰਨ ਦੀ ਖ਼ਬਰ ਸੁਣੀ ਗਈ।

ਦੂਸਰੀ ਸ਼੍ਰੇਣੀ ਵਿਚ ਜੋ ਵਿਅਕਤੀ ਆਉਂਦੇ ਹਨ ਉਹ ਅਕਸਰ ਕੁਝ ਹੀ ਘੰਟਿਆਂ ਦੇ ਸਮੇਂ ਵਿਚ 2000 ਤੋਂ 3000 ਕੈਲੋਰੀਜ਼ ਸਰੀਰ ਦੀ ਲੋੜ ਨਾਲੋਂ ਵਧ ਖਾ ਜਾਂਦੇ ਹਨ। ਇਸ ਤੋਂ ਝੱਟ ਬਾਅਦ ਹੀ ਉਨ੍ਹਾਂ ਨੂੰ ਇਸ ਵਾਧੂ ਖਾਣੇ ਤੋਂ ਮੁਕਤੀ ਦੀ ਇੱਛਾ ਪ੍ਰਗਟ ਹੁੰਦੀ ਹੈ। ਸਮੇਂ ਦੇ ਬਤੀਤ ਹੋਣ ਨਾਲ ਇਹ ਵਿਅਕਤੀ ਇਸ ਤਰ੍ਹਾਂ ਮਹਿਸੂਸ ਕਰਨ ਲੱਗ ਜਾਂਦੇ ਹਨ ਜਿਵੇਂ ਕਿ ਉਨ੍ਹਾਂ ਦੇ ਖਾਣੇ ਖਾਣ ਤੇ ਕੋਈ ਕਾਬੂ ਹੀ ਨਹੀਂ ਅਤੇ ਆਪਣੇ ਆਪ ਨੂੰ ਖਾਣੇ ਖਾਣ ਨੂੰ ਰੋਕਣ ਲਈ ਅਸਮਰਥ ਸਮਝਦੇ ਹਨ। ਕਈ ਲੋਕ ਆਪਣੀ ਹਾਰ, ਗੁੱਸੇ, ਨਿਰਾਸ਼ਤਾ ਵਾਲੀ ਸਥਿਤੀ ਨੂੰ ਜ਼ਿਆਦਾ ਖਾ ਕੇ ਕਾਬੂ ਕਰਨਾ ਚਾਹੁੰਦੇ ਹਨ। ਇਹ ਜ਼ਿਆਦਾ ਖਾਣ ਦੀ ਅਲਾਮਤ ਦਾ ਸਿਹਤ ਤੇ ਮਾੜਾ ਅਸਰ ਪੈਂਦਾ ਹੈ। ਇਸ ਨਾਲ ਦੰਦਾਂ ਦਾ ਖ਼ਰਾਬ ਹੋਣਾ, ਗਲੇ ਦਾ ਖਰਾਬ ਹੋਣਾ, ਆਵਾਜ਼ ਦਾ ਭਾਰੀ ਹੋਣਾ ਅਤੇ ਖੁਰਾਕ ਪ੍ਰਣਾਲੀ, ਜਿਗਰ, ਗੁਰਦਿਆਂ ਦੇ ਖਰਾਬ ਹੋਣ ਦੀ ਸੰਭਾਵਨਾ ਜ਼ਿਆਦਾ ਹੁੰਦੀ ਹੈ। ਇਸ ਅਲਾਮਤ ਦਾ ਬਹੁਤ ਸਾਰੇ ਵਿਅਕਤੀਆਂ ਨੂੰ ਪਤਾ ਹੀ ਨਹੀਂ ਲੱਗਣਾ ਕਿਉਂਕਿ ਉਨ੍ਹਾਂ ਨੂੰ ਭਾਰ ਵਿਚ ਬਹੁਤ ਫ਼ਰਕ ਨਜ਼ਰ ਨਹੀਂ ਆਉਂਦਾ। ਫਿਰ ਵੀ ਭਾਰ ਵਿਚ ਕੋਈ 4 ਤੋਂ 6 ਕਿਲੋ ਤੱਕ ਦੀ ਤਬਦੀਲੀ ਆਉਂਦੀ ਰਹਿੰਦੀ ਹੈ। ਇਹ ਅਲਾਮਤ ਜ਼ਿਆਦਾਤਰ 10 ਤੋਂ 12 ਸਾਲ ਦੀਆਂ ਲੜਕੀਆ ਜਾਂ 40 ਤੋਂ 60 ਸਾਲ ਉਮਰ ਦੀਆਂ ਇਸਤਰੀਆਂ ਵਿਚ ਜ਼ਿਆਦਾ ਵੇਖੀ ਗਈ ਹੈ।

ਤੀਜੀ ਸ਼੍ਰੇਣੀ ਵਿਚ ਉਹ ਲੋਕ ਆਉਂਦੇ ਹਨ ਜਿਹੜੇ ਖਾਣਾ ਬੜੀ ਤੇਜ਼ੀ ਨਾਲ ਖਾਂਦੇ ਹਨ ਅਤੇ ਖਾਣ ਤੋਂ ਉਨਾ ਚਿਰ ਨਹੀਂ ਰੁਕਦੇ ਜਿੰਨਾ ਚਿਰ ਕਿ ਉਨ੍ਹਾਂ ਨੂੰ ਪੇਟ ਜ਼ਿਆਦਾ ਭਰਨ ਦੀ ਸ਼ਿਕਾਇਤ ਮਹਿਸੂਸ ਨਹੀਂ ਹੁੰਦੀ। ਉਹ ਉਦੋਂ ਵੀ ਖਾਣਾ ਖਾ ਜਾਂਦੇ ਹਨ ਜਦੋਂ ਕਿ ਉਨ੍ਹਾਂ ਨੂੰ ਭੁੱਖ ਵੀ ਨਹੀਂ ਹੁੰਦੀ। ਇਹ ਲੋਕ ਇਕੱਲੇ ਬੈਠ ਕੇ ਖਾਣਾ ਖਾਣਾ ਪਸੰਦ ਕਰਦੇ ਹਨ। ਇਨ੍ਹਾਂ ਲੋਕਾਂ ਦਾ ਭਾਰ ਵਧ ਜਾਂਦਾ ਹੈ ਤੇ ਮੋਟੇ ਹੋ ਜਾਂਦੇ ਹਨ। ਇਹ ਆਪਣੇ ਆਪ ਨੂੰ ਕਸੂਰਵਾਰ ਮੰਨਦੇ ਹੋਏ ਸ਼ਰਮਿੰਦਗੀ ਤੇ ਨਿਮੋਸ਼ੀ ਵਾਲੀ ਹਾਲਤ ਵਿਚ ਵਿਚਰਦੇ ਹਨ। ਇਹ ਕਈ ਵਾਰ ਜ਼ਿਆਦਾ ਖਾਣ ਤੇ ਰੋਕ ਵੀ ਲਾਉਂਦੇ ਹਨ ਪਰ ਥੋੜ੍ਹੇ ਚਿਰ ਬਾਅਦ ਹੀ ਪਹਿਲੇ ਵਾਲੀ ਸਥਿਤੀ 'ਤੇ ਆ ਜਾਂਦੇ ਹਨ। ਆਮ ਤੌਰ 'ਤੇ ਕੋਈ 5 ਪ੍ਰਤੀਸ਼ਤ ਲੋਕ ਇਸ ਅਲਾਮਤ ਦਾ ਸ਼ਿਕਾਰ ਹੋ ਜਾਂਦੇ ਹਨ।

ਕਸਰਤ

ਸਰੀਰ ਨੂੰ ਕਸਰਤ ਦੀ ਲੋੜ

ਕਸਰਤ ਸਰੀਰ ਨੂੰ ਨਰੋਆ, ਤਕੜਾ ਤੇ ਸਿਹਤਮੰਦ ਰੱਖਣ ਲਈ ਬਹੁਤ ਵੱਡਾ ਯੋਗਦਾਨ ਪਾਉਂਦੀ ਹੈ। ਜ਼ਿੰਦਗੀ ਚਲਾਉਣ ਤੇ ਹਰ ਪੜਾਅ ਵਿਚ ਵਿਚਰਨ ਲਈ ਸਰੀਰ ਨੂੰ ਉਦਮ ਕਰਕੇ ਤੁਰਨਾ ਫਿਰਨਾ ਤੇ ਕਈ ਪ੍ਰਕਾਰ ਦੇ ਕੰਮ ਕਾਜ ਕਰਨੇ ਪੈਂਦੇ ਹਨ। ਜੇਕਰ ਅਸੀਂ ਆਪਣੇ ਸਰੀਰ ਨੂੰ ਇਨ੍ਹਾਂ ਕੰਮਾਂ ਕਾਰਾਂ ਵਿਚ ਲੋੜ ਮੁਤਾਬਕ ਵਰਤਦੇ ਰਹਾਂਗੇ ਤਾਂ ਸਾਡਾ ਸਰੀਰ ਸਮਰੱਥ ਰਹੇਗਾ ਨਹੀਂ ਤਾਂ ਇਸਨੂੰ ਗੁਆ ਬੈਠਾਂਗੇ। ਆਮ ਹੀ ਦੇਖਦੇ ਹਾਂ ਕਿ ਜੇਕਰ ਕਿਸੇ ਵਿਅਕਤੀ ਨੂੰ ਕਿਸੇ ਕਾਰਨ ਤੁਰਨ ਫਿਰਨ ਤੋਂ ਵਾਂਝੇ ਹੋ ਕੇ ਤਿੰਨ ਚਾਰ ਹਫ਼ਤੇ ਬਿਸਤਰੇ ਤੇ ਹੀ ਲੇਟਣਾ ਪੈ ਜਾਵੇ, ਉਸਦੇ ਸਰੀਰ ਦੀਆਂ ਮਾਸ ਪੇਸ਼ੀਆਂ ਅਤੇ ਦਿਲ ਨਾਲ ਸੰਬੰਧਤ ਕਿਰਿਆਵਾਂ 'ਤੇ ਮਾੜਾ ਅਸਰ ਪੈਂਦਾ ਹੈ ਤੇ ਇੰਝ ਲੱਗਦਾ ਹੈ ਕਿ ਜਿਵੇਂ ਉਸਦੀ ਉਮਰ ਕਈ ਸਾਲ ਬੁਢੇਪੇ ਵੱਲ ਨੂੰ ਵਧ ਗਈ ਹੋਵੇ।

ਕਸਰਤ ਦੇ ਲਾਭ: ਕਸਰਤ ਕਰਨ ਨਾਲ ਵਿਅਕਤੀ ਦੀ ਘੱਟ ਤੋਂ ਘੱਟ ਪਾਚਣ ਗਤੀ (BMR) ਕਈ ਗੁਣਾਂ ਵਧ ਜਾਂਦੀ ਹੈ ਤੇ ਕਸਰਤ ਤੋਂ ਹਟਣ ਉਪਰੰਤ ਵੀ ਲੰਬਾ ਸਮਾਂ (ਕਈ ਘੰਟੇ) ਵਧ ਰਹਿੰਦੀ ਹੈ। ਇਸਦਾ ਸਭ ਤੋਂ ਵੱਡਾ ਫ਼ਾਇਦਾ ਹੁੰਦਾ ਹੈ ਕਿ ਖੁਰਾਕ ਰਾਹੀਂ ਖਾਧੀਆਂ ਵਧ ਕੈਲਰੀਆਂ ਵੀ ਇਸ ਵਿਚ ਖਰਚ ਹੋ ਜਾਂਦੀਆਂ ਹਨ। ਨਹੀਂ ਤਾਂ ਉਨ੍ਹਾਂ ਨੇ ਸਰੀਰ ਦਾ ਭਾਰ ਹੀ ਵਧਾਉਣਾ ਸੀ।

ਹੋਰ ਵਧ ਕਸਰਤ ਕਰਨ ਨਾਲ ਸਰੀਰ ਦੀ ਚਰਬੀ ਖਰਚੀ ਜਾਂਦੀ ਹੈ ਤੇ ਸਰੀਰ ਦੇ ਮਾਸ ਤੇ ਮਾਸ ਪੇਸ਼ੀਆਂ ਵਿਚ ਵਾਧਾ ਹੁੰਦਾ ਹੈ। ਹੱਡੀਆਂ ਭਾਰੀ ਤੇ ਤਾਕਤਵਰ ਬਣਦੀਆਂ ਹਨ। ਇਸ ਤੋਂ ਇਲਾਵਾ ਕਸਰਤ ਦਾ ਸਰੀਰ ਦੇ ਹਰ ਅੰਗ ਉੱਤੇ ਚੰਗਾ ਪ੍ਰਭਾਵ ਪੈਂਦਾ ਹੈ। ਤੁਸੀਂ ਆਪਣੇ ਆਪ ਨੂੰ ਸਰੀਰਕ ਤੇ ਮਾਨਸਿਕ ਤੌਰ 'ਤੇ ਚੁਸਤ, ਤੰਦਰੁਸਤ ਤੇ ਤਕੜਾ ਮਹਿਸੂਸ ਕਰਦੇ ਹੋ। ਕਸਰਤ ਕਰਨ ਨਾਲ ਤੁਸੀਂ ਆਪਣੇ ਰੋਜ਼ ਪ੍ਰਤੀ ਕੰਮ ਜਿਵੇਂ ਕਿ ਦੌੜਨਾ, ਖੇਡਣਾ, ਭਾਰ ਚੁਕਣਾ ਤੇ ਦਿਮਾਗੀ ਕੰਮ ਆਦਿ ਲਈ ਹਰ ਵਕਤ ਤਿਆਰ ਰਹਿੰਦੇ ਹੋ। ਆਪਣੇ ਆਪ ਨੂੰ ਬਹੁਤ ਅੱਛਾ ਮਹਿਸੂਸ ਕਰਦੇ ਹੋ। ਕਸਰਤ ਨਾਲ ਤੁਸੀਂ ਬਹੁਤ ਸਾਰੀਆਂ ਬਿਮਾਰੀਆਂ ਤੋਂ ਬਚ ਜਾਂਦੇ ਹੋ ਤੇ ਆਪਣੀ ਲੰਬੀ ਉਮਰ ਨਿਭਾਉਣ ਦਾ ਮੌਕਾ ਵਧਾਉਂਦੇ ਹੋ। ਜਿਹੜੇ ਵਿਅਕਤੀ ਕਸਰਤ ਨੂੰ ਉਮਰ ਭਰ ਦੀ ਆਦਤ ਹੀ ਬਣਾ ਲੈਂਦੇ ਹਨ, ਵੇਖਿਆ ਗਿਆ ਹੈ ਕਿ ਉਨ੍ਹਾਂ ਦੀ ਸਾਹ, ਲਹੂ, ਖੁਰਾਕ ਪ੍ਰਣਾਲੀ ਆਦਿ ਆਪਣੀ ਉਮਰ ਤੋਂ 10 ਸਾਲ ਛੋਟੀ ਉਮਰ ਵਾਲੇ ਵਿਅਕਤੀ ਦੇ ਬਰਾਬਰ ਮਜ਼ਬੂਤ ਹੋ ਜਾਂਦੀਆਂ ਹਨ।

ਜਦੋਂ ਅਸੀਂ ਆਰਾਮ ਵਾਲੀ ਸਥਿਤੀ ਵਿਚ ਹੁੰਦੇ ਹਾਂ ਤਾਂ ਸਾਡੇ ਖ਼ੂਨ ਦਾ 20

ਪ੍ਰਤੀਸ਼ਤ ਹਿਸਾ ਹੀ ਸਾਡੀਆਂ ਮਾਸ ਪੇਸ਼ੀਆਂ ਦਾ ਦੌਰਾ ਕਰਦਾ ਹੈ। ਚੰਗੀ ਕਸਰਤ ਕਰਨ ਨਾਲ ਦੌਰਾ ਵਧ ਕੇ 80 ਪ੍ਰਤੀਸ਼ਤ ਤੀਕ ਪਹੁੰਚ ਜਾਂਦਾ ਹੈ। ਸਾਡੇ ਸਰੀਰ ਵਿਚ ਕੋਈ 600 ਮਾਸ ਪੇਸ਼ੀਆਂ ਹਨ ਜੋ ਕਿ ਸਰੀਰ ਦੇ ਕੁਲ ਭਾਰ ਦਾ ਕੋਈ ਅੱਧਾ ਹਿੱਸਾ ਬਣ ਜਾਂਦਾ ਹੈ। ਕਸਰਤ ਦਾ ਫ਼ਾਇਦਾ ਅਸੀਂ ਇਸ ਤੋਂ ਭਲੀ ਪ੍ਰਕਾਰ ਜਾਣ ਸਕਦੇ ਹਾਂ ਕਿ ਸਾਡੇ ਸਰੀਰ ਵਿਚ ਮਾਸ ਪੇਸ਼ੀਆਂ ਜੋ ਸਿਰ ਤੋਂ ਪੈਰਾਂ ਤੀਕ, ਦਿਲ, ਫੇਫੜੇ, ਗੁਰਦੇ, ਗਿੱਟੇ, ਗੋਡੇ, ਹੱਡੀਆਂ, ਜੋੜਾਂ ਤੇ ਦਿਮਾਗ ਦੇ ਸਾਰੇ ਸੂਖ਼ਮ ਹਿਸਿਆਂ ਵਿਚ ਫੈਲੀਆਂ ਹੋਈਆਂ ਹਨ, ਉਨ੍ਹਾਂ ਵਿਚ ਹਰ ਇਕ ਨੂੰ ਖ਼ੂਨ ਦੇ ਵਧੇ ਹੋਏ ਦੌਰੇ ਰਾਹੀਂ ਕਿੰਨੀ ਖੁਰਾਕ, ਸ਼ਕਤੀ, ਹੋਰ ਲੋੜੀਦੇ ਤੱਤ ਭਰਪੂਰ ਵਿਚ ਉਪਲਬਧ ਹੋ ਜਾਂਦੇ ਹਨ ਤੇ ਉਹ ਸਿਹਤ ਲਈ ਕਿੰਨੇ ਫ਼ਾਇਦੇਮੰਦ ਹੋ ਸਕਦੇ ਹਨ। ਅਸਲ ਵਿਚ ਇਹ ਖ਼ੂਨ ਦਾ ਦੌਰਾ ਹੀ ਚੰਗੀ ਸਿਹਤ ਦੀ ਕੁੰਜੀ ਹੈ।

ਕਸਰਤ ਕਿੰਨੀ ਕਰਨੀ ਚਾਹੀਦੀ ਹੈ: ਕਸਰਤ ਕਿੰਨੀ ਕਰਨੀ ਚਾਹੀਦੀ ਹੈ ਇਸਨੂੰ ਜਾਣਨ ਲਈ ਸਭ ਤੋਂ ਪਹਿਲਾਂ ਤੁਹਾਨੂੰ ਆਪਣੀ ਵਧ ਤੋਂ ਵਧ ਦਿਲ ਦੀ ਧੜਕਨ (ਨਬਜ਼) ਦਾ ਗਿਆਨ ਹੋਣਾ ਚਾਹੀਦਾ ਹੈ। ਇਸਨੂੰ ਅਸੀਂ ਇਸ ਤਰ੍ਹਾਂ ਮਾਪ ਸਕਦੇ ਹਾਂ।

ਵਧ ਤੋਂ ਵਧ ਨਬਜ਼ ਦੀ ਗਿਣਤੀ (Maximum Heart Rate, MHR)=220-ਸਾਲਾਂ ਵਿਚ ਉਮਰ।

ਸੋ ਜੇਕਰ ਤੁਹਾਡੀ ਉਮਰ 60 ਸਾਲ ਹੈ ਤਾਂ ਤੁਹਾਡੀ ਵਧ ਤੋਂ ਵਧ ਨਬਜ਼ 220-60=160 ਹੋਵੇਗੀ। ਕਸਰਤ ਇੰਨੀ ਕੁ ਕਰਨੀ ਚਾਹੀਦੀ ਹੈ ਕਿ ਤੁਹਾਡੇ ਦਿਲ ਦੀ ਧੜਕਣ ਦਾ ਟੀਚਾ ਇਸ ਵਧ ਤੋਂ ਵਧ ਗਿਣਤੀ ਦੇ 60 ਤੋਂ 80 ਪ੍ਰਤੀਸ਼ਤ ਦੇ ਵਿਚਕਾਰ ਰਹੇ। ਸੋ ਜੇ ਤੁਹਾਡੀ ਇਹ ਗਿਣਤੀ 160 ਹੈ ਤਾਂ ਇਹ 160x60/100=96 ਤੇ 160x80/100=128 ਭਾਵ ਤੁਹਾਡੀ ਨਬਜ਼ ਕਸਰਤ ਸਮੇਂ ਘੱਟ ਤੋਂ ਘੱਟ 96 ਤੇ ਵਧ ਤੋਂ ਵਧ 128 ਦੇ ਵਿਚਕਾਰ ਹੋਣੀ ਚਾਹੀਦੀ ਹੈ।

ਉਮਰ ਮੁਤਾਬਕ ਵਧੇਰੇ ਜਾਣਕਾਰੀ ਤੁਸੀਂ ਹੇਠ ਦਿੱਤੇ ਗਏ ਨਬਜ਼ ਦੇ ਨਕਸ਼ੇ ਤੋਂ ਪ੍ਰਾਪਤ ਕਰ ਸਕਦੇ ਹੋ।

ਨਬਜ਼ ਦਾ ਨਕਸ਼ਾ

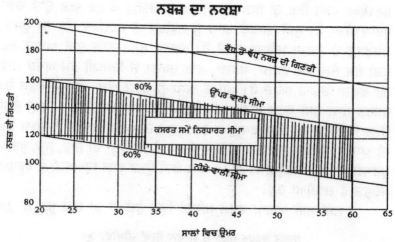

ਸਾਲਾਂ ਵਿਚ ਉਮਰ

	ਵੀਹ ਸਾਲ ਦੀ ਉਮਰ	ਸੱਠ ਸਾਲ ਦੀ ਉਮਰ
ਵਧ ਤੋਂ ਵੱਧ ਨਬਜ਼	220-20=200	220-60=160
ਉੱਪਰ ਵਾਲੀ ਨਬਜ਼	200x80÷100=160	160x80÷100=128
ਨੀਚੇ ਵਾਲੀ ਸੀਮਾ	200x60÷100=120	160x60÷100=96

Reference: The Joy of Health and Fitness by Harbans S. Sraon

ਨਬਜ਼ ਦਾ ਅਨੁਮਾਨ ਲਾਉਣਾ

ਆਪਣੀ ਨਬਜ਼ ਜਾਣਨ ਲਈ 10 ਸੈਕਿੰਡ ਦੀ ਗਿਣਤੀ ਕਰੋ ਅਤੇ ਇਸਨੂੰ 6 ਨਾਲ ਗੁਣਾਂ ਕਰੋ ਤਾਂ ਤੁਹਾਨੂੰ ਆਪਣੀ ਨਬਜ਼ ਪ੍ਰਤੀ ਮਿੰਟ ਕਿੰਨੀ ਹੈ ਦਾ ਪਤਾ ਲੱਗ ਜਾਵੇਗਾ। ਇਸਨੂੰ ਤੁਸੀਂ ਹਰ 5 ਜਾਂ 10 ਮਿੰਟ ਕਸਰਤ ਕਰਨ ਤੋਂ ਬਾਅਦ ਮਾਪ ਸਕਦੇ ਹੋ ਤੇ ਉਨਾ ਚਿਰ ਕਸਰਤ ਕਰ ਸਕਦੇ ਹੋ ਜਿੰਨਾ ਚਿਰ ਤੁਸੀਂ ਵਧ ਤੋਂ ਵਧ ਨਬਜ਼ ਦੀ ਸੰਖਿਆ ਪਾਰ ਨਹੀਂ ਕਰਦੇ। ਅੱਜਕਲ੍ਹ ਨਬਜ਼ ਮਿਣਨ ਵਾਲੀਆਂ ਮਸ਼ੀਨਾਂ ਵੀ ਮਿਲਦੀਆਂ ਹਨ ਜੋ ਝਟ ਇਸ ਬਾਰੇ ਜਾਣਕਾਰੀ ਦੇ ਦਿੰਦੀਆਂ ਹਨ।

ਨਿੱਜੀ ਤਜਰਬਾ

ਮੈਂ ਪਹਿਲਾਂ ਦੱਸ ਚੁੱਕਿਆ ਹਾਂ ਕਿ ਮੈਂ 1966 ਵਿਚ ਇੰਨਾ ਸਖ਼ਤ ਬਿਮਾਰ ਹੋਇਆ ਤੇ ਬਸ ਮੌਤ ਦੇ ਮੂੰਹ 'ਚੋਂ ਹੀ ਬਚਿਆ। ਇਸ ਬਿਮਾਰੀ ਦਾ ਅਸਰ ਇਹ ਹੋਇਆ ਕਿ ਮੇਰੀ ਸਿਹਤ ਖਰਾਬ ਰਹਿਣ ਲੱਗ ਪਈ। ਕਈ ਤਰ੍ਹਾਂ ਦੀਆਂ ਸ਼ਿਕਾਇਤਾਂ ਜਿਵੇਂ ਕਿ ਭੁੱਖ ਨਾ ਲੱਗਣੀ, ਖਾਣਾ ਹਜ਼ਮ ਨਾ ਹੋਣਾ, ਕਬਜ਼ ਰਹਿਣੀ, ਥੱਕਿਆ ਟੁੱਟਿਆ ਮਹਿਸੂਸ ਕਰਨਾ, ਇੱਥੋਂ ਤੱਕ ਕਿ ਮੇਰਾ ਖ਼ੂਨ ਦਾ ਦਬਾਅ ਵੀ ਵਧ ਰਹਿਣ ਲੱਗ ਪਿਆ। ਸਿੱਟੇ ਵਜੋਂ ਮੈਂ ਬਹੁਤ ਸਾਰੀਆਂ ਦੁਆਈਆਂ ਦਾ ਗੁਲਾਮ ਹੋ ਗਿਆ, ਖ਼ੂਨ ਦੇ ਦਬਾਅ ਨੂੰ ਕਾਬੂ ਰੱਖਣ ਲਈ ਵੀ ਗੋਲੀਆਂ ਦੀ ਵਰਤੋਂ ਸ਼ੁਰੂ ਕਰ ਦਿੱਤੀ। ਉਧਰ ਮੈਂ ਮੇਰੇ ਇਕ ਸ਼ੁਭਚਿੰਤਕ ਪ੍ਰੋਫ਼ੈਸਰ ਸਰਦਾਰ ਗੁਰਚਰਨ ਸਿੰਘ ਸੋਹੀ ਜਿਨ੍ਹਾਂ ਤੋਂ ਮੈਂ ਅਕਸਰ ਸੇਧ ਲੈਂਦਾ ਸੀ ਦੀ ਨਸੀਹਤ ਨੂੰ ਮੰਨਦੇ ਹੋਏ ਪੀ.ਐਚ.ਡੀ. (Ph.D) ਦੀ ਪੜ੍ਹਾਈ ਪੂਰੀ ਕਰਨ ਲਈ ਦਾਖਲਾ ਲੈ ਲਿਆ। ਪੜ੍ਹਾਈ ਤਾਂ ਸ਼ੁਰੂ ਕਰ ਦਿੱਤੀ ਪਰ ਜਦੋਂ ਵੀ ਮੈਂ ਪੜ੍ਹਣ ਬੈਠਦਾ ਕੁਝ ਸਮਾਂ ਵੀ ਲਗਾਤਾਰ ਨਾ ਬੈਠ ਸਕਦਾ। ਇਕ ਦਿਨ ਮੈਂ ਅੱਕ ਕੇ ਇਹ ਫ਼ੈਸਲਾ ਕਰ ਲਿਆ ਕਿ ਪੜ੍ਹਾਈ ਵਿਚ ਹੀ ਛੱਡ ਦੇਣੀ ਹੈ। ਪਰ ਛੱਡਣ ਤੋਂ ਪਹਿਲਾਂ ਮੈਂ ਇਹ ਫ਼ੈਸਲਾ ਆਪਣੇ ਉਸ ਪ੍ਰੋਫ਼ੈਸਰ ਨੂੰ ਦੱਸਣ ਲਈ ਉਨ੍ਹਾਂ ਦੇ ਘਰ ਗਿਆ। ਉਨ੍ਹਾਂ ਨੇ ਮੈਨੂੰ ਇੰਜ ਕਰਨ ਤੋਂ ਰੋਕਿਆ ਤੇ ਮੈਨੂੰ ਆਪਣੇ ਜਾਣ-ਪਛਾਣ ਵਾਲੇ ਡਾਕਟਰ ਕੋਲ ਲੈ ਗਏ। ਉਸ ਡਾਕਟਰ ਨੇ ਮੈਨੂੰ ਚੰਗੀ ਤਰ੍ਹਾਂ ਘੋਖਿਆ ਤੇ ਕਿਹਾ ਕਿ ਮੇਰੇ ਸਰੀਰ ਵਿਚ ਕਈ ਕਿਸਮ ਦੇ ਤੱਤਾਂ ਜਿਵੇਂ ਕਿ ਵਿਟਾਮਿਨਜ਼,

ਖਣਿਜ ਪਦਾਰਥ ਆਦਿ ਦੀ ਘਾਟ ਹੋ ਗਈ ਹੈ। ਉਨ੍ਹਾਂ ਮੈਨੂੰ ਕੁਝ ਗੋਲੀਆਂ ਤੇ ਹੋਰ ਦੁਆਈਆਂ ਦਿੱਤੀਆਂ ਜੋ ਕਿ ਇਨ੍ਹਾਂ ਦੀ ਘਾਟ ਪੂਰੀ ਕਰ ਸਕਣ। ਮੈਂ ਇਨ੍ਹਾਂ ਦਾ ਲਗਾਤਰ ਕਾਫੀ ਲੰਬੇ ਸਮੇਂ ਤੱਕ ਸੇਵਨ ਕੀਤਾ। ਇਨ੍ਹਾਂ ਦਾ ਚੰਗਾ ਅਸਰ ਹੋਇਆ ਪਰ ਫਿਰ ਵੀ ਮੈਂ ਪੂਰਾ ਠੀਕ ਨਾ ਹੋਇਆ। ਅੰਤ ਵਿਚ ਮੈਂ ਇਕ ਦਿਨ ਇਹ ਸੋਚ ਕੇ ਕਿ ਕਿੰਨੀ ਕੁ ਦੇਰ ਤੇ ਇਸ ਛੋਟੀ ਉਮਰ ਤੋਂ ਹੀ ਇੰਨੀ ਦੁਆਈ ਖਾਂਦਾ ਰਹਾਂਗਾ, ਦੁਆਈ ਖਾਣੀ ਬੰਦ ਕਰ ਦਿੱਤੀ, ਮੈਂ ਹਰ ਰੋਜ਼ ਉਸ ਦਿਨ ਤੋਂ ਪੰਜ ਵਜੇ ਉਠਕੇ ਸੈਰ ਤੇ ਕਸਰਤ ਕਰਨ ਨਿਕਲ ਜਾਂਦਾ ਤੇ 7 ਵਜੇ ਪਰਤ ਕੇ ਆਉਂਦਾ। ਇਹ ਕਸਰਤ ਮੈਂ ਬਿਨਾਂ ਨਾਗਾ ਕਰਦਾ ਤੇ ਇਸਨੂੰ ਮੈਂ ਆਪਣੀ ਉਮਰ ਭਰ ਲਈ ਆਦਤ ਹੀ ਬਣਾ ਲਿਆ। ਇਸ ਤੋਂ ਬਹੁਤ ਚੰਗੇ ਸਿੱਟੇ ਨਿਕਲੇ। ਪ੍ਰਮਾਤਮਾ ਦੀ ਮਿਹਰ ਨਾਲ ਮੈਂ ਅੱਜ ਤੱਕ ਬਿਲਕੁਲ ਸਿਹਤਮੰਦ ਤੇ ਆਪਣੀ ਉਮਰ ਮੁਤਾਬਿਕ ਰਿਸ਼ਟ-ਪੁਸ਼ਟ ਤੇ ਚੁਸਤ ਦਰੁਸਤ ਹਾਂ।

***

ਕਿਸ ਤਰ੍ਹਾਂ ਦੀ ਕਸਰਤ ਕਰਨੀ ਚਾਹੀਦੀ ਹੈ: ਇਕ ਵਿਅਕਤੀ ਨੂੰ ਕਿਸ ਤਰ੍ਹਾਂ ਦੀ ਤੇ ਕਿੰਨੀ ਕਸਰਤ ਕਰਨੀ ਚਾਹੀਦੀ ਹੈ। ਉਹ ਉਸਦੇ ਮੰਤਵ ਤੇ ਨਿਰਭਰ ਕਰਦੀ ਹੈ। ਜੇ ਵਿਅਕਤੀ ਦਾ ਮੰਤਵ ਆਪਣੀ ਸਿਹਤ ਨੂੰ ਠੀਕ ਰੱਖਣਾ ਤੇ ਸਿਹਤਮੰਦ ਰਹਿਣਾ ਹੈ, ਉਸ ਲਈ ਇਹ ਸਿਫ਼ਾਰਸ਼ ਕੀਤੀ ਜਾਂਦੀ ਹੈ ਕਿ ਉਹ ਆਪਣੀਆਂ ਨਿੱਤ ਪ੍ਰਤੀ ਦੀਆਂ ਕਿਰਿਆਵਾਂ ਤੋਂ ਇਲਾਵਾ ਘੱਟ ਤੋਂ ਘੱਟ ਮੱਧ ਮਿਆਰ ਦੀ ਕਸਰਤ ਹਰ ਰੋਜ਼ ਜਾਂ ਘੱਟ ਤੋਂ ਘੱਟ ਹਫ਼ਤੇ 'ਚ ਪੰਜ ਦਿਨ ਜ਼ਰੂਰ ਕਰੋ। ਇਸ ਮਿਆਰ ਦੀ ਕਸਰਤ ਖ਼ੂਨ ਦਾ ਦਬਾਅ, ਦਿਲ ਦੇ ਰੋਗ, ਦਿਲ ਦਾ ਦੌਰਾ, ਸ਼ੱਕਰ ਰੋਗ, ਖੁਰਾਕ ਦੀ ਨਾਲੀ, ਜਿਗਰ ਦੇ ਰੋਗ, ਹੱਡੀਆਂ ਦੇ ਕਮਜ਼ੋਰ ਹੋਣ ਤੋਂ ਰੋਕਦੀ ਹੈ। ਇਸ ਦੇ ਨਾਲ-ਨਾਲ ਦਿਮਾਗੀ ਤੌਰ 'ਤੇ ਸਰੀਰ ਨੂੰ ਤਕੜਾ ਕਰਨ ਵਿਚ ਮਦਦ ਕਰਦੀ ਹੈ। ਸਾਇਕਲ ਚਲਾਉਣਾ, ਨੱਚਣਾ, ਤੈਰਨਾ, ਤੇਜ਼ ਸੈਰ ਕਰਨਾ, ਕਹੀ ਦਾ ਕੰਮ ਆਦਿ ਮੱਧ ਸ਼੍ਰੇਣੀ ਕਸਰਤ ਵਿਚ ਵੰਡੇ ਜਾਂਦੇ ਹਨ। ਇਹ ਕਸਰਤ ਤਕਰੀਬਨ 150 ਕੈਲਰੀ ਖਰਚ ਕਰਨ ਦੇ ਬਰਾਬਰ ਗਿਣੀ ਜਾਂਦੀ ਹੈ। ਇੰਨੀ ਸ਼ਕਤੀ ਵੱਧ ਟਾਈਮ ਵਿਚ ਧੀਮੀ ਕਿਸਮ ਦੀ ਸੈਰ ਕਰਨ ਨਾਲ ਜਿਵੇਂ ਆਮ ਗਤੀ ਤੇ ਸੈਰ ਕਰਨੀ ਜਾਂ ਫਿਰ ਹੋਰ ਸਖ਼ਤ ਕਸਰਤ ਜਿਵੇਂ ਦੌੜਨਾ ਆਦਿ ਨਾਲ ਘੱਟ ਸਮੇਂ ਵਿਚ ਪੂਰੀ ਕੀਤੀ ਜਾ ਸਕਦੀ ਹੈ। ਪੰਦਰਾਂ ਮਿੰਟ ਲਈ ਦੌੜਨਾ, ਤੀਹ ਮਿੰਟ ਲਈ ਤੇਜ਼ ਤੁਰਨਾ, 45 ਮਿੰਟ ਬਗੀਚੇ ਵਿਚ ਕੰਮ ਕਰਨਾ ਇਕੋ ਬਰਾਬਰ ਗਿਣੇ ਜਾਂਦੇ ਹਨ।

ਜੇ ਕਿਸੇ ਵਿਅਕਤੀ ਦਾ ਮੰਤਵ ਭਾਰ ਨੂੰ ਕਾਬੂ ਵਿਚ ਰੱਖਣਾ ਹੈ ਤਾਂ ਉਸ ਵਿਅਕਤੀ ਨੂੰ ਉੱਪਰ ਦੱਸੀ ਕਸਰਤ ਤੋਂ ਵਧ ਕਸਰਤ ਕਰਨੀ ਪਵੇਗੀ। ਉਸਨੂੰ ਉੱਪਰ ਦੱਸੀ ਮੱਧ ਸ਼੍ਰੇਣੀ ਦੀ ਕਸਰਤ ਪ੍ਰਤੀ ਦਿਨ 45 ਤੋਂ 90 ਮਿੰਟ ਜਾਂ ਫਿਰ ਇਸ ਤੋਂ ਵਧ ਕਸਰਤ ਕਰਨੀ ਪਵੇਗੀ। ਜੇ ਉਸਨੇ ਭਾਰ ਘਟਾਉਣਾ ਹੈ ਤਾਂ ਉਸਨੂੰ ਇਹੋ ਜਿਹੇ ਕਸਰਤ ਦੇ ਪ੍ਰੋਗਰਾਮ ਜਿਹੜੇ ਕਿ ਇਸ ਮੰਤਵ ਨਾਲ ਉਲੀਕੇ ਜਾਂਦੇ ਹਨ ਜਿਵੇਂ ਜਿਮ ਆਦਿ ਦਾ ਸਹਾਰਾ ਲੈਣਾ ਚਾਹੀਦਾ ਹੈ। ਇਕੋ ਤਰ੍ਹਾਂ ਦੀ ਹਰ ਰੋਜ਼ ਕਸਰਤ ਕਰਨ ਨਾਲੋਂ ਜੇ ਬਦਲਵੀਂ

ਕਸਰਤ ਕੀਤੀ ਜਾਵੇ, ਉਹ ਜ਼ਿਆਦਾ ਫ਼ਾਇਦੇਮੰਦ ਹੁੰਦੀ ਹੈ। ਜੇ ਅੱਜ ਤੁਸੀਂ ਸਾਈਕਲ ਚਲਾਉਂਦੇ ਹੋ, ਦੂਸਰੇ ਦਿਨ ਲੰਬੀ ਦੌੜ ਲਗਾਉਂਦੇ ਤੇ ਤੀਸਰੇ ਦਿਨ ਤੈਰਾਕੀ ਕਰਦੇ ਹੋ ਇਹ ਜ਼ਿਆਦਾ ਚੰਗਾ ਹੋਵੇਗਾ। ਇਹ ਹਮੇਸ਼ਾ ਧਿਆਨ ਰੱਖਣਾ ਚਾਹੀਦਾ ਹੈ ਕਿ ਉਨੀ ਹੀ ਕਸਰਤ ਕਰੋ ਜਿੰਨਾ ਤੁਹਾਡਾ ਸਰੀਰ ਆਰਾਮ ਨਾਲ ਕਰ ਸਕਦਾ ਹੈ। ਜੇ ਤੁਸੀਂ ਕਸਰਤ ਕਰਨ ਵੇਲੇ ਗੱਲ ਕਰ ਸਕਦੇ ਹੋ ਤੇ ਸਾਹ ਸਿਰਫ਼ ਨੱਕ ਰਾਹੀਂ ਲੈ ਸਕਦੇ ਹੋ ਤਾਂ ਤੁਹਾਡੇ ਲਈ ਕਸਰਤ ਦਾ ਮਿਆਰ ਠੀਕ ਹੈ। ਥੋੜ੍ਹਾ ਜਿਹਾ ਪਸੀਨਾ ਦਰਸਾਉਂਦਾ ਹੈ ਤੁਸੀਂ ਕੈਲਰੀ ਖ਼ਰਚ ਕਰ ਰਹੇ ਹੋ ਪਰ ਬਹੁਤ ਜ਼ਿਆਦਾ ਪਸੀਨਾ ਨਹੀਂ ਆਉਂਦਾ ਚਾਹੀਦਾ। ਜੇਕਰ ਕਿਸੇ ਵੇਲੇ ਵੀ ਤੁਹਾਡਾ ਸਾਹ ਫੂਲਣਾ ਜਾਂ ਛਾਤੀ ਵਿਚ ਦਰਦ ਹੋਣਾ ਸ਼ੁਰੂ ਹੁੰਦਾ ਹੈ ਤਾਂ ਉਸ ਵੇਲੇ ਹੀ ਕਸਰਤ ਬੰਦ ਕਰ ਦੇਣੀ ਚਾਹੀਦੀ ਹੈ ਤੇ ਡਾਕਟਰ ਦੀ ਸਲਾਹ ਲੈਣੀ ਚਾਹੀਦੀ ਹੈ। ਕਸਰਤ ਇੰਨੀ ਜ਼ਿਆਦਾ ਵੀ ਨਹੀਂ ਕਰਨੀ ਚਾਹੀਦੀ ਕਿ ਬਾਅਦ ਵਿਚ ਤੁਸੀਂ ਪੂਰੀ ਤਰ੍ਹਾਂ ਥੱਕੇ ਟੁੱਟੇ ਤੇ ਬਲਹੀਨ ਮਹਿਸੂਸ ਕਰੋ। ਇੰਝ ਕਰਨ ਨਾਲ ਤੁਸੀਂ ਆਪਣੀਆਂ ਮਾਸ ਪੇਸ਼ੀਆਂ ਤੇ ਜੋੜਾਂ ਨੂੰ ਨੁਕਸਾਨ ਪਹੁੰਚਾ ਸਕਦੇ ਹੋ।

ਕਸਰਤ ਦੀਆਂ ਕਿਸਮਾਂ : ਕਸਰਤ ਨੂੰ ਤਿੰਨ ਹਿੱਸਿਆਂ ਵਿਚ ਵੰਡਿਆ ਗਿਆ ਹੈ।

1. *ਸਰੀਰ ਵਿਚ ਲਚਕ ਵਧਾਉਣ ਵਾਲੀ:* ਇਸ ਵਿਚ ਸਰੀਰ ਦੇ ਵੱਖ-ਵੱਖ ਅੰਗਾਂ ਨੂੰ ਪੀ.ਟੀ. ਜਾਂ ਡਰਿੱਲ ਦੀ ਸ਼ਕਲ ਵਿਚ ਹਿਲਾਉਣਾ, ਮੋੜਨਾ, ਝੁਕਾਉਣਾ, ਘੁਮਾਉਣਾ ਆਦਿ ਸ਼ਾਮਲ ਹਨ। ਇਹੋ ਜਿਹੀ ਕਸਰਤ ਕੋਈ ਵੱਡੀ ਕਸਰਤ ਕਰਨ ਤੋਂ ਪਹਿਲਾਂ ਸਰੀਰ ਨੂੰ ਗਰਮ ਜਾਂ ਕਸਰਤ ਤੋਂ ਬਾਅਦ ਸਰੀਰ ਨੂੰ ਹੌਲੀ-ਹੌਲੀ ਸਰੀਰ ਦੇ ਤਾਪਮਾਨ ਦੇ ਬਰਾਬਰ ਲਿਆਉਣ ਲਈ ਬਹੁਤ ਜ਼ਰੂਰੀ ਹੈ।
2. ਸਰੀਰ ਵਿਚ ਮਾਸ ਪੇਸ਼ੀਆਂ ਵਧਾਉਣ ਵਾਲੀ: ਇਹੋ ਜਿਹੀ ਕਸਰਤ ਸਰੀਰ ਦੀਆਂ ਮਾਸ ਪੇਸ਼ੀਆਂ ਦੀ ਤਾਕਤ ਤੇ ਸਰੀਰ ਦੀ ਸਾਹਸ ਸ਼ਕਤੀ (Stamina) ਵਧਾਉਣ ਲਈ ਕੀਤੀ ਜਾਂਦੀ ਹੈ। ਇਸ ਸ਼੍ਰੇਣੀ ਵਿਚ ਭਾਰ ਚੁੱਕਣਾ ਜਾਂ ਡੰਡ, ਬੈਠਕਾਂ ਕੱਢਣੀਆਂ ਆਦਿ ਸ਼ਾਮਲ ਕੀਤੇ ਗਏ ਹਨ। ਇਸ ਤਰ੍ਹਾਂ ਦੀ ਕਸਰਤ ਗੋਡਿਆਂ, ਹੋਰ ਜੋੜਾਂ ਤੇ ਮਾਸਪੇਸ਼ੀਆਂ ਨੂੰ ਮਜ਼ਬੂਤ ਰੱਖਣ ਲਈ ਬਹੁਤ ਉਪਯੋਗੀ ਹੈ।
3. *ਸਰੀਰ ਦਾ ਸਾਹ ਲੈਣਾ ਤੇ ਖ਼ੂਨ ਦੇ ਦੌਰੇ ਦੀ ਸ਼ਕਤੀ ਵਧਾਉਣ ਵਾਲੀ:* ਇਸ ਸ਼੍ਰੇਣੀ ਵਿਚ ਸੈਰ ਕਰਨਾ, ਤੇਜ਼ ਚਲਣਾ, ਸਾਈਕਲ ਚਲਾਉਣਾ, ਤੈਰਨਾ ਤੇ ਨੱਚਣਾ ਆਦਿ ਸ਼ਾਮਲ ਕੀਤੇ ਜਾਂਦੇ ਹਨ।

ਦੁਨੀਆਂ ਦੀ ਖੁਰਾਕ ਤੇ ਖੇਤੀਬਾੜੀ ਸੰਸਥਾ (FAO) ਨੇ ਕਸਰਤ ਦੇ ਸੰਬੰਧ ਵਿਚ ਹੇਠ ਲਿਖੇ ਮਿਆਰ ਤਹਿ ਕੀਤੇ ਹਨ।

ਘੱਟ ਕਸਰਤ ਵਾਲੇ	:	ਲਿਖਣਾ, ਟਾਈਪ ਕਰਨਾ, ਸਿਲਾਈ, ਕਢਾਈ ਆਦਿ
ਦਰਮਿਆਨੀ ਕਸਰਤ ਵਾਲੇ	:	ਤੁਰਨਾ, ਜੁੱਤੀਆਂ ਬਣਾਉਣਾ, ਤਰਖਾਣਾ,

ਲੁਹਾਰਾ ਆਦਿ

ਜ਼ਿਆਦਾ ਕਸਰਤ ਵਾਲੇ : ਸਾਈਕਲ ਚਲਾਉਣਾ, ਆਰੇ ਦਾ ਕੰਮ, ਹਲ ਵਾਹੁਣਾ, ਫਸਲ ਕੱਟਣਾ ਆਦਿ

ਸਖ਼ਤ ਕਸਰਤ ਵਾਲੇ : ਭਾਰ ਢੋਣਾ, ਕੋਲਾ ਖਾਨਾ ਦਾ ਕੰਮ, ਲੱਕੜ ਕੱਟਣਾ, ਢੋਣਾ, ਮਿੱਟੀ ਪੁੱਟਣਾ ਆਦਿ।

ਹਰ ਕੋਈ ਵਿਅਕਤੀ ਆਪਣੀ ਰੁਚੀ ਤੇ ਪਸੰਦਗੀ ਨਾਲ ਕਿਸੇ ਵੀ ਕਿਸਮ ਦੀ ਕਸਰਤ ਕਰ ਸਕਦਾ ਹੈ। ਉਸਦੇ ਸਰੀਰ ਨੂੰ ਕਿਸ ਤਰ੍ਹਾਂ ਦੀ ਕਸਰਤ ਤੇ ਕਿਹੜੀ ਸਰੀਰਕ ਕਿਰਿਆ ਜਾਂ ਅੰਗ ਲਈ ਕਸਰਤ ਦੀ ਲੋੜ ਹੈ, ਉਸ ਮੁਤਾਬਕ ਚੁਣ ਸਕਦਾ ਹੈ। ਜੇਕਰ ਤੁਹਾਡਾ ਮੰਤਵ ਸਰੀਰ ਨੂੰ ਹਰ ਪ੍ਰਕਾਰ ਸਿਹਤਮੰਦ ਤੇ ਸੰਤੁਲਨ ਰੱਖਣਾ ਹੈ ਤਾਂ ਇਹ ਚੰਗਾ ਹੋਵੇਗਾ ਕਿ ਤੁਸੀਂ ਇਕ ਤਰ੍ਹਾਂ ਦੀ ਥਾਂ ਵੱਖ-ਵੱਖ ਕਿਸਮਾਂ ਦੀ ਕਸਰਤ ਦਾ ਰਲੇਵਾਂ ਅਪਣਾਓ।

ਅੱਜਕਲ੍ਹ ਬੱਚਿਆਂ ਵਿਚ ਮੋਟਾਪੇ ਦੀ ਸ਼ਿਕਾਇਤ ਵਧ ਰਹੀ ਹੈ। ਬੱਚਿਆਂ ਨੂੰ ਟੀ.ਵੀ. ਵੇਖਣ ਜਾਂ ਵੀਡੀਓ ਖੇਡਾਂ ਖੇਡਣ ਦੇ ਸਮੇਂ ਨੂੰ ਘਟਾ ਕੇ ਆਪਣੀ ਜ਼ਿੰਦਗੀ ਨੂੰ ਚੁਸਤ ਰਖਦੇ ਹੋਏ ਕਸਰਤ ਵੱਲ ਧਿਆਨ ਦੇਣਾ ਚਾਹੀਦਾ ਹੈ। ਉਨ੍ਹਾਂ ਨੂੰ ਕੋਸ਼ਿਸ਼ ਕਰਨੀ ਚਾਹੀਦੀ ਹੈ ਕਿ ਉਹ ਹਰ ਰੋਜ਼ ਘੱਟ ਤੋਂ ਘੱਟ 60 ਮਿੰਟ ਲਈ ਮੱਧ ਮਿਆਰ ਵਾਲੀ ਕਸਰਤ ਜ਼ਰੂਰ ਕਰਨ। ਗੱਭਰੂ ਬੱਚਿਆਂ ਲਈ ਭਾਰ ਨਾਲ (ਡੰਬਲ ਆਦਿ) ਕਸਰਤ ਕਰਨਾ, ਰਵਾਇਤੀ ਖੇਡਾਂ ਜਾਂ ਜੇ ਕਿਸੇ ਖਾਸ ਖੇਡ ਵਿਚ ਦਿਲਚਸਪੀ ਹੈ ਖੇਡਣੀਆਂ ਚਾਹੀਦੀਆਂ ਹਨ।

ਹੋਰ ਨਿੱਜੀ ਤਜਰਬਾ

ਮੈਂ ਜੋ ਕਸਰਤ ਦਾ ਢੰਗ ਅਪਨਾਇਆ ਇਸ ਵਿਚ ਹਰ ਰੋਜ਼ ਕੋਈ 4 ਕਿਲੋਮੀਟਰ ਦੀ ਸੈਰ, ਸਾਰੇ ਸਰੀਰ ਦੇ ਅੰਗਾਂ (ਡਰਿਲ ਤੇ ਪੀ.ਟੀ) ਅਤੇ ਮਾਸ ਪੇਸ਼ੀਆਂ ਨੂੰ ਮਜ਼ਬੂਤ ਕਰਨ ਵਾਲੀ ਕਸਰਤ ਦਾ ਸੁਮੇਲ ਹੈ। ਦੋ ਕਿਲੋਮੀਟਰ ਦੀ ਸੈਰ ਤੋਂ ਬਾਅਦ ਆਪਣੇ ਸਰੀਰ ਦੇ ਅੰਗਾਂ ਦੀ ਕਸਰਤ ਕਰਨ ਤੋਂ ਉਪਰੰਤ ਹਰ ਰੋਜ਼ 27 ਡੰਡ ਕੱਢਣੇ, ਇਸ ਤੋਂ ਬਾਅਦ 10-15 ਮਿੰਟ ਦੀ ਹਲਕੀ ਰਫ਼ਤਾਰ ਦੀ ਦੌੜ ਤੇ ਫਿਰ 2 ਕਿਲੋਮੀਟਰ ਦੀ ਸੈਰ। ਇਹ ਕਸਰਤ ਦਾ ਢੰਗ ਨਿਰੰਤਰ 1966 ਤੋਂ 2005 ਤੱਕ ਇਸੇ ਤਰ੍ਹਾਂ ਚਲਦਾ ਰਿਹਾ। ਇਸ ਦੌਰਾਨ ਯੋਗਾ ਬਾਰੇ ਬੜੇ ਚਰਚੇ ਸੁਣੇ ਤੇ ਇਸ ਤੋਂ ਪ੍ਰਭਾਵਿਤ ਹੋ ਕੇ ਇਹ ਸੋਚ ਆਈ ਕਿ ਕਿਉਂ ਨਾ ਯੋਗਾ ਵੀ ਅਜ਼ਮਾਇਆ ਜਾਵੇ। ਸੋ ਮੈਂ ਆਪਣੀ ਕਸਰਤ ਦਾ ਢੰਗ ਛੱਡਕੇ ਯੋਗਾ ਦੀ ਕਲਾਸ ਵਿਚ ਸ਼ਾਮਿਲ ਹੋ ਗਿਆ। ਇਸ ਤਰ੍ਹਾਂ ਪੂਰਾ ਇਕ ਸਾਲ ਹਰ ਰੋਜ਼ ਸਵਾ ਤੋਂ ਡੇਢ ਘੰਟਾ ਯੋਗਾ ਕਰਨ ਵਿਚ ਲਗਾ ਦਿੱਤਾ। ਪਰ ਇਸ ਤੋਂ ਬਾਅਦ ਜਦੋਂ ਮੈਂ ਲੇਖਾ ਜੋਖਾ ਕੀਤਾ ਤਾਂ ਇਸ ਨਤੀਜੇ ਤੇ ਪਹੁੰਚਿਆ ਕਿ ਇਕੱਲੇ ਯੋਗਾ ਨਾਲ ਗੱਲ ਨਹੀਂ ਬਣਦੀ। ਇਸ ਨਾਲ ਸਰੀਰ ਵਿਚ ਲਚਕ ਜੋ ਉਮਰ ਦੇ ਲਿਹਾਜ਼ ਨਾਲ ਘਟਦੀ ਹੈ ਬਣੀ ਰਹਿੰਦੀ ਹੈ ਤੇ ਆਮ ਬਿਮਾਰੀਆਂ

ਤੋਂ ਬਚਣ ਦੀ ਸ਼ਕਤੀ ਵੀ ਦੂਜੀਆਂ ਕਸਰਤਾਂ ਵਾਂਗ ਵਧਦੀ ਹੈ। ਪਰ ਇਸ ਨਾਲ ਮਾਸ ਪੇਸ਼ੀਆਂ ਦੀ ਤਾਕਤ ਉਨੀ ਨਹੀਂ ਵਧਦੀ ਤੇ ਭਾਰ ਨੂੰ ਸੰਤੁਲਨ ਵਿਚ ਰੱਖਣ ਦੀ ਵੀ ਉਨੀ ਸਮਰੱਥਾ ਨਹੀਂ ਤੇ ਨਾ ਹੀ ਇਸ ਨਾਲ ਮੇਰੇ ਸਾਹਸ (Stamina) ਕਾਇਮ ਰੱਖਣ ਤੇ ਅਸਰ ਹੋਇਆ। ਸੋ ਮੈਂ ਇਕ ਸਾਲ ਬਾਅਦ ਆਪਣੇ ਕਸਰਤ ਦੇ ਢੰਗ ਵਿਚ ਤਬਦੀਲੀ ਲਿਆਂਦੀ ਤੇ ਹੁਣ ਮੈਂ ਫਿਰ ਪਹਿਲੇ ਵਾਲੀ ਸੈਰ, ਹਲਕੀ ਗਤੀ ਦੀ ਦੌੜ, ਡਰਿੱਲ ਕਸਰਤ, ਡੰਡ ਦੇ ਨਾਲ 40 ਮਿੰਟ ਯੋਗਾ ਕਸਰਤ ਦਾ ਸੁਮੇਲ ਅਪਣਾਇਆ ਹੈ। ਇਹ ਬੜਾ ਲਾਭਦਾਇਕ ਸਿੱਧ ਹੋ ਰਿਹਾ ਹੈ।

ਵੱਡੀ ਉਮਰ ਦੇ ਵਿਅਕਤੀ ਵੀ ਗਭਰੂਆਂ ਵਰਗੀ ਕਸਰਤ ਕਰ ਸਕਦੇ ਹਨ। ਉਨ੍ਹਾਂ ਨੂੰ ਆਪਣੀ ਕਸਰਤ ਵਿਚ ਤਿੰਨ ਤਰ੍ਹਾਂ ਦੀ ਕਸਰਤ ਦਾ ਮੇਲਜੋਲ ਕਰਕੇ ਸਰੀਰ ਦੇ ਸਾਰੇ ਅੰਗਾਂ ਦੀ ਕਸਰਤ ਕਰ ਲੈਣੀ ਚਾਹੀਦੀ ਹੈ। ਬਜ਼ੁਰਗ ਵਿਅਕਤੀਆਂ ਨੂੰ ਹਲਕੇ ਤਰ੍ਹਾਂ ਦੀ ਕਸਰਤ ਅਪਣਾਉਣੀ ਚਾਹੀਦੀ ਹੈ ਤਾਂ ਕਿ ਜੋ ਉਮਰ ਦੇ ਲਿਹਾਜ਼ ਨਾਲ ਲਚਕ ਘਟਦੀ ਹੈ ਉਸ ਤੇ ਕਾਬੂ ਪਾਇਆ ਜਾ ਸਕੇ ਤੇ ਸਰੀਰ ਦੇ ਜੋੜਾਂ ਦੇ ਦਰਦ ਆਦਿ ਤੋਂ ਬਚਿਆ ਜਾ ਸਕੇ। ਇਨ੍ਹਾਂ ਵਿਅਕਤੀਆਂ ਨੂੰ ਸਖਤ ਸਰਦੀ ਤੇ ਸਖ਼ਤ ਗਰਮੀ ਵਿਚ ਕਸਰਤ ਕਰਨ ਤੋਂ ਸੰਕੋਚ ਕਰਨਾ ਚਾਹੀਦਾ ਹੈ। ਕਪੜੇ ਇਸ ਤਰ੍ਹਾਂ ਦੇ ਪਾਉਣੇ ਚਾਹੀਦੇ ਹਨ ਜਿਹੜੇ ਸਰਦੀਆਂ ਵਿਚ ਸ਼ਕਤੀ ਦੇ ਵਧ ਖਰਚ ਤੋਂ ਬਚਾਉਣ ਤੇ ਗਰਮੀਆਂ ਵਿਚ ਸ਼ਕਤੀ ਵਧ ਖਰਚਣ ਵਿਚ ਮਦਦ ਕਰਨ ਤਾਂ ਕਿ ਸਰੀਰ ਦਾ ਤਾਪਮਾਨ ਸੰਤੁਲਨ ਅਵਸਥਾ ਵਿਚ ਰਹੇ।

ਕਸਰਤ ਤੋਂ ਬਾਅਦ:- ਕਸਰਤ ਤੋਂ ਬਾਅਦ ਸਰੀਰ ਨੂੰ ਪਹਿਲੇ ਵਾਲੀ ਸਥਿਤੀ ਵਿਚ ਲਿਆਉਣ ਵਲ ਧਿਆਨ ਦੇਣਾ ਚਾਹੀਦਾ ਹੈ। ਜਿਸ ਗਤੀ ਨਾਲ ਤੁਹਾਡੀ ਨਬਜ਼ ਦੀ ਗਿਣਤੀ ਕਸਰਤ ਤੋਂ ਉਪਰੰਤ ਇਕ ਸੈਕਿੰਡ ਵਿਚ ਘਟਦੀ ਹੈ, ਉਹ ਵੀ ਮਹੱਤਵਪੂਰਨ ਹੈ। ਇਹ ਗਿਣਤੀ ਘੱਟ ਤੋਂ ਘੱਟ ਇਕ ਸੈਕਿੰਡ ਵਿਚ 20 ਦੇ ਹਿਸਾਬ ਨਾਲ ਘੱਟ ਹੋਣੀ ਚਾਹੀਦੀ ਹੈ। ਜਿੰਨੀ ਇਹ ਗਿਣਤੀ 20 ਤੋਂ ਉਪਰ ਨਾਲ ਘਟੇਗੀ ਉਨੀ ਹੀ ਚੰਗੀ ਹੈ। ਜੇਕਰ ਇਹ ਗਿਣਤੀ 30 ਤੋਂ 40 ਪ੍ਰਤੀ ਸੈਕਿੰਡ ਦੇ ਹਿਸਾਬ ਨਾਲ ਘਟਦੀ ਹੈ ਤਾਂ ਬਹੁਤ ਚੰਗਾ ਹੈ।

ਕਸਰਤ ਤੇ ਯੋਗਾ

ਯੋਗਾ ਵੀ ਇਕ ਤਰ੍ਹਾਂ ਦਾ ਕਸਰਤ ਕਰਨ ਦਾ ਢੰਗ ਹੈ। ਯੋਗਾ ਸਰੀਰਕ ਅੰਗਾਂ, ਸਾਹ ਤੇ ਲਹੂ ਦੀ ਪ੍ਰਕਿਰਿਆ ਸੰਤੁਲਨ ਰੱਖਣ ਤੇ ਜ਼ਿਆਦਾ ਜ਼ੋਰ ਦਿੰਦਾ ਹੈ। ਯੋਗਾ ਸਰੀਰ ਦੀ ਲਚਕ, ਮਾਸ ਪੇਸ਼ੀਆਂ ਦੀ ਤਾਕਤ ਨੂੰ ਵਧਾਉਣ ਤੇ ਮਾਨਸਿਕ ਦਬਾਅ ਨੂੰ ਘਟਾਉਣ ਵਿਚ ਬਹੁਤ ਸਹਾਈ ਹੁੰਦਾ ਹੈ। ਯੋਗਾ ਇਕ ਤਰ੍ਹਾਂ ਦੀਆਂ ਸਰੀਰਕ ਕਸਰਤਾਂ ਜਿਹੜੀਆਂ ਕਿ ਜ਼ਿਆਦਾ ਜਿਮਨਾਸਟਿਕ ਨਾਲ ਮਿਲਦੀਆਂ ਜੁਲਦੀਆਂ ਹਨ ਦਾ ਸੁਮੇਲ ਹੈ। ਇਨ੍ਹਾਂ ਕਸਰਤਾਂ ਦੇ ਫ਼ਾਇਦੇ ਵੇਖਦੇ ਹੋਏ ਇਹੋ ਜਿਹੀਆਂ ਕਈ ਸਾਰੀਆਂ ਕਸਰਤਾਂ

ਅੱਜਕਲ੍ਹ ਦੇ ਜਿਮਨਾਸਟਿਕ ਵਿਚ ਅਪਣਾਈਆਂ ਗਈਆਂ ਹਨ। ਯੋਗਿਕ ਕਸਰਤ "ਆਸਨ" ਤੇ ਆਧਾਰਿਤ ਹੈ ਤੇ ਯੋਗਾ ਦੀ ਇਕ ਕਲਾਸ (Session) ਵਿਚ ਕ੍ਰਮਵਾਰ ਬਹੁਤ ਸਾਰੇ ਆਸਨ ਕੀਤੇ ਜਾਂਦੇ ਹਨ ਤੇ ਇਕ ਆਸਨ ਕੁਝ ਸੈਕਿੰਡਾਂ ਤੋਂ ਲੈ ਕੇ ਕਈ ਮਿੰਟ ਤੱਕ ਦਾ ਹੋ ਸਕਦਾ ਹੈ। ਪੂਰਾ ਫ਼ਾਇਦਾ ਲੈਣ ਲਈ ਇਹ ਆਸਨ ਹਰ ਰੋਜ਼ ਤੇ ਠੀਕ ਢੰਗ ਨਾਲ ਕਰਨੇ ਚਾਹੀਦੇ ਹਨ। ਆਸਨ ਵੀ ਉਹ ਕਰਨੇ ਚਾਹੀਦੇ ਹਨ ਜੋ ਤੁਹਾਡੇ ਸਰੀਰ ਦੇ ਅਨੁਕੂਲ ਹੋਣ ਤੇ ਕਿਸੇ ਤਰ੍ਹਾਂ ਦੀ ਸਰੀਰਕ ਤਕਲੀਫ਼ ਨਾ ਪਹੁੰਚਾਉਂਦੇ ਹੋਣ। ਕੁਝ ਆਸਨ ਇਹੋ ਜਿਹੇ ਹਨ ਜੋ ਤੁਹਾਡੇ ਸਰੀਰ ਦੀ ਲਚਕ ਵਧਾਉਂਦੇ ਹਨ। ਕੁਝ ਸਰੀਰ ਤੇ ਮਾਸ ਪੇਸ਼ੀਆਂ ਦੀ ਤਾਕਤ ਵਧਾਉਂਦੇ ਹਨ। ਕਈ ਆਸਨ ਤੁਹਾਨੂੰ ਕਈ ਤਰ੍ਹਾਂ ਦੀਆਂ ਬਿਮਾਰੀਆਂ ਜਿਵੇਂ ਕਿ ਜੋੜਾਂ ਦਾ ਦਰਦ, ਖ਼ੂਨ ਦੇ ਦਬਾਅ ਦਾ ਵਧਣਾ, ਦਿਲ ਨਾਲ ਸੰਬੰਧਤ ਬਿਮਾਰੀਆਂ, ਸ਼ਕਰ ਰੋਗ ਆਦਿ ਤੋਂ ਬਚਾਉਂਦੇ ਹਨ। ਅੱਜਕਲ੍ਹ ਦੇ ਡਾਕਟਰ ਤੇ ਸਾਇੰਸਦਾਨ ਵੀ ਯੋਗਾ ਦੇ ਫ਼ਾਇਦੇ ਸਵੀਕਾਰ ਕਰਦੇ ਹਨ। ਇਹੀ ਕਾਰਨ ਹੈ ਕਿ ਯੋਗਾ ਸੰਸਾਰ ਦੇ ਸਾਰੇ ਦੇਸ਼ਾਂ ਵਿਚ ਘਰ ਕਰ ਚੁੱਕਿਆ ਹੈ। ਯੋਗਾ ਬਾਰੇ ਬਹੁਤ ਸਾਰੀਆਂ ਕਿਤਾਬਾਂ ਉਪਲਬਧ ਹਨ। ਪਾਠਕ ਇਨ੍ਹਾਂ ਤੋਂ ਵਧੇਰੀ ਜਾਣਕਾਰੀ ਲੈ ਸਕਦੇ ਹਨ। ਟੀ.ਵੀ. ਰਾਹੀਂ ਵੀ ਕਈ ਪ੍ਰੋਗਰਾਮ ਕੀਤੇ ਜਾਂਦੇ ਹਨ।

ਚਿਕੁੰਗ ('Qi' Gong)

ਇਹ ਵੀ ਇਕ ਕਸਰਤ ਕਰਨ ਦਾ ਢੰਗ ਹੈ, ਜੋ ਕਿ ਚੀਨ ਵਿਚ ਸ਼ੁਰੂ ਹੋਇਆ। ਇਸਦੀ ਸ਼ੁਰੂਆਤ ਲਗਪਗ 2500 ਸਾਲ ਪੁਰਾਣੀ ਦੱਸੀ ਜਾਂਦੀ ਹੈ। ਚੀ ('Qi') ਦਾ ਅਰਥ ਹੈ ਜ਼ਿੰਦਗੀ ਦੀ ਤਾਕਤ (Life Force) ਤੇ ਕੁੰਗ (Gong) ਦਾ ਅਰਥ ਹੈ ਕੰਮ (Work)। ਸੋ ਚਿਕੁੰਗ ਦਾ ਭਾਵ ਹੈ ਅੰਦਰੂਨੀ ਸ਼ਕਤੀ ਦੀ ਕਸਰਤ। ਚਿਕੁੰਗ ਇਕ ਇਹੋ ਜਿਹਾ ਤਰੀਕਾ ਹੈ ਜਿਸ ਵਿਚ ਮਨ ਤੇ ਸਾਹ ਦਾ ਇਹੋ ਜਿਹਾ ਪ੍ਰਯੋਗ ਕੀਤਾ ਜਾਂਦਾ ਹੈ, ਜਿਸ ਨਾਲ ਅੰਦਰੂਨੀ ਸ਼ਕਤੀ, ਸ਼ਾਂਤੀ ਤੇ ਕੁਦਰਤੀ ਸੰਤੁਲਿਤਾ (Balance) ਦਾ ਸੁਮੇਲ ਬਣੇ ਅਤੇ ਜਿਸ ਨਾਲ ਮਨੋਰੰਜਨ, ਸਵੈ-ਰੱਖਿਆ, ਸਰੀਰਕ ਕਸਰਤ ਦੇ ਨਾਲ ਕੰਮ ਕਰਨ ਦੀ ਸ਼ਕਤੀ ਦਾ ਵਾਧਾ ਵੀ ਹੋ ਸਕੇ।

ਚਿਕੁੰਗ ਦੀਆਂ ਬਹੁਤ ਸਾਰੀਆਂ ਕਿਸਮਾਂ ਹਨ। ਪਰ ਇਸ ਦੀਆਂ ਮੁੱਖ ਤੌਰ 'ਤੇ ਦੋ ਕਿਸਮਾਂ ਹਨ। ਇਕ ਨੂੰ ਨਰਮ (Soft) ਤੇ ਦੂਜੀ ਸਖ਼ਤ (Hard) ਕਿਹਾ ਜਾਂਦਾ ਹੈ। ਨਰਮ ਚਿਕੰਗ ਨੂੰ ਅੰਦਰੂਨੀ ਚਿਕੁੰਗ ਕਿਹਾ ਜਾਂਦਾ ਹੈ ਤੇ ਇਸਦੀ ਇਕ ਮਿਸਾਲ ਤਾ ਚੀ (Tai Chi) ਹੈ। ਸਖ਼ਤ ਚਿਕੁੰਗ ਵਿਚ ਤੇਜ਼ ਗਤੀ ਨਾਲ ਬਾਹਰੀ ਸਰੀਰਕ ਕਸਰਤ ਉੱਤੇ ਜ਼ੋਰ ਦਿੱਤਾ ਜਾਂਦਾ ਹੈ।

ਤਾ ਚੀ (Tai chi)

ਯੋਂਗ (Yong), ਵੂ (Wu) ਅਤੇ ਤਾ ਚੀ ਚੀਹ, ਤਾ ਚੀ ਦੀਆਂ ਤਿੰਨ ਮੁੱਖ ਕਿਸਮਾਂ (Styles) ਹਨ। ਇਨ੍ਹਾਂ ਵਿਚੋਂ ਯੋਂਗ ਕਿਸਮ ਸਖ਼ਤ (ਮੁਸ਼ਕਿਲ) ਤਰ੍ਹਾਂ ਦੀ ਕਿਸਮ ਹੈ। ਇਸ ਵਿਚ ਤੁਹਾਨੂੰ ਆਪਣੀਆਂ ਲੱਤਾਂ ਖੁੱਲ੍ਹੀਆਂ ਰੱਖਣੀਆਂ ਪੈਂਦੀਆਂ ਹਨ ਅਤੇ

ਗੋਡਿਆਂ ਨੂੰ ਮੋੜਕੇ ਰੱਖਣਾ ਪੈਂਦਾ ਹੈ। ਇਸ ਦੀ ਛੋਟੀ ਤੋਂ ਛੋਟੀ ਕਿਰਿਆ ਵਿਚ ਘੱਟ ਤੋਂ ਘੱਟ 24 ਸਰੀਰਕ ਚਾਲਾਂ (Movements) ਹੁੰਦੀਆਂ ਹਨ। ਪਰ ਆਮ ਤੌਰ 'ਤੇ 108 ਚਾਲਾਂ ਤੱਕ ਦਾ ਪ੍ਰਯੋਗ ਕੀਤਾ ਜਾਂਦਾ ਹੈ।

ਵੂ ਤਰੀਕਾ ਯੋਗ ਤਰੀਕੇ ਨਾਲੋਂ ਕੁਝ ਸੌਖਾ ਹੁੰਦਾ ਹੈ ਕਿਉਂਕਿ ਇਸ ਵਿਚ ਲੱਤਾਂ ਨੂੰ ਜ਼ਿਆਦਾ ਖੁੱਲ੍ਹਾ (ਦੂਰ) ਨਹੀਂ ਰਖਣਾ ਪੈਂਦਾ ਤੇ ਨਾ ਹੀ ਗੋਡਿਆਂ ਨੂੰ ਜ਼ਿਆਦਾ ਮੋੜ ਕੇ ਰੱਖਣਾ ਪੈਂਦਾ ਹੈ। ਇਸ ਦੇ ਸਭ ਤੋਂ ਛੋਟੇ ਤਰੀਕੇ ਵਿਚ ਕੋਈ 24-36 ਸਰੀਰਕ ਚਾਲਾਂ ਅਪਣਾਉਣੀਆਂ ਪੈਂਦੀਆਂ ਹਨ।

ਤਾ ਚੀ ਚੀਹ ਤਰੀਕੇ ਵਿਚ ਵੀ ਲੱਤਾਂ ਨੂੰ ਜ਼ਿਆਦਾ ਨਹੀਂ ਖੋਲ੍ਹਣਾ ਪੈਂਦਾ ਅਤੇ ਇਸ ਵਿਚ ਸਰੀਰ ਦੇ ਭਾਰ ਨੂੰ ਇਕ ਲੱਤ ਤੋਂ ਦੂਜੀ ਲੱਤ ਤੇ ਇੰਨਾ ਜ਼ਿਆਦਾ ਭਾਰ ਨਹੀਂ ਬਦਲਣਾ ਪੈਂਦਾ ਜਿੰਨਾ ਕਿ ਪਹਿਲੀ ਕਿਸਮ ਵਿਚ। ਇਹ ਕੋਈ 20 ਸਰੀਰਕ ਚਾਲਾਂ ਤੇ ਨਿਰਧਾਰਤ ਹੈ। ਪਰ ਇਹਨਾਂ ਸਭ ਵਿਚੋਂ ਇਸਨੂੰ ਸਰੀਰਕ ਸ਼ਕਤੀ ਤੇ ਸੰਤੁਲਨ ਠੀਕ ਰੱਖਣ ਲਈ ਆਸਾਨ ਤੇ ਵਧੀਆ ਤਰੀਕਾ ਗਿਣਿਆ ਜਾਂਦਾ ਹੈ।

ਇਨ੍ਹਾਂ ਵਿਚੋਂ ਕੋਈ ਤਰੀਕਾ ਵੀ ਵਰਤਿਆ ਜਾਵੇ ਪਰ ਇਸ ਵਿਚ ਬੜੀਆਂ ਹੌਲੀ, ਆਰਾਮਦੇਹ ਇਕ ਤਾਲ ਵਿਚ ਕੀਤੀਆਂ ਜਾਣ ਵਾਲੀਆਂ ਸਰੀਰਕ ਚਾਲਾਂ ਦਾ ਸੰਗ੍ਰਹਿ ਹੁੰਦਾ ਹੈ। ਸੋ ਇਹ ਇਕ ਹੌਲੀ-ਹੌਲੀ ਕੀਤੇ ਜਾਣ ਵਾਲਾ ਨਾਚ ਹੈ ਜਿਹੜਾ ਕਿ ਸੱਪ, ਬਤਖ, ਬਗੁਲਾ ਜਾਂ ਮੁਰਗਾਬੀ ਵਰਗੀ ਚਾਲ ਨਾਲ ਮਿਲਦਾ ਜੁਲਦਾ ਹੁੰਦਾ ਹੈ। ਇਸ ਦੇ ਕਰਨ ਉਪਰੰਤ ਤੁਸੀਂ ਬਹੁਤ ਆਰਾਮਦੇਹ ਤੇ ਸਰੀਰਕ ਤੌਰ 'ਤੇ ਲਚਕਦਾਰ ਮਹਿਸੂਸ ਕਰਦੇ ਹੋ।

ਆਮ ਤੌਰ 'ਤੇ ਲੋਕਾਂ ਦਾ ਵਿਚਾਰ ਹੈ ਕਿ ਚਿਕੁੰਗ ਤਾ ਚੀ ਨਾਲੋਂ ਸਰੀਰਕ ਤੌਰ 'ਤੇ ਵੱਧ ਲਾਭਦਾਇਕ ਸਿੱਧ ਹੁੰਦਾ ਹੈ ਤੇ ਇਸਦਾ ਅਸਰ ਬਹੁਤ ਛੇਤੀ ਮਹਿਸੂਸ ਹੁੰਦਾ ਹੈ। ਪਰ ਫਿਰ ਵੀ ਜੇਕਰ ਚਿਕੁੰਗ ਤੇ ਤਾ ਚੀ ਦੋਵੇਂ ਇਕੋ ਸਮੇਂ ਕੀਤੇ ਜਾਣ ਤਾਂ ਇਸਦਾ ਭਰਪੂਰ ਫ਼ਾਇਦਾ ਹੁੰਦਾ ਹੈ। ਜੇਕਰ ਤਾ ਚੀ ਨੂੰ ਲਗਾਤਾਰ (ਹਫ਼ਤੇ ਵਿਚ ਪੰਜ ਵਾਰ) ਕੀਤਾ ਜਾਵੇ ਤਾਂ ਇਸਦਾ ਸਾਹ ਲੈਣ, ਲਹੂ ਪ੍ਰਣਾਲੀ, ਮਾਸ ਪੇਸ਼ੀਆਂ ਦੀ ਤਾਕਤ, ਸਰੀਰ ਦੀ ਲਚਕ ਅਤੇ ਸੰਤੁਲਿਤਾ ਤੇ ਬਹੁਤ ਚੰਗਾ ਅਸਰ ਪੈਂਦਾ ਹੈ। ਇਸ ਨਾਲ ਤਣਾਅ ਘੱਟ ਹੁੰਦਾ ਹੈ ਤੇ ਸਰੀਰਕ ਤੰਦੁਰਸਤਾ ਵਿਚ ਵਾਧਾ ਹੁੰਦਾ ਹੈ। ਬੁਢਾਪੇ ਵਿਚ ਉਸ ਦੇ ਖਾਸ ਕਰਕੇ ਫਾਇਦੇ ਹੁੰਦੇ ਹਨ, ਕਿਉਂਕਿ ਵੱਡੀ ਉਮਰ ਵਿਚ ਵਿਅਕਤੀ ਦੇ ਸੰਤੁਲਨ ਵਿਗੜਨ ਕਰਕੇ ਡਿੱਗਣ ਦੇ ਆਸਾਰ ਜ਼ਿਆਦਾ ਹੁੰਦੇ ਹਨ। ਵੱਡੀ ਉਮਰ ਵਿਚ ਜੋ ਯਾਦ ਸ਼ਕਤੀ ਘਟਣ ਦੀ ਸ਼ਿਕਾਇਤ ਹੁੰਦੀ ਹੈ ਉਸ ਉੱਤੇ ਵੀ ਰੋਕ ਲਗਦੀ ਹੈ।

ਤਾ ਚੀ ਨੂੰ ਭਾਵੇਂ ਹਰ ਉਮਰ ਦੇ ਵਿਅਕਤੀ ਅਪਣਾ ਸਕਦੇ ਹਨ। ਪਰ ਇਸਨੂੰ ਸਿੱਖਣ ਲਈ ਇਕ ਯੋਗ ਮਾਹਰ ਦੀ ਅਗਵਾਈ ਜ਼ਰੂਰੀ ਹੈ।

ਜਾਣਕਾਰੀ ਲਈ ਤਾ ਚੀ ਕਸਰਤ ਦੀਆਂ ਕੁਝ ਤਸਵੀਰਾਂ ਦਿੱਤੀਆਂ ਗਈਆਂ ਹਨ।

ਤਾ ਚੀ ਯੌਂਗ

ਤਾ ਚੀ ਵੂ

ਤਾ ਚੀ ਚੀਹ

ਜ਼ਿੰਦਗੀ ਬਿਤਾਉਣ ਦਾ ਢੰਗ

ਇਕ ਵਿਅਕਤੀ ਨੂੰ ਰੋਜ਼ਾਨਾ ਜ਼ਿੰਦਗੀ ਵਿਚ ਬਹੁਤ ਸਾਰੀਆਂ ਸਮੱਸਿਆਵਾਂ, ਔਕੜਾਂ, ਹਾਦਸੇ, ਗੁੰਝਲਾਂ, ਖਿਚਾਅ, ਤਣਾਅ ਆਦਿ ਦਾ ਸਾਹਮਣਾ ਕਰਨਾ ਪੈਂਦਾ ਹੈ। ਉਹ ਇਨ੍ਹਾਂ ਸਭ ਔਕੜਾਂ ਤੇ ਮੁਸ਼ਕਲਾਂ ਨੂੰ ਕਿਸ ਢੰਗ ਨਾਲ ਤੇ ਕਿਸ ਤਰ੍ਹਾਂ ਸੁਲਝਾਉਂਦਾ ਹੈ, ਇਹ ਜ਼ਿਆਦਾਤਰ ਉਸ ਵਿਅਕਤੀ ਦੀ ਸੋਚ, ਵਿਚਾਰ ਤੇ ਸਿਖਲਾਈ ਉੱਤੇ ਨਿਰਭਰ ਕਰਦਾ ਹੈ। ਕਈ ਵਿਅਕਤੀ ਛੋਟੀ ਜਿਹੀ ਸਮੱਸਿਆ ਤੋਂ ਹੀ ਘਬਰਾ ਜਾਂਦੇ ਹਨ ਤੇ ਚਿੰਤਾਗ੍ਰਸਤ ਹੋ ਜਾਂਦੇ ਹਨ। ਇਸਦੇ ਉਲਟ ਕੁਝ ਵਿਅਕਤੀ ਗੰਭੀਰ ਸਮੱਸਿਆ ਸਾਹਮਣੇ ਹੁੰਦੇ ਹੋਏ ਵੀ ਸ਼ਾਂਤ ਰਹਿੰਦੇ ਹੋਏ ਠਰੰਮ੍ਹੇ ਨਾਲ ਇਸ ਦਾ ਹੱਲ ਲੱਭ ਲੈਂਦੇ ਹਨ।

ਕਈ ਵਿਅਕਤੀ ਆਪਣੀਆਂ ਨਿਤ ਪ੍ਰਤੀ ਦੀਆਂ ਮੁਸ਼ਕਲਾਂ, ਗੁੰਝਲਾਂ, ਜ਼ਿੰਦਗੀ ਦੇ ਤਣਾਅ ਤੇ ਖਿਚਾਉ ਦਾ ਸਾਹਮਣਾ ਕਰਨ ਲਈ ਤੰਬਾਕੂ ਸ਼ਰਾਬ ਜਾਂ ਕਈ ਤਰ੍ਹਾਂ ਦੇ ਹੋਰ ਨਸ਼ੇ ਸੇਵਨ ਕਰਨ ਦਾ ਸਹਾਰਾ ਲੈਂਦੇ ਹਨ। ਕਈ ਵਿਅਕਤੀ ਇਨ੍ਹਾਂ ਤਣਾਵਾਂ ਵਲ ਉਚਿਤ ਧਿਆਨ ਨਹੀਂ ਦਿੰਦੇ ਅਤੇ ਨਤੀਜੇ ਵਜੋਂ ਥਕਾਵਟ, ਅਨੀਂਦਰਾ, ਘਬਰਾਹਟ, ਬੇਚੈਨੀ ਵਰਗੀਆਂ ਅਲਾਮਤਾਂ ਦਾ ਸ਼ਿਕਾਰ ਹੋ ਜਾਂਦੇ ਹਨ। ਫਿਰ ਲੰਬੇ ਸਮੇਂ ਤੱਕ ਇਹੋ ਜਿਹੀ ਸਥਿਤੀ ਵਿਚ ਰਹਿਣ ਨਾਲ ਕਈ ਬਿਮਾਰੀਆਂ ਦਾ ਸ਼ਿਕਾਰ ਹੋ ਜਾਂਦੇ ਹਨ। ਚੰਗੀ ਸਿਹਤ ਤੇ ਚੰਗਾ ਜੀਵਨ ਬਿਤਾਉਣ ਲਈ ਸਾਨੂੰ ਇਹੋ ਜਿਹੇ ਤਰੀਕੇ ਅਪਣਾਉਣੇ ਚਾਹੀਦੇ ਹਨ ਜਿਨ੍ਹਾਂ ਦੁਆਰਾ ਅਸੀਂ ਆਪਣੇ ਹਰ ਰੋਜ਼ ਦੇ ਜ਼ਿੰਦਗੀ ਦੇ ਤਣਾਅ ਤੇ ਮੁਸ਼ਕਿਲਾਂ ਦਾ ਸਾਹਮਣਾ ਸਹੀ ਤਰੀਕੇ ਦੇ ਨਾਲ ਕਰ ਸਕੀਏ। ਇਨ੍ਹਾਂ ਵਿਚੋ ਕੁਝ ਇਸ ਤਰ੍ਹਾਂ ਹਨ।

ਇਕ ਵਧੀਆ ਇਨਸਾਨ ਬਣਨਾ:- ਜੇ ਅਸੀਂ ਆਪਣੇ ਆਲ਼ੇ-ਦੁਆਲ਼ੇ ਨਜ਼ਰ ਮਾਰੀਏ ਤਾਂ ਸਾਨੂੰ ਤਿੰਨ ਪ੍ਰਕਾਰ ਦੇ ਵਿਅਕਤੀ ਨਜ਼ਰ ਆਉਂਦੇ ਹਨ।

ਇਕ ਉਹ ਜਿਹੜੇ ਹਰ ਵੇਲੇ ਉਤੇਜਤ, ਕਾਹਲੇ, ਆਪੇ ਤੋਂ ਬਾਹਰ, ਗੁਸੈਲ ਤੇ ਛੇਤੀ ਤੋਂ ਛੇਤੀ ਸਭ ਕੁਝ ਹਾਸਲ ਕਰਨ ਦੀ ਤਾਂਘ ਰੱਖਣ ਵਾਲੇ। ਇਹ ਜ਼ਿੰਦਗੀ ਵਿਚ ਇਕ ਛੋਟੀ ਸਮੱਸਿਆ ਜਾਂ ਤਣਾਅ ਦੇ ਸਾਹਮਣੇ ਵੀ ਆਪੇ ਤੋਂ ਬਾਹਰ ਤੇ ਅੱਗ ਬਬੂਲਾ ਹੋ ਜਾਂਦੇ ਹਨ। ਇਹ ਗੁਸੇ ਅਤੇ ਕਰੋਧਿਤ ਸੁਭਾਅ ਵਾਲੇ ਵਿਅਕਤੀ ਹੁੰਦੇ ਹਨ।

ਦੂਸਰੇ ਉਹ ਜੋ ਸ਼ਾਂਤ ਸੁਭਾ ਤੇ ਠਰੰਮ੍ਹੇ ਵਾਲੇ ਵਿਅਕਤੀ ਹੁੰਦੇ ਹਨ। ਉਹ ਕਿਸੇ ਵੱਡੀ ਸਮੱਸਿਆ ਜਾਂ ਹਾਦਸੇ ਦੇ ਸਨਮੁੱਖ ਹੁੰਦੇ ਹੋਏ ਵੀ ਘਬਰਾਉਂਦੇ ਨਹੀਂ ਤੇ ਸੋਚ, ਸਮਝ ਅਤੇ ਵਕਤ ਅਨੁਸਾਰ ਇਸ ਦਾ ਹੱਲ ਲੱਭ ਲੈਂਦੇ ਹਨ।

ਤੀਸਰੀ ਤਰ੍ਹਾਂ ਦੇ ਵਿਅਕਤੀ ਉਹ ਹੁੰਦੇ ਹਨ ਜੋ ਆਪਣੀਆਂ ਭਾਵਨਾਵਾਂ ਤੇ ਇੱਛਾਵਾਂ ਕਿਸੇ ਅੱਗੇ ਪ੍ਰਗਟ ਨਹੀਂ ਕਰਦੇ। ਬਸ ਆਪਣੇ ਆਪ ਵਿਚ ਦੱਬੇ ਤੇ ਘੁੱਟ ਰਹਿੰਦੇ ਹਨ। ਇਨ੍ਹਾਂ ਲੋਕਾਂ ਨੂੰ ਇਕ ਛੋਟੀ ਸਮੱਸਿਆ ਵੀ ਪਹਾੜ ਵਰਗੀ ਦਿਸਣ ਲੱਗ ਪੈਂਦੀ ਹੈ। ਆਪਣੇ ਆਪ ਨੂੰ ਅਸਮਰਥ ਸਮਝ ਕੇ ਨਿਰਾਸ਼ਾ ਗ੍ਰਸਤ ਹੋ ਜਾਂਦੇ ਹਨ।

ਪਹਿਲੀ ਸ਼੍ਰੇਣੀ ਦੇ ਵਿਅਕਤੀ ਜੋ ਲੋੜ ਤੋਂ ਵਧ ਉਤੇਜਨਾ (Over reaction) ਦਿਖਾਉਂਦੇ ਹਨ ਜਾਂ ਤੀਸਰੀ ਸ਼੍ਰੇਣੀ ਦੇ ਲੋਕ ਜਿਨ੍ਹਾਂ ਦਾ ਸੁਭਾਅ ਛੋਟੇ ਜਿਹੇ ਤਣਾਅ ਨੂੰ

ਵੀ ਵੱਡੇ ਕਰਕੇ ਦੇਖਣ ਵਾਲਾ ਬਣ ਜਾਂਦਾ ਹੈ, ਸਿਹਤ ਜਾਂ ਖੁਸ਼ਹਾਲ ਜੀਵਨ ਪੱਖੋਂ ਠੀਕ ਨਜ਼ਰੀਏ ਵਾਲੇ ਨਹੀਂ ਸਮਝੇ ਜਾਂਦੇ।

ਖੋਜ ਰਾਹੀਂ ਮਾਹਿਰਾਂ ਨੇ ਪਤਾ ਲਗਾਇਆ ਹੈ ਕਿ ਕੁਝ ਵਿਅਕਤੀ ਬੜੇ ਹੌਂਸਲੇ ਵਾਲੇ ਦਲੇਰ, ਤਕੜਾ ਜੁੱਸਾ ਤੇ ਮਜਬੂਤ ਸੁਭਾ ਵਾਲੇ ਹੁੰਦੇ ਹਨ। ਇਨ੍ਹਾਂ ਵਿਅਕਤੀਆਂ ਉੱਤੇ ਜ਼ਿੰਦਗੀ ਦੀਆਂ ਆਮ ਚਿੰਤਾਵਾਂ, ਸਮੱਸਿਆਵਾਂ, ਤਣਾਅ ਆਦਿ ਦਾ ਕੋਈ ਖਾਸ ਅਸਰ ਨਹੀਂ ਹੁੰਦਾ। ਉਹ ਵੱਡੀਆਂ ਸਮੱਸਿਆਵਾਂ ਤੋਂ ਵੀ ਘਬਰਾਉਂਦੇ ਨਹੀਂ ਬਲਕਿ ਉਨ੍ਹਾਂ ਨੂੰ ਚੁਣੌਤੀ ਦੇ ਤੌਰ 'ਤੇ ਲੈਂਦੇ ਹੋਏ ਜ਼ਿੰਦਗੀ ਵਿਚ ਅੱਗੇ ਹੋਰ ਵਧਦੇ ਹਨ। ਇਨ੍ਹਾਂ ਵਿਚ ਆਤਮ ਵਿਸ਼ਵਾਸ ਹੁੰਦਾ ਹੈ ਤੇ ਇਹ ਆਪਣੀ ਅੰਦਰੂਨੀ ਸ਼ਕਤੀ ਤੇ ਨਿਰਭਰ ਕਰਦੇ ਹਨ। ਇਹ ਵਿਅਕਤੀ ਵਧੀਆ ਇਨਸਾਨ ਵਜੋਂ ਜਾਣੇ ਜਾਂਦੇ ਹਨ ਜੋ ਉਪਰ ਦੱਸੀ ਦੂਜੀ ਸ਼੍ਰੇਣੀ ਦੇ ਭਾਗੀ ਬਣਦੇ ਹਨ।

ਹਰ ਵਿਅਕਤੀ ਦੀ ਸ਼ਖ਼ਸੀਅਤ ਤੇ ਸੁਭਾਅ ਉਸ ਦਾ ਆਪਣਾ ਹੈ। ਫਿਰ ਵੀ ਜੋ ਵਿਅਕਤੀ ਪੂਰੇ ਇਰਾਦੇ ਨਾਲ ਕੋਸ਼ਿਸ਼ ਕਰਦਾ ਹੈ, ਉਹ ਵੀ ਆਪਣੀ ਸੋਚ, ਨਜ਼ਰੀਏ ਤੇ ਦ੍ਰਿਸ਼ਟੀਕੋਣ ਵਿਚ ਬਦਲਾਅ ਲਿਆ ਕੇ ਉਸਾਰੂ ਸ਼ਖ਼ਸੀਅਤ ਵਾਲਾ ਬਣਕੇ ਵਧੀਆ ਇਨਸਾਨ ਬਣ ਸਕਦਾ ਹੈ।

ਸਵੈ-ਪੜਚੋਲ: ਹਰ ਵਿਅਕਤੀ ਨੂੰ ਆਪਣੇ ਆਪ ਵਿਚ ਪੜਚੋਲ ਕਰਨੀ ਚਾਹੀਦੀ ਹੈ ਕਿ ਉਹ ਉਪਰ ਦੱਸੀਆਂ ਸ਼੍ਰੇਣੀਆਂ ਵਿਚੋਂ ਕਿਸ ਸ਼੍ਰੇਣੀ ਵਿਚ ਜ਼ਿਆਦਾ ਫਿੱਟ ਹੁੰਦਾ ਹੈ। ਫਿਰ ਉਸਨੂੰ ਇਹ ਲੇਖਾ ਜੋਖਾ ਕਰਨਾ ਚਾਹੀਦਾ ਹੈ ਕਿ ਉਸ ਵਿਚ ਕਿਹੜੀਆਂ ਕਿਹੜੀਆਂ ਖ਼ੂਬੀਆਂ ਤੇ ਕਿਹੜੀਆਂ ਕਿਹੜੀਆਂ ਕਮਜ਼ੋਰੀਆਂ ਹਨ। ਉਸਨੂੰ ਆਪਣੀਆਂ ਖ਼ੂਬੀਆਂ ਹੋਰ ਨਿਖਾਰਨੀਆਂ ਚਾਹੀਦੀਆਂ ਹਨ ਤੇ ਰੋਜ਼-ਮਰਾ ਜ਼ਿੰਦਗੀ ਵਿਚ ਇਨ੍ਹਾਂ ਨੂੰ ਇਸਤੇਮਾਲ ਕਰਕੇ ਲਾਭ ਉਠਾਉਣਾ ਚਾਹੀਦਾ ਹੈ। ਨਾਲ ਹੀ ਆਪਣੀਆਂ ਕਮਜ਼ੋਰੀਆਂ ਵੱਲ ਖਾਸ ਧਿਆਨ ਦੇਣਾ ਚਾਹੀਦਾ ਹੈ ਤੇ ਪੂਰੇ ਮਨ ਨਾਲ ਇਨ੍ਹਾਂ ਕਮਜ਼ੋਰੀਆਂ ਉੱਤੇ ਕਾਬੂ ਪਾ ਕੇ ਇਨ੍ਹਾਂ ਨੂੰ ਆਪਣੀ ਮਜ਼ਬੂਤੀ ਵਿਚ ਬਦਲਣ ਦੀ ਨਿਰੰਤਰ ਕੋਸ਼ਿਸ਼ ਕਰਨੀ ਚਾਹੀਦੀ ਹੈ।

ਜ਼ਿੰਦਗੀ ਪ੍ਰਤੀ ਦ੍ਰਿਸ਼ਟੀਕੋਣ:- ਅਸੀਂ ਜ਼ਿੰਦਗੀ ਵਿਚ ਕਿਸ ਤਰ੍ਹਾਂ ਵਿਚਰਦੇ ਹਾਂ ਤੇ ਸਾਡਾ ਲੋਕਾਂ ਪ੍ਰਤੀ ਕਿਹੋ ਜਿਹਾ ਵਤੀਰਾ ਹੈ। ਇਹ ਸਭ ਕੁਝ ਸਾਡੀ ਸ਼ਖ਼ਸੀਅਤ ਦੇ ਆਧਾਰ ਹਨ। ਇਕ ਚੰਗੀ ਸ਼ਖ਼ਸੀਅਤ ਦੀ ਚਮਕ-ਦਮਕ ਦੂਰ ਤੋਂ ਹੀ ਦਿਖਾਈ ਦਿੰਦੀ ਹੈ। ਇਹ ਚਮਕ-ਦਮਕ ਰਿਸ਼ਟ-ਪੁਸ਼ਟ ਸੁਡੌਲ ਸਰੀਰ, ਸੀਨੇ ਵਿਚ ਧੜਕਦਾ ਨਰਮ ਦਿਲ, ਰੋਸ਼ਨ ਦਿਮਾਗ, ਚਮਕਦਾ ਹਸਮੁਖ ਚਿਹਰਾ ਆਦਿ ਦੇ ਸੁਮੇਲ ਤੋਂ ਪੈਦਾ ਹੁੰਦੀ ਹੈ। ਇਹੋ ਜਿਹੀ ਸ਼ਖ਼ਸੀਅਤ ਦੇ ਬੋਲਣ ਵਿਚ ਮਿਠਾਸ, ਮੇਲ ਜੋਲ ਵਿਚ ਅਪਣੱਤ, ਗਰਮ ਜੋਸ਼ੀ ਅਤੇ ਇਸ ਦਾ ਚਰਿੱਤਰ ਆਤਮ ਵਿਸ਼ਵਾਸ ਤੇ ਚੜ੍ਹਦੀ ਕਲਾ ਵਾਲਾ ਹੋਵੇਗਾ। ਇਹੋ ਜਿਹੀ ਸ਼ਖ਼ਸੀਅਤ ਵਿਚ ਅ ਪਣੇ ਆਪ ਨੂੰ ਢਾਲਣ ਲਈ ਸਾਨੂੰ ਚਾਹੀਦਾ ਹੈ ਕਿ ਆਪਣੀਆਂ ਕਮਜ਼ੋਰੀਆਂ ਨੂੰ ਬਾਹਰ ਕਰਦੇ ਹੋਏ ਹੇਠ ਲਿਖੇ ਗੁਣਾਂ ਨੂੰ ਅਪਣਾਈਏ।

ਸਭ ਤੋਂ ਪਹਿਲਾਂ ਸਾਨੂੰ ਚਾਹੀਦਾ ਹੈ ਕਿ ਅਸੀਂ ਢਿੱਲ ਮੱਠ ਦੂਰ ਕਰਦੇ ਹੋਏ ਔਖੇ

ਕੰਮ ਨੂੰ ਖਿੜੇ ਮੱਥੇ ਸਵੀਕਾਰ ਕਰੀਏ। ਮੁਸ਼ਕਿਲ ਭਾਵੇਂ ਕਿੰਨੀ ਵੀ ਹੋਵੇ ਉਸਨੂੰ ਇਕ ਚੁਣੌਤੀ ਸਮਝਦੇ ਹੋਏ ਸਾਹਮਣਾ ਕਰਨ ਦਾ ਸਾਹਸ ਰੱਖੀਏ। ਅਸੀਂ ਇਹ ਧਾਰਨਾ ਵਾਲੇ ਬਣੀਏ ਕਿ 'ਮੈਂ ਇਹ ਕਰ ਸਕਦਾ ਹਾਂ।' 'ਮੇਰੇ ਲਈ ਇਹ ਕੋਈ ਔਖਾ ਨਹੀਂ।' 'ਮੇਰੇ ਵਿਚ ਇੰਨੀ ਕਾਬਲੀਅਤ ਹੈ।'

ਅਸੀਂ ਜ਼ਿੰਦਗੀ ਵਿਚ ਕੁਝ ਕਰ ਕੇ ਵਿਖਾਉਣ ਵਾਲੇ ਬਣੀਏ। ਅਸੀਂ ਆਪਣੇ ਵਾਅਦਿਆਂ ਤੇ ਪ੍ਰਤਿਗਿਆਵਾਂ ਤੇ ਕੰਮ ਕਰਦੇ ਹੋਏ ਇਨ੍ਹਾਂ ਨੂੰ ਪੂਰਾ ਕਰੀਏ ਅਤੇ ਭਰੋਸੇ ਦੇ ਪਾਤਰ ਬਣੀਏ। ਅਸੀਂ ਦੂਸਰਿਆਂ ਪ੍ਰਤੀ ਹਮਦਰਦੀ, ਸਹਾਇਤਾ, ਅਪਣਤ, ਸਹਾਨਭੂਤੀ ਵਾਲਾ ਰਵੱਈਆ ਅਪਣਾਈਏ। ਆਪਣੇ ਵਿਵਹਾਰ ਵਿਚ ਇਮਾਨਦਾਰੀ, ਸਾਦਗੀ, ਭਰੋਸਗੀ, ਦਿਆਨਤਦਾਰੀ ਅਤੇ ਨਿਸ਼ਕਪਟਤਾ ਅਖ਼ਤਿਆਰ ਕਰੀਏ। ਇਸਦੇ ਨਾਲ ਹੀ ਕਿਸੇ ਪ੍ਰਤੀ ਈਰਖਾ, ਨਿੰਦਿਆ, ਵੈਰ, ਵਿਰੋਧ ਵਾਲੀ ਭਾਵਨਾ ਤਿਆਗਦੇ ਹੋਏ ਹਲੀਮੀ ਤੇ ਮੁਆਫ਼ੀ ਦੇਣ ਵਾਲਾ ਰਾਹ ਅਪਣਾਈਏ। ਅਸੀਂ ਹਰ ਚੀਜ਼ ਦਾ ਚੰਗਾ ਪੱਖ ਦੇਖੀਏ ਤੇ ਆਪਣੇ ਦਿਮਾਗ ਨੂੰ ਹਮੇਸ਼ਾ ਚੰਗਾ ਖਿਆਲ ਹੀ ਪਹੁੰਚਾਈਏ। ਦਿਨ ਭਰ ਵਿਚ ਕੀਤੇ ਕੰਮਾਂ ਦਾ ਲੇਖਾ ਜੋਖਾ ਕਰੀਏ ਤੇ ਚੰਗੇ ਕੀਤੇ ਕੰਮਾਂ ਦੀ ਆਪਣੇ ਆਪ ਨੂੰ ਸ਼ਾਬਾਸ਼ ਦੇਈਏ। ਜੋ ਕੋਈ ਕੰਮ ਠੀਕ ਨਹੀਂ ਕੀਤਾ ਜਾ ਸਕਿਆ ਉਸ ਦਾ ਵੀ ਨਿਰੀਖਣ ਕਰੀਏ ਤੇ ਅੱਗੇ ਤੋਂ ਇਸ ਲਈ ਸਾਵਧਾਨ ਹੋਈਏ।

ਇਕ ਚੰਗੇ ਇਨਸਾਨ ਵਿਚ ਗੁਸੈਲ ਸੁਭਾ ਦਾ ਕੋਈ ਥਾਂ ਨਹੀਂ। ਚੰਗਾ ਇਨਸਾਨ ਹਮੇਸ਼ਾ ਮੁਸਕਰਾਉਂਦਾ ਤੇ ਦੂਜਿਆਂ ਨੂੰ ਖੁਸ਼ੀ ਵੰਡਦਾ ਹੈ। ਮੁਸਕਰਾਹਟ ਭਾਵੇਂ ਇਕ ਪਲ ਦੀ ਹੋਵੇ ਪਰ ਇਸਦਾ ਅਸਰ ਸਦੀਵੀ ਰਹਿੰਦਾ ਹੈ। ਮੁਸਕਰਾਹਟ ਸਾਡੀ ਆਪਣੀ ਸਿਹਤ ਤੇ ਵੀ ਚੰਗਾ ਅਸਰ ਛੱਡਦੀ ਹੈ।

ਖੁਸ਼ਹਾਲ ਤੇ ਸਿਹਤਮੰਦ ਜ਼ਿੰਦਗੀ ਲਈ ਇਹ ਸਭ ਕੁਝ ਦਾ ਸਾਰ ਅੰਸ਼ ਹੈ ਕਿ ਅਸੀਂ ਚੰਗੇ ਗੁਣ ਅਪਣਾ ਕੇ ਚੰਗੇ ਇਨਸਾਨ ਬਣੀਏ।

ਤੁਸੀਂ ਆਪਣੇ ਹਰ ਰੋਜ਼ ਦੇ ਰਹਿਣ ਸਹਿਣ ਵਿਚ ਕਿਹੋ ਜਿਹੀ ਨੀਤੀ ਅਪਣਾਉਂਦੇ ਅਤੇ ਕਿਸ ਤਰ੍ਹਾਂ ਦੇ ਰਾਹ ਚੁਣਦੇ ਹੋ, ਇਹ ਤੁਹਾਡੀ ਖੁਸ਼ਹਾਲ ਜ਼ਿੰਦਗੀ ਤੇ ਅਸਰ ਪਾਉਂਦਾ ਹੈ। ਇਹ ਤੁਹਾਡਾ ਫ਼ੈਸਲਾ ਹੈ ਕਿ ਤੁਸੀਂ ਸ਼ਰਾਬ, ਸਿਗਰਟ ਤੇ ਹੋਰ ਨਸ਼ੇ ਨਹੀਂ ਕਰਦੇ। ਇਹ ਤੁਸੀਂ ਵੇਖਣਾ ਹੈ ਕਿ ਤੁਸੀਂ ਚੰਗੀ ਤੇ ਸੰਤੁਲਿਤ ਖੁਰਾਕ ਖਾਣੀ ਹੈ। ਇਹ ਵੀ ਤੁਸੀਂ ਹੀ ਦੇਖਣਾ ਹੈ ਕਿ ਤੁਸੀਂ ਆਪਣਾ ਭਾਰ ਕਾਬੂ ਵਿਚ ਰੱਖਣਾ ਹੈ। ਜੇਕਰ ਤੁਸੀਂ ਜਾਣਦੇ ਹੋ ਕਿ ਤੁਹਾਡੇ ਪਰਿਵਾਰ ਵਿਚ ਕਿਸੇ ਖਾਸ ਬਿਮਾਰੀ ਹੋਣ ਦਾ ਜ਼ਿਆਦਾ ਖਤਰਾ ਹੈ ਤਾਂ ਤੁਸੀਂ ਹੀ ਦੇਖਣਾ ਹੈ ਕਿ ਇਸ ਤੋਂ ਬਚਾਉਣ ਲਈ ਕੀ ਨੀਤੀ ਅਪਣਾਉਣੀ ਹੈ।

ਜੇ ਤੁਸੀਂ ਆਪਣੀ ਜ਼ਿੰਦਗੀ ਵਿਚ ਇਹੋ ਜਿਹੀਆਂ ਚੰਗੀਆਂ ਨੀਤੀਆਂ ਹਰ ਰੋਜ਼, ਲੰਬੇ ਸਮੇਂ ਲਈ ਅਪਣਾਉਂਦੇ ਹੋ ਤਾਂ ਤੁਹਾਡੇ ਖੁਸ਼ਹਾਲੀ ਭਰੇ ਲੰਬਾ ਜੀਵਨ ਜੀਉਣ ਦੇ ਮੌਕੇ ਬਹੁਤ ਵਧ ਜਾਂਦੇ ਹਨ। ਸਾਨੂੰ ਇਹ ਚੇਤੇ ਰੱਖਣਾ ਚਾਹੀਦਾ ਹੈ ਕਿ ਭਾਵੇਂ ਅਸੀਂ ਆਪਣੇ ਨਿਤਪ੍ਰਤੀ ਦੇ ਰਹਿਣ-ਸਹਿਣ ਵਿਚ ਛੋਟੀਆਂ ਮੋਟੀਆਂ ਤਬਦੀਲੀਆਂ ਹੀ ਲਿਆ ਸਕੀਏ ਪਰ ਇਨ੍ਹਾਂ ਦਾ ਸਾਡੀ ਸਿਹਤ ਤੇ ਬਹੁਤ ਵੱਡਾ ਅਸਰ ਹੋ ਸਕਦਾ ਹੈ।

ਸ਼ਰਾਬ, ਤੰਬਾਕੂ ਤੇ ਨਸ਼ੇ:- ਸ਼ਰਾਬ, ਤੰਬਾਕੂ ਤੇ ਨਸ਼ਿਆਂ ਦੀ ਭਾਵੇਂ ਸਾਡੇ ਸਰੀਰ ਨੂੰ ਕੋਈ ਲੋੜ ਨਹੀਂ ਪਰ ਇਨ੍ਹਾਂ ਦਾ ਸੇਵਨ ਦਿਨ ਦੀ ਪ੍ਰਤੀ ਦਿਨ ਵਧਦਾ ਹੀ ਜਾ ਰਿਹਾ ਹੈ। ਬਹੁਤ ਸਾਰੇ ਲੋਕ ਤਾਂ ਇਨ੍ਹਾਂ ਦੇ ਐਨੇ ਗੁਲਾਮ ਹੋ ਗਏ ਹਨ ਕਿ ਇਨ੍ਹਾਂ ਦੀ ਨਿਤ ਪ੍ਰਤੀ ਇਕ ਆਦਤ ਹੀ ਬਣ ਗਈ ਹੈ। ਇਹ ਅਲਾਮਤਾਂ ਸਾਡੀ ਸਿਹਤ ਉਪਰ ਮਾੜਾ ਅਸਰ ਪਾਉਂਦੀਆਂ ਹਨ ਅਤੇ ਮੌਤ ਦੇ ਮੂੰਹ ਵੱਲ ਧਕੇਲ ਦਿੰਦੀਆਂ ਹਨ। ਇਕ ਸਰਵੇਖਣ ਅਨੁਸਾਰ 10 ਪ੍ਰਤੀਸ਼ਤ ਮੌਤਾਂ ਦਾ ਕਾਰਨ ਇਹ ਅਲਾਮਤਾਂ ਹਨ।

ਸ਼ਰਾਬ ਦੀ ਆਦਤ:-ਨਿਤ ਦਿਨ ਸ਼ਰਾਬ ਪੀਣਾ ਵੀ ਇਕ ਤਰ੍ਹਾਂ ਦੀ ਬਿਮਾਰੀ ਹੀ ਗਿਣੀ ਜਾਂਦੀ ਹੈ। ਜਿਹੜੇ ਲੋਕ ਲੰਬੇ ਸਮੇਂ ਤੋਂ ਜ਼ਿਆਦਾ ਸ਼ਰਾਬ ਪੀਂਦੇ ਹਨ ਉਨ੍ਹਾਂ ਦਾ ਛੋਟੇ ਉਮਰ ਵਿਚ ਹੀ ਮਰਨ ਦਾ ਖ਼ਤਰਾ ਆਮ ਆਦਮੀ ਨਾਲੋਂ ਤਿੰਨ ਗੁਣਾ ਵਧ ਜਾਂਦਾ ਹੈ। ਆਮ ਤੌਰ 'ਤੇ ਇਕ ਵਿਅਕਤੀ ਇਕ ਨਵੇਂ ਤਜਰਬੇ ਵਜੋਂ ਸ਼ਰਾਬ ਪੀਣੀ ਸ਼ੁਰੂ ਕਰਦਾ ਹੈ ਜਾਂ ਜੇਕਰ ਉਸਦੇ ਕਿਸੇ ਦੋਸਤ ਜਾਂ ਉਸਦੇ ਪਰਿਵਾਰ ਵਿਚ ਕਿਸੇ ਵਿਅਕਤੀ ਨੂੰ ਸ਼ਰਾਬ ਪੀਣ ਦੀ ਆਦਤ ਹੈ ਉਸ ਤੋਂ ਉਤਸਾਹਤ ਹੋ ਕੇ ਸ਼ੁਰੂ ਕਰਦਾ ਹੈ। ਸਾਡੇ ਸਰੀਰ ਵਿਚ ਚੰਗੀ ਮਾੜੀ ਚੀਜ਼ ਨੂੰ ਪਹਿਚਾਣ ਕਰਨ ਦੀ ਸਮਰੱਥਾ ਹੈ। ਇਸ ਲਈ ਜਦੋਂ ਕੋਈ ਵਿਅਕਤੀ ਪਹਿਲੀ ਵਾਰ ਸ਼ਰਾਬ ਪੀਂਦਾ ਹੈ ਸਾਡਾ ਸਰੀਰ ਇਸਨੂੰ ਪਸੰਦ ਨਹੀਂ ਕਰਦਾ ਪਰ ਬਹੁਤ ਸਾਰੇ ਵਿਅਕਤੀ ਇਸ ਸੰਕੇਤ ਦੀ ਪਰਵਾਹ ਨਾ ਕਰਦੇ ਹੋਏ ਇਸ ਦਾ ਸੇਵਨ ਜਾਰੀ ਰੱਖਦੇ ਹਨ ਤੇ ਇਸਦੇ ਆਦੀ ਹੋ ਜਾਂਦੇ ਹਨ।

ਕੁਝ ਮਾਹਰ ਕਦੀ ਕਦਾਈ ਤੇ ਘੱਟ ਮਾਤਰਾ ਵਿਚ ਇਕ ਪੈਗ ਸ਼ਰਾਬ ਜਾਂ ਇਕ ਬੋਤਲ ਬੀਅਰ ਪੀਣ ਨੂੰ ਮਾੜੀ ਨਹੀਂ ਗਿਣਦੇ। ਉਨ੍ਹਾਂ ਮੁਤਾਬਕ ਇਸਦੇ ਕੁਝ ਲਾਭ ਵੀ ਹੋ ਸਕਦੇ ਹਨ। ਜਿਵੇਂ ਕਿ ਕੁਝ ਸਮੇਂ ਲਈ ਇਸ ਨਾਲ ਖ਼ੂਨ ਦਾ ਵਧਿਆ ਹੋਇਆ ਦਬਾਅ ਘੱਟ ਸਕਦਾ ਹੈ। ਕੁਝ ਸਮੇਂ ਲਈ ਵਿਅਕਤੀ ਡਰ, ਚਿੰਤਾ, ਫ਼ਿਕਰ ਆਦਿ ਤੋਂ ਛੁਟਕਾਰਾ ਪਾ ਸਕਦਾ ਹੈ। ਪਰ ਜ਼ਿਆਦਾ ਮਿਕਦਾਰ ਅਤੇ ਲੰਬੇ ਸਮੇਂ ਲਈ ਸ਼ਰਾਬ ਦਾ ਸੇਵਨ ਘਾਤਕ ਹੀ ਹੁੰਦਾ ਹੈ। ਇਸਦਾ ਸਿੱਧਾ ਅਸਰ ਦਿਮਾਗ 'ਤੇ ਪੈਂਦਾ ਹੈ। ਜਿਸ ਨਾਲ ਵਿਅਕਤੀ ਦੀ ਸੋਚ ਸ਼ਕਤੀ, ਫ਼ੈਸਲਾ ਕਰਨ ਦੀ ਸਮਰੱਥਾ ਤੇ ਆਪਣੇ ਆਪ 'ਤੇ ਕਾਬੂ ਰੱਖਣ ਦੀ ਸਮਰੱਥਾ ਘੱਟ ਜਾਂਦੀ ਹੈ। ਕਾਰ ਜਾਂ ਸਕੂਟਰ ਠੀਕ ਨਹੀਂ ਚਲਾ ਸਕਦਾ। ਸ਼ਰਾਬੀ ਬੇਬਾਕ ਬੋਲਦਾ ਤੇ ਲੜਦਾ ਹੈ। ਇਸ ਕਰਕੇ ਕੋਈ ਨਾ ਕੋਈ ਸਮਾਜਕ ਤੌਰ 'ਤੇ ਗ਼ਲਤੀ ਕਰ ਬੈਠਦਾ ਹੈ। ਇਹੋ ਜਿਹਾ ਪੁਰਸ਼ ਆਪਣੀ ਸ਼ਖਸੀਅਤ ਵੀ ਗਵਾਉਂਦਾ ਹੈ ਤੇ ਸਮਾਜ, ਪਰਿਵਾਰ, ਰਿਸ਼ਤੇਦਾਰ ਤੇ ਸੰਬੰਧੀਆਂ ਵਿਚ ਹੀਣਤਾ ਦੀ ਭਾਵਨਾ ਦਾ ਸ਼ਿਕਾਰ ਹੁੰਦਾ ਹੈ। ਜਦੋਂ ਵਿਅਕਤੀ ਸ਼ਰਾਬ ਪੀਣ ਵਿਚ ਇਸ ਤੋਂ ਅੱਗੇ ਵਧਦਾ ਹੈ ਤਾਂ ਇਸਦਾ ਜ਼ਹਿਰੀਲਾ ਮਾਦਾ ਦਿਲ, ਦਿਮਾਗ, ਜਿਗਰ, ਮਿਹਦਾ ਆਦਿ ਅੰਗਾਂ ਤੇ ਇਸ ਤਰ੍ਹਾਂ ਦਾ ਮਾੜਾ ਅਸਰ ਕਰਦਾ ਹੈ ਜਿਹੜਾ ਕਿ ਮੁੜਕੇ ਠੀਕ ਨਹੀਂ ਕੀਤਾ ਜਾ ਸਕਦਾ। ਅੰਤ ਬਦਕਿਸਮਤੀ ਨਾਲ ਛੋਟੀ ਉਮਰ ਵਿਚ ਹੀ ਮੌਤ ਦਾ ਸ਼ਿਕਾਰ ਹੋ ਜਾਂਦਾ ਹੈ। ਦੁਨੀਆਂ ਦੀ ਸਿਹਤ ਬਾਰੇ ਸੰਸਥਾ ਅਨੁਸਾਰ ਚੇਚਕ, ਮਲੇਰੀਆ ਆਦਿ ਬਿਮਾਰੀਆਂ ਨਾਲ ਇੰਨੇ ਲੋਕ ਬਿਮਾਰੀ ਜਾਂ ਮੌਤ ਦਾ ਸ਼ਿਕਾਰ ਨਹੀਂ ਹੁੰਦੇ ਜਿੰਨੇ ਕਿ ਇਕੱਲੀ ਸ਼ਰਾਬ ਪੀਣ ਨਾਲ।

ਤੰਬਾਕੂ ਦਾ ਸੇਵਨ:- ਤੰਬਾਕੂ ਦਾ ਸੇਵਨ ਵੀ ਪਹਿਲੀ ਵਾਰੀ ਆਮ ਤੌਰ 'ਤੇ ਇਕ ਸ਼ੁਗਲ ਦੇ ਤੌਰ 'ਤੇ ਹੀ ਸ਼ੁਰੂ ਕਰਦੇ ਹਨ। ਇਹ ਲੋਕ ਜੋ ਤੰਬਾਕੂ ਵਿਚ ਇਕ ਰਸਾਇਣ ਜਿਸਨੂੰ ਨਿਕੋਟੀਨ ਕਿਹਾ ਜਾਂਦਾ ਹੈ ਉਸਦੇ ਆਦੀ ਹੋ ਜਾਂਦੇ ਹਨ। ਲਗਾਤਾਰ ਤੰਬਾਕੂ ਦਾ ਸੇਵਨ ਫੇਫੜੇ, ਦਿਲ, ਪਾਚਣ ਕਿਰਿਆ ਤੇ ਮਾੜਾ ਅਸਰ ਪਾਉਂਦਾ ਹੈ। ਇਸ ਨਾਲ ਵਿਅਕਤੀ ਖੰਘ, ਦਮਾ ਤੇ ਫੇਫੜੇ ਨਾਲ ਸੰਬੰਧਤ ਬਿਮਾਰੀਆਂ ਦਾ ਸ਼ਿਕਾਰ ਹੁੰਦਾ ਹੈ। ਕੈਂਸਰ ਦੀ ਬਿਮਾਰੀ ਦਾ ਖ਼ਤਰਾ ਵਧ ਜਾਂਦਾ ਹੈ। ਇਨ੍ਹਾਂ ਵਿਅਕਤੀਆਂ ਵਿਚ ਗਲੇ, ਫੇਫੜੇ ਤੇ ਮਸਾਨੇ ਦੀ ਕੈਂਸਰ ਖਾਸ ਕਰਕੇ ਜ਼ਿਆਦਾ ਪਾਈ ਜਾਂਦੀ ਹੈ। ਮਾਹਰਾਂ ਦਾ ਕਹਿਣਾ ਹੈ ਕਿ ਇਨ੍ਹਾਂ ਲੋਕਾਂ ਵਿਚ ਦਿਲ ਦੀਆਂ ਬਿਮਾਰੀਆਂ ਦੀ ਸ਼ਿਕਾਇਤ ਆਮ ਵਿਅਕਤੀਆਂ ਨਾਲੋਂ ਪੰਜਾਹ ਗੁਣਾ ਤੇ ਕੈਂਸਰ ਦੀ ਸ਼ਿਕਾਇਤ ਵੀਹ ਗੁਣਾ ਜ਼ਿਆਦਾ ਪਾਈ ਗਈ ਹੈ। ਨਿਰਸੰਦੇਹ ਸਿਗਰਟ ਪੀਣਾ ਵੀ ਇਕ ਬਿਮਾਰੀ ਹੈ। ਚੰਗੀ ਸਿਹਤ ਲਈ ਇਸ ਤੋਂ ਬਚਣਾ ਬਹੁਤ ਜ਼ਰੂਰੀ ਹੈ।

ਹੋਰ ਨਸ਼ਿਆਂ ਦੀ ਅਲਾਮਤ:- ਬਹੁਤ ਸਾਰੀਆਂ ਦੁਆਈਆਂ ਜਾਂ ਰਸਾਇਣ ਇਹੋ ਜਿਹੇ ਹਨ ਜਿਹੜੇ ਕਿ ਕਿਸੇ ਤਰ੍ਹਾਂ ਸਾਡੀ ਸੋਚਣੀ, ਵਤੀਰੇ ਤੇ ਮਨੋਦਸ਼ਾ ਤੇ ਅਸਰ ਕਰਦੇ ਹਨ। ਸ਼ੁਰੂ ਵਿਚ ਇਨ੍ਹਾਂ ਦਾ ਸੇਵਨ ਇਨ੍ਹਾਂ ਰਾਹੀਂ ਖੁਸ਼ੀ ਲੱਭਣ ਦੀ ਕੋਸ਼ਿਸ਼ ਵਜੋਂ ਕੀਤੀ ਜਾਂਦਾ ਹੈ, ਭੰਗ, ਅਫੀਮ, ਕੋਕੀਨ, ਮੌਰਫ਼ੀਨ, ਬਾਰ ਬਿਚੂਰਟੇਸ, ਐਲ.ਐਸ.ਡੀ. ਅਤੇ ਹੋਰ ਬਹੁਤ ਸਾਰੇ ਨਸ਼ੇ ਹਨ ਜੋ ਆਮ ਵਰਤੇ ਜਾਂਦੇ ਹਨ। ਅਫ਼ੀਮ, ਕੌਕੀਨ ਤੇ ਮੌਰਫੀਨ ਸਰੀਰ ਦੇ ਦਰਦ ਨੂੰ ਘਟਾਉਣ ਲਈ ਡਾਕਟਰਾਂ ਵਲੋਂ ਦੁਆਈ ਦੇ ਤੌਰ 'ਤੇ ਦਿੱਤੇ ਜਾਂਦੇ ਹਨ। ਇਨ੍ਹਾਂ ਨੂੰ ਜੇਕਰ ਕੁਝ ਸਮੇਂ ਲਈ ਤੇ ਜ਼ਰੂਰਤ ਅਨੁਸਾਰ ਵਰਤਿਆ ਜਾਵੇ ਤਾਂ ਇਹ ਸਰੀਰ ਦਾ ਦਰਦ ਘਟਾਉਣ ਦੇ ਨਾਲ ਚੰਗੀ ਨੀਂਦ ਵੀ ਲਿਆਉਂਦੇ ਹਨ। ਪਰ ਜੇ ਇਨ੍ਹਾਂ ਦੀ ਵਰਤੋਂ ਲੋੜ ਤੋਂ ਵੱਧ ਕੀਤੀ ਜਾਵੇ ਤਾਂ ਬੇਹੋਸ਼ੀ ਵਾਲੀ ਸਥਿਤੀ ਵੀ ਪੈਦਾ ਹੋ ਜਾਂਦੀ ਹੈ। ਪਹਿਲਾਂ ਪਹਿਲ ਇਸਦੇ ਅਸਰ ਸਾਨੂੰ ਚੰਗੇ ਜਾਪਦੇ ਹਨ। ਹੌਲੀ-ਹੌਲੀ ਉਨ੍ਹਾਂ ਦਾ ਅਸਰ ਘਟਦਾ ਜਾਂਦਾ ਹੈ। ਸਾਨੂੰ ਉਹੀ ਅਸਰ ਲੈਣ ਵਾਸਤੇ ਵਧ ਮਿਕਦਾਰ ਵਿਚ ਨਸ਼ੇ ਦਾ ਸੇਵਨ ਕਰਨਾ ਪੈਂਦਾ ਹੈ। ਇਸ ਤਰ੍ਹਾਂ ਅਸੀਂ ਇਨ੍ਹਾਂ ਦੇ ਆਦੀ ਹੋ ਜਾਂਦੇ ਹਾਂ। ਲਗਾਤਾਰ ਵਧ ਮਿਕਦਾਰ ਵਿਚ ਨਸ਼ੇ ਕਰਨ ਨਾਲ ਸਾਡੇ ਸਰੀਰ ਅਤੇ ਸਿਹਤ ਉੱਤੇ ਬਹੁਤ ਮਾੜਾ ਅਸਰ ਪੈਂਦਾ ਹੈ। ਇਹ ਸਾਰੇ ਨਸ਼ੇ ਕਰਨ ਨਾਲ ਸਾਡੇ ਸਰੀਰ ਅਤੇ ਦਿਮਾਗ ਵਿਚ ਕਈ ਨਵੀਆਂ ਤਬਦੀਲੀਆਂ ਲੈ ਆਉਂਦੇ ਹਨ। ਇਸ ਨਾਲ ਅਸੀਂ ਦਲਿੱਦਰੀ, ਮਾਨਸਿਕ ਕਮਜ਼ੋਰੀ ਅਤੇ ਢਹਿੰਦੀ ਕਲਾ ਦਾ ਸ਼ਿਕਾਰ ਹੋਣ ਦੇ ਨਾਲ-ਨਾਲ ਆਪਣੀ ਚਮਕ-ਦਮਕ ਚੁਸਤੀ ਫੁਰਤੀ ਵੀ ਗੁਆ ਬੈਠਦੇ ਹਾਂ। ਮਾਇਕ ਅਵਸਥਾ ਵਿਗੜਣ ਕਰਕੇ ਚੋਰੀ, ਜ਼ੁਰਮ, ਧੋਖੇਧੜੀ ਅਤੇ ਖ਼ੁਦਕੁਸ਼ੀ ਦੇ ਰਸਤੇ 'ਤੇ ਚਲੇ ਜਾਂਦੇ ਹਾਂ। ਨੌਜਵਾਨ ਬੱਚੇ ਆਪਣੀ ਜੁਆਨੀ ਗੁਆ ਬਹਿੰਦੇ ਹਨ ਤੇ ਰਹਿੰਦੀ ਜ਼ਿੰਦਗੀ ਸਮਾਜ ਦੇ ਚੰਗੇ ਸ਼ਹਿਰੀ ਹੋਣ ਦੀ ਥਾਂ ਸਮਾਜ ਤੇ ਬੋਝ ਬਣ ਕੇ ਰਹਿ ਜਾਂਦੇ ਹਨ।

ਨਸ਼ਾ ਭਾਵੇਂ ਕੋਈ ਵੀ ਹੋਵੇ ਸ਼ਰਾਬ, ਤੰਬਾਕੂ ਜਾਂ ਹੋਰ ਨਸ਼ੇ, ਸਾਡੀ ਸਿਹਤ ਤੇ ਖੁਸ਼ਹਾਲ ਜ਼ਿੰਦਗੀ ਲਈ ਮਾੜੇ ਹੀ ਹਨ। ਇਨ੍ਹਾਂ ਤੋਂ ਸਾਨੂੰ ਬਚਣਾ ਚਾਹੀਦਾ ਹੈ। ਜੇਕਰ

ਅਸੀਂ ਕਿਸੇ ਤਰ੍ਹਾਂ ਇਨ੍ਹਾਂ ਵਿਚ ਫਸ ਗਏ ਹਾਂ ਤਾਂ ਸਾਨੂੰ ਛੁਟਕਾਰਾ ਪਾਉਣਾ ਚਾਹੀਦਾ ਹੈ। ਇਨ੍ਹਾਂ ਤੋਂ ਛੁਟਕਾਰਾ ਪਾਉਣ ਲਈ ਸਭ ਤੋਂ ਪਹਿਲਾਂ ਸਾਨੂੰ ਆਪਣੇ ਮਨੋਂ ਦ੍ਰਿੜ ਨਿਸ਼ਚਾ ਕਰਨਾ ਚਾਹੀਦਾ ਹੈ ਕਿ ਮੈਂ ਅੱਜ ਤੋਂ ਨਸ਼ਾ ਨਹੀਂ ਕਰਨਾ। ਇਸ ਮਨ ਦੇ ਫ਼ੈਸਲੇ ਤੇ ਪੱਕਾ ਪਹਿਰਾ ਦੇਣਾ ਚਾਹੀਦਾ ਹੈ। ਇਹ ਧਾਰਨਾ ਕਰਨੀ ਚਾਹੀਦੀ ਹੈ ਕਿ 'ਮੈਂ ਇਕ ਚੰਗਾ ਜੀਵਨ ਤੇ ਖ਼ੁਸ਼ਹਾਲ ਜੀਵਨ ਜੀਣਾ ਹੈ ਤੇ ਨਸ਼ਾ ਮੈਂ ਅੱਜ ਤੋਂ ਹੀ ਤਿਆਗ ਦਿੱਤਾ ਹੈ।' ਫਿਰ ਇਸ ਫ਼ੈਸਲੇ ਨੂੰ ਦਿਨ ਭਰ ਦੁਹਰਾਉ ਤੇ ਇਸ ਤੇ ਠੋਕ ਕੇ ਪਹਿਰਾ ਦਿਉ। ਇਸਦੇ ਨਾਲ ਹੀ ਸਰੀਰ ਉਤੇ ਨਸ਼ਾ ਨਾ ਮਿਲਣ ਦੇ ਅਸਰ ਨੂੰ ਘਟਾਉਣ ਲਈ ਤਰਲ ਪਦਾਰਥ ਜਿਵੇਂ ਕਿ ਫਲ, ਸਬਜ਼ੀਆਂ ਦੇ ਜੂਸ, ਸੂਪ, ਪਾਣੀ ਜ਼ਿਆਦਾ ਮਿਕਦਾਰ ਵਿਚ ਪੀਉ। ਸਰੀਰ ਵਿਚ ਜ਼ਹਿਰੀਲਾ ਮਾਦਾ ਘਟਾਉਣ ਲਈ ਗਰਮ ਪਾਣੀ ਵਿਚ ਨਹਾਉਣਾ, ਸਰੀਰ ਨੂੰ ਖੁਲ੍ਹੀ ਹਵਾ ਅਤੇ ਧੁੱਪ ਦਾ ਸੁਆਦ ਮਾਨਣ ਲਈ ਕਿਸੇ ਬਗੀਚੇ, ਪਾਰਕ ਜਾਂ ਨਹਿਰ ਕਿਨਾਰੇ ਸੈਰ ਕਰਨ ਵੱਲ ਧਿਆਨ ਦਿਉ। ਸਵੇਰੇ ਉਠਣ, ਸੈਰ, ਕਸਰਤ ਤੇ ਜਿਸਮਾਨੀ ਮਿਹਨਤ, ਪਾਠ ਕਰਨ ਤੇ ਚੰਗੀ ਸਾਫ਼ ਸੁਥਰੀ ਖ਼ੁਰਾਕ ਖਾਣ ਦੀ ਆਦਤ ਪਾਉ। ਆਪਣੇ ਪਰਿਵਾਰ ਰਿਸ਼ਤੇਦਾਰਾਂ ਤੇ ਮਿੱਤਰਾਂ ਨਾਲ ਮੇਲ ਜੋਲ ਵਧਾਉ ਤੇ ਆਦਰ, ਪ੍ਰੇਮ ਤੇ ਹਮਦਰਦੀ ਵਾਲਾ ਰੁਖ ਅਪਣਾਉ। ਮਾੜੇ ਟੋਲੇ ਦੀ ਸੰਗਤ ਛੱਡ ਇਸ ਤਰ੍ਹਾਂ ਦੇ ਟੋਲੇ ਵਿਚ ਸ਼ਾਮਲ ਹੋਵੋ ਜਿਹੜੇ ਉਹ ਵੀ ਨਸ਼ੇ ਤੋਂ ਛੁਟਕਾਰਾ ਪਾਉਣ ਵਿਚ ਲੱਗੇ ਹੋਣ। ਇਸਦੇ ਨਾਲ ਡਾਕਟਰੀ ਸਹਾਇਤਾ ਲੈਣ ਦਾ ਵੀ ਪ੍ਰਬੰਧ ਕਰੋ।

ਸਰੀਰਕ ਤੇ ਮਾਨਸਿਕ ਸ਼ਾਂਤੀ:- ਦਿਨ ਭਰ ਵਿਚ ਥੱਕਿਆ ਤੇ ਟੁੱਟਿਆ ਹੋਇਆ ਸਰੀਰ ਆਰਾਮ ਤੇ ਸ਼ਾਂਤੀ ਚਾਹੁੰਦਾ ਹੈ ਤਾਂ ਕਿ ਉਹ ਫਿਰ ਤਾਕਤ ਭਰਪੂਰ ਹੋ ਕੇ ਫਿਰ ਤੋਂ ਕੰਮ ਕਰਨ ਵਿਚ ਪੂਰੇ ਦਿਲ ਤੇ ਤਨਦੇਹੀ ਨਾਲ ਜੁਟ ਸਕੇ। ਕਿਉਂਕਿ ਮਨ ਤੇ ਸਰੀਰ ਇਕ ਹੀ ਹਨ, ਇਸ ਕਰਕੇ ਜੇ ਸਾਡਾ ਮਨ ਪੂਰੀ ਸ਼ਾਂਤੀ ਤੇ ਆਰਾਮ ਵਾਲੀ ਸਥਿਤੀ ਵਿਚ ਹੈ ਤਾਂ ਸਾਡਾ ਸਰੀਰ ਵੀ ਪੂਰੀ ਸ਼ਾਂਤੀ ਤੇ ਆਰਾਮ ਵਾਲੀ ਸਥਿਤੀ ਵਿਚ ਆ ਜਾਂਦਾ ਹੈ। ਸਰੀਰਕ ਆਰਾਮ, ਸ਼ਾਂਤੀ ਤੇ ਤੰਦਰੁਸਤੀ ਲਈ, ਸੌਣਾ ਬਹੁਤ ਜ਼ਰੂਰੀ ਹੈ। ਸਾਇੰਸਦਾਨਾਂ ਮੁਤਾਬਿਕ ਨੀਂਦ ਵੀ ਦੋ ਤਰ੍ਹਾਂ ਦੀ ਹੁੰਦੀ ਹੈ। ਪਹਿਲੀ ਤਰ੍ਹਾਂ ਦੀ ਨੀਂਦ ਵਿਚ ਆਮ ਤੌਰ 'ਤੇ ਅਸੀਂ ਸੁਪਨਿਆਂ ਵਾਲੀ ਸਥਿਤੀ ਵਿਚ ਹੁੰਦੇ ਹਾਂ। ਦੂਸਰੀ ਤਰ੍ਹਾਂ ਦੀ ਨੀਂਦ ਵਿਚ ਅਸੀਂ ਘੂਕ ਸੌਣ ਵਾਲੀ ਸਥਿਤੀ ਵਿਚ ਹੁੰਦੇ ਹਾਂ। ਪਹਿਲੇ ਵਾਲੀ ਸਥਿਤੀ ਵਿਚ ਸਾਡਾ ਸਰੀਰ ਪੂਰੀ ਆਰਾਮ ਵਾਲੀ ਸਥਿਤੀ ਵਿਚ ਹੁੰਦਾ ਹੈ, ਪਰ ਮਨ ਪੂਰੀ ਤਰ੍ਹਾਂ ਨੀਂਦ ਵਾਲੀ ਸਥਿਤੀ ਵਿਚ ਨਹੀਂ ਹੁੰਦਾ। ਪੂਰੀ ਨੀਂਦ ਵਾਲੀ ਸਥਿਤੀ ਵਿਚ ਸੁਪਨੇ ਲੈਣ ਵਾਲੀ ਅਤੇ ਸੁਪਨੇ ਨਾ ਲੈਣ ਵਾਲੀ ਨੀਂਦ ਦਾ ਸੁਮੇਲ ਹੁੰਦਾ ਹੈ। ਸਾਡੀ ਰਿਸ਼ਟ ਪੁਸ਼ਟਤਾ ਲਈ ਇਹ ਦੋਵੇਂ ਤਰ੍ਹਾਂ ਦੀ ਨੀਂਦ ਜ਼ਰੂਰੀ ਹੈ।

ਪੂਰੀ ਨੀਂਦ ਅਤੇ ਆਰਾਮ ਸਾਡੀ ਮਾਨਿਸਕ ਤੇ ਸਰੀਰਕ ਸਿਹਤ ਦਾ ਆਧਾਰ ਹਨ। ਜੇਕਰ ਅਸੀਂ ਪੂਰੀ ਨੀਂਦ ਲੈਂਦੇ ਹਾਂ ਤਾਂ ਸਵੇਰੇ ਜਦੋਂ ਅਸੀਂ ਉਠਦੇ ਹਾਂ ਤਾਂ ਅਸੀਂ ਨਵੇਂ ਨਰੋਏ, ਸ਼ਕਤੀ ਭਰਪੂਰ ਤੇ ਚੁਸਤ ਦਰੁਸਤ ਮਹਿਸੂਸ ਕਰਦੇ ਹਾਂ। ਪਰ ਜੇ ਅਸੀਂ ਪੂਰੀ ਨੀਂਦ ਨਹੀਂ ਸੁੱਤੇ ਤਾਂ ਅਸੀਂ ਥੱਕੇ ਟੁੱਟੇ ਉਚਾਟ ਅਤੇ ਸੁਸਤ ਮਹਿਸੂਸ ਕਰਦੇ ਹਾਂ।

ਸੋ ਹਰ ਵਿਅਕਤੀ ਦੀ ਕੋਸ਼ਿਸ਼ ਹੋਣੀ ਚਾਹੀਦੀ ਹੈ ਕਿ ਉਹ ਘੱਟ ਤੋਂ ਘੱਟ 7-8 ਘੰਟੇ ਦੀ ਨੀਂਦ ਜ਼ਰੂਰ ਪੂਰੀ ਕਰੇ। ਇਹ ਵੀ ਦੇਖਿਆ ਗਿਆ ਹੈ ਕਿ ਅੱਧੀ ਰਾਤ ਤੋਂ ਪਹਿਲਾਂ ਵਾਲੇ ਘੰਟਿਆਂ ਵਿਚ ਸੌਣਾ, ਜ਼ਿਆਦਾ ਆਰਾਮਦੇਹ ਹੁੰਦਾ ਹੈ। ਜੇ ਤੁਸੀਂ ਦੱਸ ਵਜੇ ਰਾਤ ਤੋਂ ਛੇ ਵਜੇ ਸਵੇਰੇ ਤੱਕ ਸੌਂਦੇ ਹੋ ਉਹ ਸਰੀਰ ਨੂੰ ਵੱਧ ਆਰਾਮ ਪਹੁੰਚਾਉਂਦੇ ਹਨ, ਬਜਾਏ ਇਸਦੇ ਕਿ ਤੁਸੀਂ ਰਾਤ ਦੇ ਬਾਰਾਂ ਵਜੇ ਤੋਂ ਸਵੇਰੇ 8 ਵਜੇ ਤੱਕ ਸੌਂਦੇ ਹੋ। ਇਸ ਕਰਕੇ ਦੇਰ ਰਾਤ ਨੂੰ ਸੌਣ ਦੀ ਆਦਤ ਤੋਂ ਗੁਰੇਜ਼ ਕਰਨਾ ਚਾਹੀਦਾ ਹੈ। ਨੀਂਦ ਨਾ ਆਉਣ ਦਾ ਮੁੱਖ ਕਾਰਨ ਜ਼ਿਆਦਾਤਰ ਤੁਹਾਡੀ ਆਦਤ ਤੇ ਨਿਰਭਰ ਕਰਦਾ ਹੈ। ਜੇ ਤੁਸੀਂ ਹਰ ਵੇਲੇ ਚਿੰਤਾ, ਫ਼ਿਕਰ ਜਾਂ ਡਰ ਆਦਿ ਦੇ ਸ਼ਿਕਾਰ ਰਹਿੰਦੇ ਹੋ ਤਾਂ ਇਹ ਤੁਹਾਡੀ ਉਨੀਂਦਰੇ ਦਾ ਕਾਰਣ ਬਣਦੇ ਹਨ। ਦੂਜਾ ਉਨੀਂਦਰੇ ਦਾ ਕਾਰਨ ਜੋ ਹੋ ਸਕਦਾ ਹੈ ਉਹ ਹੈ ਸਰੀਰਕ ਦਰਦ, ਬਿਮਾਰੀ ਜਾਂ ਕਿਸੇ ਦੁਆਈ ਦਾ ਅਸਰ। ਕੁਝ ਵਿਅਕਤੀ ਇਹੋ ਜਿਹੇ ਹੁੰਦੇ ਹਨ ਜਿਨ੍ਹਾਂ ਨੂੰ ਨੀਂਦ ਤਾਂ ਝਟ ਆ ਜਾਂਦੀ ਹੈ, ਪਰ ਉਹ ਤੜਕੇ 2-3 ਵਜੇ ਉਠ ਖਲੋਂਦੇ ਹਨ ਜਾਂ ਇਕਦਮ ਹੀ ਜਾਗ ਜਾਂਦੇ ਹਨ। ਫਿਰ ਉਨ੍ਹਾਂ ਨੂੰ ਨੀਂਦ ਹੀ ਨਹੀਂ ਆਉਂਦੀ ਅਤੇ ਐਵੇਂ ਹੀ ਖ਼ਿਆਲਾਂ ਜਾਂ ਖਿਆਲੀ ਪੜਾਉ ਵਿਚ ਹੀ ਬਾਕੀ ਦੀ ਰਾਤ ਗੁਜ਼ਾਰ ਦਿੰਦੇ ਹਨ। ਇਹੋ ਜਿਹੇ ਵਿਅਕਤੀ ਮਨੋਵਿਗਿਆਨਕ ਬਿਮਾਰੀ ਤੇ ਉਦਾਸੀ ਦਾ ਸ਼ਿਕਾਰ ਪਾਏ ਜਾਂਦੇ ਹਨ।

ਬਹੁਤ ਸਾਰੇ ਵਿਅਕਤੀ ਨੀਂਦ ਲਈ ਸੌਣ ਵਾਲੀਆਂ ਦੁਆਈਆਂ ਦਾ ਸਹਾਰਾ ਲੈਂਦੇ ਹਨ ਪਰ ਇਹ ਪਾਇਆ ਗਿਆ ਹੈ ਕਿ ਜੇਕਰ ਇਹ ਦੁਆਈਆਂ ਲੰਬੇ ਸਮੇਂ ਤੱਕ ਲਈਆਂ ਜਾਣ ਤਾਂ ਇਨ੍ਹਾਂ ਦਾ ਅਸਰ ਘੱਟ ਜਾਂਦਾ ਹੈ। ਇਹ ਦੁਆਈਆਂ ਨਾਲ ਫਿਰ ਵੀ ਪੂਰੀ ਗੂੜੀ ਨੀਂਦ ਨਹੀਂ ਆਉਂਦੀ ਤੇ ਉਹ ਸਵੇਰੇ ਉਠਕੇ ਥਕਾਵਟ, ਕਮਜ਼ੋਰੀ, ਕਬਜ਼ ਆਦਿ ਦੀ ਸ਼ਿਕਾਇਤ ਕਰਦੇ ਹਨ।

ਸਾਡੀ ਸੋਚ, ਮਨੋਵਿਗਿਆਨਕ ਸਥਿਤੀ ਤੇ ਆਦਤਾਂ ਨੀਂਦ ਆਉਣ ਜਾਂ ਨਾ ਆਉਣ ਤੇ ਅਸਰ ਪਾਉਂਦੀਆਂ ਹਨ। ਉਹ ਵਿਅਕਤੀ ਜੋ ਹਰਦਮ ਮੁਸਕਰਾਉਂਦੇ, ਖ਼ੁਸ਼, ਸੰਤੁਸ਼ਟ ਤੇ ਚੜ੍ਹਦੀ ਕਲਾ ਵਿਚ ਰਹਿਣ ਵਾਲੇ ਹੁੰਦੇ ਹਨ, ਭਰਪੂਰ ਤੇ ਪੂਰੀ ਨੀਂਦ ਦਾ ਆਨੰਦ ਮਾਣਦੇ ਹਨ। ਜਿਹੜੇ ਵਿਅਕਤੀ ਹਰਦਮ ਚਿੰਤਾ, ਕਰੋਧੀ ਤੇ ਦਿਮਾਗੀ ਪ੍ਰੇਸ਼ਾਨੀ ਵਿਚ ਰਹਿੰਦੇ ਹਨ, ਚੰਗੀ ਗੂੜੀ ਨੀਂਦ ਤੋਂ ਵਾਂਝੇ ਹੋ ਜਾਂਦੇ ਹਨ। ਆਪਣੀ ਚੰਗੀ ਸਿਹਤ ਤੇ ਖ਼ੁਸ਼ਹਾਲੀ ਲਈ ਹਰ ਵਿਅਕਤੀ ਨੂੰ ਕੋਸ਼ਿਸ਼ ਕਰਨੀ ਚਾਹੀਦੀ ਹੈ ਕਿ ਉਹ ਆਪਣੇ ਹਾਲਤ ਤੇ ਮਨ ਤੇ ਕਾਬੂ ਰੱਖੇ ਤੇ ਬਿਨਾਂ ਦੁਆਈਆਂ ਦੇ ਸੇਵਨ ਤੋਂ 7 ਤੋਂ 8 ਘੰਟੇ ਦੀ ਨੀਂਦ ਜ਼ਰੂਰ ਮਾਣੇ। ਜੇ ਕਿਸੇ ਕਾਰਨ ਰਾਤ ਨੂੰ ਪੂਰੀ ਨੀਂਦ ਨਹੀਂ ਆਉਂਦੀ ਤਾਂ ਦੁਪਹਿਰੇ ਦੇ ਖਾਣੇ ਬਾਅਦ ਕੁਝ ਸਮੇਂ ਲਈ ਜ਼ਰੂਰ ਸੋਵੋਂ (ਨੀਂਦ ਦਾ ਠੌਂਕਾ ਲਵੋ)।

ਅਧਿਆਤਮਕ ਸ਼ਕਤੀ:- ਜਿਨਾ ਸਾਨੂੰ ਸਰੀਰਕ ਪੱਖੋਂ ਤਕੜੇ ਤੇ ਸਿਹਤਮੰਦ ਹੋਣਾ ਜ਼ਰੂਰੀ ਹੈ ਉਨਾ ਹੀ ਸਾਨੂੰ ਮਾਨਸਿਕ ਤੇ ਮਨੋਵਿਗਿਆਨਕ ਤੌਰ 'ਤੇ ਵੀ ਤਕੜੇ ਤੇ ਰਿਸ਼ਟ-ਪੁਸ਼ਟ ਹੋਣਾ ਜ਼ਰੂਰੀ ਹੈ। ਜਿਸ ਤਰ੍ਹਾਂ ਸਰੀਰ ਨੂੰ ਆਰਾਮ ਤੇ ਨੀਂਦ ਦੀ ਲੋੜ ਹੈ ਉਸੇ ਤਰ੍ਹਾਂ ਸਾਡੇ ਮਨ ਨੂੰ ਵੀ ਆਰਾਮ ਤੇ ਸ਼ਾਂਤੀ ਦੀ ਲੋੜ ਹੈ। ਮਨ ਨੂੰ ਸ਼ਾਂਤ, ਅਡੋਲ ਤੇ ਤਕੜਾ ਬਣਾਉਣ ਲਈ ਸਾਨੂੰ ਅਧਿਆਤਮਕ ਸ਼ਕਤੀ ਦਾ ਸਹਾਰਾ ਚਾਹੀਦਾ ਹੈ।

ਇਕਾਗਰ ਹੋ ਕੇ ਭਗਤੀ ਵਿਚ ਬੈਠਣਾ, ਪਾਠ ਸਿਮਰਨ ਤੇ ਪ੍ਰਮਾਤਮਾ ਦੇ ਗੁਣ ਗਾਉਣਾ ਆਦਿ ਸਾਧਨ ਹਨ, ਜਿਨ੍ਹਾਂ ਨਾਲ ਅਸੀਂ ਆਪਣੀ ਅਧਿਆਤਮਕ ਸ਼ਕਤੀ ਤੇਜ਼ ਕਰਦੇ ਹਾਂ। ਇਸ ਅਵਸਥਾ ਵਿਚ ਸਾਡਾ ਸਰੀਰ ਨੀਂਦ ਵਰਗੀ ਆਰਾਮਦੇਹ ਅਵਸਥਾ ਵਿਚ ਹੁੰਦਾ ਹੈ ਪਰ ਸਾਡਾ ਮਨ ਸ਼ਾਂਤੀ ਵਾਲੀ ਪਰ ਜਾਗਣ ਵਾਲੀ ਸਥਿਤੀ ਵਿਚ ਹੁੰਦਾ ਹੈ। ਇਹ ਦੇਖਿਆ ਗਿਆ ਹੈ ਕਿ ਜਿਹੜੇ ਲੋਕ ਹਰ ਰੋਜ਼ ਭਗਤੀ ਕਰਦੇ ਹਨ ਉਨ੍ਹਾਂ ਨੂੰ ਖ਼ੂਨ ਦਾ ਦਬਾਅ, ਦਿਲ ਦੀਆਂ ਬਿਮਾਰੀਆਂ, ਉਦਾਸੀ ਤੇ ਹੀਣਤਾ ਆਦਿ ਬਿਮਾਰੀਆਂ ਘੱਟ ਹੁੰਦੀਆਂ ਹਨ। ਉਨ੍ਹਾਂ ਦੇ ਸਰੀਰ ਵਿਚ ਬਿਮਾਰੀਆਂ ਨਾ ਲੱਗਣ ਤੇ ਬਿਮਾਰੀਆਂ ਤੋਂ ਥੋੜ੍ਹੇ ਸਮੇਂ ਵਿਚ ਛੁਟਕਾਰਾ ਪਾਉਣ ਦੀ ਸ਼ਕਤੀ ਵਧਦੀ ਹੈ। ਖੋਜ ਰਾਹੀਂ ਪਤਾ ਲੱਗਿਆ ਹੈ ਕਿ ਇਹੋ ਜਿਹੇ ਵਿਅਕਤੀ ਦੇਖਣ ਵਿਚ ਆਪਣੀ ਉਮਰ ਨਾਲੋਂ ਛੋਟੇ ਜਾਪਦੇ ਹਨ ਤੇ ਦੂਸਰੇ ਲੋਕਾਂ ਨਾਲੋਂ ਲੰਬਾ ਜੀਵਨ ਭੋਗਦੇ ਹਨ। ਇਨ੍ਹਾਂ ਵਿਅਕਤੀਆਂ ਵਿਚ ਇਹੋ ਜਿਹੇ ਹਾਰਨੋਨਜ਼ ਦੀ ਮਿਕਦਾਰ ਆਮ ਲੋਕਾਂ ਨਾਲੋਂ ਜ਼ਿਆਦਾ ਵੇਖੀ ਗਈ ਹੈ ਜਿਹੜੇ ਹਰ ਵਿਅਕਤੀ ਵਿਚ (ਸਰੀਰ ਦੀਆਂ ਗਿਲਟੀਆਂ ਤੇ ਰਸ) ਘੱਟ ਹੋ ਜਾਂਦੇ ਹਨ। ਇਹ ਘਾਟ ਬੁਢਾਪੇ ਵਲ ਨੂੰ ਲਿਜਾਂਦੀ ਹੈ। ਇਨ੍ਹਾਂ ਵਿਅਕਤੀਆਂ ਦਾ ਦਿਮਾਗ ਤੇ ਮਨ ਸ਼ਾਂਤੀ ਵਾਲੀ ਸਥਿਤੀ ਵਿਚ ਰਹਿੰਦੇ ਹਨ। ਉਨ੍ਹਾਂ ਵਿਚ ਆਤਮ ਵਿਸ਼ਵਾਸ, ਹਰ ਇਕ ਚੀਜ਼ ਦਾ ਚੰਗਾ ਪੱਖ ਦੇਖਣਾ ਤੇ ਚੜ੍ਹਦੀ ਕਲਾ ਵਿਚ ਰਹਿਣ ਦਾ ਸੁਭਾਅ ਬਣ ਜਾਂਦਾ ਹੈ। ਇਹ ਵਿਅਕਤੀ ਭੈੜੀਆਂ ਆਦਤਾਂ ਜਿਵੇਂ ਸਿਗਰਟ, ਤੰਬਾਕੂ, ਸ਼ਰਾਬ ਤੇ ਹੋਰ ਨਸ਼ਿਆਂ ਤੋਂ ਬਚੇ ਰਹਿੰਦੇ ਹਨ। ਇਨ੍ਹਾਂ ਵਿਅਕਤੀਆਂ ਵਿਚ ਦੂਸਰਿਆਂ ਦੀ ਸੇਵਾ ਭਾਵਨਾ ਭਾਈਚਾਰਾ ਜਾਗਦਾ ਹੈ ਤੇ ਉਹ ਮਨੋ ਸਰਵਸ਼ਕਤੀਮਾਨ ਪ੍ਰਮਾਤਮਾ ਨਾਲ ਜੁੜੇ ਰਹਿੰਦੇ ਹਨ। ਇਨ੍ਹਾਂ ਵਿਅਕਤੀਆਂ ਨੂੰ ਆਪਣੀ ਅੰਦਰੂਨੀ ਸ਼ਕਤੀ ਦੀ ਪਹਿਚਾਨ ਹੁੰਦੀ ਹੈ ਤੇ ਉਹ ਇਸ ਨੂੰ ਹੋਰ ਉਘਾੜਦੇ ਹਨ। ਇਸ ਲਈ ਸਮਾਜ ਵਿਚ ਇਕ ਚੰਗੇ, ਸੱਚੇ, ਸੁੱਚੇ ਤੇ ਭਲੇ ਲੋਕਾਂ ਵਾਲਾ ਵਤੀਰਾ ਅਖ਼ਤਿਆਰ ਕਰਦੇ ਹਨ। ਦੁਨੀਆਂ ਨੂੰ ਸ਼ਾਂਤੀ ਤੇ ਅਮਨ ਦਾ ਸੰਦੇਸ਼ ਦਿੰਦੇ ਹਨ। ਇਸ ਕਰਕੇ ਇਕ ਚੰਗਾ, ਸਿਹਤਮੰਦ ਜੀਵਨ ਮਾਨਣ ਲਈ ਹਰ ਵਿਅਕਤੀ ਨੂੰ ਹਰ ਰੋਜ਼ ਕੁਝ ਵਕਤ ਭਗਤੀ ਵਿਚ ਲਾਉਣਾ ਚਾਹੀਦਾ ਹੈ। ਇਕਾਂਤ ਮਾਹੌਲ ਵਿਚ ਮਨ ਇਕਾਗਰ ਕਰਕੇ ਪ੍ਰਮਾਤਮਾ ਦੇ ਸਿਮਰਨ, ਪਾਠ ਜਾਂ ਗੁਣ ਗਾਉਣ ਵਿਚ ਦਿਨ ਵਿਚ ਦੋ ਵਾਰ ਘਟੋ ਘੱਟ 20 ਮਿੰਟ ਲਗਾਉਣੇ ਚਾਹੀਦੇ ਹਨ। ਸਵੇਰ ਦੇ ਸਿਮਰਨ ਨਾਲ ਤੁਸੀਂ ਆਪਣਾ ਦਿਨ ਮਨ ਦੀ ਸ਼ਾਂਤੀ, ਤਾਕਤ ਤੇ ਭਰੋਸੇ ਨਾਲ ਸ਼ੁਰੂ ਕਰਦੇ ਹੋ। ਸ਼ਾਮ ਦੇ ਸਿਮਰਨ ਨਾਲ ਤੁਸੀਂ ਦਿਨ ਭਰ ਦੇ ਰੁਝੇਵਿਆਂ ਤੋਂ ਮੁਕਤ ਹੋ ਕੇ ਫਿਰ ਮਨ ਨੂੰ ਤਾਜ਼ਾ ਤੇ ਸ਼ਾਂਤ ਕਰਦੇ ਹੋ।

ਪਿਆਰ ਭਰਿਆ ਜੀਵਨ:- ਇਕ ਖੁਸ਼ਹਾਲ ਜੀਵਨ ਬਿਤਾਉਣ ਵਿਚ ਪਿਆਰ ਕਰਨ, ਪਿਆਰ ਵੰਡਣ ਤੇ ਪਿਆਰ ਵੰਡਾਉਣ ਦੀ ਬਹੁਤ ਵੱਡੀ ਮਹੱਤਤਾ ਹੈ। ਸਾਡੀ ਜ਼ਿੰਦਗੀ ਦਾ ਆਧਾਰ ਪਿਆਰ ਹੀ ਹੈ। ਇਕ ਬੱਚੇ ਦੀ ਪੈਦਾਇਸ਼ ਦੀ ਸ਼ੁਰੂਆਤ ਹੀ ਮਾਂ ਤੇ ਬਾਪ ਦੇ ਆਪਸੀ ਪਿਆਰ ਤੇ ਸੰਪਰਕ ਤੋਂ ਹੁੰਦੀ ਹੈ। ਜਦੋਂ ਬੱਚਾ ਜਨਮ ਲੈਂਦਾ ਹੈ ਤਾਂ ਉਸ ਦਾ ਪਾਲਣ ਪੋਸ਼ਣ ਮਾਂ, ਬਾਪ ਦੇ ਬੱਚੇ ਪ੍ਰਤੀ ਪਿਆਰ ਦੇ ਸਦਕਾ ਹੀ ਕੀਤੀ ਜਾਂਦੀ ਹੈ। ਇਹ ਪਿਆਰ ਪ੍ਰਸਪਰ ਪਿਆਰ ਹੁੰਦਾ ਹੈ। ਕਿਉਂਕਿ ਬੱਚੇ ਦੀ ਹਰ ਲੋੜ, ਮਾਤਾ ਪਿਤਾ

ਤੋਂ ਹੀ ਪ੍ਰਾਪਤ ਹੁੰਦੀ ਹੈ ਤੇ ਮਾਤਾ ਪਿਤਾ ਤੋਂ ਹੀ ਸਨੇਹ, ਹਮਦਰਦੀ, ਹੌਸਲਾ ਤੇ ਛਤਰ ਛਾਇਆ ਮਿਲਦੀ ਹੈ। ਇਸ ਲਈ ਬੱਚੇ ਨੂੰ ਵੀ ਉਨ੍ਹਾਂ ਪ੍ਰਤੀ ਉਨਾ ਹੀ ਪ੍ਰਸਪਰ ਪਿਆਰ ਜਾਗਦਾ ਹੈ। ਜਿਉਂ ਜਿਉਂ ਬੱਚਾ ਵੱਡਾ ਹੁੰਦਾ ਹੈ ਇਹ ਪਿਆਰ ਦਾ ਦਾਇਰਾ ਹੋਰ ਵਧਦਾ ਹੈ। ਜਦੋਂ ਉਸਦਾ ਸੰਪਰਕ ਭੈਣ, ਭਰਾਵਾਂ, ਦੂਜੇ ਪਰਿਵਾਰ ਦੇ ਮੈਂਬਰਾਂ, ਦੋਸਤਾਂ, ਮਿੱਤਰਾਂ, ਰਿਸ਼ਤੇਦਾਰਾਂ ਅਤੇ ਅਧਿਆਪਕਾਂ ਨਾਲ ਹੁੰਦਾ ਹੈ। ਤਾਂ ਉਨ੍ਹਾਂ ਦਾ ਸਨੇਹ, ਹਮਦਰਦੀ ਤੇ ਸਦਭਾਵਨਾ ਪਿਆਰ ਵਿਚ ਪਰਿਵਰਤਨ ਹੋ ਜਾਂਦੇ ਹਨ। ਇਹ ਸੁਭਾਵਕ ਹੀ ਹੈ ਕਿ ਇਕ ਇਨਸਾਨ ਨੂੰ ਜਿਸ ਕੋਲੋਂ ਵੀ ਕੁਝ ਮਿਲਦਾ ਹੈ ਜਾਂ ਉਸਨੂੰ ਆਪਣੀ ਜ਼ਿੰਦਗੀ ਬਿਤਾਉਣ ਵਿਚ ਸੁਖ ਸਹਾਰਾ ਮਿਲਦਾ ਹੈ ਉਸ ਪ੍ਰਤੀ ਉਸਦਾ ਪਿਆਰ ਤੇ ਸਦਭਾਵਨਾ ਵਧਦੀ ਹੈ।

ਜੀਵ, ਫਲ, ਬੂਟੇ, ਜ਼ਮੀਨ, ਪਾਣੀ, ਵਾਯੂ ਆਦਿ ਜੋ ਉਸਦੇ ਜੀਵਨ ਨਿਰਬਾਹ ਲਈ ਉਸਦੀਆਂ ਲੋੜਾਂ ਦੀ ਪੂਰਤੀ ਕਰਦੇ ਹਨ, ਸਭ ਉਸਦੇ ਪਿਆਰ ਦੇ ਭਾਗੀ ਬਣ ਜਾਂਦੇ ਹਨ। ਇਸ ਤਰ੍ਹਾਂ ਉਸਨੂੰ ਸਾਰੀ ਕਾਇਨਾਤ ਨਾਲ ਹੀ ਪਿਆਰ ਦੀ ਉਮੰਗ ਪੈਦਾ ਹੋ ਜਾਂਦੀ ਹੈ। ਅੰਤ ਜੋ ਇਸ ਕਾਇਆਨਾਤ ਦਾ ਰਚਣਹਾਰ ਤੇ ਸਭ ਨੂੰ ਜੀਵਨ ਬਖਸ਼ਿਸ਼ ਕਰਨ ਵਾਲਾ ਪ੍ਰਮਾਤਮਾ ਹੈ ਉਸ ਪ੍ਰਤੀ ਅਧਿਆਤਮਕ ਤੌਰ 'ਤੇ ਪਿਆਰ, ਸਨੇਹ, ਸਤਿਕਾਰ ਜਾਗ ਪੈਂਦਾ ਹੈ। ਇਸ ਤਰ੍ਹਾਂ ਜੀਵਨ ਚਲਾਉਣ ਦਾ ਧੁਰਾ ਪਿਆਰ ਹੀ ਹੈ। ਉਹ ਆਤਮਕ ਤੌਰ 'ਤੇ ਆਪਣੇ ਇਸ਼ਟ ਨਾਲ ਜੁੜਣ ਦੀ ਤੇ ਉਸ ਵਿਚ ਸਮਾ ਜਾਣ ਦੀ ਤਾਂਘ ਵਿਚ ਲੱਗੇ ਰਹਿੰਦੇ ਹਨ। ਇਸ ਤਰ੍ਹਾਂ ਜਿਧਰ ਵੀ ਵੇਖੀਏ ਸਾਨੂੰ ਪਿਆਰ ਹੀ ਨਜ਼ਰ ਆਉਂਦਾ ਹੈ। ਸਾਡੀ ਜ਼ਿੰਦਗੀ ਪਿਆਰ ਵਾਲੇ ਧੁਰੇ ਨਾਲ ਹੀ ਘੁੰਮਦੀ ਤੇ ਚਲਦੀ ਹੈ। ਸੋ ਸਾਨੂੰ ਜ਼ਿੰਦਗੀ ਵਿਚ ਪਿਆਰ ਭਰਿਆ ਵਤੀਰਾ ਅਪਣਾਉਣਾ ਚਾਹੀਦਾ ਹੈ। ਪਿਆਰ ਖੜੋਤ ਵਾਲਾ ਨਹੀਂ ਬਲਕਿ ਚਲਦੀ ਗਤੀ ਵਿਚ ਵਿਚਰਦਾ ਹੈ। ਇਹ ਇਕ ਦਿਲ ਤੋਂ ਉਤਪੰਨ ਹੁੰਦਾ ਹੈ ਤੇ ਦੂਜੇ ਦੇ ਦਿਲ ਦੀ ਧੜਕਣ ਬਣਦਾ ਹੈ। ਇਸਦੀ ਪ੍ਰੇਰਨਾ ਸਦਕਾ ਅਸੀਂ ਜ਼ਿੰਦਗੀ ਵਿਚ ਵੱਡੀਆਂ ਪੁਲਾਂਘਾਂ ਪੁੱਟਣ ਕੁਝ ਕਰ ਵਿਖਾਉਣ ਤੇ ਵੱਡੀਆਂ-ਵੱਡੀਆਂ ਮੁਸ਼ਕਲਾਂ ਦਾ ਸਾਹਮਣਾ ਖਿੜੇ ਮੱਥੇ ਕਰਨ ਦਾ ਹੌਸਲਾ ਕਰਦੇ ਹਾਂ। ਸਾਡਾ ਅਕੀਦਾ ਹੋਣਾ ਚਾਹੀਦਾ ਹੈ ਕਿ ਸਾਡੇ ਰੋਜ਼ਾਨਾ ਜੀਵਨ ਵਿਚ ਛੋਟੇ ਵੱਡੇ ਕਰਤਵਾਂ ਵਿਚ ਪਿਆਰ ਦੀ ਝਲਕ ਪਵੇ। ਚਾਹੇ ਅਸੀਂ ਮਾਸੂਮ ਬੱਚੇ ਨੂੰ ਪਿਆਰ ਦੀ ਨਿਗਾਹ ਨਾਲ ਤੱਕੀਏ, ਚਾਹੇ ਅਸੀਂ ਕਿਸੇ ਅਨਜਾਣ ਵਿਅਕਤੀ ਦੀ ਮੁਸ਼ਕਲ ਵਿਚ ਹੱਥ ਵਟਾਈਏ, ਚਾਹੇ ਅਸੀਂ ਕਿਸੇ ਗ਼ਰੀਬ ਦੀ ਮਦਦ ਕਰੀਏ ਜਾਂ ਕਿਸੇ ਬਿਮਾਰ ਵਿਅਕਤੀ ਨੂੰ ਸਹਾਰਾ ਦੇਈਏ ਇਹ ਸਭ ਪਿਆਰ ਦੇ ਹੀ ਪ੍ਰਤੀਕ ਹਨ।

ਗ੍ਰਿਹਿਸਤੀ ਜੀਵਨ:- ਸਮਾਜ ਦੀ ਇਕਾਈ ਪਰਿਵਾਰ ਹੈ। ਪਤੀ ਤੇ ਪਤਨੀ ਪਰਿਵਾਰ ਦੀ ਨੀਂਹ ਹਨ। ਪਰਿਵਾਰ ਦੀ ਖੁਸ਼ਹਾਲੀ ਲਈ ਜੋ ਸਭ ਤੋਂ ਪਹਿਲੀ ਜ਼ਰੂਰੀ ਚੀਜ਼ ਹੈ, ਉਹ ਹੈ ਪਤੀ ਤੇ ਪਤਨੀ ਦੇ ਆਪਸੀ ਸੰਬੰਧ। ਪਤੀ ਤੇ ਪਤਨੀ ਜ਼ਿੰਦਗੀ ਦੇ ਦੋ ਪਹੀਏ ਹਨ। ਇਕ ਪਹੀਆ ਦੂਜੇ ਪਹੀਏ ਬਿਨਾਂ ਚੱਲ ਨਹੀਂ ਸਕਦਾ। ਜ਼ਿੰਦਗੀ ਨੂੰ ਚਲਾਉਣ ਲਈ ਪਤੀ ਪਤਨੀ ਨੂੰ ਇਕ ਦੂਜੇ ਦੇ ਸਾਥ ਦੀ ਲੋੜ ਹੈ। ਸੋ ਪਤੀ ਤੇ ਪਤਨੀ ਨੂੰ ਪਰਿਵਾਰ ਦੀ ਖੁਸ਼ਹਾਲ ਜ਼ਿੰਦਗੀ ਲਈ ਇਕ ਦੂਜੇ ਦੀਆਂ ਲੋੜਾਂ ਦੀ ਪੂਰਤੀ ਕਰਨੀ ਚਾਹੀਦੀ ਹੈ।

ਆਪਣੀ ਮਿਹਨਤ ਦੇ ਕਮਾਈ ਸਦਕਾ ਪਰਿਵਾਰ ਦੀਆਂ ਆਰਥਕ ਲੋੜਾਂ ਪੂਰੀਆਂ ਕਰਨ ਦੇ ਨਾਲ ਨਾਲ ਸਾਨੂੰ ਘਰ ਵਿਚ ਮਿਲਵਰਤਣ, ਇਕ ਦੂਜੇ ਦਾ ਸਤਿਕਾਰ, ਆਪਸੀ ਪਿਆਰ, ਖੁਸ਼ੀ ਤੇ ਖੇੜੇ ਵਾਲਾ ਮਾਹੌਲ ਰੱਖਣਾ ਚਾਹੀਦਾ ਹੈ ਤਾਂ ਕਿ ਬੱਚਿਆਂ ਦੀ ਚੰਗੀ ਤਰ੍ਹਾਂ ਪਾਲਣ-ਪੋਸ਼ਣ ਹੋ ਸਕੇ ਤੇ ਉਹ ਚੰਗੀਆਂ ਕਦਰਾਂ ਕੀਮਤਾਂ ਦੇ ਭਾਗੀ ਬਣਨ।

ਗ੍ਰਹਿਸਤੀ ਜੀਵਨ ਨੂੰ ਖੁਸ਼ਗਵਾਰ ਰੱਖਣ ਵਿਚ ਪਤੀ ਪਤਨੀ ਦੇ ਯੌਨ ਸੰਬੰਧ ਦੀ ਵੀ ਅਹਿਮ ਭੂਮਿਕਾ ਹੈ। ਹਰ ਇਨਸਾਨ ਨੂੰ ਕਾਮ ਵਾਸਨਾ ਦੀ ਭਾਵਨਾ ਕੁਦਰਤ ਵਲੋਂ ਹੀ ਵਰਸਾਈ ਗਈ ਹੈ। ਇਸ ਦੀ ਪੂਰਤੀ ਕੁਦਰਤ ਦੇ ਨਿਯਮ ਅਨੁਸਾਰ ਹੀ ਹੈ। ਸੋ ਪਤੀ ਪਤਨੀ ਨੂੰ ਇਸ ਪ੍ਰਤੀ ਇਕ ਦੂਜੇ ਦੀ ਲੋੜ ਤੇ ਭਾਵਨਾ ਨੂੰ ਸਮਝਣਾ ਚਾਹੀਦਾ ਹੈ ਤੇ ਇਸ ਦੀ ਪੂਰਤੀ ਲਈ ਪੂਰਾ ਧਿਆਨ ਰੱਖਣਾ ਚਾਹੀਦਾ ਹੈ। ਜੇਕਰ ਦਾਇਰੇ ਵਿਚ ਰਹਿੰਦੇ ਹੋਏ, ਦੁਰਉਪਯੋਗ ਤੋਂ ਬਚਦੇ ਹੋਏ ਤੇ ਇਕ ਦੂਜੇ ਦੀਆਂ ਭਾਵਨਾਵਾਂ ਦੀ ਕਦਰ ਕਰਦੇ ਹੋਏ ਸੰਭੋਗ ਕੀਤਾ ਜਾਂਦਾ ਹੈ ਤਾਂ ਇਸਦਾ ਪਤੀ ਪਤਨੀ ਦੀ ਸਿਹਤ ਉਤੇ ਬਹੁਤ ਚੰਗਾ ਅਸਰ ਪੈਂਦਾ ਹੈ। ਇਸ ਨਾਲ ਖ਼ੂਨ ਦੇ ਦੌਰੇ ਵਿਚ ਵਾਧਾ ਹੁੰਦਾ ਹੈ। ਇਸ ਨਾਲ ਸਰੀਰ ਵਿਚ ਐਨਡੋਰਫਿਨ (Endorphin) ਹਾਰਮੋਨ ਵਧਦਾ ਹੈ। ਜਿਸ ਨਾਲ ਸਰੀਰ ਆਰਾਮਦੇਹ ਮਹਿਸੂਸ ਕਰਦਾ ਹੈ ਤੇ ਨੀਂਦ ਚੰਗੀ ਆਉਂਦੀ ਹੈ। ਆਦਮੀਆਂ ਵਿਚ ਗਦੂਦਾਂ (Prostrate) ਦੀ ਕੈਂਸਰ ਦੀ ਸ਼ਿਕਾਇਤ ਘੱਟਦੀ ਹੈ।

ਇਹ ਵੇਖਿਆ ਗਿਆ ਹੈ ਕਿ ਵਿਆਹੇ ਹੋਏ ਵਿਅਕਤੀਆਂ ਦੀ ਉਮਰ ਇਕੱਲੇ ਵਿਅਕਤੀਆਂ ਨਾਲੋਂ ਜ਼ਿਆਦਾ ਹੁੰਦੀ ਹੈ। ਹਸਪਤਾਲ ਵਿਚ ਇਲਾਜ ਕਰਾਉਣ ਤੋਂ ਬਾਅਦ ਜੋ ਵਿਅਕਤੀ ਘਰ ਪਰਤਦਾ ਹੈ ਉਸਦੇ ਘਰ ਪਹੁੰਚਣ ਤੇ ਉਸਦੀ ਘਰ ਵਿਚ ਸਾਂਭ ਸੰਭਾਲ ਕਰਨ ਵਾਲਾ ਉਸਦਾ ਸਾਥੀ ਨਾ ਹੋਵੇ ਤਾਂ ਉਸਦੇ ਦੁਬਾਰਾ ਬਿਮਾਰ ਹੋਣ ਦੇ ਮੌਕੇ ਵਧ ਜਾਂਦੇ ਹਨ। ਯੌਨ ਸੰਬੰਧ ਪਤੀ ਪਤਨੀ ਦੇ ਪ੍ਰਸਪਰ ਪਿਆਰ ਵਿਚ ਵਾਧਾ ਕਰਦੇ ਹਨ। ਪਤੀ ਪਤਨੀ ਦੇ ਚੰਗੇ ਖੁਸ਼ਗਵਾਰ ਸੰਬੰਧ ਘਰ ਦੇ ਮਾਹੌਲ ਨੂੰ ਵਧੀਆ ਰੱਖਣ ਵਿਚ ਸਹਾਈ ਹੁੰਦੇ ਹਨ। ਆਮ ਤੌਰ 'ਤੇ ਇਹ ਧਾਰਨਾ ਹੈ ਕਿ ਯੌਨ ਸੰਬੰਧ ਉਮਰ ਦੇ ਹਿਸਾਬ ਨਾਲ ਘਟ ਜਾਂਦੇ ਹਨ ਤੇ 60 ਕੁ ਸਾਲ ਦੀ ਉਮਰ ਤਕ ਖ਼ਤਮ ਹੋਣ ਦੇ ਕਿਨਾਰੇ ਹੋ ਜਾਂਦੇ ਹਨ। ਪਰ ਸਾਇੰਸਦਾਨਾਂ ਨੇ ਪਤਾ ਲਗਾਇਆ ਹੈ ਕਿ 90 ਪ੍ਰਤੀਸ਼ਤ ਆਦਮੀ ਤੇ ਤੀਵੀਆਂ 70 ਸਾਲ ਦੀ ਉਮਰ ਤੱਕ ਤੇ 80 ਪ੍ਰਤੀਸ਼ਤ ਆਦਮੀ ਤੇ ਤੀਵੀਆਂ 80 ਸਾਲ ਦੀ ਉਮਰ ਤੱਕ ਸੰਭੋਗ ਕਰਨ ਦੀ ਸਮਰੱਥਾ ਰੱਖਦੇ ਹਨ ਤੇ ਇਸਦਾ ਆਨੰਦ ਮਾਣ ਸਕਦੇ ਹਨ। ਹਾਂ ਉਮਰ ਦੇ ਲਿਹਾਜ ਨਾਲ ਕੁਝ ਤਬਦੀਲੀਆਂ ਜ਼ਰੂਰ ਆਉਂਦੀਆਂ ਹਨ ਜਿਨ੍ਹਾਂ ਕਾਰਨ ਸੰਭੋਗ ਕਰਨ ਦੀ ਬਾਰਮਬਾਰਤਾ (Frequency) ਘਟਦੀ ਹੈ। ਪਰ ਜੇਕਰ ਇਨ੍ਹਾਂ ਤਬਦੀਲੀਆਂ ਵਲ ਧਿਆਨ ਦੇ ਕੇ ਇਲਾਜ ਕੀਤਾ ਜਾਵੇ ਤਾਂ ਇਨ੍ਹਾਂ ਨੂੰ ਕਾਬੂ ਕੀਤਾ ਜਾ ਸਕਦਾ ਹੈ।

ਰਹਿਣ ਸਹਿਣ ਦੇ ਢੰਗ ਨਾਲ ਜੁੜੀਆਂ ਬਿਮਾਰੀਆਂ

ਅਸੀਂ ਕਿਹੋ ਜਿਹੀ ਤੇ ਕਿੰਨੀ ਖੁਰਾਕ ਖਾਂਦੇ ਹਾਂ। ਅਸੀਂ ਸੁਸਤੀ ਵਾਲੀ ਜਾਂ ਤੇਜ਼ ਤਰਾਰ ਜ਼ਿੰਦਗੀ ਬਿਤਾਉਂਦੇ ਹਾਂ। ਅਸੀਂ ਕੋਈ ਕਸਰਤ ਕਰਦੇ ਹਾਂ ਜਾਂ ਨਹੀਂ, ਅਸੀਂ

ਸਿਗਰਟ ਤੰਬਾਕੂ, ਸ਼ਰਾਬ ਤੇ ਹੋਰ ਨਸ਼ਿਆਂ ਤੋਂ ਬਚੇ ਹੋਏ ਹਾਂ ਜਾਂ ਨਹੀਂ। ਅਸੀਂ ਸੁਭਾਵਕ ਤੌਰ 'ਤੇ ਸ਼ਾਂਤ ਸੁਭਾ ਵਾਲੇ ਹਾਂ ਜਾਂ ਨਹੀਂ। ਅਸੀਂ ਮਾਨਸਿਕ ਤੌਰ 'ਤੇ ਤਕੜੇ ਤੇ ਭਰੋਸੇ ਵਾਲੇ ਹਾਂ ਜਾਂ ਨਹੀਂ। ਇਹ ਸਭ ਕੁਝ ਸਾਡੇ ਨਿਤ ਪ੍ਰਤੀ ਜੀਵਨ ਦੇ ਤੌਰ ਤਰੀਕੇ ਦਾ ਆਧਾਰ ਬਣਦੇ ਹਨ। ਜੇਕਰ ਅਸੀਂ ਇਨ੍ਹਾਂ ਪਹਿਲੂਆਂ ਤੇ ਨਿਰੰਤਰ ਕਾਬੂ ਰੱਖਣ ਵਿਚ ਸਫ਼ਲ ਹੁੰਦੇ ਹਾਂ ਤਾਂ ਸਾਡੀ ਜ਼ਿੰਦਗੀ ਸਿਹਤ ਭਰਪੂਰ ਤੇ ਖੁਸ਼ਹਾਲ ਹੋ ਜਾਂਦੀ ਹੈ। ਪਰ ਜੇ ਅਸੀਂ ਇਨ੍ਹਾਂ ਪਹਿਲੂਆਂ ਵਿਚੋਂ ਕਿਸੇ ਪੱਖ ਤੋਂ ਵੀ ਨਿਯੰਤਰਨ ਖੋ ਬੈਠਦੇ ਹਾਂ ਤਾਂ ਸਾਡੇ ਰਹਿਣ ਸਹਿਣ ਤੇ ਮਾੜਾ ਅਸਰ ਪੈਂਦਾ ਹੈ। ਜੇਕਰ ਅਸੀਂ ਲੰਬੇ ਅਰਸੇ ਲਈ ਇਸ ਹਾਲਾਤ ਵਿਚ ਗੁਜ਼ਰਦੇ ਹਾਂ ਤਾਂ ਅਸੀਂ ਕਈ ਬਿਮਾਰੀਆਂ ਦੇ ਸ਼ਿਕਾਰ ਹੋ ਸਕਦੇ ਹਾਂ। ਇਨ੍ਹਾਂ ਵਿਚੋਂ ਕੁਝ ਕੁ ਦਾ ਵੇਰਵਾ ਇਸ ਤਰ੍ਹਾਂ ਹੈ:-

1. ਮੋਟਾਪਾ : ਮੋਟਾਪਾ ਵੀ ਇਕ ਬਿਮਾਰੀ ਹੈ। ਕਿਸੇ ਵਿਅਕਤੀ ਦਾ ਭਾਰ ਜੇਕਰ ਉਚਿਤ ਭਾਰ ਨਾਲੋਂ 10 ਪ੍ਰਤੀਸ਼ਤ ਜ਼ਿਆਦਾ ਹੈ ਤਾਂ ਉਸਨੂੰ ਭਾਰਾ ਕਿਹਾ ਜਾਂਦਾ ਹੈ। ਜੇ ਵਿਅਕਤੀ ਦਾ ਭਾਰ ਉਚਿਤ ਭਾਰ ਨਾਲੋਂ 20 ਪ੍ਰਤੀਸ਼ਤ ਜਾਂ ਇਸ ਤੋਂ ਜ਼ਿਆਦਾ ਹੈ ਤਾਂ ਉਸਨੂੰ ਮੋਟਾਪੇ ਦਾ ਸ਼ਿਕਾਰ ਗਿਣਿਆ ਜਾਂਦਾ ਹੈ। ਭਾਰਤੀ ਬੀਮਾ ਨਿਗਮ ਅਨੁਸਾਰ ਇਕ ਵਿਅਕਤੀ ਦਾ ਉਚਿਤ ਭਾਰ ਹੇਠ ਦਿੱਤੇ ਖਾਕੇ ਮੁਤਾਬਿਕ ਹੋਣਾ ਚਾਹੀਦਾ ਹੈ।

ਲੰਬਾਈ ਅਤੇ ਉਚਿਤ ਭਾਰ (ਕਿਲੋਗ੍ਰਾਮ) ਦਾ ਖਾਕਾ*			
ਮੀਟਰ	ਫੁੱਟ	ਇਸਤਰੀ	ਪੁਰਸ਼
1.5230	5'-0"	50.8 ਤੋਂ 54.4	....
1.5484	5'-1"	51.7 ਤੋਂ 55.3	....
1.5738	5'-2"	53.1 ਤੋਂ 56.7	56.3 ਤੋਂ 60.3
1.5992	5'-3"	54.4 ਤੋਂ 58.1	57.6 ਤੋਂ 61.7
1.6246	5'-4"	56.3 ਤੋਂ 59.9	58.9 ਤੋਂ 63.5
1.6500	5'-5"	57.6 ਤੋਂ 61.2	60.8 ਤੋਂ 65.3
1.6754	5'-6"	58.9 ਤੋਂ 63.5	62.2 ਤੋਂ 66.7
1.7008	5'-7"	60.8 ਤੋਂ 65.3	64.0 ਤੋਂ 68.5
1.7262	5'-8"	62.2 ਤੋਂ 66.7	65.8 ਤੋਂ 70.8
1.7516	5'-9"	64.0 ਤੋਂ 68.5	67.6 ਤੋਂ 72.6
1.7710	5'-10"	65.8 ਤੋਂ 70.3	69.4 ਤੋਂ 74.0
1.8024	5'-11"	67.1 ਤੋਂ 71.7	71.2 ਤੋਂ 76.2
1.8278	6'-0"	68.5 ਤੋਂ 73.9	73.0 ਤੋਂ 78.5
1.8532	6'-1"	....	75.3 ਤੋਂ 80.7
1.8786	6'-2"	....	76.6 ਤੋਂ 83.5
1.9040	6'-3"	....	79.0 ਤੋਂ 85.7

*ਭਾਰਤੀ ਜੀਵਨ ਬੀਮਾ ਨਿਗਮ ਮੁਤਾਬਿਕ

ਲੋੜ ਤੋਂ ਵੱਧ ਖਾਣਾ, ਕਸਰਤ ਘੱਟ ਕਰਨਾ ਜਾਂ ਸਰੀਰ ਵਿਚ ਹਾਰਮੋਨਜ਼ ਦੀ ਤਬਦੀਲੀ ਮੋਟਾਪੇ ਦਾ ਮੁੱਖ ਕਾਰਨ ਹਨ। ਜਰਮਨੀ ਵਿਚ ਹੈਜੰ ਸਤੌਫ਼ ਨਾਂ ਦਾ ਵਿਅਕਤੀ ਹੈ ਜਿਸਨੂੰ ਥੱਲਾ ਰਹਿਤ ਪੇਟ ਵਾਲਾ ਵਿਅਕਤੀ (The Man with bottomless stomach) ਦੇ ਖ਼ਿਤਾਬ ਨਾਲ ਜਾਣਿਆ ਜਾਂਦਾ ਹੈ। ਇਸ ਨੂੰ ਖਾਣ ਦੀ ਇਹੋ ਜਿਹੀ ਲੱਤ ਲਗ ਗਈ ਹੈ ਕਿ ਬਸ ਭੁੱਖ 'ਤੇ ਕੋਈ ਕਾਬੂ ਹੀ ਨਹੀਂ। ਇਹ ਇਕ ਦਿਨ ਵਿਚ 12,000 ਕੈਲਰੀ ਖ਼ੁਰਾਕ ਦਾ ਸੇਵਨ ਕਰ ਜਾਂਦਾ ਹੈ। ਜੋ ਆਮ ਆਦਮੀ ਨਾਲੋਂ ਛੇ ਗੁਣਾ ਜ਼ਿਆਦਾ ਹੈ। ਅਮੀਰ ਲੋਕਾਂ ਵਿਚ ਮੋਟਾਪਾ ਜ਼ਿਆਦਾ ਪਾਇਆ ਜਾਂਦਾ ਹੈ। ਇਨ੍ਹਾਂ ਵਿਅਕਤੀਆਂ ਵਿਚ ਖੰਡ, ਚਿਕਨਾਈ ਵਾਲੀ ਲੋੜ ਤੋਂ ਜ਼ਿਆਦਾ ਖ਼ੁਰਾਕ ਖਾਣ ਦੀ ਰੁਚੀ ਵਧ ਜਾਂਦੀ ਹੈ। ਇਹ ਵਿਅਕਤੀ ਇਧਰ ਉਧਰ ਜਾਣ ਲਈ ਆਪਣੀ ਕਾਰ ਆਦਿ ਦੀ ਵਰਤੋਂ ਜ਼ਿਆਦਾ ਕਰਦੇ ਹਨ ਤੇ ਕਸਰਤ ਨੂੰ ਅਣਗੌਲਿਆ ਕਰ ਦਿੰਦੇ ਹਨ। ਮੋਟਾਪੇ ਨਾਲ ਵਿਅਕਤੀ ਦੇ ਸਰੀਰ ਦੀ ਬਨਾਵਟ ਬਦਲ ਜਾਂਦੀ ਹੈ। ਸ਼ਕਲ ਬੇਢਬੀ ਬਣ ਜਾਂਦੀ ਹੈ। ਮੋਟਾਪੇ ਨਾਲ ਬਹੁਤ ਸਾਰੀਆਂ ਹੋਰ ਬਿਮਾਰੀਆਂ ਲੱਗਣ ਦੇ ਆਸਾਰ ਬਣ ਜਾਂਦੇ ਹਨ ਜਿਵੇਂ ਕਿ ਖ਼ੂਨ ਦਾ ਦਬਾਅ ਵਧਣਾ, ਦਿਲ ਦੀਆਂ ਬਿਮਾਰੀਆਂ, ਸਾਹ ਦੀਆਂ ਬਿਮਾਰੀਆਂ, ਮਿਹਦੇ ਦੀ ਪਥਰੀ, ਜੋੜਾਂ ਦੇ ਦਰਦ, ਸ਼ੱਕਰ ਰੋਗ ਤੇ ਇਸਤਰੀਆਂ ਵਿਚ ਛਾਤੀ ਤੇ ਬੱਚੇਦਾਨੀ ਦਾ ਕੈਂਸਰ। ਮੋਟਾਪੇ ਨਾਲ ਵਿਅਕਤੀ ਦੀ ਚੁਸਤੀ ਫੁਰਤੀ ਤੇ ਮਾੜਾ ਅਸਰ ਪੈਂਦਾ ਹੈ ਤੇ ਉਸਨੂੰ ਤੁਰਨਾ, ਫਿਰਨਾ, ਭਾਰ ਚੁੱਕਣਾ ਤੇ ਸਰੀਰਕ ਕੰਮ ਕਰਨ ਵਿਚ ਕਠਿਨਾਈ ਆਉਂਦੀ ਹੈ। ਆਮ ਤੌਰ 'ਤੇ ਵੇਖਿਆ ਗਿਆ ਹੈ ਕਿ ਮੋਟੇ ਵਿਅਕਤੀ ਸਾਧਾਰਣ ਵਿਅਕਤੀਆਂ ਨਾਲੋਂ ਘੱਟ ਉਮਰ ਵਿਚ ਚਲ ਵਸਦੇ ਹਨ।

ਸਾਨੂੰ ਮੋਟਾਪੇ ਤੋਂ ਬਚਣ ਲਈ ਵਚਨਬੱਧ ਹੋਣਾ ਚਾਹੀਦਾ ਹੈ। ਮਾਪਿਆਂ ਨੂੰ ਬਚਪਨ ਤੋਂ ਹੀ ਬੱਚੇ ਦੇ ਭਾਰ ਦਾ ਖ਼ਿਆਲ ਰੱਖਣਾ ਚਾਹੀਦਾ ਹੈ। ਕਈ ਵਾਰ ਮਾਪੇ ਇਹ ਦੇਖ ਕੇ ਖ਼ੁਸ਼ ਹੁੰਦੇ ਹਨ ਕਿ ਉਨ੍ਹਾਂ ਦਾ ਬੱਚਾ ਮੋਟਾ ਤੇ ਭਾਰਾ ਹੈ। ਉਹ ਇਸ ਨਾਲ ਬੱਚੇ ਦੇ ਤਾਕਤਵਰ ਤੇ ਰਿਸ਼ਟ-ਪੁਸ਼ਟ ਹੋਣ ਦਾ ਅਨੁਮਾਨ ਲਗਾਉਂਦੇ ਹਨ। ਜਦਕਿ ਇਹ ਇਸ ਤਰ੍ਹਾਂ ਨਹੀਂ ਹੁੰਦਾ। ਜੇ ਬੱਚੇ ਨੂੰ ਬਚਪਨ ਵਿਚ ਹੀ ਜ਼ਿਆਦਾ ਖ਼ੁਰਾਕ ਖਾਣ ਦੀ ਆਦਤ ਪੈ ਜਾਵੇ ਤਾਂ ਇਹ ਆਦਤ ਸਾਰੀ ਜ਼ਿੰਦਗੀ ਬਣੀ ਰਹਿੰਦੀ ਹੈ। ਸਾਇੰਸਦਾਨ ਹੁਣ ਇਸ ਨਤੀਜੇ 'ਤੇ ਪਹੁੰਚੇ ਹਨ ਕਿ ਜਿਹੜੇ ਬੱਚੇ ਵਧ ਭਾਰੇ ਹਨ, ਉਨ੍ਹਾਂ ਦੇ ਪੇਟ ਵਿਚ ਜਿਸ ਕਿਸਮ ਦੇ ਜੀਵਾਣੂ ਹੁੰਦੇ ਹਨ ਉਹ ਆਮ ਬੱਚਿਆਂ ਦੇ ਪੇਟ ਵਿਚਲੇ ਜੀਵਾਣੂਆਂ ਨਾਲੋਂ ਵੱਖਰੇ ਹੁੰਦੇ ਹਨ। ਇਹ ਜੀਵਾਣੂ ਲੰਬੇ ਸਮੇਂ ਦੌਰਾਨ ਉਨ੍ਹਾਂ ਦੇ ਮੋਟਾਪੇ ਤੇ ਹੋਰ ਬਿਮਾਰੀਆਂ ਦਾ ਕਾਰਨ ਬਣਦੇ ਹਨ।

2. ਖ਼ੂਨ ਦਾ ਦਬਾਅ:- ਖ਼ੂਨ ਦੇ ਦਬਾਅ ਦਾ ਵੱਧ ਹੋਣਾ ਇਕ ਚਿੰਤਾਜਨਕ ਬਿਮਾਰੀ ਹੈ। ਬਹੁਤ ਸਾਰੇ ਲੋਕ ਇਸਦਾ ਸ਼ਿਕਾਰ ਪਾਏ ਜਾਂਦੇ ਹਨ। 35 ਸਾਲ ਤੋਂ ਵਧ ਉਮਰ ਦੇ ਵਿਅਕਤੀਆਂ ਵਿਚ ਹਰ ਪੰਜਵੇਂ ਵਿਅਕਤੀ ਨੂੰ ਇਸ ਬਿਮਾਰੀ ਦਾ ਸ਼ਿਕਾਰ ਪਾਇਆ ਗਿਆ ਹੈ। 120/80, ਖ਼ੂਨ ਦੇ ਦਬਾਅ ਦੀ ਮਾਤਰਾ ਬਹੁਤ ਸਹੀ ਮੰਨੀ ਜਾਂਦੀ ਹੈ। ਜੇ ਇਹ 150/90 ਤੋਂ ਉਪਰ ਹੋ ਜਾਵੇ ਤਾਂ ਇਹ ਚਿੰਤਾ ਦਾ ਵਿਸ਼ਾ ਬਣ ਜਾਂਦੀ ਹੈ।

ਜਿਨ੍ਹਾਂ ਵਿਅਕਤੀਆਂ ਨੂੰ ਦਿਲ ਦੀਆਂ ਬਿਮਾਰੀਆਂ ਦਾ ਸ਼ਿਕਾਰ ਪਾਇਆ ਗਿਆ ਹੈ, ਉਨ੍ਹਾਂ ਵਿਚ 25 ਪ੍ਰਤੀਸ਼ਤ ਦਾ ਕਾਰਨ ਖ਼ੂਨ ਦੇ ਵਧ ਦਬਾਅ ਦਾ ਹੋਣਾ ਪਾਇਆ ਜਾਂਦਾ ਹੈ। ਬਹੁਤ ਸਾਰੇ ਵਿਅਕਤੀਆਂ ਵਿਚ ਖ਼ੂਨ ਦੇ ਦਬਾਅ ਦਾ ਰੋਗ ਅਤੇ ਸ਼ੱਕਰ ਰੋਗ ਇਕੱਠੇ ਪਾਏ ਜਾਂਦੇ ਹਨ। ਇਹ ਇਕ ਬਹੁਤ ਹੀ ਖ਼ਤਰਨਾਕ ਸਥਿਤੀ ਬਣ ਜਾਂਦੀ ਹੈ। ਜੇਕਰ ਖ਼ੂਨ ਦੇ ਦਬਾਅ ਨੂੰ ਕਾਬੂ ਵਿਚ ਨਾ ਰੱਖਿਆ ਜਾਵੇ ਤਾਂ ਇਹ ਸਾਡੇ ਸਰੀਰ ਦੇ ਬਹੁਤ ਮਹੱਤਵ ਅੰਗ ਜਿਵੇਂ ਦਿਲ, ਗੁਰਦੇ, ਦਿਮਾਗ ਤੇ ਬਹੁਤ ਮਾੜਾ ਅਸਰ ਪਾਉਂਦਾ ਹੈ। ਵਕਤ ਨਾਲ ਇਹ ਅੰਗ ਆਪਣੀਆਂ ਕਿਰਿਆਵਾਂ ਚਾਲੂ ਰੱਖਣ ਵਿਚ ਅਸਮਰਥ ਹੋ ਜਾਂਦੇ ਹਨ ਤੇ ਸਾਡਾ ਜੀਵਨ ਮੌਤ ਤੇ ਮੂੰਹ ਜਾ ਪੈਂਦਾ ਹੈ। ਇਸ ਕਰਕੇ ਖ਼ੂਨ ਦੇ ਦਬਾਅ ਨੂੰ ਚੁੱਪ-ਚੁਪੀਤੀ ਮੌਤ (Silent killer) ਕਿਹਾ ਜਾਂਦਾ ਹੈ। ਲੰਬੀ ਤੇ ਖੁਸ਼ਹਾਲ ਜ਼ਿੰਦਗੀ ਬਿਤਾਉਣ ਲਈ ਖ਼ੂਨ ਦੇ ਦਬਾਅ ਨੂੰ ਕਾਬੂ ਰੱਖਣਾ ਬਹੁਤ ਜ਼ਰੂਰੀ ਹੈ। ਸ਼ੁਰੂ ਵਿਚ ਆਪਣੇ ਖਾਣ ਪੀਣ, ਕਸਰਤ ਤੇ ਚਿੰਤਾ ਮੁਕਤ ਰਹਿੰਦੇ ਹੋਏ ਇਸ ਬਿਮਾਰੀ ਨੂੰ ਕਾਬੂ ਵਿਚ ਰੱਖ ਸਕਦੇ ਹਾਂ। ਪਰ ਜੇ ਦੁਆਈ ਲੈਣ ਦੀ ਲੋੜ ਪੈ ਜਾਵੇ ਤਾਂ ਇਸਨੂੰ ਰਹਿੰਦੀ ਉਮਰ ਲਗਾਤਾਰ ਬਚਨ ਵਧ ਤਰੀਕੇ ਨਾਲ ਲੈਣਾ ਚਾਹੀਦਾ ਹੈ।

3. **ਦਿਲ ਦੀਆਂ ਬਿਮਾਰੀਆਂ:-** ਸਰੀਰ ਦੀਆਂ ਕੁਲ ਮਾਸ ਪੇਸ਼ੀਆ ਵਿਚੋਂ ਦਿਲ ਦੀਆਂ ਮਾਸ ਪੇਸ਼ੀਆਂ ਨੂੰ ਸਭ ਤੋਂ ਤਾਕਤਵਰ ਮੰਨਿਆ ਗਿਆ ਹੈ। ਦਿਲ ਲਗਾਤਾਰ 24 ਘੰਟੇ ਕੰਮ ਕਰਦਾ ਹੈ ਤੇ ਇਹ ਵੱਖ-ਵੱਖ ਧਮਣੀਆਂ ਰਾਹੀਂ ਤੇ ਅਨੇਕ ਸੂਖ਼ਮ ਸਿਰਾਵਾਂ ਰਾਹੀਂ ਸਰੀਰ ਦੇ ਸਾਰੇ ਅੰਗਾਂ ਨੂੰ ਖ਼ੂਨ ਅਪੜਾਉਂਦਾ ਹੈ। ਖ਼ੂਨ ਆਪਣੇ ਦੌਰੇ ਰਾਹੀਂ ਜੀਵਨ ਚਲਾਉਣ ਲਈ ਅਤੀ ਜ਼ਰੂਰੀ ਅੰਸ਼ ਜਿਵੇਂ ਕਿ ਔਕਸੀਜਨ ਤੇ ਹੋਰ ਖੁਰਾਕੀ ਤੱਤ ਸਰੀਰ ਦੇ ਮਾਸ ਤੇ ਤੰਤੂਆਂ ਨੂੰ ਅਪੜਾਉਂਦਾ ਹੈ ਅਤੇ ਬੇਲੋੜੇ ਤੱਤ ਜਿਵੇਂ ਕਿ ਕਾਰਬਨ ਡਾਇਉਕਸਾਈਡ ਆਦਿ ਨੂੰ ਬਾਹਰ ਲਿਆਉਂਦਾ ਹੈ।

ਦਿਲ ਭਾਵੇਂ ਆਪਣੇ ਆਪ ਵਿਚ ਬਹੁਤ ਮਜ਼ਬੂਤ ਹੈ। ਪਰ ਫਿਰ ਵੀ ਇਸਦੀ ਅਣਗਹਿਲੀ ਦਿਲ ਦੀਆਂ ਬਿਮਾਰੀਆਂ ਉਤਪੰਨ ਕਰ ਸਕਦੀ ਹੈ ਜੋ ਕਿ ਸਾਡੀ ਜ਼ਿੰਦਗੀ ਲਈ ਖਤਰੇ ਦੀ ਘੰਟੀ ਬਣਦੀ ਹੈ। ਇਨ੍ਹਾਂ ਵਿਚੋਂ ਖ਼ੂਨ ਦੀਆਂ ਧਮਣੀਆਂ ਦਾ ਸਖ਼ਤ ਹੋਣਾ ਬਹੁਤ ਅਹਿਮ ਹੈ। ਇਨ੍ਹਾਂ ਧਮਣੀਆਂ ਵਿਚ ਖ਼ੂਨ ਵਿਚ ਕੁਝ ਵਾਧੂ ਅੰਸ਼ ਜਿਵੇਂ ਕਿ ਕੋਲੈਸਟਰੋਲ, ਚਿਕਨਾਈ ਆਦਿ ਜਮ੍ਹਾਂ ਹੋ ਜਾਂਦੇ ਹਨ ਤੇ ਇਨ੍ਹਾਂ ਧਮਣੀਆਂ ਦਾ ਰਸਤਾ ਤੰਗ ਕਰ ਦਿੰਦੇ ਹਨ ਤੇ ਇਨ੍ਹਾਂ ਦੀ ਲਚਕ ਨੂੰ ਘਟਾ ਕੇ ਸਖਤ ਬਣਾ ਦਿੰਦੇ ਹਨ। ਇਸ ਨਾਲ ਦਿਲ ਨੂੰ ਖ਼ੂਨ ਦੇ ਦੌਰੇ ਨੂੰ ਕਾਇਮ ਰੱਖਣ ਲਈ ਜ਼ਿਆਦਾ ਜ਼ੋਰ ਨਾਲ ਕੰਮ ਕਰਨਾ ਪੈਂਦਾ ਹੈ। ਦਿਲ ਤੇ ਦਬਾਅ ਵਧਦਾ ਹੈ, ਜਦੋਂ ਸਥਿਤੀ ਇਹੋ ਜਿਹੀ ਹੋ ਜਾਂਦੀ ਹੈ ਕਿ ਕੋਈ ਧਮਣੀ ਬੰਦ ਹੋ ਜਾਂਦੀ ਹੈ ਜਾਂ ਖ਼ੂਨ ਦੇ ਦੌਰੇ ਨੂੰ ਸਰੀਰ ਦੇ ਕਿਸੇ ਹਿੱਸੇ ਵਿਚ ਰੁਕਾਵਟ ਬਣ ਜਾਂਦੀ ਹੈ ਤਾਂ ਉਸ ਵਿਅਕਤੀ ਨੂੰ ਦਿਲ ਦਾ ਦੌਰਾ ਪੈ ਜਾਂਦਾ ਹੈ। ਇਸ ਦੌਰੇ ਦੇ ਸ਼ੁਰੂ ਹੋਣ ਤੋਂ ਕੁਝ ਘੰਟਿਆਂ ਵਿਚ ਉਸਦੀ ਮੌਤ ਹੋ ਜਾਂਦੀ ਹੈ। ਇਸੇ ਤਰ੍ਹਾਂ ਜੇ ਦਿਮਾਗ ਦੇ ਕਿਸੇ ਹਿੱਸੇ ਵਿਚ ਖ਼ੂਨ ਦੇ ਦੌਰੇ ਵਿਚ ਰੁਕਾਵਟ ਬਣਦੀ ਹੈ ਤਾਂ ਉਨ੍ਹਾਂ ਨੂੰ ਦਿਮਾਗ ਦੀ ਨਾੜੀ ਦਾ ਫਟਣਾ (Stroke) ਕਿਹਾ ਜਾਂਦਾ ਹੈ। ਮੋਟਾਪਾ, ਖ਼ੂਨ ਦੇ ਦਬਾਅ ਦਾ ਵਧ ਹੋਣਾ, ਸ਼ੱਕਰ

ਰੋਗ ਦਾ ਹੋਣਾ, ਚਿਕਨਾਈ ਤੇ ਕੋਲੈਸਟਰੋਲ ਵਧ ਹੋਣ ਵਾਲੇ ਖਾਧ ਪਦਾਰਥ ਦਾ ਜ਼ਿਆਦਾ ਸੇਵਨ ਕਰਨਾ, ਸਿਗਰਟ ਪੀਣਾ ਹਰ ਵੇਲੇ ਚਿੰਤਾਗ੍ਰਸਤ ਰਹਿਣਾ, ਕਸਰਤ ਘੱਟ ਕਰਨਾ, ਇਹੋ ਜਿਹੇ ਪਹਿਲੂ ਹਨ ਜੋ ਕਿ ਦਿਲ ਦੀਆਂ ਬਿਮਾਰੀਆਂ ਦਾ ਕਾਰਨ ਬਣਦੇ ਹਨ। ਇਨ੍ਹਾਂ ਤੋਂ ਇਲਾਵਾ ਕਈ ਵਿਅਕਤੀਆਂ ਦੇ ਖ਼ਾਨਦਾਨ ਵਿਚ ਹੀ ਇਹ ਬਿਮਾਰੀ ਦੀ ਅਲਾਮਤ ਜ਼ਿਆਦਾ ਹੁੰਦੀ ਹੈ।

ਇਕ ਸਰਵੇਖਣ ਅਨੁਸਾਰ ਭਾਰਤ ਵਿਚ ਦਿਲ ਦੀਆਂ ਬਿਮਾਰੀਆਂ ਬਾਕੀ ਸੰਸਾਰ ਨਾਲੋਂ ਤੇਜ਼ੀ ਨਾਲ ਵਧ ਰਹੀਆਂ ਹਨ। ਭਾਰਤ ਵਿਚ ਦਿਲ ਦੀਆਂ ਬਿਮਾਰੀਆਂ ਦੇ ਮਰੀਜ਼ਾਂ ਦੀ ਗਿਣਤੀ ਕੁਲ ਦੁਨੀਆਂ ਦੇ ਮਰੀਜ਼ਾਂ ਦੀ 60 ਪ੍ਰਤੀਸ਼ਤ ਦੱਸੀ ਗਈ ਹੈ। ਭਾਰਤ ਦੀ ਆਬਾਦੀ ਕੁਲ ਦੁਨੀਆਂ ਦੀ ਆਬਾਦੀ ਦਾ 16 ਪ੍ਰਤੀਸ਼ਤ ਹੈ। ਸੋ ਵਸੋਂ ਦੇ ਅਨੁਸਾਰ ਭਾਰਤ ਵਿਚ ਦਿਲ ਦੀਆਂ ਬਿਮਾਰੀਆਂ ਦੇ ਰੋਗੀ ਬਾਕੀ ਸੰਸਾਰ ਨਾਲੋਂ ਚਾਰ ਗੁਣਾ ਜ਼ਿਆਦਾ ਹਨ। ਅਮਰੀਕਾ ਵਿਚ ਮੌਤ ਦਾ ਨੰਬਰ ਇਕ ਕਾਰਨ ਦਿਲ ਦੀਆਂ ਬਿਮਾਰੀਆਂ ਦੱਸਿਆ ਗਿਆ ਹੈ। ਪਰ ਇਨ੍ਹਾਂ ਬਿਮਾਰੀਆਂ ਦੇ ਜੋ ਉੱਪਰ ਦੱਸੇ ਗਏ ਕਾਰਨ ਹਨ, ਅਸੀਂ ਉਨ੍ਹਾਂ ਨੂੰ ਭਲੀ ਭਾਂਤੀ ਕਾਬੂ ਵਿਚ ਰੱਖ ਸਕਦੇ ਹਾਂ। ਜੇਕਰ ਅਸੀਂ ਇਨ੍ਹਾਂ ਪ੍ਰਤੀ ਸੁਚੇਤ ਰਹੀਏ ਤੇ ਆਪਣੀ ਅੰਦਰੂਨੀ ਸਵੈ ਸ਼ਕਤੀ ਨਾਲ ਹਰ ਪਹਿਲੂ ਤੇ ਪਹਿਰਾ ਦੇਈਏ ਤਾਂ ਨਿਸ਼ਚਿਤ ਤੌਰ 'ਤੇ ਇਨ੍ਹਾਂ ਬਿਮਾਰੀਆਂ ਤੋਂ ਆਪਣੇ ਆਪ ਨੂੰ ਬਚਾ ਸਕਦੇ ਹਾਂ।

4. ਸ਼ੱਕਰ ਰੋਗ:- ਸ਼ੱਕਰ ਰੋਗ ਵਿਚ ਖ਼ੂਨ ਵਿਚ ਗੁਲੂਕੋਜ਼ (ਖੰਡ) ਦੀ ਮਾਤਰਾ 140 ਮ:ਗ:/100 ਮ:ਲ: ਤੋਂ ਵੱਧ ਹੋ ਜਾਂਦੀ ਹੈ। ਗੁਲੂਕੋਜ਼ ਦਾ ਖ਼ੂਨ ਵਿਚ ਜਜ਼ਬ ਹੋਣਾ ਘੱਟ ਜਾਂਦਾ ਹੈ, ਜਿਸ ਨਾਲ ਖ਼ੂਨ ਵਿਚ ਇਸਦੀ ਮਾਤਰਾ ਵਧ ਜਾਂਦੀ ਹੈ। ਪਰ ਮਾਸ ਪੇਸ਼ੀਆਂ, ਅਣੂਆਂ ਤੇ ਤੰਤੂਆਂ ਨੂੰ ਲੋੜ ਅਨੁਸਾਰ ਗੁਲੂਕੋਜ਼ ਨਹੀਂ ਮਿਲਦੀ। ਪਿਸ਼ਾਬ ਜ਼ਿਆਦਾ ਆਉਂਦਾ ਹੈ ਇਸ ਲਈ ਸਰੀਰ ਵਿਚ ਪਾਣੀ ਦੀ ਘਾਟ ਆਉਂਦੀ ਹੈ। ਲੰਬੇ ਸਮੇਂ ਵਿਚ ਇਸਦਾ ਅੱਖਾਂ ਦੀ ਰੋਸ਼ਨੀ, ਦਿਲ, ਗੁਰਦੇ ਆਦਿ ਅੰਗਾਂ ਉੱਤੇ ਮਾੜਾ ਅਸਰ ਪੈਂਦਾ ਹੈ। ਭਾਰਤ ਦੇ 10 ਪ੍ਰਤੀਸ਼ਤ ਕਾਮੇ (Labour force) ਇਸ ਬਿਮਾਰੀ ਦਾ ਸ਼ਿਕਾਰ ਪਾਏ ਗਏ ਹਨ।

ਸ਼ੱਕਰ ਰੋਗ ਦੋ ਤਰ੍ਹਾਂ ਦੀ ਹੁੰਦੀ ਹੈ। ਇਕ ਕਿਸਮ (Type A) ਉਹ ਜੋ ਜਨਮ ਤੋਂ ਹੀ ਬੱਚੇ ਵਿਚ ਪਾਈ ਜਾਂਦੀ ਹੈ। ਇਨ੍ਹਾਂ ਬੱਚਿਆਂ ਵਿਚ ਜਮਾਂਦਰੂ ਹੀ ਇਕ ਹਾਰਮੋਨ ਜਿਸਨੂੰ ਇਨਸੁਲਿਨ ਕਿਹਾ ਜਾਂਦਾ ਹੈ ਉਸਦਾ ਸਰੀਰ ਵਿਚ ਲੋੜੀਂਦਾ ਉਤਪਾਦਨ ਨਹੀਂ ਹੁੰਦਾ ਤੇ ਇਹ ਰੋਗ ਖ਼ਾਨਦਾਨੀ ਚਲਦਾ ਰਹਿੰਦਾ ਹੈ।

ਦੂਸਰੀ ਕਿਸਮ (Type B) ਦਾ ਰੋਗ ਉਮਰ ਦੇ ਲਿਹਾਜ਼ ਨਾਲ ਉਤਪੰਨ ਹੁੰਦਾ ਹੈ। ਆਮ ਤੌਰ 'ਤੇ 40 ਸਾਲ ਦੀ ਉਮਰ ਤੋਂ ਵਧ ਦੇ ਵਿਅਕਤੀਆਂ ਵਿਚ ਪਾਇਆ ਜਾਂਦਾ ਹੈ। ਜਿਨ੍ਹਾਂ ਵਿਅਕਤੀਆਂ ਦਾ ਭਾਰ ਜ਼ਿਆਦਾ, ਮੋਟਾਪੇ ਦਾ ਸ਼ਿਕਾਰ, ਸੁਸਤ ਸਰੀਰ, ਖਾਣੇ ਵਿਚ ਖੰਡ, ਮੱਖਣ, ਘਿਉ ਆਦਿ ਦੀ ਮਾਤਰਾ ਜ਼ਿਆਦਾ ਹੁੰਦੀ ਹੈ ਉਨ੍ਹਾਂ ਵਿਚ ਇਸ ਰੋਗ ਦੀ ਸ਼ਿਕਾਇਤ ਜ਼ਿਆਦਾ ਹੁੰਦੀ ਹੈ। ਇਸ ਕਿਸਮ ਦੇ ਰੋਗ ਨੂੰ ਜੇ ਅਸੀਂ ਕੁਝ ਇਤਿਹਾਦ ਵਰਤੀਏ ਤੇ ਆਪਣੇ ਆਪ ਉਤੇ ਕੁਝ ਅੰਕੁਸ਼ ਲਗਾਈਏ ਤਾਂ ਕਾਬੂ ਵਿਚ

ਰੱਖ ਸਕਦੇ ਹਾਂ। ਇਸ ਨਾਲ ਹਰ ਰੋਜ਼ ਇੰਨਸੁਲਿਨ ਦੇ ਟੀਕੇ ਲਗਾਉਣ ਤੋਂ ਵੀ ਬਚ ਸਕਦੇ ਹਾਂ। ਇਸ ਰੋਗ ਨੂੰ ਅਸੀਂ ਆਪਣੀ ਖੁਰਾਕ, ਖੁਰਾਕ ਨੂੰ ਖਾਣ ਪਕਾਣ ਦੇ ਢੰਗ ਤਰੀਕਿਆਂ ਵਿਚ ਤਬਦੀਲੀ ਲਿਆ ਕੇ ਨਾਲ ਦੀ ਨਾਲ ਹਰ ਰੋਜ਼ ਕਸਰਤ ਕਰਨ ਵਾਲਾ ਰਸਤਾ ਅਪਣਾ ਕੇ ਕਾਬੂ ਵਿਚ ਰੱਖ ਸਕਦੇ ਹਾਂ। ਇਨ੍ਹਾਂ ਵਿਅਕਤੀਆਂ ਨੂੰ ਖੰਡ, ਘਿਉ, ਸ਼ਰਾਬ ਆਦਿ ਦੀ ਵਰਤੋਂ ਘੱਟ ਕਰਨੀ ਚਾਹੀਦੀ ਹੈ। ਅਨਾਜ, ਸਬਜ਼ੀਆਂ, ਦਾਲਾਂ ਆਦਿ ਦੀ ਵਰਤੋਂ ਤੇ ਜ਼ੋਰ ਦੇਣਾ ਚਾਹੀਦਾ ਹੈ। ਖੰਡ, ਸ਼ਰਾਬ ਆਦਿ ਤੋਂ ਜੋ ਸਾਡੇ ਸਰੀਰ ਨੂੰ ਇਕਦਮ ਤੇਜ਼ ਊਰਜਾ ਮਿਲਦੀ ਹੈ, ਉਸ ਦੀ ਥਾਂ ਅਨਾਜ, ਸਬਜ਼ੀਆਂ, ਦਾਲਾਂ ਤੋਂ ਜੋ ਊਰਜਾ ਥੋੜ੍ਹੀ ਥੋੜ੍ਹੀ ਮਾਤਰਾ ਵਿਚ ਪਰ ਲੰਬੇ ਸਮੇਂ ਲਈ ਮਿਲਦੀ ਹੈ, ਉਹ ਕਿਤੇ ਚੰਗੀ ਹੈ।

5. ਕੈਂਸਰ:- ਕੈਂਸਰ ਬੜੀ ਨਾ ਮੁਰਾਦ ਤੇ ਖ਼ਤਰਨਾਕ ਬਿਮਾਰੀ ਹੈ। ਇਸ ਵਿਚ ਸਰੀਰ ਦੇ ਕਿਸੇ ਅੰਗ ਵਿਚ ਜੋ ਮਾਸ ਦੇ ਅਣੂ (Cells) ਹਨ ਉਹ ਕਿਸੇ ਕਾਰਨ ਬਹੁਤ ਤੇਜ਼ੀ ਨਾਲ ਜ਼ਿਆਦਾ ਬਣਨ ਲੱਗ ਜਾਂਦੇ ਹਨ। ਇਹ ਉਸ ਅੰਗ ਤੋਂ ਦੂਜੇ ਅੰਗਾਂ ਵਿਚ ਫੈਲ ਜਾਂਦੇ ਹਨ ਤੇ ਇਨ੍ਹਾਂ ਅੰਗਾਂ ਦੀਆਂ ਕਿਰਿਆਵਾਂ ਤੇ ਮਾੜਾ ਅਸਰ ਪਾਉਂਦੇ ਹਨ। ਸਮੇਂ ਦੇ ਬੀਤਣ ਨਾਲ ਪ੍ਰਭਾਵਿਤ ਵਿਅਕਤੀ ਮੌਤ ਦੇ ਮੂੰਹ ਜਾ ਪੈਂਦਾ ਹੈ। ਕੈਂਸਰ ਹੋਣ ਦੇ ਕਈ ਕਾਰਨ ਦੱਸੇ ਜਾਂਦੇ ਹਨ। ਇਨ੍ਹਾਂ ਵਿਚ ਕੁਝ ਕੈਂਸਰ ਫੈਲਾਉਣ ਵਾਲੇ ਵਾਇਰਸ (Virus) ਤੇ ਰਸਾਇਣ ਜਿਵੇਂ ਕਿ ਨਾਈਟਰੇਟ, ਨਾਈਟਰਾਈਟਸ, ਯੂਰੇਨੀਅਮ, ਵਿਨਾਇਲ ਕਲੋਰਾਈਡ, ਸਿਗਰਟ ਦਾ ਧੂੰਆਂ, ਐਕਸਰੇ ਪ੍ਰਮਾਣੂ ਕਿਰਣਾਂ, ਹਾਨੀਕਾਰਕ ਧਾਤਾਂ (ਤਾਂਬਾ, ਸਿੱਕਾ, ਪਾਰਾ, ਸੰਖੀਆ ਆਦਿ) ਕੀੜੇਮਾਰ ਦਵਾਈਆਂ ਆਦਿ ਜਾਂ ਇਨ੍ਹਾਂ ਤੋਂ ਬਣੇ ਮਿਸ਼ਰਨ ਸ਼ਾਮਿਲ ਹਨ।

ਸਾਇੰਸਦਾਨ ਇਸ ਨਤੀਜੇ ਤੇ ਪੁੱਜੇ ਹਨ ਕਿ ਖੁਰਾਕ ਦਾ ਵੀ ਕੈਂਸਰ ਨਾਲ ਸੰਬੰਧ ਹੈ। ਜ਼ਿਆਦਾ ਚਿਕਨਾਈ ਤੇ ਕੋਲੈਸਟਰੋਲ ਵਾਲੇ ਪਦਾਰਥ ਖਾਣ ਨਾਲ ਛਾਤੀ ਦੇ ਕੈਂਸਰ ਹੋਣ ਦੇ ਮੌਕੇ ਵਧ ਜਾਂਦੇ ਹਨ। ਜੇ ਸਾਡੀ ਖੁਰਾਕ ਵਿਚ ਰੇਸ਼ਾ ਘੱਟ ਹੈ ਤਾਂ ਖੁਰਾਕ ਦੀ ਨਾਲੀ ਦੇ ਕੈਂਸਰ ਦੀ ਸੰਭਾਵਨਾ ਵਧ ਜਾਂਦੀ ਹੈ। ਜੋ ਤੇਲ ਅਸੀਂ ਖਾਣ ਵਾਲੀਆਂ ਚੀਜ਼ਾਂ ਨੂੰ ਤਲਣ ਲਈ ਵਰਤਦੇ ਹਾਂ ਅਤੇ ਫਿਰ ਇਸ ਨੂੰ ਵਾਰ ਵਾਰ ਤਲਣ ਲਈ ਵਰਤਦੇ ਹਾਂ ਇਸ ਨਾਲ ਤੇਲ ਵਿਚ ਇਹੋ ਜਿਹੀਆਂ ਤਬਦੀਲੀਆਂ ਆ ਜਾਂਦੀਆਂ ਹਨ ਜੋ ਕਿ ਸਾਡੀ ਸਿਹਤ ਲਈ ਹਾਨੀਕਾਰਕ ਹੁੰਦੀਆਂ ਹਨ ਤੇ ਕੈਂਸਰ ਪੈਦਾ ਹੋਣ ਦਾ ਕਾਰਨ ਬਣ ਜਾਂਦੀਆਂ ਹਨ। ਜਦੋਂ ਅਸੀਂ ਉਹੋ ਜਿਹਾ ਖਾਧ ਪਦਾਰਥ ਜਿਸ ਵਿਚ ਚਿਕਨਾਈ ਦੀ ਮਾਤਰਾ ਜ਼ਿਆਦਾ ਹੋਵੇ ਜਿਵੇਂ ਕਿ (ਮੀਟ, ਮੱਛੀ ਆਦਿ) ਸਿੱਧਾ ਕੋਲੇ ਵਾਲੀ ਅੱਗ ਤੇ ਪਕਾਉਂਦੇ ਹਾਂ ਤਾਂ ਇਸ ਚਿਕਨਾਈ ਦੇ ਜਲਣ ਕਰਕੇ ਵੀ ਕੁਝ ਕੈਂਸਰ ਕਰਨ ਵਾਲੇ ਰਸਾਇਣ ਪੈਦਾ ਹੋ ਜਾਂਦੇ ਹਨ।

ਕੈਂਸਰ ਦੇ ਇਲਾਜ ਲਈ ਅਪਰੇਸ਼ਨ ਕਰਨ ਨਾਲ ਸਰੀਰ ਦਾ ਉਹ ਹਿੱਸਾ ਜਿਸ ਵਿਚ ਕੈਂਸਰ ਫੈਲਿਆ ਹੋਇਆ ਹੁੰਦਾ ਹੈ, ਕੱਢ ਦਿੱਤਾ ਜਾਂਦਾ ਹੈ ਤੇ ਜਾਂ ਐਕਸਰੇ ਦੀਆਂ ਕਿਰਨਾਂ ਨਾਲ ਉਹ ਅਣੂ ਮਾਰ ਦਿੱਤੇ ਜਾਂਦੇ ਹਨ ਜਿਹੜੇ ਕੈਂਸਰ ਨਾਲ ਪ੍ਰਭਾਵਤ ਹੁੰਦੇ

ਹਨ। ਪਰ ਇਸ ਨਾਲ ਬਹੁਤ ਸਾਰੇ ਅਣੂ ਉਹ ਵੀ ਮਰ ਜਾਂਦੇ ਹਨ ਜੋ ਕਿ ਬਿਲਕੁਲ ਠੀਕ ਹੁੰਦੇ ਹਨ। ਇਸ ਨਾਲ ਵਿਅਕਤੀ ਕਮਜ਼ੋਰ ਤੇ ਨਿਢਾਲ ਹੋ ਜਾਂਦਾ ਹੈ। ਇਸ ਤੋਂ ਇਲਾਵਾ ਕੈਂਸਰ ਦਾ ਇਲਾਜ ਦੁਆਈਆਂ (Chemotherpy) ਨਾਲ ਕੀਤਾ ਜਾਂਦਾ ਹੈ। ਪਰ ਇਨ੍ਹਾਂ ਦੁਆਈਆਂ ਦੇ ਸਰੀਰ ਉੱਤੇ ਕਈ ਤਰ੍ਹਾਂ ਦੇ ਮਾੜੇ ਅਸਰ ਹੁੰਦੇ ਹਨ, ਜਿਵੇਂ ਕਿ ਚੱਕਰ, ਉਲਟੀਆਂ, ਵਾਲਾਂ ਦਾ ਝੜਨਾ, ਸਰੀਰ ਦਾ ਰੰਗ ਕਾਲਾ ਹੋਣਾ ਆਦਿ। ਇਸ ਨਾਲ ਇਕ ਕੈਂਸਰ ਨੂੰ ਰੋਕਣ ਦੀ ਕੋਸ਼ਿਸ਼ ਵਿਚ ਦੂਜੇ ਤਰ੍ਹਾਂ ਦੀ ਕੈਂਸਰ ਸ਼ੁਰੂ ਹੋਣ ਦੀ ਸੰਭਾਵਨਾ ਵੀ ਵਧ ਜਾਂਦੀ ਹੈ। ਇਸ ਲਈ ਜਿੱਥੋਂ ਤੱਕ ਹੋ ਸਕੇ ਕੈਂਸਰ ਲੱਗਣ ਦੀ ਸੰਭਾਵਨਾ ਤੋਂ ਬਚਣ ਲਈ ਆਪਣੀ ਖਾਧ ਖੁਰਾਕ ਦਾ ਧਿਆਨ ਰੱਖਕੇ ਤੇ ਉਪਰ ਦੱਸੇ ਰਸਾਇਣ ਜਾਂ ਅੰਸ਼ ਜੋ ਕੈਂਸਰ ਦੇ ਕਾਰਨ ਬਣ ਸਕਦੇ ਹਨ ਤੋਂ ਆਪਣੇ ਆਪ ਨੂੰ ਬਚਾ ਕੇ ਰੱਖਣਾ ਚਾਹੀਦਾ ਹੈ।

ਇਹ ਵੀ ਦੇਖਣ ਵਿਚ ਆਇਆ ਹੈ ਕਿ ਜਿਹੜੇ ਵਿਅਕਤੀ ਦਲੇਰ, ਮੰਨ ਦੇ ਤੱਕੜੇ, ਪ੍ਰਮਾਤਮਾ ਵਿਚ ਭਰੋਸਾ ਰੱਖਣ ਵਾਲੇ ਤੇ ਚੜ੍ਹਦੀ ਕਲਾ ਵਿਚ ਰਹਿਣ ਵਾਲੇ ਹੁੰਦੇ ਹਨ। ਉਹ ਕੈਂਸਰ ਵਰਗੀਆਂ ਬਿਮਾਰੀਆਂ ਦਾ ਸ਼ਿਕਾਰ ਵੀ ਘੱਟ ਹੁੰਦੇ ਹਨ ਤੇ ਜੋ ਹੋ ਵੀ ਜਾਂਦੇ ਹਨ ਤਾਂ ਆਪਣੀ ਸਵੈ ਸ਼ਕਤੀ ਸਦਕਾ ਛੇਤੀ ਠੀਕ ਵੀ ਹੋ ਜਾਂਦੇ ਹਨ। ਕਈ ਵਿਅਕਤੀ ਤਾਂ ਕੈਂਸਰ ਦਾ ਨਾਂ ਸੁਣਕੇ ਹੀ ਘਬਰਾ ਜਾਂਦੇ ਹਨ ਤੇ ਦਿਲ ਛੱਡ ਜਾਂਦੇ ਹਨ। ਇਹ ਉਸੇ ਤਰ੍ਹਾਂ ਹੈ ਜਿਵੇਂ ਕਿਸੇ ਵਿਅਕਤੀ ਨੂੰ ਸੱਪ ਨੇ ਡੰਗਿਆ ਹੋਵੇ। ਬਹੁਤ ਸਾਰੇ ਸੱਪ ਇਹੋ ਜਿਹੇ ਹੁੰਦੇ ਹਨ ਜੋ ਕਿ ਜ਼ਹਿਰੀਲੇ ਨਹੀਂ ਹੁੰਦੇ ਪਰ ਫਿਰ ਵੀ ਕਈ ਵਿਅਕਤੀ ਬਸ ਇਸ ਡਰ ਦੇ ਨਾਲ ਹੀ ਚਲ ਵਸਦੇ ਹਨ ਕਿ ਉਨ੍ਹਾਂ ਨੂੰ ਸੱਪ ਨੇ ਡੰਗ ਲਿਆ ਹੈ ਭਾਵੇਂ ਜ਼ਹਿਰ ਅੰਦਰ ਗਈ ਹੀ ਨਾ ਹੋਵੇ।

ਜ਼ਹਿਰੀਲਾ ਮਾਦਾ:- ਸਾਡੇ ਸਰੀਰ ਵਿਚ ਕੋਈ ਜ਼ਹਿਰੀਲਾ ਮਾਦਾ ਅੰਦਰ ਜਾਂਦਾ ਹੈ ਜਾਂ ਅੰਦਰ ਹੀ ਉਤਪੰਨ ਹੁੰਦਾ ਹੈ ਤੇ ਇਹ ਜ਼ਹਿਰੀਲਾ ਮਾਦਾ ਪੂਰੀ ਤਰ੍ਹਾਂ ਬਾਹਰ ਨਹੀਂ ਨਿਕਲਦਾ ਤਾਂ ਅੰਦਰ ਇਕੱਠਾ ਹੋ ਜਾਂਦਾ ਹੈ। ਸਮਾਂ ਬਤੀਤ ਹੋਣ ਨਾਲ ਇਹ ਕਿਸੇ ਨਾ ਕਿਸੇ ਬਿਮਾਰੀ ਦੇ ਰੂਪ ਵਿਚ ਸਾਡੇ ਸਾਹਮਣੇ ਆ ਖਲੋਂਦਾ ਹੈ। ਇਹ ਇਕੱਠਾ ਹੋਇਆ ਜ਼ਹਿਰੀਲਾ ਮਾਦਾ ਸਰੀਰ ਦੇ ਕਿਸੇ ਜ਼ਰੂਰੀ ਅੰਗ ਜਿਵੇਂ ਕਿ ਗੁਰਦੇ, ਜਿਗਰ ਦਿਲ, ਦਿਮਾਗ ਆਦਿ ਉੱਤੇ ਬਹੁਤ ਮਾੜਾ ਅਸਰ ਕਰ ਸਕਦਾ ਹੈ। ਸਿੱਟੇ ਵਜੋਂ ਇਨ੍ਹਾਂ ਅੰਗਾਂ ਦੀ ਕੰਮ ਕਰਨ ਦੀ ਸਮਰੱਥਾ ਘੱਟਦੀ ਘੱਟਦੀ ਬੰਦ ਕਿਨਾਰੇ ਆ ਪਹੁੰਚਦੀ ਹੈ ਜੋ ਕਿ ਵਿਅਕਤੀ ਦੀ ਮੌਤ ਦਾ ਕਾਰਣ ਬਣ ਜਾਂਦੀ ਹੈ। ਇਹ ਜ਼ਹਿਰੀਲਾ ਮਾਦਾ ਸਾਡੀ ਖੁਰਾਕ, ਪਾਣੀ ਤੇ ਜਾਂ ਚਮੜੀ ਰਾਹੀਂ ਵੀ ਅੰਦਰ ਜਾ ਸਕਦਾ ਹੈ। ਇਸ ਬਾਰੇ ਸਾਨੂੰ ਹਮੇਸ਼ਾ ਸੁਚੇਤ ਰਹਿਣਾ ਚਾਹੀਦਾ ਹੈ।

ਜੋ ਕੁਝ ਜ਼ਹਿਰੀਲੇ ਅੰਸ਼ ਸਾਡੇ ਸਰੀਰ ਵਿਚ ਹੀ ਉਤਪੰਨ ਹੋ ਜਾਂਦੇ ਹਨ ਉਨ੍ਹਾਂ ਦਾ ਇਕ ਵੱਡਾ ਕਾਰਨ ਹੈ ਸਾਡੇ ਸਰੀਰ ਵਿਚ ਫਰੀ ਰੈਡੀਕਲਜ਼ ਦਾ ਉਤਪੰਨ ਹੋਣਾ। ਇਹ ਫਰੀ ਰੈਡੀਕਲਜ਼ ਸਾਡੇ ਮਾਸ ਦੇ ਅਣੂਆਂ ਤੇ ਬਹੁਤ ਮਾੜਾ ਅਸਰ ਪਾਉਂਦੇ ਹਨ। ਥੋੜੀ ਮਿਕਦਾਰ ਵਿਚ ਤਾਂ ਇਹ ਸਾਡੇ ਸਰੀਰ ਵਿਚ ਕਈ ਕਿਰਿਆਵਾਂ ਚਲਾਉਣ ਲਈ ਚਾਹੀਦੇ ਵੀ ਹਨ। ਪਰ ਜੇ ਇਹਨਾਂ ਦੀ ਮਿਕਦਾਰ ਜ਼ਿਆਦਾ ਹੋ ਜਾਵੇ ਤਾਂ ਬੜੇ

ਹਾਨੀਕਾਰਕ ਸਿੱਧ ਹੁੰਦੇ ਹਨ। ਇਹ ਫਰੀਰੇਡੀਕਲ ਜੋ ਸਾਡੇ ਅੰਦਰ ਆਕਸੀਜਨ ਹੈ ਉਸਦੇ ਅਣੂਆਂ ਤੋਂ ਟੁੱਟ ਕੇ ਬਣਦੇ ਹਨ ਤੇ ਇਹ ਸਰੀਰ ਵਿਚ ਰਸਾਇਣਿਕ ਕਿਰਿਆ ਦੀ ਗਤੀ ਬਹੁਤ ਤੇਜ਼ ਕਰ ਦਿੰਦੇ ਹਨ। ਇਹ ਸਰੀਰ ਵਿਚ ਚਿਕਨਾਈ ਤੇ ਚਰਬੀ ਨਾਲ ਬਹੁਤ ਛੇਤੀ ਰਲ ਜਾਂਦੇ ਹਨ ਤੇ ਕਈ ਜ਼ਹਿਰੀਲੇ ਅੰਸ਼ ਪੈਦਾ ਕਰ ਦਿੰਦੇ ਹਨ। ਜਿਹੜੀਆਂ ਹੋਰ ਚੀਜ਼ਾਂ ਜੋ ਸਰੀਰ ਵਿਚ ਇਨ੍ਹਾਂ ਦੀ ਮਿਕਦਾਰ ਵਧਾਉਂਦੀਆਂ ਹਨ ਉਨ੍ਹਾਂ ਨੂੰ ਸਿਗਰਟ, ਸ਼ਰਾਬ, ਸਿੱਧੀ ਅੱਗ ਉੱਤੇ ਭੁਨੀ ਤੇ ਤਲੀ ਹੋਈ ਜ਼ਿਆਦਾ ਚਿਕਨਾਈ ਵਾਲੀ ਖਾਧ ਖੁਰਾਕ (ਮੀਟ, ਮੱਛੀ ਆਦਿ) ਪੁਰਾਣਾ ਹੋਇਆ ਤੇ ਵਾਰ-ਵਾਰ ਤਲਿਆ ਹੋਇਆ ਤੇਲ ਤੇ ਘਿਉ, ਕੈਂਸਰ ਨੂੰ ਰੋਕਣ ਵਾਲੀਆਂ ਦੁਆਈਆਂ (Chemotherpy) ਤੇ ਵਾਤਾਵਰਣ ਵਿਚ ਜ਼ਹਿਰੀਲੇ ਮਾਦੇ ਆਦਿ ਸ਼ਾਮਿਲ ਹਨ। ਇਹ ਫਰੀ ਰੈਡੀਕਲ ਸਾਡੇ ਸਰੀਰ ਵਿਚ ਕੈਂਸਰ, ਦਿਲ ਦੀਆਂ ਬਿਮਾਰੀਆਂ, ਜੋੜਾਂ ਦੇ ਦਰਦ, ਸ਼ੱਕਰ ਰੋਗ, ਅੱਖਾਂ ਦੀਆਂ ਬਿਮਾਰੀਆਂ, ਪੇਟ ਦੀ ਸੋਜ਼, ਗੁਰਦਿਆਂ ਦਾ ਫੇਲ ਹੋਣਾ ਆਦਿ ਨਾ ਮੁਰਾਦ ਬਿਮਾਰੀਆਂ ਦਾ ਕਾਰਨ ਬਣਦੇ ਹਨ।

ਇਕ ਜਾਇਜ਼ਾ

ਜਿਵੇਂ ਮੈਂ ਪਹਿਲਾਂ ਦਸ ਚੁੱਕਿਆ ਹਾਂ ਕਿ ਮੈਂ ਹਰ ਰੋਜ਼ ਸਵੇਰੇ ਡੇਢ ਘੰਟਾ ਕਸਰਤ ਕਰਨਾ ਨਿੱਤ ਨੇਮ ਹੀ ਬਣਾ ਲਿਆ। ਲੋੜ ਮੁਤਾਬਕ ਮੂਲ ਰੂਪ ਵਿਚ ਸ਼ਾਕਾਹਾਰੀ ਪਰ ਸੰਤੁਲਿਤ ਖੁਰਾਕ ਸੇਵਨ ਕਰਨ ਦੀ ਨੀਤੀ ਅਪਣਾਈ। ਭਾਵੇਂ ਇਸ ਵਿਚ ਇਕ ਹਫ਼ਤੇ ਵਿਚ ਚਾਰ ਪੰਜ ਅੰਡੇ ਦਾ ਸੇਵਨ ਵੀ ਜੋੜਿਆ। ਪਿਛਲੇ ਕੋਈ ਪੰਦਰਾਂ ਸਾਲ ਤੋਂ ਮੈਂ ਹਰ ਰੋਜ਼ ਵਿਟਾਮਿਨ ਈ ਦਾ ਇਕ ਕੈਪਸੂਲ (400 ਯੂਨਿਟ) ਦਾ ਬਿਨਾਂ ਨਾਗਾ ਸੇਵਨ ਵੀ ਕਰਦਾ ਹਾਂ। ਹਰ ਪ੍ਰਕਾਰ ਦੇ ਨਸ਼ਿਆਂ ਤੋਂ ਆਪਣੇ ਆਪ ਨੂੰ ਦੂਰ ਰੱਖਿਆ। ਸਰੀਰ ਦੀ ਮਾਨਸਿਕ ਤੇ ਮਨੋਵਿਗਿਆਨਕ ਸਥਿਤੀ ਕਾਬੂ ਵਿਚ ਰੱਖਣ ਦੀ ਕੋਸ਼ਿਸ਼ ਕੀਤੀ। ਮੈਂ ਭਲੀ ਪ੍ਰਕਾਰ ਜਾਣੂ ਸੀ ਕਿ ਮੇਰੇ ਪਰਿਵਾਰ ਵਿਚ ਮੋਟਾਪਾ, ਵਧਿਆ ਖ਼ੂਨ ਦਾ ਦਬਾਅ ਤੇ ਦਿਲ ਦੇ ਦੌਰੇ ਵਰਗੀਆਂ ਬਿਮਾਰੀਆਂ ਦਾ ਖ਼ਤਰਾ ਜ਼ਿਆਦਾ ਹੈ। ਮੇਰੇ ਪਿਤਾ ਜੀ 51 ਸਾਲ ਦੀ ਉਮਰ ਵਿਚ ਹੀ ਦਿਲ ਦੇ ਦੌਰੇ ਨਾਲ ਚਲ ਵਸੇ। ਮੇਰਾ ਵੱਡਾ ਭਰਾ 60 ਸਾਲ ਦੀ ਉਮਰ ਵਿਚ ਦਿਲ ਦੇ ਦੌਰੇ ਦਾ ਸ਼ਿਕਾਰ ਹੋਇਆ। ਹੁਣੇ ਹੀ ਮੇਰੇ ਛੋਟਾ ਭਰਾ ਨੂੰ ਜਿਸਦੀ ਉਮਰ 43 ਸਾਲ ਹੈ ਸਖ਼ਤ ਦਿਲ ਦਾ ਦੌਰਾ ਪਿਆ। ਮੌਕੇ ਸਿਰ ਡਾਕਟਰੀ ਸਹਾਇਤਾ ਮਿਲਣ ਤੇ ਦਿਲ ਦੇ ਅਪਰੇਸ਼ਨ ਕਰਕੇ ਜਾਨ ਬਚ ਸਕੀ। ਇਨ੍ਹਾਂ ਹਾਲਤਾਂ ਵਿਚ ਮੈਂ ਸਮਝਦਾ ਹਾਂ ਕਿ ਮੇਰੀ ਆਪਣੀ ਜੀਵਨ ਸ਼ੈਲੀ, ਜਿਸ ਵਿਚ ਹਰ ਰੋਜ਼ ਦੀ ਕਸਰਤ, ਸੰਤੁਲਿਤ ਖੁਰਾਕ, ਸਾਕਾਰਤਮਕ ਤੇ ਚੜ੍ਹਦੀ ਕਲਾ ਵਾਲਾ ਰੁਖ ਸ਼ਾਮਲ ਹਨ, ਨੇ ਮੇਰੀ ਜ਼ਿੰਦਗੀ ਨੂੰ ਚੰਗੀ ਸੇਧ ਦਿੱਤੀ। ਇਸ ਉਮਰ ਦੇ ਵਿਅਕਤੀ ਵਿਚ ਜੋ ਅਕਸਰ ਬਿਮਾਰੀਆਂ ਵੇਖੀਆਂ ਜਾਂਦੀਆਂ ਹਨ, ਉਨ੍ਹਾਂ ਤੋਂ ਬਚ ਸਕਿਆ ਹਾਂ। ਜ਼ਿੰਦਗੀ ਵਿਚ ਜੋ ਹਾਦਸੇ ਵੀ ਆਏ ਮੈਂ ਉਨ੍ਹਾਂ ਨੂੰ ਪ੍ਰਮਾਤਮਾ ਦਾ ਹੁਕਮ ਤੇ ਭਾਣਾ ਮੰਨਕੇ ਅੱਗੇ ਤੁਰਿਆ। ਅੱਗੇ ਜੋ ਪਰਮਾਤਮਾ ਨੂੰ ਮਨਜ਼ੂਰ ਹੈ।

✲✲✲

ਐਂਟੀਆਕਸੀਡੈਂਟਸ (Anti-oxidants)

ਆਪਣੀ ਸਿਹਤ ਲਈ ਅਜਿਹੇ ਜ਼ਹਿਰੀਲੇ ਅੰਸ਼ਾਂ ਵਲ ਧਿਆਨ ਦੇਣਾ ਚਾਹੀਦਾ ਹੈ ਕਿ ਇਹ ਸਾਡੇ ਸਰੀਰ ਅੰਦਰ ਨਾ ਜਾਣ। ਫਿਰ ਵੀ ਸਰੀਰ ਵਿਚ ਅਸੀਂ ਖ਼ਤਰਨਾਕ ਫਰੀਰੈਡੀਕਲਜ਼ ਉਤੇ ਐਂਟੀਔਕਸੀਡੈਂਟਸ ਦੇ ਸੇਵਨ ਰਾਹੀਂ ਕਾਬੂ ਪਾ ਸਕਦੇ ਹਾਂ। ਇਹ ਐਂਟੀਔਕਸੀਡੈਂਟਸ ਵਾਧੂ ਫਰੀ ਰੈਡੀਕਲਾਂ ਨੂੰ ਆਪਣੇ ਆਪ ਵਿਚ ਸਮਾ ਲੈਂਦੇ ਹਨ ਤੇ ਸਰੀਰ ਨੂੰ ਇਨ੍ਹਾਂ ਦੇ ਨੁਕਸਾਨ ਤੋਂ ਬਚਾ ਲੈਂਦੇ ਹਨ। ਇਨ੍ਹਾਂ ਐਂਟੀਔਕਸੀਡੈਂਟਸ ਵਿਚ ਮਹੱਤਵਪੂਰਨ ਹਨ, ਕੁਝ ਵਿਟਾਮਿਨ, ਜਿਵੇਂ ਕਿ ਵਿਟਾਮਿਨ ਈ ਤੇ ਵਿਟਾਮਿਨ ਸੀ। ਇਹ ਵਿਟਾਮਿਨ ਸਰੀਰ ਨੂੰ ਕੈਂਸਰ ਦੇ ਰੋਗ ਤੋਂ ਬਚਾਉਣ ਦੇ ਨਾਲ ਨਾਲ ਦਿਲ ਦੀਆਂ ਬਿਮਾਰੀਆਂ ਨੂੰ ਰੋਕਣ ਵਿਚ ਮਦਦ ਕਰਦੇ ਹਨ। ਇਸ ਲਈ ਇਹ ਸਿਫ਼ਾਰਿਸ਼ ਕੀਤੀ ਜਾਂਦੀ ਹੈ ਕਿ ਇਕ ਵਿਅਕਤੀ ਨੂੰ ਵਿਟਾਮਿਨ ਈ 400 ਯੂਨਿਟ ਅਤੇ 60 ਮਿਲੀਗ੍ਰਾਮ ਵਿਟਾਮਿਨ ਸੀ ਹਰ ਰੋਜ਼ ਲੈਣੇ ਫ਼ਾਇਦੇਮੰਦ ਹੁੰਦੇ ਹਨ।

ਇਸ ਤੋਂ ਇਲਾਵਾ ਆਪਣੀ ਖੁਰਾਕ ਵਿਚ ਇਹੋ ਜਿਹੇ ਖੁਰਾਕੀ ਅੰਸ਼ ਜਿਨ੍ਹਾਂ ਵਿਚ ਐਂਟੀਔਕਸੀਡੈਂਟਸ ਜ਼ਿਆਦਾ ਹੁੰਦੇ ਹਨ ਜਿਵੇਂ ਕਿ ਫਲ, ਸਬਜ਼ੀਆਂ, ਅਨਾਜ, ਸੁੱਕੇ ਮੇਵੇ, ਧਨੀਆ, ਪਦੀਨਾ, ਸੌਂਫ਼, ਅਦਰਕ, ਲਸਣ, ਪਿਆਜ਼ ਆਦਿ ਦੀ ਵਰਤੋਂ ਜ਼ਿਆਦਾ ਕਰਨੀ ਚਾਹੀਦੀ ਹੈ। ਸਿਗਰਟ, ਸ਼ਰਾਬ ਅਤੇ ਲੋੜ ਤੋਂ ਵੱਧ ਦੁਆਈਆਂ ਤੋਂ ਬਚਕੇ ਰਹਿਣਾ ਚਾਹੀਦਾ ਹੈ। ਆਪਣੀ ਅੰਦਰੂਨੀ ਸ਼ਕਤੀ ਨੂੰ ਵਧਾਉਣ ਲਈ ਪਾਠ, ਸਿਮਰਨ ਤੇ ਭਗਤੀ ਕਰਨੀ ਚਾਹੀਦੀ ਹੈ।

ਦੁਨੀਆਂ ਦੀ ਸਿਹਤ ਬਾਰੇ ਸੰਸਥਾ ਦੇ ਇਕ ਸਰਵੇਖਣ ਅਨੁਸਾਰ ਭਾਰਤ ਵਿਚ 50 ਲੱਖ ਵਿਅਕਤੀ ਉੱਪਰ ਦੱਸੀਆਂ ਬਿਮਾਰੀਆਂ ਕਾਰਨ ਇਕ ਸਾਲ ਵਿਚ ਮੌਤ ਦੇ ਮੂੰਹ ਜਾ ਪੈਂਦੇ ਹਨ। ਇਨ੍ਹਾਂ ਵਿਚੋਂ 28 ਪ੍ਰਤੀਸ਼ਤ ਮੌਤਾਂ ਦਿਲ ਦੀਆਂ ਬਿਮਾਰੀਆਂ ਕਾਰਨ ਹੁੰਦੀਆ ਹਨ। ਪੰਜਾਹ ਪ੍ਰਤੀਸ਼ਤ ਮੌਤਾਂ 70 ਸਾਲ ਦੀ ਉਮਰ ਤੋਂ ਘੱਟ ਵਾਲੇ ਵਿਅਕਤੀਆਂ ਦੀਆਂ ਹੁੰਦੀਆਂ ਹਨ। ਇਨ੍ਹਾਂ ਵਿਚ ਜ਼ਿਆਦਾ ਮੌਤਾਂ ਅਮੀਰ ਲੋਕਾਂ ਵਿਚ ਮੋਟਾਪੇ ਤੇ ਵਾਧੂ ਭਾਰ ਕਾਰਨ ਹੁੰਦੀਆਂ ਹਨ। ਜੇਕਰ ਅਸੀਂ ਅੰਦਰੂਨੀ ਸ਼ਕਤੀ ਤਕੜੇ ਕਰਦੇ ਹੋਏ, ਮਜ਼ਬੂਤ ਇਰਾਦੇ ਨਾਲ, ਸੰਜਮ ਵਿਚ ਰਹਿੰਦੇ ਹੋਏ ਲੋੜ ਮੁਤਾਬਿਕ ਸੰਤੁਲਿਤ, ਸਾਫ਼ ਸੁਕਰੀ ਖੁਰਾਕ ਦਾ ਸੇਵਨ ਕਰੀਏ ਤਾਂ ਅਸੀਂ ਸਮਾਜ ਵਿਚ ਇਹੋ ਜਿਹੀਆਂ ਬਿਮਾਰੀਆਂ ਦੀ ਦਰ 50 ਪ੍ਰਤੀਸ਼ਤ ਤੱਕ ਘੱਟ ਕਰ ਸਕਦੇ ਹਾਂ। ਸਾਨੂੰ ਇੰਨੀ ਦੇਰ ਨਹੀਂ ਕਰਨੀ ਚਾਹੀਦੀ ਕਿ ਅਸੀਂ ਇਹੋ ਜਿਹੀ ਬਿਮਾਰੀ ਦਾ ਸ਼ਿਕਾਰ ਹੋ ਜਾਈਏ ਤੇ ਫਿਰ ਇਸਦਾ ਇਲਾਜ ਕਰੀਏ ਤੇ ਚੋਖੇ ਪੈਸੇ ਵੀ ਖਰਚ ਕਰੀਏ। ਅਸੀਂ ਇਸ ਸੋਚ ਉੱਤੇ ਅਮਲ ਕਰੀਏ ਕਿ ਅਸੀਂ ਬਿਮਾਰੀ ਤੋਂ ਬਚੇ ਰਹੀਏ। ਸਿਹਤ ਦੀ ਗੱਡੀ ਦੇ ਪਹੀਏ, ਪਟੜੀ ਤੋਂ ਨਾ ਉਤਰਨ। ਇਨ੍ਹਾਂ ਨੂੰ ਪਟੜੀ ਉੱਤੇ ਰੱਖਣ ਲਈ ਹਮੇਸ਼ਾ ਯਤਨਸ਼ੀਲ ਰਹੀਏ।

ਭਾਗ-3
ਜ਼ਿੰਦਗੀ ਦੇ ਪੜਾਅ

ਹਰ ਇਨਸਾਨ ਜੋ ਇਸ ਦੁਨੀਆਂ ਵਿਚ ਉਤਾਰਾ ਕਰਦਾ ਹੈ ਉਹ ਕਰਮ ਕਰਨ, ਕੁਝ ਹਾਸਲ ਕਰਨ ਤੇ ਕੁਝ ਸਮਾਜ ਨੂੰ ਦੇਣ ਦੇ ਮਕਸਦ ਨਾਲ ਭੇਜਿਆ ਜਾਂਦਾ ਹੈ। ਪਰ ਕੁਝ ਲੋਕ ਹੀ ਆਪਣੀ ਜ਼ਿੰਦਗੀ ਦਾ ਉਦੇਸ਼ ਤੇ ਜਿਊਣ ਦਾ ਸਹੀ ਅਰਥ ਸਮਝਦੇ ਹਨ। ਬਹੁਤ ਸਾਰ ਲੋਕ ਐਵੇਂ ਦਿਨ, ਮਹੀਨੇ ਤੇ ਸਾਲਾਂ ਦੀ ਗਿਣਤੀ ਮਿਣਤੀ ਕਰਦੇ ਹੀ ਤੁਰ ਜਾਂਦੇ ਹਨ। ਇਨ੍ਹਾਂ ਲੋਕਾਂ ਦੀ ਜ਼ਿੰਦਗੀ ਅਰਥਹੀਣ ਹੋ ਕੇ ਰਹਿ ਜਾਂਦੀ ਹੈ। ਸੋ ਹਰ ਵਿਅਕਤੀ ਨੂੰ ਆਪਣੀ ਜ਼ਿੰਦਗੀ ਦਾ ਮਨੋਰਥ ਸਮਝਦੇ ਹੋਏ ਇਸ ਦੀ ਪ੍ਰਾਪਤੀ ਲਈ ਜੁਟ ਜਾਣਾ ਚਾਹੀਦਾ ਹੈ। ਕੋਈ ਵਿਅਕਤੀ ਜਿੰਨਾ ਛੇਤੀ ਇਸ ਮਨੋਰਥ ਦੀ ਸਮਝ ਕਰ ਲਏਗਾ ਉਨਾ ਹੀ ਉਹ ਜ਼ਿੰਦਗੀ ਵਿਚ ਵਧ ਸਫ਼ਲ ਹੋਵੇਗਾ।

ਹਰ ਵਿਅਕਤੀ ਵਿਚ ਭਾਵੇਂ ਉਹ ਗ਼ਰੀਬੀ ਵਿਚ ਜਨਮ ਲਵੇ ਜਾਂ ਅਮੀਰੀ ਵਿਚ, ਕੁਝ ਅੰਦਰੂਨੀ ਸ਼ਕਤੀ ਤੇ ਕੁਝ ਚੰਗੀਆਂ ਖ਼ੂਬੀਆਂ ਸਮਾਈਆਂ ਹੁੰਦੀਆਂ ਹਨ। ਹਰ ਵਿਅਕਤੀ ਨੂੰ ਆਪਣੀ ਸਵੈ-ਪੜਚੋਲ ਕਰਦੇ ਹੋਏ ਇਨ੍ਹਾਂ ਖ਼ੂਬੀਆਂ ਦੀ ਪਹਿਚਾਣ ਕਰਨੀ ਚਾਹੀਦੀ ਹੈ ਤੇ ਲਗਾਤਾਰ ਕੋਸ਼ਿਸ਼ ਨਾਲ ਇਨ੍ਹਾਂ ਨੂੰ ਹੋਰ ਤਰਾਸ਼ਣਾ ਚਾਹੀਦਾ ਹੈ। ਜਿਉਂ ਜਿਉਂ ਇਹ ਖ਼ੂਬੀਆਂ ਹੋਰ ਨਿਖਰਦੀਆਂ ਹਨ, ਤਿਉਂ ਤਿਉਂ ਇਨਸਾਨ ਵਿਚ ਸਵੈ ਸ਼ਕਤੀ ਤੇ ਸਵੈ-ਭਰੋਸਾ ਹੋਰ ਵਧਦਾ ਹੈ। ਇਸ ਨਾਲ ਜੀਵਨ ਦੀ ਪ੍ਰਾਪਤੀ ਵਿਚ ਵਾਧਾ ਹੁੰਦਾ ਹੈ ਤੇ ਜੀਵਨ ਖੁਸ਼ਹਾਲ, ਸਫ਼ਲ ਤੇ ਅਰਥ ਭਰਪੂਰ ਬਣ ਜਾਂਦਾ ਹੈ।

ਇਨਸਾਨ ਇਕ ਬੱਚੇ ਦੇ ਤੌਰ 'ਤੇ ਪੈਦਾ ਹੋ ਕੇ, ਵਧਦਾ ਫੁਲਦਾ ਜਵਾਨੀ ਮਾਣਦਾ ਅਖੀਰ ਬੁਢਾਪੇ ਦੇ ਸਫ਼ਰ ਵਿਚੋਂ ਲੰਘਦਾ ਹੋਇਆ ਆਪਣੀ ਜੀਵਨ ਯਾਤਰਾ ਪੂਰੀ ਕਰ ਜਾਂਦਾ ਹੈ। ਇਨਸਾਨ ਦੇ ਇਸ ਸਫ਼ਰ ਨੂੰ ਮੋਟੇ ਤੌਰ 'ਤੇ ਤਿੰਨ ਪੜਾਵਾਂ ਵਿਚ ਵੰਡਿਆ ਜਾ ਸਕਦਾ ਹੈ।

1. **ਗ੍ਰਹਿਣ ਕਰਨ ਵਾਲਾ ਸਮਾਂ:** ਇਸਨੂੰ ਅਸੀਂ ਜਨਮ ਤੋਂ ਲੈ ਕੇ 25 ਕੁ ਸਾਲ ਦੀ ਉਮਰ ਤੱਕ ਦਾ ਸਮਾ ਗਿਣ ਸਕਦੇ ਹਾਂ। ਇਸ ਵਿਚ ਬੱਚਾ ਨੌਜੁਆਨ ਹੁੰਦਾ ਹੈ। ਉਸ ਵਿਚ ਉਸਦੀ ਜੁਆਨੀ ਦੀ ਤਾਕਤ ਤੇ ਜੋਸ਼ ਉਛਾਲੇ ਮਾਰਦਾ ਹੈ।

2. **ਪ੍ਰਾਪਤੀ ਕਰਨ ਦਾ ਸਮਾਂ:-** ਇਹ 25 ਸਾਲੀ ਤੋਂ ਕੋਈ 58-60 ਸਾਲ ਤੱਕ ਦਾ ਸਮਾਂ ਗਿਣਿਆ ਜਾਂਦਾ ਹੈ। ਇਸਨੂੰ ਸਮਰੱਥਾ ਵਾਲਾ ਸਮਾਂ ਵੀ ਕਿਹਾ ਜਾਂਦਾ ਹੈ। ਇਸ ਦੌਰਾਨ ਵਿਅਕਤੀ ਪ੍ਰਾਪਤੀਆਂ ਕਰਦਾ, ਸਿਖਰਾਂ ਛੋਹਦਾ ਤੇ ਮਾਣਦਾ ਹੈ।

3. **ਦੇਣ ਵਾਲਾ ਸਮਾਂ:-** ਇਸ ਵਿਚ 58-60 ਸਾਲ ਤੋਂ ਬਾਅਦ ਵਾਲਾ ਸਮਾਂ

ਗਿਣਿਆ ਜਾਂਦਾ ਹੈ ਇਸਨੂੰ ਰੌਸ਼ਨੀ ਵਾਲਾ ਸਮਾਂ ਵੀ ਕਿਹਾ ਜਾਂਦਾ ਹੈ ਕਿਉਂਕਿ ਇਸ ਪੜਾਅ ਦੇ ਪਹੁੰਚਣ ਤੱਕ ਇਨਸਾਨ ਕੋਲ ਬਹੁਤ ਸਾਰਾ ਗਿਆਨ ਤੇ ਤਜਰਬਾ ਇਕੱਠਾ ਹੋ ਜਾਂਦਾ ਹੈ।

ਇਕ ਇਨਸਾਨ ਨੂੰ ਅਰਥ ਭਰਪੂਰ ਜੀਵਨ ਜਿਉਣ ਲਈ ਹਰ ਪੜਾਅ ਦੀਆਂ ਲੋੜਾਂ ਲਈ ਆਪਣੇ ਆਪ ਨੂੰ ਤਿਆਰ ਕਰਨਾ ਚਾਹੀਦਾ ਹੈ ਤੇ ਪੜਾਵਾਂ ਮੁਤਾਬਿਕ ਆਪਣੀ ਜੀਵਨ ਸ਼ਾਲਾ ਵਿਚ ਪਰਿਵਰਤਨ ਲਿਆਉਣਾ ਚਾਹੀਦਾ ਹੈ।

ਇਨ੍ਹਾਂ ਪੜਾਵਾਂ ਦਾ ਵੇਰਵਾ ਨਿਮਨਲਿਖਿਤ ਹੈ:-

ਗ੍ਰਹਿਣ ਕਰਨ ਦਾ ਸਮਾਂ : ਇਸ ਪੜਾਅ ਦੌਰਾਨ ਬੱਚਾ ਕੁਝ ਲੈਂਦਾ ਜਾਂ ਗ੍ਰਹਿਣ ਕਰਦਾ ਹੈ। ਇਹ ਭਾਵੇਂ ਮਾਤਾ-ਪਿਤਾ ਤੇ ਹੋਰ ਸਾਕ ਸੰਬੰਧੀਆਂ ਦਾ ਪਿਆਰ ਹੋਵੇ, ਭਾਵੇਂ ਖਿਡਾਉਣੇ ਜਾਂ ਹੋਰ ਸਹੂਲਤਾਂ ਦੇ ਰੂਪ ਵਿਚ ਜਾਂ ਕੁਝ ਸਿੱਖਣ ਤੇ ਸਿੱਖਿਆ ਦੇ ਰੂਪ ਵਿਚ ਉਸਨੇ ਕੁਝ ਲੈਣਾ ਜਾਂ ਗ੍ਰਹਿਣ ਹੀ ਕਰਨਾ ਹੈ। ਇਸੇ ਪੜਾਅ ਦੌਰਾਨ ਬੱਚਾ ਆਪਣੇ ਜ਼ਿੰਦਗੀ ਪ੍ਰਤੀ ਵਿਵਹਾਰ ਤੇ ਦ੍ਰਿਸ਼ਟੀਕੋਣ ਦਾ ਧਾਰਨੀ ਬਣਦਾ ਹੈ। ਬੱਚੇ ਨੇ ਜਿਹੋ ਜਿਹਾ ਜ਼ਿੰਦਗੀ ਪ੍ਰਤੀ ਰਵੱਈਆ ਅਪਣਾ ਲਿਆ ਉਹ ਜ਼ਿੰਦਗੀ ਭਰ ਉਸ ਨਾਲ ਚਲਦਾ ਹੈ। ਇਸ ਸਮੇਂ ਦੌਰਾਨ ਬੱਚੇ ਨੂੰ ਪਿਆਰ, ਹੌਸਲਾ ਤੇ ਦ੍ਰਿੜਤਾ ਦੀ ਜ਼ਰੂਰਤ ਹੁੰਦੀ ਹੈ। ਸੋ ਮਾਤਾ-ਪਿਤਾ ਨੂੰ ਹਰ ਕੋਸ਼ਿਸ਼ ਕਰਨੀ ਚਾਹੀਦੀ ਹੈ ਕਿ ਉਨ੍ਹਾਂ ਦੇ ਬੱਚੇ ਇਨ੍ਹਾਂ ਗੁਣਾਂ ਦੇ ਧਾਰਨੀ ਬਣਨ ਤਾਂ ਕਿ ਉਹ ਜ਼ਿੰਦਗੀ ਵਿਚ ਸਫ਼ਲ ਇਨਸਾਨ ਬਣ ਸਕਣ। ਇਕ ਇਨਸਾਨ ਦਾ ਬਚਪਨ ਤੋਂ ਲੈ ਕੇ ਰਹਿੰਦੀ ਜ਼ਿੰਦਗੀ ਤਕ ਦਾ ਰਵੱਈਆ ਹੇਠ ਲਿਖੇ ਤਿੰਨ ਪਹਿਲੂਆਂ ਤੇ ਨਿਰਭਰ ਕਰਦਾ ਹੈ।

i) ਵਾਤਾਵਰਣ (ਮਾਹੌਲ)
ii) ਵਿੱਦਿਆ
iii) ਤਜ਼ਰਬਾ

i) ਵਾਤਾਵਰਨ (ਮਾਹੌਲ) :- ਅਸੀਂ ਆਪਣੇ ਬੱਚੇ ਦੇ ਪਾਲਣ-ਪੋਸ਼ਣ ਲਈ ਕਿਹੋ ਜਿਹਾ ਮਾਹੌਲ ਪ੍ਰਦਾਨ ਕਰਦੇ ਹਾਂ ਉਸਦਾ ਬੱਚੇ ਉਪਰ ਸਾਰੀ ਉਮਰ ਪ੍ਰਭਾਵ ਰਹਿੰਦਾ ਹੈ। ਜੇਕਰ ਅਸੀਂ ਬੱਚੇ ਨੂੰ ਪਿਆਰ, ਮੁਹੱਬਤ, ਖੁਸ਼ੀ, ਖੇੜੇ, ਭਰੋਸਗੀ ਤੇ ਦਲੇਰੀ ਵਾਲਾ ਮਾਹੌਲ ਪ੍ਰਦਾਨ ਕਰਦੇ ਹਾਂ ਤਾਂ ਇਸ ਨਾਲ ਬੱਚੇ ਵਿਚ ਸਵੈ ਸ਼ਕਤੀ ਜਾਗਦੀ ਹੈ ਤੇ ਉਸਦਾ ਰਵੱਈਆ ਸਾਕਾਰਤਮਕ ਬਣਦਾ ਹੈ। ਜੇ ਬੱਚੇ ਨੂੰ ਚੰਗੀ ਸੇਧ, ਨੈਤਿਕਤਾ ਤੇ ਯੋਗ ਅਗਵਾਈ ਮਿਲਦੀ ਹੈ ਤਾਂ ਉਹ ਇਕ ਚੰਗੀਆਂ ਕਦਰਾਂ-ਕੀਮਤਾਂ ਜਿਵੇਂ ਕਿ ਇਮਾਨਦਾਰੀ, ਸਚਾਈ, ਸਹਾਨਭੂਤੀ, ਵਚਨਬੱਧਤਾ, ਨਿਮਰਤਾ, ਵਫ਼ਾਦਾਰੀ, ਨਿਸ਼ਚਾ, ਠਹਿਰਾਅ, ਵਿਸ਼ਵਾਸ, ਮਿਹਨਤ, ਚੰਗਾ ਚਰਿੱਤਰ ਆਦਿ ਦਾ ਧਾਰਨੀ ਬਣਦਾ ਹੈ। ਮਾਪੇ ਬੱਚਿਆਂ ਦਾ ਆਦਰਸ਼ ਹੁੰਦੇ ਹਨ। ਜਿਹੜੇ ਬੱਚਿਆਂ ਦੇ ਮਾਪੇ ਇਮਾਨਦਾਰ, ਮਿਹਨਤੀ, ਪਿਆਰ, ਮੁਹੱਬਤ, ਸਨੇਹ ਤੇ ਬੱਚਿਆਂ ਦੀ ਪ੍ਰਵਾਹ ਕਰਨ ਵਾਲੇ ਹੁੰਦੇ ਹਨ ਉਹ ਬੱਚੇ ਬੜੇ ਭਾਗਾਂ ਵਾਲੇ ਹੁੰਦੇ ਹਨ। ਬੱਚਿਆਂ ਉੱਤੇ ਮਾਪਿਆਂ ਦੇ ਇਨ੍ਹਾਂ ਗੁਣਾਂ ਦਾ ਬਹੁਤ ਚੰਗਾ

ਅਸਰ ਪੈਂਦਾ ਹੈ ਤੇ ਉਹ ਆਪ ਇਨ੍ਹਾਂ ਗੁਣਾਂ ਨੂੰ ਧਾਰਨ ਕਰਦੇ ਹਨ, ਤੇ ਜ਼ਿੰਦਗੀ ਭਰ ਪਾਲਦੇ ਹਨ। ਘਰ ਤੋਂ ਬਾਹਰ ਬੱਚੇ ਨੂੰ ਕਿਸ ਤਰ੍ਹਾਂ ਦਾ ਮਾਹੌਲ ਮਿਲਦਾ ਹੈ। ਉਸਦੇ ਦੋਸਤ ਕਿਹੋ ਜਿਹੇ ਹਨ। ਉਸਦਾ ਸੰਪਰਕ ਕਿਹੋ ਜਿਹੇ ਵਿਅਕਤੀਆਂ ਨਾਲ ਪੈਂਦਾ ਹੈ। ਉਸਨੂੰ ਸਮਾਜ ਵਿਚ ਕਿਹੋ ਜਿਹੇ ਰੀਤੀ ਰਿਵਾਜ਼, ਧਾਰਮਿਕ ਸਿਖਿਆ ਤੇ ਅਗਵਾਈ ਮਿਲਦੀ ਹੈ। ਇਹ ਸਭ ਬੱਚੇ ਦੇ ਰਵੱਈਏ ਤੇ ਅਸਰ ਪਾਉਂਦੇ ਹਨ। ਇਨ੍ਹਾਂ ਤੋਂ ਇਲਾਵਾ ਬੱਚਾ ਰੇਡੀਉ, ਟੀ.ਵੀ., ਕੰਪਿਊਟਰ, ਅਖ਼ਬਾਰ, ਫ਼ਿਲਮਾਂ, ਰਸਾਲਿਆਂ ਵਿਚ ਜੋ ਸੁਣਦਾ, ਦੇਖਦਾ ਤੇ ਪੜ੍ਹਦਾ ਹੈ, ਉਸਦਾ ਵੀ ਉਸਦੇ ਚਰਿੱਤਰ ਤੇ ਅਸਰ ਪੈਂਦਾ ਹੈ। ਸੋ ਸਾਨੂੰ ਤੇ ਸਾਡੇ ਸਮਾਜ ਨੂੰ ਸਮੁੱਚੇ ਤੌਰ 'ਤੇ ਬੱਚਿਆਂ ਲਈ ਜਿੰਨਾ ਵੀ ਹੋ ਸਕੇ ਇਕ ਚੰਗਾ ਵਾਤਾਵਰਣ ਸਿਰਜਣਾ ਚਾਹੀਦਾ ਹੈ। ਅਸੀਂ ਬੱਚਿਆਂ ਨੂੰ ਇਹੋ ਜਿਹਾ ਮਾਹੌਲ ਦਈਏ ਜੋ ਕਿ ਉਸਾਰੂ ਪੱਖੀ ਹੋਵੇ।

ii) ਵਿੱਦਿਆ:- ਬੱਚੇ ਦੀ ਸਿੱਖਿਆ ਘਰ ਤੋਂ ਹੀ ਆਰੰਭ ਹੁੰਦੀ ਹੈ। ਬੱਚਾ ਜਦੋਂ ਥੋੜ੍ਹਾ ਜਿਹਾ ਵੱਡਾ ਹੁੰਦਾ ਹੈ, ਤਾਂ ਸਕੂਲ ਵਿਚ ਪਾ ਦਿੱਤਾ ਜਾਂਦਾ ਹੈ। ਸਕੂਲ ਵਿਚ ਬੱਚਾ ਰਸਮੀ ਤੌਰ ਦੀ ਪੜ੍ਹਾਈ ਜਿਸ ਵਿਚ ਭਾਸ਼ਾ, ਗਣਿਤ, ਸਾਇੰਸ, ਸਮਾਜਕ ਸਿੱਖਿਆ ਆਦਿ ਸ਼ਾਮਲ ਹਨ, ਸਿਖਦਾ ਹੈ ਤੇ ਆਪਣੇ ਗਿਆਨ ਵਿਚ ਵਾਧਾ ਕਰਦਾ ਹੈ। ਪਰ ਇਸ ਤੋਂ ਇਲਾਵਾ ਪੜ੍ਹਾਈ ਦਾ ਦੂਸਰਾ ਭਾਗ ਵੀ ਹੈ ਜਿਸਨੂੰ ਗੈਰ-ਰਸਮੀ (informal) ਕਿਹਾ ਜਾਂਦਾ ਹੈ। ਇਹ ਪੜ੍ਹਾਈ ਸਿੱਧੀ ਸਰਟੀਫ਼ਿਕੇਟਾਂ ਜਾਂ ਡਿਗਰੀਆਂ ਨਾਲ ਸੰਬੰਧ ਨਹੀਂ ਰੱਖਦੀ। ਇਹ ਤਾਂ ਕਦਰਾਂ-ਕੀਮਤਾਂ ਦਾ ਗਿਆਨ ਹੈ। ਇਹ ਗਿਆਨ ਆਮ ਪੜ੍ਹਾਈ ਦੇ ਨਾਲ ਨਾਲ ਬੱਚੇ ਨੂੰ ਚੰਗੀਆਂ ਕਦਰਾਂ-ਕੀਮਤਾਂ ਦਾ ਧਾਰਨੀ ਬਣਾਉਂਦੀ ਹੈ ਤਾਂ ਕਿ ਬੱਚਾ ਸਮੁੱਚੇ ਤੌਰ 'ਤੇ ਚੰਗਾ ਇਨਸਾਨ ਬਣ ਸਕੇ। ਜਿਸ ਪੜ੍ਹਾਈ ਵਿਚ ਸਿੱਖਿਆ ਦੇ ਇਹ ਦੋਵੇਂ ਪਹਿਲੂ ਜੁੜ ਗਏ ਹੋਣ, ਉਹ ਪੜ੍ਹਾਈ ਬਹੁਤ ਮਹੱਤਵਪੂਰਨ ਤੇ ਵਧੇਰੇ ਲਾਭਦਾਇਕ ਬਣ ਜਾਂਦੀ ਹੈ। ਇੱਥੇ ਸਾਡੇ ਅਧਿਆਪਕਾਂ ਦੀ ਭੂਮਿਕਾ ਦੀ ਬਹੁਤ ਮਹੱਤਤਾ ਹੈ। ਇਕ ਆਦਰਸ਼ ਅਧਿਆਪਕ ਜਿੱਥੇ ਬੱਚਿਆਂ ਲਈ ਪ੍ਰੇਰਨਾ ਸਰੋਤ ਬਣਦਾ ਹੈ, ਉਥੇ ਉਹ ਉਨ੍ਹਾਂ ਵਿਚ ਚੰਗੀਆਂ ਆਦਤਾਂ ਦੇ ਨਾਲ ਨਾਲ ਸਾਕਾਰਤਮਿਕ ਰਵੱਈਆ ਭਰ ਦਿੰਦਾ ਹੈ। ਵਿਦਿਆ ਦਾ ਤਾਂ ਮੰਤਵ ਹੀ ਇਹ ਬਣਦਾ ਹੈ ਕਿ ਉਹ ਬੱਚੇ ਨੂੰ ਜ਼ਿੰਦਗੀ ਵਿਚ ਕਮਾਈ ਜੋਗਾ ਹੀ ਨਾ ਬਣਾਵੇ ਬਲਕਿ ਉਸਨੂੰ ਇਕ ਚੰਗੀ ਜ਼ਿੰਦਗੀ ਜਿਊਣ ਦਾ ਰਾਹ ਵੀ ਵਿਖਾਵੇ ਅਤੇ ਚੰਗਾ ਸ਼ਹਿਰੀ ਵੀ ਬਣਾਵੇ।

iii) ਤਜਰਬਾ:- ਸਾਡੇ ਆਸ ਪਾਸ ਕੁਝ ਨਾ ਕੁਝ ਘਟਨਾਵਾਂ ਵਾਪਰਦੀਆਂ ਰਹਿੰਦੀਆਂ ਹਨ। ਬੱਚੇ ਨੂੰ ਕੁਝ ਹਾਦਸੇ, ਸਦਮੇ, ਨੁਕਸਾਨ ਤੇ ਕੁਝ ਖੁਸ਼ੀ ਜਾਂ ਗ਼ਮੀ ਵਾਲੀਆਂ ਸਥਿਤੀਆਂ ਵਿਚੋਂ ਗੁਜਰਨਾ ਪੈਂਦਾ ਹੈ। ਇਕ ਬੱਚਾ ਕਿਹੋ ਜਿਹੇ ਤਜਰਬਿਆਂ ਵਿਚੋਂ ਗੁਜਰਦਾ ਹੈ, ਉਨ੍ਹਾਂ ਦਾ ਉਸਦੇ ਰਵੱਈਏ ਤੇ ਬੜਾ ਵੱਡਾ ਪ੍ਰਭਾਵ ਪੈਂਦਾ ਹੈ। ਕੁਝ ਘਟਨਾਵਾਂ ਉਸ ਉੱਤੇ ਚੰਗਾ ਅਸਰ ਛੱਡ ਸਕਦੀਆਂ ਹਨ ਤੇ ਕਈ ਮਾੜਾ। ਉਹ ਇਸ ਉੱਤੇ ਨਿਰਭਰ ਕਰਦਾ ਹੈ ਕਿ ਬੱਚਾ ਉਨ੍ਹਾਂ ਨੂੰ ਕਿਸ ਸੋਚ ਤੇ ਕਿਸ ਢੰਗ ਨਾਲ ਲੈਂਦਾ ਹੈ ਜੇਕਰ ਸੰਕਟਮਈ ਪਰਸਥਿਤੀਆਂ ਵਿਚ ਉਸਦੀ ਸੋਚ ਤੇ ਰਵੱਈਆ ਉਸਾਰੂ ਪੱਖੀ ਹੋਵੇ ਤਾਂ ਉਹ ਬੱਚਾ ਅੱਗੇ ਜਾ ਕੇ ਬਹੁਤ ਚੰਗੀ ਸ਼ਖ਼ਸੀਅਤ ਦਾ ਮਾਲਕ ਬਣੇਗਾ।

ਇਸ ਪੜਾਅ ਦੌਰਾਨ ਬੱਚਾ ਵੱਡਾ ਹੁੰਦਾ ਹੋਇਆ ਗੱਭਰੂ ਬਣਦਾ ਹੈ। ਇਸੇ ਪੜਾਅ ਵਿਚ ਉਹ ਆਪਣੀ ਪੜ੍ਹਾਈ ਪੂਰੀ ਕਰਦਾ ਹੈ ਤੇ ਅਗਲੇ ਪੜਾਅ ਵਿਚ ਦਾਖਲ ਹੁੰਦਾ ਹੈ।

ਪ੍ਰਾਪਤੀ ਕਰਨ ਦਾ ਸਮਾਂ

ਇਸ ਪੜਾਅ ਦੌਰਾਨ ਵਿਅਕਤੀ ਨੇ ਜੋ ਕੁਝ ਪਹਿਲੇ ਪੜਾਅ ਵਿਚ ਗਿਆਨ, ਮਹਾਨਤਾ, ਗੁਣ ਤੇ ਆਦਰਸ਼ ਗ੍ਰਹਿਣ ਕੀਤੇ ਹਨ, ਉਹ ਉਨ੍ਹਾਂ ਨੂੰ ਜ਼ਿੰਦਗੀ ਵਿਚ ਵਰਤੋਂ ਵਿਚ ਲਿਆਉਂਦਾ ਹੈ। ਉਸਨੇ ਆਪਣੀ ਤੇ ਆਪਣੇ ਪਰਿਵਾਰ ਦੀ ਜ਼ਿੰਦਗੀ ਚਲਾਉਣ ਲਈ ਕਮਾਈ ਹੀ ਨਹੀਂ ਕਰਨੀ, ਉਸਨੇ ਇਕ ਉਪਯੋਗੀ ਜ਼ਿੰਦਗੀ ਬਸਰ ਕਰਦੇ ਹੋਏ ਸਮਾਜ ਵਿਚ ਨਿਵੇਕਲਾ ਅਸਥਾਨ ਤੇ ਪ੍ਰਤੀਸ਼ਠਾ ਵੀ ਬਣਾਉਣੀ ਹੁੰਦੀ ਹੈ।

ਇਹੀ ਪੜ੍ਹਾਅ ਹੈ ਜਿਸ ਵਿਚ ਇਨਸਾਨ ਆਪਣੇ ਰੁਤਬੇ ਤੇ ਪਹੁੰਚਦਾ ਹੈ ਤੇ ਨਾਮਨਾ ਖਟਦਾ ਹੈ। ਇਸ ਪੜਾਅ ਵਿਚ ਜੋ ਜ਼ਿੰਦਗੀ ਦਾ ਆਉਣ ਵਾਲਾ ਪੜਾਅ ਹੈ ਉਸ ਦੀ ਤਿਆਰੀ ਕਰਦਾ ਹੈ। ਸੋ ਇਨ੍ਹਾਂ ਪਹਿਲੂਆਂ ਕਰਕੇ ਇਹ ਜ਼ਿੰਦਗੀ ਦਾ ਬੜਾ ਅਹਿਮ ਪੜ੍ਹਾਅ ਹੈ।

ਇਸ ਪੜਾਅ ਵਿਚ ਸਫ਼ਲ ਹੋਣ ਲਈ ਉਸਨੂੰ ਆਪਣੀ ਸ਼ਖ਼ਸੀਅਤ ਨਿਖਾਰਣੀ ਪਵੇਗੀ। ਉਸਨੂੰ ਆਤਮ ਵਿਸ਼ਵਾਸੀ ਹੋਣਾ ਪਵੇਗਾ। ਉਸਨੂੰ ਆਪਣੇ ਆਪ ਨੂੰ ਅੰਦਰੂਨੀ ਤੌਰ 'ਤੇ ਹੋਰ ਉਭਾਰਣਾ ਪਵੇਗਾ ਤਾਂ ਕਿ ਉਹ ਸਾਹਮਣੇ ਆਉਂਦੀਆਂ ਮੁਸ਼ਕਲਾਂ ਨੂੰ ਹੱਲ ਕਰਨ ਲਈ ਜ਼ਿੰਮੇਵਾਰੀ ਨਾਲ ਸਮੇਂ ਅਨੁਸਾਰ ਠੀਕ ਫ਼ੈਸਲਾ ਕਰ ਸਕੇ। ਇਸ ਤੋਂ ਇਲਾਵਾ ਇਸ ਪੜਾਅ ਵਿਚ ਕਾਮਯਾਬ ਹੋਣ ਲਈ ਹੇਠਾਂ ਦਿੱਤੇ ਨੁਕਤਿਆਂ ਉਪਰ ਵੀ ਅਮਲ ਕਰਨ ਵਲ ਖਾਸ ਧਿਆਨ ਦੇਣ ਦੀ ਲੋੜ ਹੋਵੇਗੀ;

i) ਜ਼ਿੰਦਗੀ ਦਾ ਨਿਸ਼ਾਨਾ : ਹਰ ਇਕ ਮਨੁੱਖ ਨੂੰ ਸਭ ਤੋਂ ਪਹਿਲਾਂ ਇਹ ਤੈਅ ਕਰਨਾ ਚਾਹੀਦਾ ਹੈ ਕਿ ਉਹ ਜ਼ਿੰਦਗੀ ਵਿਚ ਕੀ ਬਣਨਾ ਚਾਹੁੰਦਾ ਹੈ ਤੇ ਕੀ ਹਾਸਲ ਕਰਨਾ ਚਾਹੁੰਦਾ ਹੈ। ਉਸਦੀ ਮੰਜ਼ਿਲ ਕੀ ਹੈ। ਜੇ ਤੁਸੀਂ ਨਿਸ਼ਾਨਾ ਤੈਅ ਨਹੀਂ ਕਰਦੇ ਤਾਂ ਤੁਸੀਂ ਭਟਕ ਜਾਉਗੇ। ਨਿਸ਼ਾਨਾ ਤੁਹਾਡਾ ਰਸਤਾ ਤੈਅ ਕਰਦਾ ਹੈ। ਇਹ ਉਸੇ ਤਰ੍ਹਾਂ ਹੈ ਜਿਵੇਂ ਅਸੀਂ ਕਿਸੇ ਜਗ੍ਹਾ ਜਾਣਾ ਹੁੰਦਾ ਹੈ ਪਰ ਜੇਕਰ ਸਾਨੂੰ ਉਸ ਜਗ੍ਹਾ ਦਾ ਹੀ ਨਹੀਂ ਪਤਾ ਜਿੱਥੇ ਅਸੀਂ ਜਾਣਾ ਹੈ ਤਾਂ ਅਸੀਂ ਕਿਹੜਾ ਰਸਤਾ ਫੜਾਂਗੇ?

ਆਪਣਾ ਨਿਸ਼ਾਨਾ ਇਹੋ ਜਿਹਾ ਚੁਣੋ ਜਿਹੜਾ ਕੁਝ ਉੱਚਾ ਹੋਵੇ, ਜਿਹੜਾ ਚੁਣੌਤੀ ਭਰਿਆ ਹੋਵੇ ਪਰ ਇਹੋ ਜਿਹਾ ਨਿਸ਼ਾਨਾ ਵੀ ਨਾ ਚੁਣੋ ਜਿਹੜਾ ਕਿ ਤੁਸੀਂ ਸਮਝਦੇ ਹੋ ਕਿ ਤੁਹਾਡੀ ਪਹੁੰਚ ਤੋਂ ਬਾਹਰ ਹੈ। ਪਰ ਜੇ ਤੁਹਾਡਾ ਨਿਸ਼ਾਨਾ ਕੋਈ ਵੱਡਾ ਨਹੀਂ ਤਾਂ ਤੁਸੀਂ ਇਕ ਆਮ ਆਦਮੀ ਵਾਲੀ ਜ਼ਿੰਦਗੀ ਹੀ ਗੁਜ਼ਾਰ ਦੇਵੋਗੇ। ਇਸ ਤਰ੍ਹਾਂ ਦੇ ਧਾਰਨੀ ਬਣੋ ਕਿ ਮੈਂ ਜ਼ਿੰਦਗੀ ਵਿਚ ਕੁਝ ਕਰਕੇ ਵਿਖਾਉਣਾ ਹੈ। ਮੈਂ ਆਪਣੀ ਜ਼ਿੰਦਗੀ ਵਿਚ ਵੱਡੇ ਰੁਤਬੇ ਤੇ ਪਹੁੰਚਣਾ ਹੈ ਜਾਂ ਮੈਂ ਸਿਖ਼ਰਾਂ ਛੋਹਣੀਆਂ ਹਨ।

ਅਸੀਂ ਵੱਡੇ ਨਿਸ਼ਾਨੇ ਉੱਤੇ ਸੌਖ ਨਾਲ ਪਹੁੰਚ ਸਕਦੇ ਹਾਂ ਜੇਕਰ ਇਸਨੂੰ ਛੋਟੇ ਛੋਟੇ ਨਿਸ਼ਾਨਿਆਂ ਵਿਚ ਵੰਡ ਲਈਏ। ਜੇ ਸਾਡਾ ਨਿਸ਼ਾਨਾ ਡਾਕਟਰ ਬਣਨ ਦਾ ਹੈ ਤਾਂ

ਪਹਿਲਾ ਨਿਸ਼ਾਨਾ ਬਣਾਈਏ ਕਿ ਅਸੀਂ ਦਸਵੀਂ, ਫਿਰ +2 ਵਿਚ ਬਹੁਤ ਚੰਗੇ ਨੰਬਰਾਂ ਨਾਲ ਪਾਸ ਹੋਈਏ ਤੇ ਸਾਇੰਸ ਵਿਚ ਚੰਗੀ ਮੁਹਾਰਤ ਹਾਸਲ ਕਰੀਏ। ਫਿਰ ਅਗਲਾ ਨਿਸ਼ਾਨਾ ਹੋਵੇਗਾ ਕਿ ਅਸੀਂ ਐਮ.ਬੀ.ਬੀ.ਐਸ. ਦੇ ਦਾਖਲੇ ਲਈ ਜੋ ਸਖ਼ਤ ਮੁਕਾਬਲਾ ਹੈ ਉਸ ਦੀ ਤਿਆਰੀ ਕਰੀਏ ਤੇ ਪਾਸ ਹੋਈਏ। ਫਿਰ ਇਸ ਤੋਂ ਉੱਪਰ ਵਾਲੇ ਕੋਰਸਾਂ ਦਾ ਰਾਹ ਫੜੀਏ। ਸੋ ਕਿਹਾ ਜਾਂਦਾ ਹੈ ਕਿ 'ਗਜਾਂ ਦੇ ਹਿਸਾਬ ਨਾਲ ਜ਼ਿੰਦਗੀ ਔਖੀ ਹੈ ਪਰ ਇੰਚਾਂ ਦੇ ਹਿਸਾਬ ਨਾਲ ਇਸਨੂੰ ਸੌਖਿਆਂ ਨਿਭਾਇਆ ਜਾ ਸਕਦਾ ਹੈ।'

ii) ਯੋਜਨਾ: ਜ਼ਿੰਦਗੀ ਦੇ ਨਿਸ਼ਾਨੇ ਨੂੰ ਹਾਸਲ ਕਰਨ ਲਈ ਯੋਜਨਾ ਬਣਾਉ ਤੇ ਯੋਜਨਾ ਬਧ ਤਰੀਕੇ ਨਾਲ ਇਸ ਵੱਲ ਅੱਗੇ ਵਧੋ। ਇਸ ਨਿਸ਼ਾਨੇ ਦੀ ਪੂਰਤੀ ਲਈ ਪੂਰੀ ਦ੍ਰਿੜਤਾ ਤੇ ਵਚਨਬੱਧਤਾ ਨਾਲ ਆਪਣੇ ਆਪ ਨੂੰ ਸਮਰਪਤ ਕਰੋ। ਰਸਤੇ ਵਿਚ ਕੋਈ ਰੁਕਾਵਟਾਂ, ਕਈ ਨੁਕਸਾਨ, ਕਈ ਨਾਕਾਮੀਆਂ ਆਉਣਗੀਆਂ ਇਨ੍ਹਾਂ ਤੋਂ ਨਾ ਡਰੋ ਤੇ ਨਾ ਭਟਕੋ, ਬਲਕਿ ਦੋਹਰੇ ਹੌਂਸਲੇ ਨਾਲ ਅੱਗੇ ਵਧੋ।

iii) ਮਿਹਨਤ: ਤੁਹਾਨੂੰ ਸਖ਼ਤ ਮਿਹਨਤ ਕਰਨੀ ਪਵੇਗੀ। ਸਖ਼ਤ ਮਿਹਨਤ ਦੇ ਨਾਲ ਤੁਹਾਨੂੰ ਅਨੁਸ਼ਾਸਨ ਵਿਚ ਰਹਿਣਾ ਪਵੇਗਾ ਤੇ ਕਈ ਇੱਛਾਵਾਂ ਨੂੰ ਵੀ ਤਿਆਗਣਾ ਪਵੇਗਾ। ਨਿਸ਼ਾਨੇ ਨੂੰ ਉਹ ਲੋਕ ਹੀ ਹਾਸਲ ਕਰ ਸਕਦੇ ਹਨ ਜੋ ਇਸ ਲਈ ਮਿਹਨਤ ਤੇ ਲਗਣ ਨਾਲ ਕੰਮ ਕਰਦੇ ਹਨ। ਜੋ ਲੋਕ ਬਸ ਦੇਖਦੇ ਤੇ ਸੋਚਦੇ ਹੀ ਰਹਿੰਦੇ ਹਨ, ਕੁਝ ਹਾਸਲ ਨਹੀਂ ਕਰ ਸਕਦੇ।

iv) ਉਸਾਰੂ ਸੋਚ: ਹਮੇਸ਼ਾ ਹਾਂ ਪੱਖੀ ਰਵੱਈਆ ਅਪਨਾਉ। ਸਾਕਾਰਤਮਕ ਰਵੱਈਆ ਇਕ ਵਿਅਕਤੀ ਦੀਆਂ ਯੋਗਤਾਵਾਂ ਨੂੰ ਪੂਰੀ ਤਰ੍ਹਾਂ ਅਮਲ ਵਿਚ ਲਿਆਉਣ ਲਈ ਮਦਦ ਕਰਦਾ ਹੈ। ਇਸ ਨਾਲ ਉਸਦੀ ਪ੍ਰਾਪਤੀ ਵਿਚ ਵਾਧਾ ਹੁੰਦਾ ਹੈ। ਤੁਹਾਡੀ ਸੋਚ ਤੁਹਾਨੂੰ ਹੌਸਲਾ ਦਵਾਉਂਦੀ ਹੈ ਕਿ ਆਉਣ ਵਾਲਾ ਕੱਲ ਕੁਝ ਚੰਗਾ ਹੀ ਲਿਆਵੇਗਾ ਤੇ ਤੁਹਾਡਾ ਭਵਿੱਖ ਵੀ ਉਜਲ ਹੀ ਹੋਵੇਗਾ। ਇਸਦੇ ਨਾਲ ਹੀ ਉਤਸ਼ਾਹ ਭਰੀ ਜ਼ਿੰਦਗੀ ਬਿਤਾਉ। ਹੋ ਸਕਦਾ ਹੈ ਕਿ ਤੁਸੀਂ ਆਪਣਾ ਕੰਮ ਬੜੇ ਉਤਸ਼ਾਹ ਨਾਲ ਸ਼ੁਰੂ ਕੀਤਾ ਹੋਵੇ ਤੇ ਤੁਹਾਨੂੰ ਉਹ ਕੰਮ ਬਹੁਤ ਵਧੀਆ ਵੀ ਲੱਗਿਆ ਹੋਵੇ। ਹੌਲੀ-ਹੌਲੀ ਤੁਹਾਨੂੰ ਹਰ ਰੋਜ਼ ਵਾਰ-ਵਾਰ ਉਹੀ ਕੰਮ ਕਰਨ ਨਾਲ ਇਸ ਵਿਚ ਦਿਲਚਸਪੀ ਘੱਟ ਰਹੀ ਹੋਵੇ ਤੇ ਤੁਹਾਡਾ ਉਤਸ਼ਾਹ ਘੱਟ ਰਿਹਾ ਹੋਵੇ। ਤੁਹਾਨੂੰ ਆਪਣੇ ਵਿਚ ਫਿਰ ਦੁਬਾਰਾ ਜੋਸ਼ ਭਰਨਾ ਪਵੇਗਾ। ਤੁਹਾਨੂੰ ਆਪਣੇ ਆਪ ਨੂੰ ਅੰਦਰੂਨੀ ਤੌਰ 'ਤੇ ਉੱਪਰ ਚੁੱਕਣਾ ਪਵੇਗਾ। ਆਪਣੇ ਆਪ ਨੂੰ ਇਹ ਜਤਾਉਣਾ ਪਵੇਗਾ ਕਿ ਪ੍ਰਮਾਤਮਾ ਦਾ ਸ਼ੁਕਰ ਹੈ, ਮੇਰੇ ਕੋਲ ਕੁਝ ਕਰਨ ਲਈ ਕੰਮ ਤਾਂ ਹੈ। ਕਿਉਂ ਨਾ ਇਸਨੂੰ ਵਧੀਆ ਤਰੀਕੇ ਨਾਲ ਕਰਾਂ। ਸਾਨੂੰ ਚਾਹੀਦਾ ਹੈ ਕਿ ਜੋ ਵੀ ਕੰਮ ਕਰਨ ਦਾ ਮੌਕਾ ਮਿਲਿਆ ਹੈ ਉਸਨੂੰ ਪੂਰੀ ਤਨਦੇਹੀ ਤੇ ਲਗਨ ਨਾਲ ਕਰੀਏ। ਜਿੰਨੀ ਵੀ ਸਾਡੀ ਯੋਗਤਾ ਹੈ ਉਸਦਾ ਵਧ ਤੋਂ ਵਧ ਪ੍ਰਯੋਗ ਕਰੀਏ। ਜਿੰਨਾ ਸਾਨੂੰ ਮਿਲਦਾ ਹੈ ਉਸ ਤੋਂ ਵਧ ਦੇਣ ਦੀ ਕੋਸ਼ਿਸ਼ ਕਰੀਏ।

ਸਾਡੀ ਉਮਰ ਦਾ ਸਮਾਂ ਸੀਮਤ ਹੈ। ਹਰ ਦਿਨ ਬੀਤਣ ਨਾਲ ਸਾਡੀ ਉਮਰ ਇਕ ਦਿਨ ਨਾਲ ਘੱਟ ਜਾਂਦੀ ਹੈ। ਇਸ ਲਈ ਸਾਨੂੰ ਚਾਹੀਦਾ ਹੈ ਕਿ ਸਮੇਂ ਦਾ ਵਧ ਤੋਂ ਵੱਧ

ਲਾਭ ਉਠਾਈਏ। ਇਸਨੂੰ ਐਵੇਂ ਹੀ ਨਾ ਖਰਚ ਦੇਈਏ।

ਇਸ ਪੜਾਅ ਦੇ ਪੂਰਾ ਹੋਣ ਤੇ ਇਹ ਆਸ ਕੀਤੀ ਜਾਂਦੀ ਹੈ ਕਿ ਤੁਹਾਡਾ ਇਹ ਪੜਾਅ ਬਹੁਤ ਉਪਯੋਗੀ ਰਿਹਾ ਹੋਵੇਗਾ। ਇਸ ਸਮੇਂ ਦੌਰਾਨ ਤੁਸੀਂ ਆਪਣੀਆਂ ਖੂਬੀਆਂ, ਨੀਤੀਆਂ ਤੇ ਮਿਹਨਤ ਸਦਕਾ ਇਕ ਕਾਮਯਾਬ ਵਿਅਕਤੀ ਰਹੇ ਹੋਵੋਗੇ। ਤੁਸੀਂ ਕਈ ਮੱਲਾਂ ਮਾਰੀਆਂ ਹੋਣਗੀਆਂ ਤੇ ਆਪਣੇ ਨਿਸ਼ਾਨੇ ਤੇ ਪਹੁੰਚ ਚੁੱਕੇ ਹੋਵੋਗੇ। ਇਸ ਦੌਰਾਨ ਤੁਸੀਂ ਇਕ ਵਧੀਆ ਜੀਵਨ ਨਿਭਾਇਆ ਹੋਵੇਗਾ ਅਤੇ ਆਪਣੇ ਬੱਚਿਆਂ ਨੂੰ ਚੰਗੀ ਤਰ੍ਹਾਂ ਪਾਲਿਆ ਪੋਸਿਆ ਹੋਵੇਗਾ। ਉਨ੍ਹਾਂ ਨੂੰ ਚੰਗੀ ਵਿਦਿਆ ਹਾਸਲ ਕਰਨ ਵਿਚ ਸਹਿਯੋਗੀ ਹੋਏ ਹੋਵੋਗੇ। ਬੱਚਿਆਂ ਨੂੰ ਇਸ ਯੋਗ ਬਣਾ ਦਿੱਤਾ ਹੋਵੇਗਾ ਕਿ ਉਹ ਆਪਣੀ ਜ਼ਿੰਦਗੀ ਆਪਣੇ ਬਲ ਬੂਤੇ ਉਤੇ ਵਧੀਆ ਨਿਭਾ ਸਕਣ। ਇਕ ਕਾਮਯਾਬ ਵਿਅਕਤੀ ਤੋਂ ਇਹ ਵੀ ਆਸ ਕੀਤੀ ਜਾਂਦੀ ਹੈ ਕਿ ਉਸਨੇ ਇਤਨੇ ਕੁ ਸਾਧਨ ਜੋੜ ਲਏ ਹੋਣਗੇ ਕਿ ਉਸਦਾ ਅਗਲੇ ਪੜਾਅ ਵਿਚ ਕੁੱਲੀ, ਜੁੱਲੀ, ਗੁੱਲੀ ਦਾ ਯੋਗ ਪ੍ਰਬੰਧ ਹੋਵੇ, ਸੁਰੱਖਿਅਤ ਮਹਿਸੂਸ ਕਰੇ ਅਤੇ ਅਗਲੇ ਪੜ੍ਹਾਅ ਵਿਚ ਪੂਰੇ ਜੋਸ਼ ਵਿਸ਼ਵਾਸ ਤੇ ਨਿਰਭੈਤਾ ਨਾਲ ਦਾਖਲ ਹੋਵੇ।

ਇਹ ਜ਼ਰੂਰੀ ਨਹੀਂ ਕਿ ਤੁਹਾਡੇ ਕੋਲ ਬਹੁਤ ਆਲੀਸ਼ਾਨ, ਵੱਡਾ, ਮਹਿਲ ਵਰਗਾ ਘਰ ਹੋਵੇ। ਇਕ ਸਾਫ਼ ਸੁਥਰਾ, ਹਵਾਦਾਰ ਛੋਟਾ ਘਰ ਤੁਹਾਡੇ ਲਈ ਕਾਫੀ ਹੋਵੇਗਾ, ਜਿਸ ਵਿਚ ਤੁਸੀਂ ਆਰਾਮ ਤੇ ਖੁਸ਼ੀ ਭਰਿਆ ਜੀਵਨ ਬਿਤਾ ਸਕਦੇ ਹੋ। ਕੁਝ ਲੋਕਾਂ ਵਿਚ ਅੱਜਕਲ੍ਹ ਪੈਸੇ ਦੀ ਇਕ ਹੋੜ ਹੀ ਲੱਗੀ ਹੋਈ ਹੈ। ਬਸ ਜਾਇਜ਼ ਨਜਾਇਜ਼ ਕੋਈ ਵੀ ਤਰੀਕਾ ਹੋਵੇ ਧਨ ਜੋੜਨ ਵਿਚ ਖੁੱਭੇ ਰਹਿੰਦੇ ਹਨ। ਮਾਹਿਰਾਂ ਦੇ ਕੀਤੇ ਗਏ ਸਰਵੇਖਣ ਦਸਦੇ ਹਨ ਕਿ ਜੇਕਰ ਤੁਹਾਡੀ ਮਾਇਕ ਅਵਸਥਾ ਇਕ ਦਰਮਿਆਨੇ ਪੱਧਰ ਦੀ ਹੈ। ਤੁਸੀਂ ਬੜੇ ਆਰਾਮ, ਖੁਸ਼ੀ ਤੇ ਖੇੜਿਆਂ ਵਾਲੀ ਜ਼ਿੰਦਗੀ ਨਿਭਾਅ ਸਕਦੇ ਹੋ। ਇਨ੍ਹਾਂ ਸਰਵੇਖਣਾਂ ਮੁਤਾਬਿਕ ਵਧ ਪੈਸੇ ਤੇ ਖੁਸ਼ੀ ਦਾ ਸਿੱਧਾ ਸੰਬੰਧ ਨਹੀਂ। ਇਹ ਜ਼ਰੂਰੀ ਨਹੀਂ ਕਿ ਵਧ ਪੈਸਾ ਵਧ ਖੁਸ਼ੀ ਲਿਆਵੇਗਾ। ਹੱਦੋਂ ਵੱਧ ਕਮਾਇਆ ਪੈਸਾ ਚਿੰਤਾ ਦਾ ਸੋਮਾ ਬਣਕੇ ਤੁਹਾਡੇ ਸਾਹਮਣੇ ਖਲੋ ਸਕਦਾ ਹੈ। ਇਕ ਅਮੀਰ ਆਦਮੀ ਉਹ ਗਿਣਿਆ ਜਾਂਦਾ ਹੈ ਜਿਹੜਾ ਕਿ ਜੋ ਵੀ ਚੀਜ਼ ਉਹ ਖਰੀਦਣਾ ਚਾਹੇ ਜਾਂ ਪ੍ਰਾਪਤ ਕਰਨਾ ਚਾਹੇ ਬਿਨਾਂ ਸੰਕੋਚ ਤੋਂ ਖਰੀਦ ਸਕੇ।

ਜੋ ਇਨਸਾਨ ਆਪਣੀ ਅਮੀਰੀ ਇਸ ਪੱਧਰ ਤੇ ਰੱਖਕੇ ਸੰਤੁਸ਼ਟ ਹੋਣ ਉਹ ਭਾਗਾਂ ਵਾਲੇ ਸਮਝੇ ਜਾਂਦੇ ਹਨ।

ਦੇਣ ਵਾਲਾ ਸਮਾਂ

ਇਹ ਜ਼ਿੰਦਗੀ ਦਾ ਆਖ਼ਰੀ ਪੜਾਅ ਹੈ। ਇਸ ਪੜਾਅ ਤੀਕ ਪਹੁੰਚਣ ਤੱਕ ਇਕ ਇਨਸਾਨ ਬਹੁਤ ਗਿਆਨ ਤੇ ਤਜ਼ਰਬਾ ਇਕੱਠਾ ਕਰ ਚੁੱਕਾ ਹੁੰਦਾ ਹੈ। ਉਹ ਇਸ ਗਿਆਨ ਤੇ ਤਜਰਬੇ ਰਾਹੀਂ ਗਹਿਰਾਈਆਂ ਨਾਪਣ ਵਾਲਾ ਗੁਣਵਾਨ ਵਿਅਕਤੀ ਬਣ ਜਾਂਦਾ ਹੈ ਤੇ ਦੂਜਿਆਂ ਲਈ ਚਾਨਣ ਦਾ ਸੋਮਾ ਬਣ ਢੁੱਕਦਾ ਹੈ। ਹਰ ਵਿਅਕਤੀ ਨੂੰ ਇਸ ਪੜ੍ਹਾਅ ਵਿਚ ਗੌਰਵਮਈ, ਸਨਮਾਨਤਾ ਵਾਲੀ ਭਾਵਨਾ ਤਹਿਤ ਦਾਖਲ ਹੋਣਾ ਚਾਹੀਦਾ

ਹੈ। ਇਸ ਪੜਾਅ ਦੇ ਹਰ ਪਲ ਨੂੰ ਆਨੰਦਮਈ ਤੇ ਉਪਯੋਗੀ ਸਿੱਧ ਕਰਨਾ ਚਾਹੀਦਾ ਹੈ। ਇਹ ਪੜਾਅ ਤੁਹਾਨੂੰ ਆਪਣੇ ਸਮਾਜ ਲਈ ਕੁਝ ਕਰਨ ਤੇ ਉਸਦਾ ਕਰਜ਼ ਉਤਾਰਣ ਦਾ ਮੌਕਾ ਪ੍ਰਦਾਨ ਕਰਦਾ ਹੈ। ਤੁਹਾਡੀ ਸੋਚ ਇਹ ਹੋਣੀ ਚਾਹੀਦੀ ਹੈ ਕਿ ਜ਼ਿੰਦਗੀ ਦਾ ਸੁਨਹਿਰੀ ਸਮਾਂ ਬੀਤਿਆ ਨਹੀਂ ਇਹ ਤਾਂ ਅੱਗੇ ਆ ਰਿਹਾ ਹੈ। ਜਦੋਂ ਆਦਮੀ ਇਸ ਮੋੜ 'ਤੇ ਪੁੱਜਦਾ ਹੈ ਤਾਂ ਉਸ ਵਿਚ ਈਰਖਾ, ਨਫ਼ਰਤ ਤੇ ਦੁਸ਼ਮਨੀ ਦੀ ਥਾਂ ਪਿਆਰ, ਪ੍ਰਸੰਸਾ, ਮਿਲਵਰਤਣ ਤੇ ਮਦਦਗੀਰੀ ਵਾਲੀਆਂ ਭਾਵਨਾਵਾਂ ਉਤਪੰਨ ਹੁੰਦੀਆਂ ਹਨ। ਉਹ ਬੱਚਿਆਂ ਨੂੰ ਪੜ੍ਹਾਉਣ, ਵਿਆਹੁਣ ਤੇ ਜ਼ਿੰਦਗੀ ਵਿਚ ਸਥਾਨ ਬਣਾਉਣ ਵਾਲੀਆਂ ਜ਼ਿੰਮੇਵਾਰੀਆਂ ਤੋਂ ਮੁਕਤ ਹੋ ਚੁੱਕਿਆ ਹੁੰਦਾ ਹੈ। ਪਰ ਉਸ ਵਿਅਕਤੀ ਨੂੰ ਸਮੇਂ ਦੀਆਂ ਪਰਿਸਥਿਤੀਆਂ ਤੇ ਚੁਣੌਤੀਆਂ ਮੁਤਾਬਕ ਢਲਣਾ ਚਾਹੀਦਾ ਹੈ। ਇਸ ਪੜਾਅ ਦੌਰਾਨ ਇਨਸਾਨ ਨੂੰ ਕਈ ਚੁਣੌਤੀਆਂ ਦਾ ਸਾਹਮਣਾ ਕਰਨਾ ਪੈਂਦਾ ਹੈ। ਇਹ ਕੁਝ ਇਸ ਤਰ੍ਹਾਂ ਹਨ;

ੳ) ਇਨ੍ਹਾਂ ਵਿਅਕਤੀਆਂ ਕੋਲ ਪਹਿਲਾਂ ਨਾਲੋਂ ਦੁਗਣੀ ਵਿਹਲ (ਫ਼ੁਰਸਤ) ਹੁੰਦੀ ਹੈ। ਆਮਦਨੀ ਦੇ ਸਾਧਨ ਅੱਧੇ ਹੋ ਜਾਂਦੇ ਹਨ ਜਾਂ ਘੱਟ ਜਾਂਦੇ ਹਨ।

ਅ) ਇਨ੍ਹਾਂ ਵਿਅਕਤੀਆਂ ਨੂੰ ਰਿਸ਼ਟ-ਪੁਸ਼ਟ ਰਹਿਣ ਤੇ ਸਰੀਰਕ ਤੰਦਰੁਸਤੀ ਰੱਖਣ ਵਿਚ ਸਮੱਸਿਆ ਹੁੰਦੀ ਹੈ।

ੲ) ਇਨ੍ਹਾਂ ਨੂੰ ਇਕੱਲਾਪਣ, ਉਦਾਸੀ ਤੇ ਬੇਅਰਥਪੁਣਾ ਵਰਗੀਆਂ ਭਾਵਨਾਵਾਂ ਨਾਲ ਨਿਪਟਣਾ ਪੈਂਦਾ ਹੈ।

i) ਵਿਹਲਾ ਵਕਤ (ਫ਼ੁਰਸਤ ਦਾ ਸਮਾਂ): ਫ਼ੁਰਸਤ ਦੇ ਸਮੇਂ ਨੂੰ ਜੇਕਰ ਸੂਝ ਬੂਝ ਨਾਲ ਵਰਤਿਆ ਜਾਵੇ ਤਾਂ ਇਹ ਤੁਹਾਡੀ ਸਰੀਰਕ ਤੰਦਰੁਸਤੀ ਤੇ ਦਿਮਾਗੀ ਸਿਹਤ ਲਈ ਕਰਾਮਾਤੀ ਸਿੱਧ ਹੋ ਸਕਦਾ ਹੈ। ਸ਼ਖ਼ਸੀਅਤ ਵਿਚ ਨਿਖਾਰ ਲਿਆ ਸਕਦਾ ਹੈ। ਤੁਹਾਡੀ ਜ਼ਿੰਦਗੀ ਵਿਚ ਖੁਸ਼ਹਾਲੀ ਤੇ ਲੰਬੀ ਉਮਰ ਕਰਨ ਵਿਚ ਉਪਯੋਗੀ ਸਿੱਧ ਹੋ ਸਕਦਾ ਹੈ। ਫ਼ੁਰਸਤ ਤੋਂ ਇਹ ਭਾਵ ਨਹੀਂ ਹੈ ਕਿ ਤੁਹਾਨੂੰ ਕੋਈ ਕੰਮ (ਰੁਝੇਵਾਂ) ਹੀ ਨਾ ਹੋਵੇ। ਤੁਸੀਂ ਇਹ ਸਮਾਂ ਸ਼ੌਕੀਆ ਕੰਮ, ਆਰਾਮ ਤੇ ਧੀਰਜ ਦੇ ਸੁਮੇਲ ਨਾਲ ਵਧੀਆ ਗੁਜਾਰ ਸਕਦੇ ਹੋ। ਤੁਹਾਨੂੰ ਇਹੋ ਜਿਹੇ ਇਨਸਾਨ ਨਹੀਂ ਬਣਨਾ ਚਾਹੀਦਾ ਜਿਹੜੇ ਇਸ ਸਮੇਂ ਨੂੰ ਬਸ ਖਾਣ-ਪੀਣ, ਘੁੰਮਣ-ਫਿਰਨ ਜਾਂ ਸੌਣ ਵਿਚ ਹੀ ਬਤੀਤ ਕਰ ਦਿੰਦੇ ਹਨ। ਇਹੋ ਜਿਹੇ ਵਿਅਕਤੀ ਛੇਤੀ ਹੀ ਉਦਾਸੀਨਤਾ ਤੇ ਵਿਅਰਥਪੁਣੇ ਵਾਲੀ ਭਾਵਨਾ ਵਿਚ ਗ੍ਰਹਿਸਤ ਹੋ ਜਾਂਦੇ ਹਨ। ਆਪਣੇ ਆਪ ਨੂੰ ਸਮਾਜ ਉਤੇ ਬੋਝ ਸਮਝਣ ਲੱਗ ਜਾਂਦੇ ਹਨ। ਤੁਹਾਨੂੰ ਮਿਲੇ ਫ਼ੁਰਸਤ ਦੇ ਸਮੇਂ ਮੁਤਾਬਕ ਸੋਚ ਵਿਚਾਰ ਕਰਕੇ ਇਸ ਨੂੰ ਵਧੀਆ ਤਰੀਕੇ ਨਾਲ ਵਰਤਣ ਲਈ ਇਕ ਯੋਜਨਾ ਬਣਾਉਂਦੀ ਚਾਹੀਦੀ ਹੈ। ਤੁਸੀਂ ਉਸ ਤਰ੍ਹਾਂ ਦੀ ਯੋਜਨਾ ਬਣਾਉ ਜਿਹੜੀ ਕਿ ਤੁਸੀਂ ਆਰਾਮ ਪੂਰਵਕ ਪੂਰੀ ਕਰ ਸਕਦੇ ਹੋ। ਤੁਸੀਂ ਇਹੋ ਜਿਹਾ ਰੁਝੇਵਾਂ (ਸਰਗਰਮੀ) ਚੁਣੋ ਜਿਹੜਾ ਕਿ ਤਨਾਉ ਰਹਿਤ ਹੋਵੇ ਅਤੇ ਰੁਚੀ ਤੇ ਦਿਲਚਸਪੀ ਨਾਲ ਮੇਲ ਖਾਵੇ। ਜੋ ਵਿੱਤੀ ਤੌਰ 'ਤੇ ਬੋਝ ਵੀ ਨਾ ਹੋਵੇ। ਇਹੋ ਜਿਹਾ ਰੁਝੇਵਾਂ, ਵੀ ਨਾ ਚੁਣੋ ਜਿਹੜਾ ਸਮੇਂ ਨੂੰ ਬਰਬਾਦ ਕਰਨ ਤੁਲ ਹੀ ਹੋਵੇ।

ਜੇਕਰ ਇਕ ਨਜ਼ਰ ਮਾਰੀ ਜਾਏ ਤਾਂ ਸਾਨੂੰ ਆਲ਼ੇ-ਦੁਆਲ਼ੇ ਵਿਚ ਇਹੋ

ਜਿਹੀਆਂ ਸਰਗਰਮੀਆਂ ਤੇ ਰੁਝੇਵੇਂ ਵੇਖਣ ਵਿਚ ਆਉਣਗੇ, ਜਿਨ੍ਹਾਂ ਵਿਚ ਅਸੀਂ ਵੀ ਕੋਈ ਨਾ ਕੋਈ ਚੁਣ ਸਕਦੇ ਹੋਈਏ। ਇਹ ਭਾਵੇਂ ਚਿੱਤਰਕਾਰੀ, ਫ਼ੋਟੋ ਖਿਚਣਾ, ਸੰਗੀਤ, ਗਾਉਣ, ਪੜ੍ਹਾਉਣਾ, ਪੜ੍ਹਨਾ, ਲਿਖਣਾ, ਟਿਕਟਾਂ, ਸਿੱਕੇ ਕਿਤਾਬਾਂ ਇਕੱਠੇ ਕਰਨਾ, ਪਾਲਤੂ ਜਾਨਵਰ ਰੱਖਣਾ, ਖੇਡਾਂ ਖੇਡਣਾ, ਖੇਡਾਂ ਦੇ ਦਰਸ਼ਕ ਬਣਨਾ, ਯਾਤਰਾ ਕਰਨੀ ਜਾਂ ਫਿਰ ਸਮਾਜ ਭਲਾਈ ਕੰਮ ਆਦਿ। ਹੋਰ ਬਹੁਤ ਸਾਰੀਆਂ ਸਰਗਰਮੀਆਂ ਹਨ। ਜਿਨ੍ਹਾਂ ਵਿਚ ਅਸੀਂ ਆਪਣਾ ਫ਼ੁਰਸਤ ਦਾ ਸਮਾਂ ਉਪਯੋਗੀ ਢੰਗ ਨਾਲ ਬਿਤਾ ਸਕਦੇ ਹਾਂ। ਮੇਰਾ ਇਕ ਦੋਸਤ ਹੈ ਜੋ ਸੇਵਾਮੁਕਤੀ ਤੋਂ ਬਾਅਦ ਆਪਣੇ ਆਪ ਨੂੰ ਘਰ ਦੇ ਸਾਹਮਣੇ ਪਬਲਿਕ ਪਾਰਕ ਦੀ ਦੇਖਭਾਲ ਅਤੇ ਇਹਨੂੰ ਵਧੀਆ ਬਣਾਉਣ ਵਿਚ ਮਸਰੂਫ਼ ਰੱਖਦਾ ਹੈ। ਇਕ ਹੋਰ ਆਪਣੇ ਛੋਟੇ ਜਿਹੇ ਫਾਰਮ ਵਿਚ ਵੇਲ ਬੂਟੇ ਲਗਾਉਣ ਵਿਚ ਮਸਤ ਹੈ। ਇਕ ਹੋਰ ਦੀ ਸ਼ੌਕੀਆ ਫ਼ੋਟੋ ਖਿੱਚਣ ਤੇ ਲਿਖਣ ਵਿਚ ਦਿਲਚਸਪੀ ਹੈ। ਕੁਝ ਇਹੋ ਜਿਹੇ ਵੀ ਵਿਅਕਤੀ ਹਨ ਜੋ ਇਕ ਕੰਮ ਸਰਗਰਮੀ (ਰੁਝੇਵੇਂ) ਦੇ ਤੌਰ ਤੇ ਸ਼ੁਰੂ ਕਰਦੇ ਹਨ ਪਰ ਵਕਤ ਨਾਲ ਇਸਦੇ ਮਾਹਰ ਹੀ ਬਣ ਜਾਂਦੇ ਹਨ। ਜਿਵੇਂ ਕਿ ਇਕ ਵਾਤਾਵਰਣ ਵਿਚ ਦਿਲਚਸਪੀ ਰੱਖਣ ਵਾਲਾ ਇਕ ਖੋਜੀ ਵੀ ਬਣ ਸਕਦਾ ਹੈ। ਇਕ ਡਾਕਟਰ ਟੀ.ਵੀ. ਕਲਾਕਾਰ ਜਾਂ ਸੰਗੀਤਕਾਰ ਬਣ ਜਾਂਦਾ ਹੈ। ਇਸ ਤਰ੍ਹਾਂ ਦੇ ਬਹੁਤ ਸਾਰੇ ਵਿਅਕਤੀ ਵੇਖੇ ਜਾ ਸਕਦੇ ਹਨ। ਇਹ ਕਿਸੇ ਨਾਲ ਵੀ ਹੋ ਸਕਦਾ ਹੈ। ਇਹ ਤੁਸੀਂ ਵੀ ਹੋ ਸਕਦੇ ਹੋ।

ii) ਆਮਦਨੀ ਦੇ ਸਾਧਨ: ਇਸ ਪੜਾਅ ਵਿਚ ਦਾਖਲ ਹੋਣ ਤੋਂ ਪਹਿਲਾਂ ਹਰ ਵਿਅਕਤੀ ਆਪਣੇ ਕਿੱਤੇ ਵਿਚ ਸਿਖ਼ਰਾਂ ਛੋਹ ਚੁੱਕਿਆ ਹੋਵੇਗਾ। ਉਸਨੇ ਇਸ ਦੌਰਾਨ ਚੰਗੀ ਕਮਾਈ ਕੀਤੀ ਹੋਵੇਗੀ ਤੇ ਕੁਝ ਪੂੰਜੀ ਵੀ ਜੋੜ ਲਈ ਹੋਵੇਗੀ। ਰਹਿਣ ਲਈ ਮਕਾਨ ਬਣਾ ਲਿਆ ਹੋਵੇਗਾ। ਤੇ ਉਸਨੇ ਹਰ ਮਹੀਨੇ ਦੀ ਆਮਦਨ ਲਈ ਚੰਗੀ ਪੈਨਸ਼ਨ (ਜਾਂ ਹੋਰ ਕੋਈ ਸਾਧਨ) ਕਮਾ ਲਈ ਹੋਵੇਗੀ। ਫਿਰ ਕਿਸੇ ਯੋਜਨਾ ਤਹਿਤ ਲੰਬੇ ਸਮੇਂ ਲਈ ਧੰਨ ਜਮ੍ਹਾਂ ਕਰਕੇ ਹਰ ਮਹੀਨੇ ਇਸ ਦੇ ਵਿਆਜ ਵਜੋਂ ਵੀ ਕੁਝ ਆਮਦਨ ਦਾ ਪ੍ਰਬੰਧ ਕਰ ਲਿਆ ਹੋਵੇਗਾ। ਸੋ ਇਕ ਕਾਮਯਾਬ ਵਿਅਕਤੀ ਕੋਲੋਂ ਇਹ ਆਸ ਕੀਤੀ ਜਾਂਦੀ ਹੈ ਕਿ ਉਸਦੇ ਧੰਨ ਤੇ ਆਮਦਨੀ ਦੇ ਸੋਮੇ ਇੰਨੇ ਕੁ ਜ਼ਰੂਰ ਹੋਣਗੇ ਜਿਨ੍ਹਾਂ ਨਾਲ ਉਹ ਇਸ ਪੜਾਅ ਵਿਚ ਚੰਗੀ ਜ਼ਿੰਦਗੀ ਬਸਰ ਕਰ ਸਕਦਾ ਹੋਵੇ। ਇਸ ਸਮੇਂ ਦੌਰਾਨ ਉਸਦੀ ਸਿਹਤ ਦੀ ਸਾਂਭ ਸੰਭਾਲ ਲਈ ਖਰਚੇ ਵੀ ਵਧ ਜਾਂਦੇ ਹਨ। ਜੇਕਰ ਕਿਸੇ ਕਾਰਨ ਉਸ ਉਤੇ ਅਚਾਨਕ ਖਰਚੇ ਦਾ ਬੋਝ ਆ ਪਵੇ ਤਾਂ ਉਸਦਾ ਪ੍ਰਬੰਧ ਆਪਣੇ ਬਲਬੂਤੇ ਰਾਹੀਂ ਭਲੀ ਪ੍ਰਕਾਰ ਕਰ ਸਕੇ। ਬਿਮਾਰੀ ਵਾਲੀ ਸਥਿਤੀ ਵਿਚ ਉਸ ਕੋਲ ਬੀਮਾਂ ਜਾਂ ਕੋਈ ਹੋਰ ਸਾਧਨ ਜ਼ਰੂਰ ਹੋਵੇ। ਖ਼ੁਸ਼ਕਿਸਮਤੀ ਨਾਲ ਜੇ ਉਸਦੇ ਬੱਚੇ ਚੰਗੇ ਹਨ ਤਾਂ ਖ਼ਰਾਬ ਪਰਸਿਥਤੀਆਂ ਵਿਚ ਉਸਦਾ ਸਹਾਰਾ ਬਣਦੇ ਹਨ ਤਾਂ ਬਹੁਤ ਚੰਗੀ ਗੱਲ ਹੈ। ਪਰ ਫਿਰ ਵੀ ਸਵੈ ਨਿਰਭਰਤਾ ਬਹੁਤ ਜ਼ਰੂਰੀ ਹੈ। ਆਪਣੇ ਖਰਚੇ ਸੀਮਤ ਰੱਖੋ। ਪ੍ਰਸਿੱਧ ਦਾਰਸ਼ਨਿਕ ਡਿਕਿਨਜ਼ ਦੀ ਨੇਕ ਸਲਾਹ ਜੇਕਰ ਤੁਹਾਡੀ ਆਮਦਨ 100 ਰੁਪਏ ਹੈ ਤੇ ਖਰਚ 99 ਰੁਪਏ ਹੈ ਤਾਂ ਤੁਸੀਂ ਖੁਸ਼ੀ ਵਾਲਾ ਜੀਵਨ ਬਤੀਤ ਕਰੋਗੇ ਪਰ ਜੇ ਤੁਹਾਡੀ ਆਮਦਨ 100 ਰੁਪਏ ਤੇ ਖਰਚ 101 ਰੁਪਏ ਹੈ ਤਾਂ ਤੁਸੀਂ ਇਕ ਦੁਖੀ ਜੀਵਨ ਬਿਤਾਉਗੇ ਹਮੇਸ਼ਾ ਯਾਦ ਰੱਖੋ। ਜੇਕਰ

ਤੁਸੀਂ ਧੰਨ ਵਲੋਂ ਸੁਰੱਖਿਅਤ ਸਮਝਦੇ ਹੋ ਤੇ ਇਸ ਸਥਿਤੀ ਵਿਚ ਹੋ ਕਿ ਤੁਸੀਂ ਆਪਣੇ ਬੱਚਿਆਂ ਦੀ ਮਾਲੀ ਸਹਾਇਤਾ ਕਰ ਸਕਦੇ ਹੋ ਤਾਂ ਜ਼ਰੂਰ ਕਰੋ। ਇਸੇ ਤਰ੍ਹਾਂ ਕਿਸੇ ਹੋਣਹਾਰ ਗ਼ਰੀਬ ਜਾਂ ਬੇਸਹਾਰਾ ਬੱਚੇ ਦੀ ਚੰਗੀ ਵਿਦਿਆ ਲਈ ਸਹਾਇਤਾ ਕਰ ਸਕਦੇ ਹੋ, ਕਰੋ। ਕਿਸੇ ਵੀ ਪ੍ਰਕਾਰ ਦੇ ਸਮਾਜ ਭਲਾਈ ਦੇ ਕੰਮ ਵਿਚ ਆਪਣਾ ਯੋਗਦਾਨ ਪਾ ਸਕਦੇ ਹੋ ਪਾਓ। ਇਹੀ ਤਾਂ ਸਾਡੇ ਗੁਰੂਆਂ ਦੀ ਸਿੱਖਿਆ ਹੈ।

iii) ਤੰਦਰੁਸਤੀ: ਉਮਰ ਵਧਣ ਦੇ ਨਾਲ ਨਾਲ ਸਾਡੇ ਸਰੀਰ ਵਿਚ ਕੁਝ ਤਬਦੀਲੀਆਂ ਵੀ ਆਉਂਦੀਆਂ ਹਨ। ਕੁਝ ਉਮਰ ਤੀਕ ਜੋ ਸਾਡੇ ਸਰੀਰ ਵਿਚ ਜੀਨ ਹਨ ਇਨ੍ਹਾਂ ਤਬਦੀਲੀਆਂ ਤੇ ਕਾਬੂ ਰੱਖਦੇ ਹਨ, ਪਰ ਇਕ ਵਕਤ ਆ ਜਾਂਦਾ ਹੈ ਜਦੋਂ ਜੀਨਜ਼ ਦੀ ਇਹ ਸ਼ਕਤੀ ਘੱਟ ਜਾਂਦੀ ਹੈ। ਜਿਸ ਨਾਲ ਸਰੀਰ ਦੇ ਕੋਸ਼ਾਣੂ ਕਮਜ਼ੋਰ ਪੈਂਦੇ ਹਨ। ਇਸਦਾ ਸਰੀਰ ਦੇ ਤੰਤੂ ਤੇ ਅੰਗਾਂ ਦੀ ਕਿਰਿਆ ਤੇ ਮਾੜਾ ਅਸਰ ਪੈਂਦਾ ਹੈ। ਵਧਦੀ ਉਮਰ ਨਾਲ ਜਿਹੜੀਆਂ ਮਹੱਤਵਪੂਰਨ ਤਬਦੀਲੀਆਂ ਆਉਂਦੀਆਂ ਹਨ, ਉਨ੍ਹਾਂ ਵਿਚ ਨਵੇਂ ਕੁਸ਼ਾਣੂ ਬਣਨ ਦੀ ਗਤੀ ਦਾ ਘੱਟ ਹੋਣਾ, ਖ਼ੁਰਾਕ ਦੇ ਹਾਜ਼ਮ ਤੇ ਜਜ਼ਬ ਹੋਣ ਦਾ ਘੱਟ ਹੋਣਾ, ਪ੍ਰੋਟੀਨ ਦਾ ਘੱਟ ਬਣਨਾ, ਕੋਸ਼ਾਣੂਆਂ ਦੇ ਟੁੱਟਣ ਵਿਚ ਵਾਧਾ, ਸਰੀਰ ਵਿਚ ਰੋਗਾਂ ਨਾਲ ਲੜਨ ਦੀ ਸਮਰੱਥਾ ਦਾ ਘੱਟ ਹੋਣਾ ਆਦਿ ਸ਼ਾਮਲ ਹਨ।

ਨਤੀਜੇ ਦੇ ਤੌਰ ਤੇ ਜਦੋਂ ਅਸੀਂ ਬੁਢਾਪੇ ਵਿਚ ਪੈਰ ਰੱਖਦੇ ਹਾਂ ਤਾਂ ਸਰੀਰਕ ਤੌਰ 'ਤੇ ਸਾਡੀ ਚੁਸਤੀ ਫੁਰਤੀ ਵਿਚ ਫ਼ਰਕ ਦਿਸਣ ਲੱਗਦਾ ਹੈ। ਖ਼ੁਰਾਕ ਦੀ ਲੋੜ ਘੱਟ ਮਹਿਸੂਸ ਹੁੰਦੀ ਹੈ ਤੇ ਬਿਮਾਰੀਆਂ ਦੇ ਸ਼ਿਕਾਰ ਹੋਣ ਦਾ ਖ਼ਤਰਾ ਵਧ ਜਾਂਦਾ ਹੈ। ਜਿਹੜੀਆਂ ਤਬਦੀਲੀਆਂ ਸਾਡੀ ਖ਼ੁਰਾਕ ਦੀ ਪਰਨਾਲੀ ਤੇ ਇਸ ਨਾਲ ਸੰਬੰਧਤ ਅੰਗਾਂ ਵਿਚ ਆਉਂਦੀਆਂ ਹਨ, ਉਨ੍ਹਾਂ ਦਾ ਹਾਜ਼ਮੇ ਤੇ ਖ਼ੁਰਾਕ ਦੀ ਲੋੜ ਤੇ ਸਿੱਧਾ ਅਸਰ ਹੁੰਦਾ ਹੈ, ਜਿਵੇਂ ਕਿ ਸਰੀਰ ਵਿਚ ਘੱਟ ਤੋਂ ਘੱਟ ਖ਼ੁਰਾਕ ਜਜ਼ਬ ਕਰਨ ਦੀ ਗਤੀ (**Basal Metabolism**)। ਇਸ ਨਾਲ ਬੁੱਢੇ ਬੰਦਿਆਂ ਵਿਚ ਭੁੱਖ ਘਟਦੀ ਹੈ। ਊਰਜਾ ਦੀ ਲੋੜ ਵੀ ਘੱਟ ਜਾਂਦੀ ਹੈ ਜੇ ਇਸ ਉਮਰ ਵਿਚ ਖ਼ੁਰਾਕੀ ਊਰਜਾ ਨਹੀਂ ਘਟਾਵਾਂਗੇ ਤਾ ਇਹ ਸਾਡਾ ਭਾਰ ਵਧਾਏਗੀ। ਇਸ ਨਾਲ ਸਾਡਾ ਸਰੀਰ ਹੋਰ ਸੁਸਤ ਹੋਵੇਗਾ ਤੇ ਸਿਹਤ ਉਪਰ ਮਾੜਾ ਅਸਰ ਪਵੇਗਾ। ਸੋ ਬੁਢਾਪੇ ਵਿਚ 20 ਤੋਂ 25 ਪ੍ਰਤੀਸ਼ਤ ਖ਼ੁਰਾਕੀ ਊਰਜਾ ਘੱਟ ਕਰ ਦੇਣੀ ਚਾਹੀਦੀ ਹੈ। ਭਾਰਤ ਦੀ ਸਿਹਤ ਬਾਰੇ ਸੰਸਥਾ ਮੁਤਾਬਿਕ 60 ਤੋਂ 69 ਸਾਲ ਦੀ ਉਮਰ ਦੇ ਵਿਅਕਤੀਆਂ ਨੂੰ 20 ਪ੍ਰਤੀਸ਼ਤ ਤੇ 70 ਤੋਂ ਵਧ ਦੇ ਵਿਅਕਤੀਆਂ ਨੂੰ 30 ਪ੍ਰਤੀਸ਼ਤ ਖ਼ੁਰਾਕੀ ਊਰਜਾ ਘਟਾ ਦੇਣੀ ਚਾਹੀਦੀ ਹੈ। ਸਰੀਰ ਨੂੰ ਰਿਸ਼ਟ-ਪੁਸ਼ਟ ਰੱਖਣ ਲਈ ਪ੍ਰੋਟੀਨ, ਵਿਟਾਮਿਨ, ਖਣਿਜ ਪਦਾਰਥਾਂ ਦੀ ਲੋੜ ਪਹਿਲੇ ਵਾਲੀ ਹੀ ਰਹਿੰਦੀ ਹੈ ਬਲਕਿ ਇਨ੍ਹਾਂ ਦੀ ਲੋੜ ਵਧ ਜਾਂਦੀ ਹੈ ਕਿਉਂਕਿ ਸਰੀਰ ਦੀ ਖਣਿਜ ਪਦਾਰਥ ਤੇ ਵਿਟਾਮਿਨ ਨੂੰ ਜਜ਼ਬ ਕਰਨ ਦੀ ਸ਼ਕਤੀ ਘੱਟ ਜਾਂਦੀ ਹੈ। ਇਸ ਕਰਕੇ ਵੱਡੀ ਉਮਰ ਵਿਚ ਇਹੋ ਜਿਹੀ ਖ਼ੁਰਾਕ ਖਾਣ ਦੀ ਲੋੜ ਹੈ ਜਿਸ ਵਿਚ ਇਨ੍ਹਾਂ ਤੱਤਾਂ ਦੀ ਬਹੁਤਾਤ ਹੋਵੇ। ਨਿੱਤ ਪ੍ਰਤੀ ਖ਼ੁਰਾਕ ਵਿਚ 1 ਤੋਂ 1.4 ਗ੍ਰਾਮ ਪ੍ਰੋਟੀਨ ਪ੍ਰਤੀ ਇਕ ਕਿਲੋ ਸਰੀਰਕ ਭਾਰ ਦੇ ਹਿਸਾਬ ਨਾਲ ਸੇਵਨ ਕਰਨਾ ਜ਼ਰੂਰੀ ਹੈ। ਕੈਲਸ਼ੀਅਮ ਤੇ ਲੋਹੇ ਦੀ ਮਿਕਦਾਰ ਵੀ ਵਧ ਹੋਣੀ ਚਾਹੀਦੀ

ਹੈ। ਕੈਲਸ਼ੀਅਮ ਦੀ ਲੋੜ ਪੂਰੀ ਕਰਨ ਲਈ ਦੁੱਧ ਤੇ ਦੁੱਧ ਤੋਂ ਬਣੇ ਪਦਾਰਥ ਜ਼ਿਆਦਾ ਲੈਣੇ ਚਾਹੀਦੇ ਹਨ। ਲੋਹੇ ਦੀ ਲੋੜ ਪੂਰੀ ਕਰਨ ਲਈ ਹਰੇ ਪੱਤੇ ਵਾਲੀਆਂ ਸਬਜ਼ੀਆਂ ਖਾਣੀਆਂ ਚਾਹੀਦੀਆਂ ਹਨ। ਇਸ ਉਮਰ ਵਿਚ ਵਿਟਾਮਿਨ ਦੀ ਘਾਟ ਆਮ ਹੋ ਜਾਂਦੀ ਹੈ ਤੇ ਖੁਰਾਕ ਵਿਚ ਵਿਟਾਮਿਨ ਵੀ ਜ਼ਿਆਦਾ ਹੋਣੇ ਚਾਹੀਦੇ ਹਨ, ਖਾਸ ਕਰਕੇ ਵਿਟਾਮਿਨ ਡੀ, ਬੀ-12, ਬੀ-6, ਫੋਲੇਟ। ਉਂਝ ਵੀ 50 ਸਾਲ ਦੀ ਉਮਰ ਤੋਂ ਵਧ ਦੇ ਵਿਅਕਤੀਆਂ ਨੂੰ ਇਕ ਗੋਲੀ ਜਿਸ ਵਿਚ ਸਾਰੇ ਵਿਟਾਮਿਨ ਲੋੜੀਂਦੀ ਮਾਤਰਾ ਵਿਚ ਉਪਲਬਧ ਹੁੰਦੇ ਹਨ, ਹਰ ਰੋਜ਼ ਲੈਣੀ ਫ਼ਾਇਦੇਮੰਦ ਹੈ। ਇਸ ਉਮਰ ਵਿਚ ਕਬਜ਼ ਦੀ ਸ਼ਿਕਾਇਤ ਆਮ ਪਾਈ ਜਾਂਦੀ ਹੈ। ਇਸ ਲਈ ਇਹੋ ਜਿਹੀ ਖੁਰਾਕ ਜਿਸ ਵਿਚ ਰੇਸ਼ੇ ਦੀ ਮਾਤਰਾ ਜ਼ਿਆਦਾ ਹੋਵੇ ਜਿਵੇਂ ਕਿ ਮੈਦੇ ਦੀ ਥਾਂ ਮੁਲਾਇਮ ਆਟਾ, ਤਾਜ਼ੀਆਂ ਨਰਮ ਸਬਜ਼ੀਆਂ, ਫਲ, ਮੇਵੇ ਤੇ ਦਾਲਾਂ। ਇਸ ਦੇ ਨਾਲ ਹੀ ਪਾਣੀ ਤੇ ਹੋਰ ਤਰਲ ਪਦਾਰਥ ਜਿਵੇਂ ਕਿ ਦੁੱਧ, ਫਲ ਤੇ ਸਬਜ਼ੀਆਂ ਦੇ ਜੂਸ, ਲੱਸੀ ਤੇ ਸੂਪ ਆਦਿ ਦਾ ਸੇਵਨ ਵਲ ਵੀ ਧਿਆਨ ਦੇਣਾ ਚਾਹੀਦਾ ਹੈ ਤਾਂ ਕਿ ਸਰੀਰ ਵਿਚ ਪਾਣੀ ਦੀ ਘਾਟ ਨਾ ਹੋਵੇ।

ਵੱਡੀ ਉਮਰ ਵਿਚ ਪਾਣੀ ਦੀ ਘਾਟ ਦਾ ਹੋਣਾ ਇਕ ਆਮ ਗੱਲ ਹੈ। ਇਸ ਉਮਰ ਵਿਚ ਭਾਵੇਂ ਅਸੀਂ ਪਿਆਸੇ ਹੋਈਏ ਪਰ ਕਈ ਵਾਰ ਪਿਆਸ ਦਾ ਸੰਕੇਤ ਕੁਝ ਕਮਜ਼ੋਰ ਪੈਣ ਕਾਰਨ, ਪਿਆਸ ਮਹਿਸੂਸ ਨਹੀਂ ਹੁੰਦੀ। ਇਸ ਨਾਲੀ ਸਰੀਰ ਵਿਚ ਪਾਣੀ ਦੀ ਘਾਟ ਹੋ ਸਕਦੀ ਹੈ। ਜੇਕਰ ਅਸੀਂ ਪਾਣੀ ਪੂਰਾ ਨਹੀਂ ਪੀਂਦੇ ਤਾਂ ਸਾਡੇ ਸਰੀਰ ਵਿਚ ਲਹੂ ਦੇ ਦੌਰੇ ਉਤੇ ਅਸਰ ਪੈ ਸਕਦਾ ਹੈ। ਪਾਣੀ ਦੀ ਘਾਟ ਕਾਰਨ ਲਹੂ ਗਾੜਾ ਹੋ ਜਾਵੇਗਾ। ਇਸਦੀ ਖੁਰਾਕੀ ਤੱਤ ਸਮਾਉਣ ਤੇ ਉਨ੍ਹਾਂ ਨੂੰ ਸਰੀਰ ਦੇ ਅੰਗਾਂ ਨੂੰ ਪਹੁੰਚਾਉਣ ਦੀ ਸਮਰੱਥਾ ਤੇ ਮਾੜਾ ਅਸਰ ਪਵੇਗਾ। ਇਸੇ ਤਰ੍ਹਾਂ ਸਰੀਰ ਵਿਚੋਂ ਜ਼ਹਿਰੀਲੇ ਤੱਤਾਂ ਨੂੰ ਬਾਹਰ ਕੱਢਣ ਦੀ ਕਿਰਿਆ ਵਿਚ ਵੀ ਵਿਘਨ ਪਵੇਗਾ। ਇਸ ਕਰਕੇ ਇਹ ਸਿਫ਼ਾਰਸ਼ ਕੀਤੀ ਜਾਂਦੀ ਹੈ ਕਿ ਦਿਨ ਵਿਚ ਅੱਠ ਗਲਾਸ ਪਾਣੀ ਜ਼ਰੂਰ ਪੀਓ। ਜੇਕਰ ਕਸਰਤ ਕਰਦੇ ਹੋ ਤਾਂ ਪਾਣੀ ਦੀ ਮਿਕਦਾਰ ਵਿਚ ਵਾਧਾ ਕਰੋ। ਪੂਰਾ ਪਾਣੀ ਪੀਣ ਨਾਲ ਪੇਸ਼ਾਬ ਠੀਕ ਆਉਂਦਾ ਹੈ। ਪੂਰੇ ਦਿਨ ਵਿਚ ਘੱਟ ਤੋਂ ਘੱਟ 1.5 ਲੀਟਰ ਪੇਸ਼ਾਬ ਆਉਣਾ ਜ਼ਰੂਰੀ ਹੈ। ਬੁਢਾਪੇ ਵਿਚ ਆਮ ਤੌਰ 'ਤੇ ਇਕ ਵਿਅਕਤੀ ਨੂੰ ਇਕ ਸਮੇਂ ਖਾਣਾ ਪੂਰੀ ਮਿਕਦਾਰ ਵਿਚ ਖਾਣਾ ਖਾਣਾ ਔਖਾ ਲੱਗਦਾ ਹੈ ਤੇ ਹਜ਼ਮ ਕਰਨਾ ਵੀ ਮੁਸ਼ਕਿਲ ਹੋ ਜਾਂਦਾ ਹੈ। ਇਸ ਕਰਕੇ ਉਸਨੂੰ ਥੋੜ੍ਹੇ ਥੋੜ੍ਹੇ ਵਕਤ ਬਾਅਦ ਥੋੜ੍ਹੀ ਮਿਕਦਾਰ ਵਿਚ ਪੂਰੀ ਤਰ੍ਹਾਂ ਪਕਿਆ ਖਾਣਾ (ਜੋ ਕਿ ਘੱਟ ਚਿੱਥਿਆਂ ਵੀ ਸੌਖਾ ਹਜ਼ਮ ਹੋਵੇ) ਲੈਣਾ ਚਾਹੀਦਾ ਹੈ। ਉਸਨੂੰ ਤਲੇ ਹੋਏ, ਜ਼ਿਆਦਾ ਖੰਡ ਤੇ ਲੂਣ ਵਾਲੇ ਖਾਣਿਆਂ ਤੋਂ ਸੰਕੋਚ ਕਰਨਾ ਚਾਹੀਦਾ ਹੈ।

ਇਸ ਉਮਰ ਵਿਚ ਜੋ ਖਾਸ ਧਿਆਨ ਦੇਣ ਵਾਲੀ ਗੱਲ ਹੈ ਉਹ ਹੈ ਸਰੀਰ ਦਾ ਭਾਰ ਕਾਬੂ ਵਿਚ ਰੱਖਣਾ। ਇਸਨੂੰ ਵੱਧ ਨਹੀਂ ਹੋਣ ਦੇਣਾ ਚਾਹੀਦਾ ਬਲਕਿ ਇਹ ਦਰਸਾਏ ਗਏ ਪੈਮਾਨਿਆਂ ਨਾਲੋਂ ਥੋੜ੍ਹਾ ਜਿਹਾ ਘੱਟ ਹੀ ਹੋਣਾ ਚਾਹੀਦਾ ਹੈ। ਵਧਿਆ ਹੋਇਆ ਮੋਟਾ ਢਿੱਡ, ਦਿਲ ਦੀਆਂ ਮਾਸ ਪੇਸ਼ੀਆਂ ਨੂੰ ਮਰੋੜ ਦਿੰਦਾ ਹੈ। ਜੋ ਦਿਲ ਦੇ ਰੋਗਾਂ ਦਾ ਕਾਰਨ ਬਣਦਾ ਹੈ। ਜ਼ਿਆਦਾ ਦੇਰ ਬੈਠਣ ਨਾਲ ਸਾਡੀਆਂ ਪੇਟ ਦੀਆਂ ਅੰਤੜੀਆਂ ਤੇ ਭਾਰ

ਪੈਂਦਾ ਹੈ। ਇਸ ਨਾਲ ਅਸੀਂ ਕਬਜ਼ੀ ਤੇ ਬਵਾਸੀਰ ਵਰਗੀਆਂ ਤਕਲੀਫ਼ਾਂ ਦਾ ਸ਼ਿਕਾਰ ਹੋ ਸਕਦੇ ਹਾਂ। ਇਸ ਦੇ ਉਲਟ ਇਹ ਭਾਰ ਜੇਕਰ ਇਕ ਸਾਲ ਵਿਚ 4 ਤੋਂ 5 ਪ੍ਰਤੀਸ਼ਤ ਜਾਂ ਛੇ ਮਹੀਨੇ ਵਿਚ 7.5 ਪ੍ਰਤੀਸ਼ਤ ਘੱਟ ਜਾਂਦਾ ਹੈ ਤਾਂ ਇਸਤੋਂ ਸੰਕੇਤ ਹੈ ਕਿ ਸਾਡੀ ਖੁਰਾਕ ਵਿਚ ਕਮੀ ਹੈ। ਇਸ ਨਾਲ ਇਨ੍ਹਾਂ ਵਿਅਕਤੀਆਂ ਨੂੰ ਬਿਮਾਰੀ ਲੱਗਣ ਅਤੇ ਛੇਤੀ ਮਰਨ ਦਾ ਖਤਰਾ ਵਧ ਜਾਂਦਾ ਹੈ।

ਬੁਢਾਪੇ ਵਾਲੀ ਉਮਰ ਵਿਚ ਇਕ ਜੋ ਹੋਰ ਖਤਰਾ ਹੈ ਉਹ ਸਾਡੇ ਸਰੀਰ ਦੀ ਬਿਮਾਰੀਆਂ ਤੋਂ ਬਚਣ ਦੀ ਸਮਰੱਥਾ ਦਾ ਘੱਟ ਹੋਣਾ (Impaired immunity)। ਇਸ ਕਰਕੇ ਛੂਤ ਲੱਗਣ, ਅੱਖਾਂ ਦੀ ਰੋਸ਼ਨੀ ਦਾ ਜਾਣਾ, ਅੱਖਾਂ ਦਾ ਮੋਤੀਆ, ਦਿਮਾਗੀ ਕਮਜ਼ੋਰੀ, ਕੈਂਸਰ ਵਰਗੀਆਂ ਬਿਮਾਰੀਆਂ ਦਾ ਖਤਰਾ ਵਧ ਜਾਂਦਾ ਹੈ। ਨਾਲ ਹੀ ਪਹਿਲਾਂ ਦੱਸੀਆਂ ਗਈਆਂ ਸਾਡੇ ਰਹਿਣ ਸਹਿਣ ਦੇ ਢੰਗ ਨਾਲ ਜੁੜੀਆਂ ਬਿਮਾਰੀਆਂ ਦਾ ਖਤਰਾ ਤਾਂ ਉਮਰ ਨਾਲ ਵਧਦਾ ਹੀ ਹੈ। ਸੋ ਵੱਡੀ ਉਮਰ ਦੇ ਵਿਅਕਤੀਆਂ ਨੂੰ ਆਪਣੇ ਸਰੀਰ ਦੀ ਬਿਮਾਰੀਆਂ ਪ੍ਰਤੀ ਲੜਨ ਦੀ ਸਮਰੱਥਾ ਨੂੰ ਬਨਾਈ ਰਖਣਾ ਬਹੁਤ ਜ਼ਰੂਰੀ ਹੈ। ਸਾਇੰਸਦਾਨਾਂ ਅਨੁਸਾਰ ਜਿਹੜੇ ਵਿਅਕਤੀ ਵੱਡੀ ਉਮਰ ਵਿਚ ਜ਼ਿਆਦਾ ਪ੍ਰੋਟੀਨ ਖਾਣ ਦੇ ਨਾਲ ਲੋਹਾ, ਜ਼ਿੰਕ, ਵਿਟਾਮਿਨ ਸੀ, ਈ, ਏ ਅਤੇ ਬੀ ਦਾ ਪੂਰਾ ਸੇਵਨ ਕਰਦੇ ਹਨ ਉਨ੍ਹਾਂ ਦੇ ਸਰੀਰ ਦੀ ਬਿਮਾਰੀਆਂ ਨਾਲ ਲੜਨ ਦੀ ਸਮਰੱਥਾ ਕਾਇਮ ਰਹਿੰਦੀ ਹੈ।

ਇਹ ਵੇਖਣ ਵਿਚ ਆਇਆ ਹੈ ਕਿ ਬੁਢਾਪੇ ਵਿਚ ਜਿਹੜੇ ਵਿਅਕਤੀ ਗ਼ਰੀਬੀ, ਬੇਸਹਾਰਾ, ਇਕੱਲੇਪਣ ਜਾਂ ਦਿਮਾਗੀ ਪ੍ਰੇਸ਼ਾਨੀ ਵਾਲੇ ਹਾਲਤਾਂ ਵਿਚ ਗੁਜ਼ਰਦੇ ਹਨ ਉਨ੍ਹਾਂ ਨੂੰ ਪੂਰੀ ਮਿਕਦਾਰ ਵਿਚ ਤਾਕਤਵਰ ਖੁਰਾਕ ਮੁਹੱਈਆ ਕਰਨ ਵਿਚ ਕਠਿਨਾਈਆਂ ਆਉਂਦੀਆਂ ਹਨ। ਫਲਸਰੂਪ ਉਨ੍ਹਾਂ ਨੂੰ ਖੁਰਾਕੀ ਤੱਤਾਂ ਦੀ ਘਾਟ ਤੇ ਇਨ੍ਹਾਂ ਤੋਂ ਉਤਪੰਨ ਹੋਣ ਵਾਲੀਆਂ ਬਿਮਾਰੀਆਂ ਦਾ ਖਤਰਾ ਵਧ ਜਾਂਦਾ ਹੈ। ਇਕ ਅਨੁਮਾਨ ਅਨੁਸਾਰ 65 ਸਾਲ ਤੋਂ ਵੱਧ ਉਮਰ ਦੇ ਵਿਅਕਤੀਆਂ ਦਾ 40 ਪ੍ਰਤੀਸ਼ਤ ਹਿੱਸਾ ਇਹੋ ਜਿਹੀਆਂ ਬਿਮਾਰੀਆਂ ਤੋਂ ਪੀੜਤ ਹੋ ਕੇ ਸਰੀਰਕ ਕਮਜ਼ੋਰੀ ਦਾ ਭਾਗੀ ਬਣ ਜਾਂਦਾ ਹੈ। ਸਾਨੂੰ ਇਸ ਸਮੱਸਿਆ ਵੱਲ ਬਹੁਤ ਸੁਚੇਤ ਹੋਣ ਦੀ ਲੋੜ ਹੈ।

ਵਧਦੀ ਉਮਰ ਨਾਲ ਇਕ ਜੋ ਹੋਰ ਸਰੀਰਕ ਤਬਦੀਲੀ ਆਉਂਦੀ ਹੈ ਉਹ ਘੱਟਦੀ ਚੁਸਤੀ ਫੁਰਤੀ ਤੇ ਤੁਸੀਂ ਸੁਸਤੀ ਅਤੇ ਅਵੇਸਲੇਪਣ ਵਾਲੇ ਰਾਹ ਪੈ ਜਾਂਦੇ ਹੋ। ਇਸ ਨਾਲ ਤੁਹਾਡੀ ਭੁੱਖ ਘਟਦੀ ਹੈ ਤੇ ਬਿਮਾਰੀਆਂ ਲੱਗਣ ਦੇ ਮੌਕੇ ਵਧ ਜਾਂਦੇ ਹਨ। ਇਸ ਤੋਂ ਬਚਣ ਲਈ ਸਰੀਰਕ ਚੁਸਤੀ ਨੂੰ ਕਾਇਮ ਰਖਣਾ ਬਹੁਤ ਜ਼ਰੂਰੀ ਹੈ। ਇਕ ਛੋਟੀ ਜਿਹੀ ਸਰੀਰਕ ਸਰਗਰਮੀ ਵੀ ਤੁਹਾਡੇ ਸਰੀਰ ਦੇ ਬਲਬੂਤੇ ਨੂੰ ਕਾਇਮ ਰੱਖਣ ਵਿਚ ਉਪਯੋਗੀ ਸਿੱਧ ਹੋ ਸਕਦੀ ਹੈ। ਇਹ ਭਾਵੇਂ ਤੁਸੀਂ ਆਪਣੇ ਘਰ ਦੇ ਛੋਟੇ ਮੋਟੇ ਕੰਮ ਤੁਰ ਫਿਰਕੇ ਕਰੋ, ਘਰ ਦੇ ਨੇੜੇ ਜਾ ਕੇ ਦੁਕਾਨ ਤੋਂ ਕੁਝ ਖ਼ਰੀਦ ਲਿਆਉ, ਘਰ ਦੁਆਲ਼ੇ ਸੈਰ ਕਰੋ, ਪਾਲਤੂ ਜਾਨਵਰ ਨਾਲ ਹੀ ਘੁੰਮ ਲਵੋ। ਇਹ ਸਭ ਕੁਝ ਕਰਨ ਅਤੇ ਬਾਹਰ ਦੀ ਤਾਜ਼ੀ ਹਵਾ ਤੇ ਧੁੱਪ ਦਾ ਆਨੰਦ ਮਾਨਣ ਨਾਲ ਤੁਹਾਨੂੰ ਆਪਣੇ ਆਪ ਵਿਚ ਚੰਗਾ ਲੱਗਣ ਦਾ ਅਹਿਸਾਸ ਆਵੇਗਾ।

ਇਸ ਤੋਂ ਇਲਾਵਾ ਇਸ ਉਮਰ ਵਿਚ ਸਿਹਤਮੰਦ ਤੇ ਫਿਟ ਰਹਿਣ ਲਈ ਰੋਜ਼ਾਨਾ ਕਸਰਤ ਉਨੀ ਹੀ ਜ਼ਰੂਰੀ ਹੈ ਜਿੰਨੀ ਕਿ ਇਸ ਤੋਂ ਪਹਿਲੀ ਉਮਰ ਵਿਚ। ਇਸ ਉਮਰ ਵਿਚ ਵੀ ਪਹਿਲੇ ਵਾਲੀਆਂ ਕਸਰਤਾਂ ਕਾਇਮ ਰੱਖ ਸਕਦੇ ਹੋ। ਫਿਰ ਵੀ ਇਹੋ ਜਿਹੀਆ ਕਸਰਤਾਂ ਦਾ ਸੁਮੇਲ ਜਿਸ ਨਾਲ ਸਾਡੇ ਸਰੀਰ ਵਿਚ ਲਚਕਪਣ, ਸਾਹਸ ਤੇ ਮਜ਼ਬੂਤੀ ਬਣੀ ਰਹੇ ਨੂੰ ਅਪਨਾਉਣਾ ਜ਼ਿਆਦਾ ਫ਼ਾਇਦੇਮੰਦ ਹੋਵੇਗਾ। ਅਸੀਂ ਇਹੋ ਜਿਹੀ ਕਸਰਤ ਦਾ ਢੰਗ ਅਪਣਾਈਏ ਜਿਸ ਨਾਲ ਸਰੀਰ ਤੇ ਜ਼ਿਆਦਾ ਭਾਰ ਨਾ ਪਵੇ ਅਸੀਂ ਡਰਿਲ, ਤੇਜ਼ ਰਫ਼ਤਾਰ ਨਾਲ ਤੁਰਨਾ, ਹੌਲੀ ਨੱਚਣਾ, ਤੈਰਨਾ, ਯੋਗਾ ਜਾਂ ਛੋਟੇ ਵਜਨ ਦੇ ਭਾਰ (ਡੰਬਲ ਆਦਿ) ਨੂੰ 10 ਤੋਂ 15 ਵਾਰ ਚੁਕਣ ਆਦਿ ਕਸਰਤਾਂ ਵਿਚ ਚੋਣ ਕਰ ਸਕਦੇ ਹਾਂ।

ਬਜ਼ੁਰਗ ਵਿਅਕਤੀਆਂ ਵਿਚ ਆਪਣੇ ਸਰੀਰਕ ਤਾਪਮਾਨ ਨੂੰ ਸੰਤੁਲਿਤ ਰੱਖਣ ਦੀ ਸਮਰੱਥਾ ਵੀ ਕੁਝ ਘੱਟ ਹੁੰਦੀ ਹੈ। ਇਸ ਲਈ ਉਨ੍ਹਾਂ ਨੂੰ ਬਹੁਤ ਜ਼ਿਆਦਾ ਠੰਡੇ ਜਾਂ ਬਹੁਤ ਜ਼ਿਆਦਾ ਗਰਮੀ ਵਾਲੇ ਵਾਤਾਵਰਣ ਵਿਚ ਕਸਰਤ ਕਰਨ ਤੋਂ ਗੁਰੇਜ਼ ਕਰਨਾ ਚਾਹੀਦਾ ਹੈ। ਕਪੜੇ ਇਹੋ ਜਿਹੇ ਪਾਉਣੇ ਚਾਹੀਦੇ ਹਨ ਜਿਹੜਿਆਂ ਰਾਹੀਂ ਸਰਦੀ ਵਿਚ ਸਰੀਰ ਤੋਂ ਗਰਮੀ ਘੱਟ ਬਾਹਰ ਜਾਏ ਤੇ ਗਰਮੀਆਂ ਵਿਚ ਸਰੀਰ ਦੀ ਗਰਮੀ ਨੂੰ ਤੇਜ਼ੀ ਨਾਲ ਬਾਹਰ ਕੱਢਣ ਵਿਚ ਮਦਦ ਮਿਲੇ।

ਇਕੱਲਾਪਣ ਤੇ ਉਦਾਸੀ : ਆਦਮੀ ਦੀ ਫ਼ਿਤਰਤ ਹੈ ਕਿ ਉਹ ਸਮਾਜ ਦਾ ਹਿੱਸਾ ਬਣਕੇ ਰਹਿੰਦਾ ਤੇ ਵਿਚਰਦਾ ਹੈ। ਅਸੀਂ ਜੋ ਕੰਮ ਵੀ ਕਰਦੇ ਹਾਂ ਜਾਂ ਖੇਡਦੇ ਹਾਂ ਤਾਂ ਵੀ ਇਕ ਗਰੁੱਪ ਦਾ ਹੀ ਹਿੱਸਾ ਬਣਦੇ ਹਾਂ। ਅਸੀਂ ਘਰ ਵਿਚ ਇਕ ਪਰਿਵਾਰ ਦੇ ਤੌਰ 'ਤੇ ਰਹਿੰਦੇ ਹਾਂ। ਜਿਸ ਵਿਚ ਸਾਡੇ ਮਾਂ, ਬਾਪ, ਭੈਣ, ਭਰਾ, ਚਾਚੇ, ਚਾਚੀਆਂ, ਦਾਦਾ, ਦਾਦੀ ਆਦਿ ਮੈਂਬਰ ਹੁੰਦੇ ਹਨ। ਜਿੰਨਾ ਚਿਰ ਤੱਕ ਇਹ ਪਰਿਵਾਰਕ ਮੈਂਬਰਾਂ ਦੇ ਆਪਸੀ ਸੰਬੰਧ ਅਨੁਕੂਲ, ਹਮਦਰਦੀ, ਮਿੱਤਰਤਾ ਤੇ ਪਿਆਰ ਭਰੇ ਰਹਿੰਦੇ ਹਨ, ਸਾਡਾ ਪਰਿਵਾਰ ਤੇ ਅਸੀਂ ਬਹੁਤ ਖੁਸ਼ ਰਹਿੰਦੇ ਹਾਂ। ਪਰ ਜੇ ਕਿਸੇ ਕਾਰਨ ਕਰਕੇ ਸਾਨੂੰ ਇਹ ਮਹਿਸੂਸ ਹੋਣ ਲੱਗ ਪਵੇ ਕਿ ਹੁਣ ਮੇਰੀ ਪਰਿਵਾਰ ਵਿਚ ਕੋਈ ਪੁਛ ਪਰਤੀਤ ਨਹੀਂ, ਜਾਂ ਮੇਰੀ ਪਰਿਵਾਰ ਵਿਚ ਹੁਣ ਬਹੁਤੀ ਲੋੜ ਨਹੀਂ ਸਮਝੀ ਜਾਂਦੀ ਤਾਂ ਉਹ ਵਿਅਕਤੀ ਇਕ ਅਣਗੌਲੇ ਤੇ ਵਾਧੂ ਪੁਣੇ ਦੀ ਭਾਵਨਾ ਨਾਲ ਗ੍ਰਸਤ ਹੋ ਕੇ ਮਯੂਸੀ ਤੇ ਹੀਣਤਾ ਦਾ ਸ਼ਿਕਾਰ ਬਣ ਜਾਂਦਾ ਹੈ। ਇਹ ਭਾਵੇਂ ਕਿਸੇ ਵੀ ਉਮਰ ਵਿਚ ਹੋ ਸਕਦਾ ਹੈ ਪਰ ਬੁਢਾਪੇ ਵਿਚ ਇਸਦਾ ਖਤਰਾ ਵਧ ਜਾਂਦਾ ਹੈ। ਅੱਜਕਲ੍ਹ ਸੰਯੁਕਤ ਪਰਿਵਾਰ ਦੀ ਥਾਂ ਛੋਟੇ ਪਰਿਵਾਰ ਨੇ ਲੈ ਲਈ ਹੈ। ਅਕਸਰ ਇਕ ਜਾਂ ਦੋ ਬੱਚੇ ਜਦੋਂ ਵੱਡੇ ਹੁੰਦੇ ਹਨ ਉਹ ਆਪਣੇ ਕੰਮਾਂ ਕਾਰਾਂ ਕਾਰਨ ਬਜ਼ੁਰਗ ਮਾਪਿਆਂ ਤੋਂ ਦੂਰ ਚਲੇ ਜਾਂਦੇ ਹਨ ਜਾਂ ਕੁਝ ਬੱਚਿਆਂ ਦੇ ਆਮਦਨੀ ਦੇ ਸਾਧਨ ਤੇ ਹੋਰ ਸਹੂਲਤਾਂ ਇੰਨੀਆ ਜ਼ਿਆਦਾ ਹੋ ਜਾਂਦੀਆਂ ਹਨ ਕਿ ਉਨ੍ਹਾਂ ਨੂੰ ਮਾਪਿਆਂ ਦੀ ਕਿਸੇ ਤਰ੍ਹਾਂ ਦੀ ਲੋੜ ਹੀ ਮਹਿਸੂਸ ਨਹੀਂ ਹੁੰਦੀ। ਇਸ ਤੋਂ ਵੀ ਵਧ ਜੇਕਰ ਕੋਈ ਮਾਪਾ ਕਿਸੇ ਬਿਮਾਰੀ ਗ੍ਰਸਤ ਹੋ ਗਿਆ ਉਸਨੂੰ ਤਾਂ ਬੱਚੇ ਬੋਝ ਹੀ ਸਮਝਣ ਲੱਗ ਜਾਂਦੇ ਹਨ। ਇਸ ਮੌਕੇ ਪਤੀ ਤੇ

ਪਤਨੀ ਹੀ ਇਕ ਦੂਜੇ ਦਾ ਸਹਾਰਾ ਬਣਦੇ ਹਨ। ਪਰ ਜੇਕਰ ਉਨ੍ਹਾਂ ਵਿਚੋਂ ਵੀ ਇਕ ਕਿਸੇ ਕਾਰਨ ਕਾਲ-ਵਸ ਹੋ ਜਾਵੇ ਫਿਰ ਤਾਂ ਜੋ ਜੀਵ ਪਿੱਛੇ ਰਹਿ ਜਾਂਦਾ ਹੈ ਉਸਨੂੰ ਹੋਰ ਵੀ ਇਕੱਲਾਪਣ ਮਹਿਸੂਸ ਹੁੰਦਾ ਹੈ। ਜੇਕਰ ਉਹ ਬਜ਼ੁਰਗ ਕੋਲ ਸਾਧਨ ਵੀ ਠੀਕ ਨਾ ਹੋਣ ਤਾਂ ਉਸਨੇ ਇਕੱਲੇਪੁਣੇ ਦੀ ਮਾਰ ਤੋਂ ਇਲਾਵਾ ਉਦਾਸੀ, ਮਾਯੂਸੀ ਤੇ ਵਾਧੂਪੁਣੇ ਦਾ ਸ਼ਿਕਾਰ ਹੋਣਾ ਹੀ ਹੈ। ਉਹ ਆਪਣੇ ਆਪ ਨੂੰ ਜ਼ਿੰਦਗੀ ਵਿਚ ਥੱਕਿਆ ਤੇ ਹਾਰਿਆ ਹੋਇਆ ਇਨਸਾਨ ਸਮਝਣ ਲਗ ਜਾਂਦਾ ਹੈ। ਇਹੋ ਜਿਹੀ ਸਥਿਤੀ ਤੋਂ ਬਚਣ ਲਈ ਇਹ ਜ਼ਰੂਰੀ ਹੋ ਜਾਂਦਾ ਹੈ ਕਿ ਅਸੀਂ ਇਸਦੀ ਪਹਿਲੇ ਤੋਂ ਹੀ ਤਿਆਰੀ ਕਰੀਏ ਤਾਂ ਕਿ ਜੇਕਰ ਇਹੋ ਜਿਹੀ ਸਥਿਤੀ ਆ ਵੀ ਜਾਵੇ ਇਸਦਾ ਆਪਣੇ ਬਲਬੂਤੇ ਤੇ ਵਿਸ਼ਵਾਸ ਨਾਲ ਸਾਹਮਣਾ ਕਰ ਸਕੀਏ। ਜਿੱਥੋਂ ਤੱਕ ਹੋ ਸਕੇ ਇਹੋ ਸਥਿਤੀ ਤੋਂ ਆਪਣੇ ਆਪ ਨੂੰ ਬਚਾਈਏ। ਆਪਣੇ ਬੱਚਿਆਂ ਤੇ ਪਰਿਵਾਰਕ ਮੈਂਬਰਾਂ ਨਾਲ ਆਪਣੇ ਸੰਬੰਧਾਂ ਉੱਤੇ ਮੁੜ ਵਿਚਾਰ ਕਰਕੇ ਇਨ੍ਹਾਂ ਨੂੰ ਖੁਸ਼ਗਵਾਰ ਬਨਾਈ ਰੱਖਣ ਦੀ ਕੋਸ਼ਿਸ਼ ਕਰੀਏ। ਉਨ੍ਹਾਂ ਦੀ ਜ਼ਿੰਦਗੀ ਵਿਚ ਸਿੱਧੀ ਦਖਲ ਅੰਦਾਜ਼ੀ ਤੋਂ ਸੰਕੋਚ ਕਰਦੇ ਹੋਏ ਉਨ੍ਹਾਂ ਨਾਲ ਆਪਣੇ ਨਿਕਟ ਤੇ ਪਿਆਰ ਭਰੇ ਸੰਬੰਧ ਕਾਇਮ ਰੱਖੀਏ। ਸੰਬੰਧ ਰੱਖਣ ਖਾਤਿਰ ਸ਼ਾਇਦ ਤੁਹਾਨੂੰ ਕਈ ਵਾਰ ਉਨ੍ਹਾਂ ਦੀ ਕਿਸੇ ਹਰਕਤ ਜਾਂ ਵਤੀਰੇ ਨੂੰ ਅਣਗੌਲਿਆ ਵੀ ਕਰਨਾ ਪਵੇ। ਆਪਣੇ ਆਪ ਨੂੰ ਕਿਸੇ ਰੁਝੇਵੇਂ ਵਿਚ ਮਸਤ ਰੱਖੀਏ ਤੇ ਹਰ ਹੀਲੇ ਆਪਣੇ ਆਪ ਨੂੰ ਜ਼ਿੰਦਗੀ ਤੋਂ ਪਿੱਛੇ ਨਾ ਹਟਾਈਏ। ਆਪਣੇ ਪੁਰਾਣੇ ਦੋਸਤਾਂ ਤੇ ਹੋਰ ਰਿਸ਼ਤੇਦਾਰਾਂ ਨਾਲ ਮੇਲ ਜੋਲ ਬਰਕਰਾਰ ਰੱਖੀਏ। ਸੀਮਤ ਮਾਇਕ ਸਾਧਨਾਂ ਵਿਚ ਗੁਜ਼ਾਰਾ ਕਰਦੇ ਹੋਏ ਜਿੱਥੋਂ ਤੱਕ ਹੋ ਸਕੇ ਆਤਮ ਨਿਰਭਰਤਾ ਕਾਇਮ ਰੱਖੀਏ। ਕਿਸੇ ਵੀ ਹਾਲਤ ਵਿਚ ਆਪਣੇ ਆਪ ਨੂੰ ਕੋਸਣਾ ਨਹੀਂ ਚਾਹੀਦਾ ਤੇ ਹਰ ਹੀਲੇ ਤਰਸਪੁਰਣੇ ਦੀ ਭਾਵਨਾ ਤੋਂ ਬਚਣਾ ਚਾਹੀਦਾ ਹੈ।

ਇਸ ਉਮਰ ਵਿਚ ਸਭ ਤੋਂ ਚੰਗੀ ਗੱਲ ਜੋ ਇਨਸਾਨ ਕਰ ਸਕਦਾ ਹੈ ਉਹ ਹੈ ਆਪਣੀ ਜ਼ਿੰਦਗੀ ਦਾ ਦ੍ਰਿਸ਼ਟੀਕੋਣ ਕੁਝ ਦੇਣ ਵਾਲਾ ਅਪਣਾਵੇ ਨਾ ਕਿ ਕੁਝ ਲੈਣ ਵਾਲਾ। ਇਹ ਧਾਰਨਾ ਹੀ ਬਣਾ ਲਵੋ ਕਿ ਮੈਂ ਦੂਸਰੇ ਵਿਅਕਤੀਆਂ ਨੂੰ ਕੁਝ ਦੇਣਾ ਹੀ ਹੈ ਤੇ ਉਨ੍ਹਾਂ ਦੀ ਮਦਦ ਹੀ ਕਰਨੀ ਹੈ। ਜੇ ਤੁਸੀਂ ਆਪਣੇ ਆਪ ਨੂੰ ਇਕੱਲਾ ਸਮਝਦੇ ਹੋ ਤਾਂ ਉਠੋ ਹਿੰਮਤ ਕਰੋ ਤੇ ਅੱਜ ਹੀ ਜਾ ਕੇ ਕਿਸੇ ਲੋੜਮੰਦ ਦੀ ਸਹਾਇਤਾ ਕਰੋ, ਜ਼ਰੂਰੀ ਨਹੀਂ ਕਿ ਲੋੜਵੰਦ ਨੂੰ ਤੁਹਾਡੇ ਪੈਸੇ ਦੀ ਲੋੜ ਹੋਵੇ। ਕਿਸੇ ਨੂੰ ਤੁਹਾਡੀ ਪਿਆਰ, ਹਮਦਰਦੀ ਦੀ ਲੋੜ ਹੋ ਸਕਦੀ ਹੈ, ਕਿਸੇ ਨੂੰ ਤੁਹਾਡੇ ਨਾਲ ਆਪਣੇ ਦੁੱਖ, ਤਕਲੀਫ਼ ਨੂੰ ਸਾਂਝਾ ਕਰਨ ਦੀ ਲੋੜ ਹੋ ਸਕਦੀ ਹੈ, ਕਿਸੇ ਨੂੰ ਤੁਹਾਡੇ ਹੌਂਸਲੇ ਭਰੇ ਲਫ਼ਜ਼ਾਂ ਦੀ ਲੋੜ ਹੋ ਸਕਦੀ ਹੈ। ਤੁਹਾਡੀ ਜ਼ੁਬਾਨ, ਤੁਹਾਡੇ ਹੱਥਾਂ, ਤੁਹਾਡੀ ਮੋਹਰ ਦੀ ਨਿੱਘ ਵਿਚ ਕਿਸੇ ਨੂੰ ਸੁਖ ਪਹੁੰਚਾਣ ਦੀ ਤਾਕਤ ਹੋ ਸਕਦੀ ਹੈ।

ਤੁਹਾਡੇ ਛੋਟੇ ਛੋਟੇ ਕੰਮ ਵੀ ਜ਼ਿੰਦਗੀ ਦਾ ਵਰਦਾਨ ਸਾਬਤ ਹੋ ਸਕਦੇ ਹਨ। ਸਾਨੂੰ ਸਾਡੇ ਗ੍ਰੰਥ ਸਿੱਖਿਆ ਦਿੰਦੇ ਹਨ ਕਿ ਜੇਕਰ ਕਿਸੇ ਭੁੱਖੇ ਨੂੰ ਰੋਟੀ ਖੁਆਈ ਜਾਵੇ, ਕਿਸੇ ਨੂੰ ਤਨ ਢੱਕਣ ਲਈ ਕਪੜਾ ਦਿੱਤਾ ਜਾਵੇ, ਕਿਸੇ ਦੁਖਿਆਰੇ ਦੀ ਮਦਦ ਕੀਤੀ

ਜਾਵੇ ਤਾਂ ਇਸਤੋਂ ਨੇਕ ਕਮਾਈ ਵਾਲਾ ਹੋਰ ਕੋਈ ਕੰਮ ਹੀ ਨਹੀਂ।

ਇਹ ਕੁਦਰਤ ਦਾ ਅਸੂਲ ਹੈ ਜੋ ਕੁਝ ਤੁਸੀਂ ਦੇਵੋਂਗੇ ਇਹ ਤੁਹਾਨੂੰ ਹੀ ਵਾਪਸ ਮਿਲੇਗਾ। ਜੇ ਤੁਸੀਂ ਕਿਸੇ ਨੂੰ ਮੁਸਕਰਾਹਟ ਦਿੱਤੀ ਹੈ, ਜੇ ਤੁਸੀਂ ਕਿਸੇ ਨੂੰ ਖੁਸ਼ੀ ਦਿੱਤੀ ਹੈ, ਜੇ ਤੁਸੀਂ ਕਿਸੇ ਲਈ ਖੁੱਲ੍ਹਦਿਲੀ ਦਿੱਤੀ ਹੈ ਤਾਂ ਇਹ ਤੁਹਾਨੂੰ ਜ਼ਰੂਰ ਵਾਪਸ ਮਿਲਣਗੀਆਂ। ਬਜ਼ੁਰਗ ਤਾਂ ਬੁੱਧੀ ਅਤੇ ਤਜਰਬੇ ਦਾ ਮੁਜੱਸਮਾ ਹਨ। ਇਹ ਤਾਂ ਕਿਸੇ ਨੂੰ ਵੀ ਨਸੀਹਤ, ਨੇਕ ਸਲਾਹ ਦੇ ਕੇ ਸਿੱਧੇ ਰਸਤੇ ਪਾ ਸਕਦੇ ਹਨ। ਇਸੇ ਕਰਕੇ ਤਾਂ ਕਿਹਾ ਜਾਂਦਾ ਹੈ ਕਿ ਬਜ਼ੁਰਗ ਦੀ ਮੌਤ ਨਾਲ ਸਮਾਜ ਇਕ ਲਾਇਬ੍ਰੇਰੀ ਤੋਂ ਵਾਂਝਾ ਹੋ ਜਾਂਦਾ ਹੈ।

ਲੰਬੀ ਉਮਰ

ਹਰ ਵਿਅਕਤੀ ਤਾਂਘ ਰਖਦਾ ਹੈ ਕਿ ਉਸਦੀ ਉਮਰ ਲੰਬੀ ਹੋਵੇ ਤੇ ਇਸ ਰੰਗਲੀ ਦੁਨੀਆਂ ਦਾ ਆਨੰਦ ਲੰਬੇ ਅਰਸੇ ਲਈ ਭੋਗ ਸਕੇ। ਖੋਜ ਕਰਨ ਵਾਲੇ ਇਸ ਸਿੱਟੇ ਤੇ ਪਹੁੰਚੇ ਹਨ ਕਿ ਕੋਈ ਪਿਛਲੇ ਇਕ ਸੌ ਸੱਠ ਸਾਲਾਂ ਵਿਚ ਆਦਮੀ ਤੇ ਇਸਤਰੀ ਦੀ ਔਸਤਨ ਉਮਰ ਵਿਚ ਵਾਧਾ ਹੋਇਆ ਹੈ। ਇਸਤਰੀ ਦੀ ਉਮਰ ਵਿਚ ਕੋਈ ਤਿੰਨ ਮਹੀਨੇ ਪ੍ਰਤੀ ਸਾਲ ਦੇ ਹਿਸਾਬ ਨਾਲ ਵਾਧਾ ਹੋਇਆ ਹੈ ਜੋ ਕਿ ਇਕ ਆਦਮੀ ਦੀ ਉਮਰ ਦੇ ਵਾਧੇ ਨਾਲੋਂ ਜ਼ਿਆਦਾ ਹੈ। ਇਸ ਵਾਧੇ ਵਿਚ ਬੱਚੇ ਨੂੰ ਜਨਮ ਦੇਣ ਪ੍ਰਤੀ ਡਾਕਟਰੀ ਸਹੂਲਤਾਂ ਦਾ ਉਪਲਬੱਧ ਹੋਣਾ ਇਕ ਵੱਡਾ ਕਾਰਨ ਦੱਸਿਆ ਗਿਆ ਹੈ।

ਇਕ ਅੰਦਾਜ਼ੇ ਅਨੁਸਾਰ ਵਿਕਸਤ ਦੇਸ਼ਾਂ ਦੀ ਔਸਤਨ ਤੁਮਰ 2002 ਵਿਚ 77 ਤੋਂ 83 ਸਾਲ ਅਤੇ ਪਿਛੜੇ ਹੋਏ ਦੇਸ਼ਾਂ ਦੀ ਔਸਤਨ ਉਮਰ 35 ਤੋਂ 60 ਸਾਲ ਦਰਸਾਈ ਗਈ ਹੈ। ਸਪੇਨ ਦੀ ਔਸਤਨ ਉਮਰ 2002 ਵਿਚ 81 ਸਾਲ ਸੀ ਜੋ ਕਿ ਵਧ ਕੇ 2005 ਵਿਚ 82.3 ਸਾਲ ਹੋ ਗਈ ਜਦਕਿ ਇਸ ਤੋਂ ਉਲਟ ਮੌਜਮਬੀਕ ਜੋ ਕਿ ਇਕ ਪਛੜਿਆ ਹੋਇਆ ਦੇਸ਼ ਹੈ, ਉਸਦੀ ਔਸਤਨ ਉਮਰ 2005 ਵਿਚ 40.3 ਸਾਲ ਹੀ ਸੀ। ਦੁਨੀਆਂ ਦੀ ਸਿਹਤ ਬਾਰੇ ਸੰਸਥਾ (World Health Organisation) ਦੀ ਸਾਲ 2008 ਦੀ ਰਿਪੋਰਟ ਅਨੁਸਾਰ ਜਾਂਬੀਆ ਦੀ ਔਸਤ ਉਮਰ 32 ਸਾਲ 8 ਮਹੀਨੇ ਹੈ ਜੋ ਕਿ ਸੰਸਾਰ ਦੇ ਸਾਰੇ ਮੁਲਕਾਂ ਨਾਲੋਂ ਘੱਟ ਹੈ। ਹਿੰਦੁਸਤਾਨ ਦੀ ਔਸਤਨ ਉਮਰ 63 ਸਾਲ ਦਰਸਾਈ ਗਈ ਹੈ ਜਿਸ ਵਿਚ ਆਦਮੀਆਂ ਦੀ 62 ਸਾਲ ਤੇ ਇਸਤਰੀਆ ਦੀ 64 ਸਾਲ ਔਸਤਨ ਉਮਰ ਹੈ। ਕੁਲ ਸੰਸਾਰ ਦੀ ਔਸਤਨ ਉਮਰ 67 ਸਾਲ ਹੈ। ਸੋ ਹਿੰਦੁਸਤਾਨ ਦੀ ਔਸਤਨ ਉਮਰ ਸੰਸਾਰ ਦੀ ਔਸਤਨ ਉਮਰ ਨਾਲੋਂ ਕੋਈ 4 ਸਾਲ ਘੱਟ ਹੈ।

ਸੰਯੁਕਤ ਰਾਸ਼ਟਰ ਦੇ ਅੰਦਾਜ਼ੇ ਮੁਤਾਬਕ ਵਿਕਸਤ ਦੇਸ਼ਾਂ ਦੀ ਔਸਤਨ ਉਮਰ 2030 ਵਿਚ ਵਧ ਕੇ 100 ਤੋਂ 106 ਸਾਲ ਹੋ ਜਾਵੇਗੀ ਜਦਕਿ ਪਿਛੜੇ ਹੋਏ ਦੇਸ਼ਾਂ ਦੀ ਔਸਤਨ ਉਮਰ ਇਸ ਨਾਲੋਂ ਕੋਈ 20 ਸਾਲ ਘੱਟ ਹੋਵੇਗੀ। ਪਰ ਇਹ ਅੰਤਰ ਹੌਲੀ ਹੌਲੀ ਡਾਕਟਰੀ ਸਹੂਲਤਾਂ, ਰਹਿਣ-ਸਹਿਣ ਦੇ ਢੰਗ ਤੇ ਆਰਥਿਕ ਉਨਤੀ ਦੇ ਨਤੀਜੇ ਵਜੋਂ ਸਮਾਂ ਬਤੀਤ ਹੋਣ ਨਾਲ ਮਿਟਦਾ ਜਾਵੇਗਾ। ਦਰਅਸਲ ਵਿਕਸਤ ਤੇ ਪਿਛੜੇ ਦੇਸ਼ਾਂ ਵਿਚ

ਉਮਰ ਦਾ ਅੰਤਰ ਪਿਛਲੇ ਸੱਠਾਂ ਸਾਲ ਵਿਚ ਕਿਸੇ ਹੱਦ ਤੱਕ ਘਟ ਹੋਇਆ ਹੈ। ਲਿਖਤੀ ਰਿਕਾਰਡ ਮੁਤਾਬਿਕ ਸਭ ਤੋਂ ਲੰਬੀ ਉਮਰ ਭੋਗਣ ਵਾਲਾ ਵਿਅਕਤੀ ਫਰਾਂਸ ਦਾ ਜੈਨੀ ਕਾਲਮੈਂਟ ਦੱਸਿਆ ਜਾਂਦਾ ਹੈ ਜਿਸਨੇ ਕੁਲ 122 ਸਾਲ ਤੇ 164 ਦਿਨ (1875 ਤੋਂ 1997) ਇਸ ਦੁਨੀਆਂ ਵਿਚ ਬਤੀਤ ਕੀਤੇ।

ਸਾਡਾ ਸਰੀਰ ਇਕ ਮਸ਼ੀਨ ਵਾਂਗ ਹੈ, ਇਕ ਮਸ਼ੀਨ ਲੰਬੇ ਸਮੇਂ ਲਈ ਵਰਤਣ ਨਾਲ ਘਿਸਕੇ ਕੰਮ ਕਰਨ ਦੇ ਯੋਗ ਨਹੀਂ ਰਹਿੰਦੀ। ਇਸੇ ਤਰ੍ਹਾਂ ਸਾਡਾ ਸਰੀਰ ਵਧਦੀ ਉਮਰ ਨਾਲ ਕਮਜ਼ੋਰ ਪੈਂਦਾ ਹੋਇਆ ਅੰਤ ਨਕਾਰਾ ਹੋ ਕੇ ਰਹਿ ਜਾਂਦਾ ਹੈ। ਸਾਡੇ ਸਰੀਰ ਨੂੰ ਲੱਗਣ ਵਾਲੀਆਂ ਬਿਮਾਰੀਆਂ, ਕੀੜੇ ਮਕੌੜੇ, ਬਿਮਾਰੀ ਫੈਲਾਉਣ ਵਾਲੇ ਰੋਗਾਣੂ, ਜ਼ਹਿਰੀਲੇ ਅੰਸ਼ ਆਦਿ ਸਰੀਰ ਉੱਤੇ ਮਾੜਾ ਅਸਰ ਪਾਉਂਦੇ ਹਨ। ਸਾਡਾ ਸਰੀਰ ਪਹਿਲੇ ਸਾਲਾਂ ਵਿਚ ਵਧਦਾ ਫੁਲਦਾ ਹੈ ਫਿਰ ਇਕ ਸਥਿਰ ਸਥਿਤੀ ਵਿਚੋਂ ਲੰਘਦਾ ਹੋਇਆ ਤੀਹ ਸਾਲ ਦੀ ਉਮਰ ਉਪਰੰਤ ਹਰ ਸਾਲ ਇਕ ਪ੍ਰਤੀਸ਼ਤ ਦੀ ਰਫ਼ਤਾਰ ਨਾਲ ਬੁਢਾਪੇ ਵਲ ਨੂੰ ਤੁਰ ਪੈਂਦਾ ਹੈ। ਸਾਡੇ ਸਰੀਰ ਦੀਆਂ ਮਾਸ ਪੇਸ਼ੀਆ ਕਮਜ਼ੋਰ ਹੋਣੀਆਂ ਸ਼ੁਰੂ ਹੋ ਜਾਂਦੀਆਂ ਹਨ। ਹੱਡੀਆਂ ਖੁਰਣ ਕਰਕੇ ਪਤਲੀਆਂ ਅਤੇ ਭੁਰਭੁਰੀਆਂ ਹੁੰਦੀਆਂ ਹਨ, ਅੱਖਾਂ ਦੀ ਨਿਗਾਹ ਤੇ ਕੰਨਾਂ ਦੀ ਸੁਨਣ ਦੀ ਸ਼ਕਤੀ ਘਟਦੀ ਹੈ। ਸਾਡੀ ਚਮੜੀ ਦੀ ਚਮਕ ਤੇ ਲਚਕ ਘੱਟਦੀ ਹੈ ਤੇ ਚੇਹਰੇ ਉੱਤੇ ਝੁਰੜੀਆਂ ਪੈਣੀਆਂ ਸ਼ੁਰੂ ਹੋ ਜਾਂਦੀਆਂ ਹਨ। ਦਿਲ, ਫੇਫੜੇ ਕਮਜ਼ੋਰ ਪੈਣ ਕਰਕੇ ਲਹੂ ਦਾ ਦਬਾਅ ਵਧਦਾ ਹੈ ਤੇ ਸਾਹ ਲੈਣ ਦੀ ਕਿਰਿਆ ਤੇ ਮਾੜਾ ਅਸਰ ਪੈਂਦਾ ਹੈ। ਇਹ ਸਭ ਕੁਝ ਦੇ ਸਮੁੱਚੇ ਅਸਰ ਹੇਠ ਅਸੀਂ ਸਰੀਰਕ ਕਮਜ਼ੋਰੀ ਦੇ ਨਾਲ ਉਮਰ ਵਿਚ ਵਾਧੇ ਦਾ ਹੋਣਾ ਮਹਿਸੂਸ ਕਰਨ ਲੱਗ ਪੈਂਦੇ ਹਾਂ।

ਪਰ ਸਾਡਾ ਸਰੀਰ ਨਿਰਾਪੁਰਾ ਹੱਡੀਆਂ, ਦੰਦਾਂ, ਮਾਸ ਪੇਸ਼ੀਆਂ ਅਤੇ ਲਹੂ ਦਾ ਬਣਿਆ ਹੋਇਆ ਇਕ ਢਾਂਚਾ ਹੀ ਨਹੀਂ ਇਹ ਕਈ ਹਜ਼ਾਰ ਕਰੋੜ ਅਣੂਆਂ ਦਾ ਸਮੂਹ ਹੈ। ਇਹ ਅਣੂ ਕੋਈ 220 ਪ੍ਰਕਾਰ ਦੇ ਪਾਏ ਜਾਂਦੇ ਹਨ। ਹਰ ਅਣੂ ਇਕ ਜਾਨਦਾਰ ਤਸਵੀਰ ਹੈ। ਅਣੂ ਹੀ ਇਨਸਾਨ ਦੀ ਉਮਰ ਤਹਿ ਕਰਦੇ ਹਨ। ਇਨਸਾਨ ਦੀ ਪੂਰੀ ਉਮਰ ਵਿਚ ਇਹ ਅਣੂ 20 ਤੋਂ 60 ਵਾਰ ਟੁੱਟਦੇ ਤੇ ਨਵੇਂ ਬਣਦੇ ਹਨ। ਸੋ ਇਨ੍ਹਾਂ ਵਿਚ ਲਗਾਤਾਰ ਤਬਦੀਲੀਆਂ ਆਉਂਦੀਆਂ ਰਹਿੰਦੀਆਂ ਹਨ। ਸਾਡੀ ਚਮੜੀ ਵਿਚਲੇ ਪੁਰਾਣੇ ਅਣੂ ਤੇ ਕੋਸ਼ਾਣੂ ਇਕ ਮਹੀਨੇ ਵਿਚ ਬਦਲਕੇ ਨਵੇਂ ਆ ਜਾਂਦੇ ਹਨ। ਸਾਡੀ ਖੁਰਾਕ ਦੀ ਨਲੀ ਦੇ ਪੁਰਾਣੇ ਕੁਸ਼ਾਣੂਆਂ ਦੀ ਥਾਂ ਹਰ ਪੰਜ ਦਿਨ ਬਾਅਦ ਨਵੇਂ ਲੈ ਲੈਂਦੇ ਹਨ। ਸਾਡਾ ਜਿਗਰ ਛੇ ਹਫ਼ਤਿਆਂ ਵਿਚ ਫਿਰ ਨਵਾਂ ਬਣ ਜਾਂਦਾ ਹੈ। ਸਾਡੇ ਪੱਟਾਂ ਦੀਆਂ ਮਾਸ ਪੇਸ਼ੀਆਂ 4 ਮਹੀਨਿਆਂ ਵਿਚ ਬਦਲਕੇ ਨਵੀਆਂ ਬਣ ਜਾਂਦੀਆਂ ਹਨ। ਸਾਡੇ ਖ਼ੂਨ ਦੇ ਅਣੂ ਤਿੰਨ ਮਹੀਨਿਆਂ ਵਿਚ ਬਦਲਕੇ ਨਵੇਂ ਬਣ ਜਾਂਦੇ ਹਨ, ਜੀਭ ਉੱਤੇ ਸੁਆਦ ਦੱਸਣ ਵਾਲੀਆਂ ਤੰਤੀਆਂ ਹਰ ਦਿਨ ਨਵੀਆਂ ਬਣਦੀਆਂ ਹਨ। ਸਰੀਰ ਦੀਆਂ ਹੱਡੀਆਂ ਦੋ ਸਾਲਾਂ ਵਿਚ ਨਵੀਆਂ ਬਣ ਜਾਂਦੀਆਂ ਹਨ। ਇਸ ਤਰ੍ਹਾਂ ਸਾਡੇ ਸਰੀਰ ਦਾ ਸਾਰਾ ਢਾਂਚਾ ਹੀ ਤਕਰੀਬਨ ਤਿੰਨ ਮਹੀਨਿਆਂ ਵਿਚ ਬਦਲ ਕੇ ਰਹਿ ਜਾਂਦਾ ਹੈ ਤੇ ਸਾਡੇ ਸਰੀਰ ਦੇ ਕੁਲ 98 ਪ੍ਰਤੀਸ਼ਤ ਅਣੂ ਇਕ ਸਾਲ ਵਿਚ ਬਦਲਕੇ

ਨਵਾਂ ਰੂਪ ਧਾਰਨ ਕਰ ਲੈਂਦੇ ਹਨ। ਸੋ ਸਾਡੇ ਸਰੀਰ ਵਿਚ ਜੋ ਇਹ ਬਦਲਣ ਦੀ ਸਮਰੱਥਾ ਹੈ ਉਹ ਸਾਡੇ ਲਈ ਬਹੁਤ ਹੀ ਉਪਯੋਗੀ ਸਿੱਧ ਹੁੰਦੀ ਹੈ। ਇਸੇ ਕਰਕੇ ਸਾਡੀ ਬੁਢਾਪੇ ਵਲ ਵਧਣ ਦੀ ਰਫ਼ਤਾਰ ਘੱਟ ਕੇ ਪ੍ਰਤੀ ਸਾਲ ਇਕ ਪ੍ਰਤੀਸ਼ਤ ਹੀ ਰਹਿ ਜਾਂਦੀ ਹੈ। ਸਾਨੂੰ ਪਰਮਾਤਮਾ ਵਲੋਂ ਸੋਚਣ ਤੇ ਸਮਝਣ ਦੀ ਸ਼ਕਤੀ ਵੀ ਪਰਦਾਨ ਕੀਤੀ ਗਈ ਹੈ। ਜੇਕਰ ਅਸੀਂ ਇਸ ਸ਼ਕਤੀ ਦਾ ਸਹੀ ਪ੍ਰਯੋਗ ਕਰਕੇ ਬੁਢਾਪੇ ਦੇ ਕਾਰਨ ਸਮਝਦੇ ਹੋਏ ਇਨ੍ਹਾਂ ਤੇ ਕਾਬੂ ਪਾਉਣ ਦਾ ਯਤਨ ਕਰਕੇ, ਇਸ ਇਕ ਪ੍ਰਤੀਸ਼ਤ ਤਬਦੀਲੀ ਨੂੰ ਜਿੰਨਾ ਘਟਾਉਣ ਵਿਚ ਕਾਮਯਾਬ ਹੋ ਸਕੀਏ ਤਾਂ ਉਨਾ ਹੀ ਅਸੀਂ ਆਪਣੇ ਬੁਢਾਪੇ ਤੇ ਕਾਬੂ ਪਾਉਣ ਵਿਚ ਸਫ਼ਲ ਹੋ ਸਕਾਂਗੇ।

ਵਿਅਕਤੀ ਦੀ ਉਮਰ ਦਾ ਅੰਦਾਜ਼ਾ:-

ਇਕ ਵਿਅਕਤੀ ਦੀ ਉਮਰ ਦਾ ਅੰਦਾਜ਼ਾ ਅਸੀਂ ਤਿੰਨ ਪਹਿਲੂਆਂ ਤੋਂ ਲਗਾ ਸਕਦੇ ਹਾਂ। ਪਹਿਲਾ ਪਹਿਲੂ ਜੋ ਆਮ ਤੌਰ 'ਤੇ ਵਰਤਿਆ ਜਾਂਦਾ ਹੈ ਉਹ ਹੈ ਦਿਨਾਂ ਮਹੀਨਿਆਂ ਤੇ ਸਾਲਾਂ ਦੀ ਗਿਣਤੀ। ਜਨਮ ਤੋਂ ਲੈ ਕੇ ਵਿਅਕਤੀ ਜੋ ਉਮਰ ਭੋਗਦਾ ਹੈ ਅਸੀਂ ਉਸਨੂੰ ਲੰਘੇ ਸਾਲਾਂ, ਮਹੀਨੇ ਤੇ ਦਿਨਾਂ ਵਿਚ ਗਿਣ ਲੈਂਦੇ ਹਾਂ।

ਦੂਜਾ ਪਹਿਲੂ, ਜਿਸ ਤੋਂ ਅਸੀਂ ਕਿਸੇ ਵਿਅਕਤੀ ਦੀ ਉਮਰ ਦਾ ਅੰਦਾਜ਼ਾ ਲਗਾ ਸਕਦੇ ਹਾਂ ਉਹ ਹੈ ਉਸ ਵਿਅਕਤੀ ਦੇ ਸਰੀਰਕ ਅੰਗਾਂ ਖਾਸ ਕਰਕੇ ਅੰਦਰੂਨੀ ਅੰਗਾਂ ਜਿਵੇਂ ਕਿ ਦਿਲ, ਫੇਫੜੇ, ਜਿਗਰ, ਗੁਰਦੇ ਲਹੂ ਪ੍ਰਣਾਲੀ, ਖੁਰਾਕ ਹਜ਼ਮ ਕਰਨ ਦੀ ਪ੍ਰਣਾਲੀ, ਸਾਹ ਲੈਣ ਦੀ ਪ੍ਰਣਾਲੀ, ਵੇਖਣ, ਸੁਨਣ, ਸਮਝਣ ਦੀ ਸਮਰੱਥਾ ਤੇ ਹੋਰ ਕਿਰਿਆਵਾਂ ਦੀ ਸਥਿਤੀ। ਜਿਸ ਵਿਅਕਤੀ ਦੀਆਂ ਇਹ ਕਿਰਿਆਵਾਂ ਉਮਰ ਅਨੁਸਾਰ ਜਿੰਨੀਆਂ ਵਧੀਆ ਅਵਸਥਾ ਵਿਚ ਹੋਣਗੀਆਂ ਉਨੀ ਹੀ ਉਸਦੀ ਸਿਹਤ ਤੇ ਉਮਰ ਵਧੀਆ ਗਿਣੀ ਜਾਂਦੀ ਹੈ। ਕਿਸੇ ਵਿਅਕਤੀ ਦੀ ਉਮਰ ਭਾਵੇਂ ਸਾਲਾਂ ਵਿਚ 70 ਹੀ ਹੋਵੇ ਪਰ ਉਸਦੀਆਂ ਇਹ ਕਿਰਿਆਵਾਂ ਇਕ 50 ਸਾਲ ਦੀ ਉਮਰ ਵਾਲੇ ਵਿਅਕਤੀ ਦੇ ਬਰਾਬਰ ਹੋ ਸਕਦੀਆਂ ਹਨ।

ਤੀਜਾ ਪਹਿਲੂ ਜਿਸ ਅਨੁਸਾਰ ਕਿਸੇ ਵਿਅਕਤੀ ਦੀ ਉਮਰ ਦਾ ਅੰਦਾਜ਼ਾ ਲਗਾਇਆ ਜਾ ਸਕਦਾ ਹੈ ਉਹ ਹੈ ਉਸ ਵਿਅਕਤੀ ਦੀ ਮਾਨਸਿਕ ਅਵਸਥਾ। ਕੋਈ ਵਿਅਕਤੀ ਆਪਣੇ ਆਪ ਵਿਚ ਕਿੰਨਾ ਕੁ ਕਮਜ਼ੋਰ ਤੇ ਨਿਰਬਲ ਮਹਿਸੂਸ ਕਰਦਾ ਹੈ, ਉਨਾ ਹੀ ਉਹ ਬੁਢਾਪੇ ਦਾ ਸ਼ਿਕਾਰ ਬਣਦਾ ਹੈ। ਇਕ 70 ਸਾਲ ਦੀ ਉਮਰ ਦੇ ਵਿਅਕਤੀ ਦਾ ਜੇਕਰ ਮਨੋਬਲ ਬਹੁਤ ਉੱਚਾ ਹੈ, ਉਸਦੀ ਸੋਚ ਉਸਾਰੂ ਤੇ ਉਸਨੂੰ ਆਪਣੇ ਆਪ ਤੇ ਪੂਰਾ ਭਰੋਸਾ ਹੈ ਉਸ ਦੀ ਮਨੋਵਿਗਿਆਨਕ ਉਮਰ ਇਕ 45-50 ਸਾਲ ਦੀ ਉਮਰ ਦੇ ਵਿਅਕਤੀ ਵਰਗੀ ਹੋ ਸਕਦੀ ਹੈ।

ਪਹਿਲੇ ਪਹਿਲੂ ਮੁਤਾਬਕ ਉਮਰ ਦਿਨਾਂ ਸਾਲਾਂ ਦੀ ਗਿਣਤੀ ਮਿਣਤੀ ਅਨੁਸਾਰ ਤਹਿ ਹੈ। ਇਸ ਵਿਚ ਅਸੀਂ ਕੁਝ ਨਹੀਂ ਕਰ ਸਕਦੇ ਪਰ ਇਹ ਉਮਰ ਜ਼ਰੂਰੀ ਨਹੀਂ ਕਿ ਤੁਹਾਡੀ ਸਿਹਤ ਦੀ ਅਵਸਥਾ ਦਾ ਸਹੀ ਅੰਦਾਜ਼ਾ ਹੋਵੇ। ਤੁਹਾਡੀ ਉਮਰ ਭਾਵੇਂ 50 ਸਾਲ

ਹੋਵੇ ਪਰ ਤੁਹਾਡੀ ਸਿਹਤ ਇਕ 30 ਸਾਲਾ ਨੌਜਵਾਨ ਬਰਾਬਰ ਹੋ ਸਕਦੀ ਹੈ।

ਸੋ ਦੂਸਰਾ ਪਹਿਲੂ ਇਹ ਦਸਦਾ ਹੈ ਕਿ ਤੁਹਾਡੀ ਉਮਰ ਦੇ ਬੀਤੇ ਸਾਲਾਂ ਦਾ ਤੁਹਾਡੇ ਅੰਦਰੂਨੀ ਅੰਗਾਂ, ਪ੍ਰਣਾਲੀਆਂ ਤੇ ਕਿਰਿਆਵਾਂ ਤੇ ਕੀ ਅਸਰ ਹੋਇਆ ਹੈ। ਕੀ ਇਹ ਕਿਰਿਆਵਾਂ ਉਸੇ ਉਮਰ ਦੇ ਵਿਅਕਤੀਆਂ ਨਾਲੋਂ ਚੰਗੀ ਸਥਿਤੀ ਵਿਚ ਹਨ ਜਾਂ ਨਹੀਂ? ਜੇਕਰ ਅਸੀਂ ਆਪਣੀ ਸਿਹਤ ਬਾਰੇ ਸੁਚੇਤ ਰਹੀਏ ਤੇ ਇਕ ਵਧੀਆ ਜੀਵਨ ਸ਼ੈਲੀ ਅਪਣਾਈਏ ਤਾਂ ਅਸੀਂ ਇਸ ਪਹਿਲੂ ਤੇ ਕਾਬੂ ਰੱਖ ਕੇ ਆਪਣੀ ਉਮਰ ਵਿਚ ਵਾਧਾ ਕਰ ਸਕਦੇ ਹਾਂ।

ਤੀਸਰਾ ਪਹਿਲੂ ਹੈ ਕਿ ਤੁਹਾਡੀ ਮਾਨਸਿਕ ਅਵਸਥਾ, ਇਹ ਤਾਂ ਪੂਰੀ ਤਰ੍ਹਾਂ ਤੁਹਾਡੇ ਹੀ ਹੱਥ ਹੈ। ਇਹ ਤਾਂ ਇਸ ਉੱਤੇ ਨਿਰਭਰ ਕਰਦਾ ਹੈ ਕਿ ਤੁਹਾਡੀ ਆਪਣੇ ਸਰੀਰ ਪ੍ਰਤੀ ਕਿਹੋ ਜਿਹੀ ਸੋਚ ਹੈ। ਤੁਸੀਂ ਉਨੇ ਹੀ ਬੁੱਢੇ ਹੋ, ਜਿੰਨਾ ਕਿ ਤੁਸੀਂ ਆਪਣੇ ਆਪ ਨੂੰ ਬੁੱਢਾ ਸਮਝਦੇ ਹੋ। ਜੇਕਰ ਤੁਸੀਂ ਫ਼ਿਕਰ, ਹੀਣਤਾ, ਚਿੰਤਾ ਦੇ ਸ਼ਿਕਾਰ ਹੋ ਤਾਂ ਤੁਹਾਡੀ ਸੋਚ ਬੁਢਾਪੇ ਵੱਲ ਤੇਜ਼ੀ ਨਾਲ ਵਧੇਗੀ ਪਰ ਇਸਦੇ ਉਲਟ ਤੁਹਾਡੀ ਸੋਚ ਉਸਾਰੂ, ਖੁਸ਼ੀ ਭਰਪੂਰ, ਸਵੈ ਭਰੋਸਗੀ ਤੇ ਨਿਰਭਰ ਹੈ ਤਾਂ ਇਹ ਤੁਹਾਡੀ ਉਮਰ ਵਧਾਉਣ ਵਿਚ ਸਹਾਇਤਾ ਕਰੇਗੀ।

ਵਧਦੀ ਉਮਰ ਦੇ ਲੱਛਣ:

ਟਫਟ ਯੂਨੀਵਰਸਿਟੀ (ਫਿਨਲੈਂਡ) ਦੇ ਦੋ ਸਾਇੰਸਦਾਨਾਂ ਵਿਲਿਅਮ ਏਵਨਜ਼ ਅਤੇ ਬਰੀਅਨ ਰੋਜ਼ਨਬਰਗ ਨੇ ਵਧਦੀ ਉਮਰ ਦੇ ਦੇ ਹੇਠ ਲਿਖੇ ਦਸ ਲੱਛਣ ਨਿਰਧਾਰਤ ਕੀਤੇ ਹਨ।

1. **ਸਰੀਰ ਦੇ ਮਾਸ ਦਾ ਘਟਣਾ** : ਇਨ੍ਹਾਂ ਸਾਇੰਸਦਾਨਾਂ ਮੁਤਾਬਿਕ ਉਮਰ ਵਿਚ ਵਾਧੇ ਦੇ ਨਾਲ ਨਾਲ ਸਾਡੇ ਸਰੀਰ ਵਿਚ ਮਾਸ ਘਟਦਾ ਹੈ। ਇਹ ਮਾਸ ਇਕ ਦਹਾਕੇ ਵਿਚ ਤਕਰੀਬਨ 6.6 ਪੌਂਡ ਦੇ ਹਿਸਾਬ ਨਾਲ ਘਟਦਾ ਹੈ ਤੇ ਇਸ ਦੇ ਘੱਟਣ ਦੀ ਰਫ਼ਤਾਰ 45 ਸਾਲ ਦੀ ਉਮਰ ਬਾਅਦ ਹੋਰ ਤੀਬਰ ਬਣ ਜਾਂਦੀ ਹੈ।

2. **ਸਰੀਰਕ ਸ਼ਕਤੀ ਦੀ ਘਾਟ** : ਜ਼ਿਆਦਾ ਉਮਰ ਦੇ ਲੋਕਾਂ ਵਿਚ ਸਰੀਰਕ ਸ਼ਕਤੀ ਘੱਟਦੀ ਹੈ। ਉਮਰ ਦੇ ਵਾਧੇ ਨਾਲ ਸਰੀਰ ਦੀਆਂ ਮਾਸ ਪੇਸ਼ੀਆਂ ਘਟਦੀਆਂ ਤੇ ਕਮਜ਼ੋਰ ਹੁੰਦੀਆਂ ਹਨ। 30 ਸਾਲ ਤੋਂ 70 ਸਾਲ ਦੀ ਉਮਰ ਵਿਚਕਾਰ ਸਾਡੇ ਪੱਟਾਂ ਦੀਆਂ ਮਾਸ ਪੇਸ਼ੀਆਂ 20 ਪ੍ਰਤੀਸ਼ਤ ਘੱਟ ਜਾਂਦੀਆਂ ਹਨ। ਇਸੇ ਤਰ੍ਹਾਂ ਸਾਡੇ ਸਾਰੇ ਸਰੀਰ ਦੀਆਂ ਸਾਰੀਆਂ ਮਾਸ ਪੇਸ਼ੀਆਂ ਵਿਚ ਘਾਟ ਆ ਜਾਂਦੀ ਹੈ ਤੇ ਸਰੀਰਕ ਸ਼ਕਤੀ ਘੱਟਦੀ ਹੈ।

3. **ਸਰੀਰ ਦੀ ਊਰਜਾ ਸ਼ਕਤੀ ਦੀ ਲੋੜ ਦੀ ਘਾਟ:** ਸਾਡੇ ਸਰੀਰ ਨੂੰ ਜ਼ਰੂਰੀ ਕਿਰਿਆਵਾਂ ਚਲਾਉਣ ਲਈ ਜੋ ਸ਼ਕਤੀ (B.M.R.) ਦੀ ਲੋੜ ਹੈ ਉਸ ਵਿਚ ਵਧਦੀ ਉਮਰ ਨਾਲ ਘਾਟ ਆਉਂਦੀ ਹੈ। ਵੀਹ ਸਾਲ ਦੀ ਉਮਰ ਤੋਂ ਬਾਅਦ ਇਹ ਸ਼ਕਤੀ ਦੀ ਲੋੜ ਹਰ ਦਸ ਸਾਲ ਉਮਰ ਵਿਚ ਵਾਧੇ ਨਾਲ ਕੋਈ 2 ਪ੍ਰਤੀਸ਼ਤ ਘੱਟ ਜਾਂਦੀ ਹੈ।

4. ਸਰੀਰਕ ਚਿਕਨਾਈ ਵਿਚ ਵਾਧਾ: ਉਮਰ ਦੇ ਵਧਣ ਨਾਲ ਸਾਡੇ ਸਰੀਰ ਵਿਚ ਜੋ ਚਿਕਨਾਈ ਦੀ ਮਾਤਰਾ ਹੈ ਉਸ ਵਿਚ ਵਾਧਾ ਹੁੰਦਾ ਹੈ। ਵੀਹ ਸਾਲ ਤੇ 65 ਸਾਲ ਦੀ ਉਮਰ ਵਿਚਕਾਰ ਸਰੀਰਕ ਚਿਕਨਾਈ ਤੇ ਮਾਸ ਦਾ ਅਨੁਪਾਤ ਦੁਗਣਾ ਹੋ ਜਾਂਦਾ ਹੈ। ਜੇਕਰ ਕੋਈ ਵਿਅਕਤੀ ਜ਼ਿਆਦਾ ਖਾਂਦਾ ਹੈ ਜਾਂ ਸੁਸਤੀ ਭਰੀ ਜ਼ਿੰਦਗੀ ਬਤੀਤ ਕਰਦਾ ਹੈ ਤਾਂ ਇਹ ਅਨੁਪਾਤ ਹੋਰ ਵੀ ਜ਼ਿਆਦਾ ਵਧਦਾ ਹੈ।

5. ਸਰੀਰ ਦਾ ਸਾਹ (Oxygen) ਵਰਤਣ ਦੀ ਸਮਰੱਥਾ ਵਿਚ ਘਾਟ : ਉਮਰ ਦੇ ਵਾਧੇ ਨਾਲ ਸਾਡੇ ਸਰੀਰ ਵਿਚ ਜੋ ਅਸੀਂ ਸਾਹ ਰਾਹੀਂ ਆਕਸੀਜਨ ਅੰਦਰ ਲਿਜਾਂਦੇ ਹਾਂ ਉਸਨੂੰ ਵਰਤਣ ਦੀ ਸਮਰੱਥਾ ਵਿਚ ਘਾਟ ਆਉਂਦੀ ਹੈ। ਅੰਦਾਜ਼ੇ ਮੁਤਾਬਕ ਜਦ ਤੱਕ ਅਸੀਂ 65 ਸਾਲ ਦੀ ਉਮਰ ਤੱਕ ਪਹੁੰਚਦੇ ਹਾਂ ਤਾਂ ਇਹ ਸਮਰੱਥਾ 30 ਤੋਂ 40 ਪ੍ਰਤੀਸ਼ਤ ਘੱਟ ਜਾਂਦੀ ਹੈ।

6. ਖ਼ੂਨ ਦੇ ਦਬਾਅ ਵਿਚ ਵਾਧਾ : ਉਮਰ ਦੇ ਵਾਧੇ ਨਾਲ ਖ਼ੂਨ ਦਾ ਦਬਾਅ ਵੱਧਦਾ ਹੈ। ਜਿਹੜੇ ਵਿਅਕਤੀ ਆਪਣੇ ਭੋਜਨ ਵਿਚ ਘਿਉ, ਮੱਖਣ ਆਦਿ ਜ਼ਿਆਦਾ ਵਰਤਦੇ ਹਨ ਜਾਂ ਕੋਈ ਕਸਰਤ ਨਹੀਂ ਕਰਦੇ ਉਨ੍ਹਾਂ ਦੇ ਖ਼ੂਨ ਦੇ ਦਬਾਅ ਵਿਚ ਵਾਧਾ ਜ਼ਿਆਦਾ ਹੁੰਦਾ ਹੈ।

7. ਖ਼ੂਨ ਵਿਚ ਸ਼ੱਕਰ ਦਾ ਵਧਣਾ : ਖੁਰਾਕ ਖਾਣ ਨਾਲ ਸਾਡੇ ਸਰੀਰ ਵਿਚ ਜੋ ਸ਼ੱਕਰ (ਗੁਲੂਕੋਜ਼) ਬਣਦੀ ਹੈ ਤੇ ਖ਼ੂਨ ਵਿਚ ਪਹੁੰਚਦੀ ਹੈ, ਉਸ ਸ਼ੱਕਰ ਨੂੰ ਖ਼ੂਨ ਵਿਚੋਂ ਵਰਤਣ ਦੀ ਸਮਰੱਥਾ ਉਮਰ ਦੇ ਵਧਣ ਨਾਲ ਘਟਦੀ ਹੈ। ਇਸ ਕਰਕੇ ਖ਼ੂਨ ਵਿਚ ਇਸਦੀ ਮਾਤਰਾ ਵਧ ਜਾਂਦੀ ਹੈ ਤੇ ਅਸੀਂ ਸ਼ੱਕਰ (ਸ਼ੂਗਰ) ਦੀ ਬਿਮਾਰੀ ਦਾ ਸ਼ਿਕਾਰ ਹੋ ਜਾਂਦੇ ਹਾਂ।

8. ਸਰੀਰ ਵਿਚ ਕੋਲੈਸਟਰੋਲ ਵਿਚ ਵਾਧਾ: ਸਾਡੇ ਸਰੀਰ ਵਿਚ ਪੰਜਾਹ ਸਾਲ ਦੀ ਉਮਰ ਤੱਕ ਪਹੁੰਚਣ ਤੱਕ ਕੋਲੈਸਟਰੋਲ ਵਿਚ ਵਾਧਾ ਹੁੰਦਾ ਜਾਂਦਾ ਹੈ। ਇਸਦੇ ਉਲਟ ਜੋ ਚੰਗੀ ਕੋਲੈਸਟਰੋਲ (HDL) ਹੈ ਉਸਦੀ ਮਾਤਰਾ ਘਟਦੀ ਹੈ ਤੇ ਜੋ ਭੈੜੀ ਕੋਲੈਸਟਰੋਲ (LDL) ਉਸਦੀ ਮਾਤਰਾ ਵਧਦੀ ਹੈ। ਇਸ ਕਰਕੇ ਸਾਨੂੰ ਵਧਦੀ ਉਮਰ ਨਾਲ ਦਿਲ ਦਾ ਦੌਰਾ ਹੋਣ ਦੇ ਮੌਕੇ ਵਧ ਜਾਂਦੇ ਹਨ।

9. ਹੱਡੀਆਂ ਦੀ ਘਣਤਾ ਦਾ ਘਟਣਾ : ਉਮਰ ਦੇ ਵਾਧੇ ਨਾਲ ਸਾਡੀਆਂ ਹੱਡੀਆਂ ਵਿਚੋਂ ਕੈਲਸ਼ੀਅਮ ਦੀ ਘਾਟ ਹੁੰਦੀ ਜਾਂਦੀ ਹੈ। ਇਸ ਕਰਕੇ ਹੱਡੀਆਂ ਦੀ ਘਣਤਾ ਘਟਦੀ ਹੈ ਤੇ ਹੱਡੀਆਂ ਪਤਲੀਆਂ ਤੇ ਕਮਜ਼ੋਰ ਹੋ ਜਾਂਦੀਆਂ ਹਨ। ਇਨ੍ਹਾਂ ਦੇ ਟੁੱਟਣ ਦੇ ਆਸਾਰ ਵਧ ਜਾਂਦੇ ਹਨ। ਚਾਲੀ ਸਾਲ ਉਪਰੰਤ ਸਾਡੀਆਂ ਸਰੀਰ ਦੀਆਂ ਹੱਡੀਆਂ 0.3 ਤੋਂ 0.5 ਪ੍ਰਤੀਸ਼ਤ ਦੇ ਹਿਸਾਬ ਨਾਲ ਖੁਰ ਜਾਂਦੀਆਂ ਹਨ।

10. ਸਰੀਰਕ ਤਾਪਮਾਨ ਸਥਿਰ ਰੱਖਣ ਦੀ ਸਮਰੱਥਾ ਵਿਚ ਘਾਟ: ਸਾਡਾ ਸਰੀਰ ਅੰਦਰੂਨੀ ਤਾਪਮਾਨ 98.4 ਫਾਰਨਹੀਟ ਉਤੇ ਸਥਿਰ ਰੱਖਣ ਦੀ ਸ਼ਕਤੀ ਰੱਖਦਾ ਹੈ। ਪਰ ਸਰੀਰ ਦੀ ਇਸ ਸਮਰੱਥਾ ਵਿਚ ਵਧਦੀ ਉਮਰ ਨਾਲ ਘਾਟ ਆਉਂਦੀ ਹੈ। ਇਸ ਕਰਕੇ ਬਜ਼ੁਰਗ ਲੋਕ ਗਰਮੀਆਂ ਵਿਚ ਵਧ ਗਰਮੀ ਤੇ ਸਰਦੀਆਂ ਵਿਚ ਵਧ ਸਰਦੀ ਮਹਿਸੂਸ

ਕਰਦੇ ਹਨ।

ਪਰ ਇਹ ਇਕ ਬੜੀ ਤਸੱਲੀ ਵਾਲੀ ਗੱਲ ਹੈ ਕਿ ਇਨ੍ਹਾਂ ਸਾਇੰਸਦਾਨਾਂ ਮੁਤਾਬਿਕ ਅਸੀਂ ਉਪਰ ਦੱਸੇ ਸਾਰੇ ਲੱਛਣ ਕਾਬੂ ਵਿਚ ਰੱਖ ਸਕਦੇ ਹਾਂ ਤੇ ਇਨ੍ਹਾਂ ਦੇ ਸਾਡੇ ਸਰੀਰ ਤੇ ਪੈਂਦੇ ਮਾੜੇ ਅਸਰ ਦੂਰ ਰੱਖ ਸਕਦੇ ਹਾਂ।

ਇਨ੍ਹਾਂ ਲੱਛਣਾਂ ਵਿਚ ਸਰੀਰ ਵਿਚ ਮਾਸ, ਮਾਸ ਪੇਸ਼ੀਆ ਦਾ ਘਟਣਾ ਤੇ ਚਰਬੀ ਦਾ ਵਧਣਾ ਸਭ ਤੋਂ ਵੱਧ ਮਹੱਤਤਾ ਰਖਦੇ ਹਨ। 65 ਤੋਂ 70 ਸਾਲ ਦੀ ਉਮਰ ਤੱਕ ਸਰੀਰ ਵਿਚ ਮਾਸ ਤੇ ਮਾਸ ਪੇਸ਼ੀਆਂ ਦਾ ਅੱਧਾ ਤੇ ਚਿਕਨਾਈ ਦਾ ਅਨੁਪਾਤ ਦੂਗਣਾ ਹੋ ਜਾਣ ਨਾਲ ਸਰੀਰ ਦੀਆ ਸਾਰੀਆਂ ਜ਼ਰੂਰੀ ਕਿਰਿਆਵਾਂ ਤੇ ਮਾੜਾ ਅਸਰ ਪੈਂਦਾ ਹੈ। ਚਿਕਨਾਈ ਦਾ ਤਾਂ ਸਰੀਰ ਦੀਆਂ ਕਿਰਿਆ ਵਿਚ ਕੋਈ ਬਹੁਤਾ ਯੋਗਦਾਨ ਨਹੀਂ ਇਸ ਨਾਲ ਸਰੀਰ ਦਾ ਆਕਾਰ ਤੇ ਭਾਰ ਹੀ ਵਧਦਾ ਹੈ ਪਰ ਸਰੀਰ ਦੇ ਮਾਸ ਤੇ ਮਾਸ ਪੇਸ਼ੀਆਂ ਸਰੀਰ ਦੀ ਜਾਨਦਾਰ ਤਸਵੀਰ ਹਨ ਤੇ ਸਰੀਰ ਦੀਆਂ ਕਿਰਿਆਵਾਂ ਜਿਵੇਂ ਖੁਰਾਕ ਦਾ ਹਜ਼ਮ, ਜਜ਼ਬ ਹੋਣਾ, ਖ਼ੂਨ ਬਣਨਾ, ਹੱਡੀਆਂ ਦਾ ਤਾਕਤਵਰ ਰਹਿਣਾ ਆਦਿ ਇਨ੍ਹਾਂ ਦੀ ਮਿਕਦਾਰ ਤੇ ਨਿਰਭਰ ਕਰਦਾ ਹੈ। ਜੇਕਰ ਮਾਸ ਤੇ ਮਾਸ ਪੇਸ਼ੀਆਂ ਦੀ ਮਿਕਦਾਰ ਵਧਦੀ ਉਮਰ ਵਿਚ ਵੀ ਠੀਕ ਰਹੇ ਤਾਂ ਅਸੀਂ ਬਿਨਾਂ ਭਾਰ ਵਧਾਏ ਜ਼ਿਆਦਾ ਖੁਰਾਕ ਖਾ ਤੇ ਪਚਾ ਸਕਦੇ ਹਾਂ। ਸੋ ਜੇਕਰ ਅਸੀਂ ਵੱਡੀ ਉਮਰ ਵਿਚ ਵੀ ਮਾਸ ਤੇ ਮਾਸ ਪੇਸ਼ੀਆਂ ਦਾ ਵਾਧਾ ਹੋਣਾ ਕਾਇਮ ਰੱਖ ਸਕੀਏ ਤਾਂ ਅਸੀਂ ਆਪਣੇ ਸਰੀਰ ਦੇ ਅੰਦਰੂਨੀ ਅੰਗ, ਢਾਂਚਾ ਤੇ ਜ਼ਰੂਰੀ ਕਿਰਿਆਵਾਂ ਵਧੀਆ ਸਥਿਤੀ ਵਿਚ ਰੱਖਦੇ ਹੋਏ ਆਪਣੀ ਸਰੀਰਕ ਸ਼ਕਤੀ, ਤਾਕਤ, ਜੁਆਨੀ ਕਾਇਮ ਰੱਖ ਸਕਦੇ ਹਾਂ। ਸਾਡੇ ਸਰੀਰ ਵਿਚ ਮਾਸ ਤੇ ਮਾਸ ਪੇਸ਼ੀਆਂ ਦੀ ਮਿਕਦਾਰ ਠੀਕ ਰਹਿਣ ਦਾ ਸਾਡੇ ਸਰੀਰ ਉੱਤੇ ਸਮੁੱਚੇ ਤੌਰ 'ਤੇ ਚੰਗਾ ਅਸਰ ਪੈਂਦਾ ਹੈ। ਇਸ ਨਾਲ ਖ਼ੂਨ ਦਾ ਦਬਾਅ ਠੀਕ ਰਹਿੰਦਾ ਹੈ। ਸ਼ੂਗਰ ਰੋਗ ਤੋਂ ਬਚ ਸਕਦੇ ਹਾਂ, ਮੋਟਾਪਾ ਦੂਰ ਰਹਿੰਦਾ ਹੈ ਸਰੀਰ ਦਾ ਅੰਦਰੂਨੀ ਤਾਪਮਾਨ ਸਥਿਰ ਰਹਿੰਦਾ ਹੈ ਤੇ ਹੱਡੀਆਂ ਦੀ ਮਜ਼ਬੂਤੀ ਬਣੀ ਰਹਿੰਦੀ ਹੈ। ਅਸੀਂ ਆਪਣੇ ਆਪ ਵਿਚ ਰਿਸ਼ਟ ਪੁਸ਼ਟ ਤੇ ਚੰਗਾ ਮਹਿਸੂਸ ਕਰਦੇ ਹਾਂ।

ਲੰਬੀ ਉਮਰ ਕਿਵੇਂ ਪਾਈ ਜਾਵੇ

ਲੰਬੀ ਉਮਰ ਪਾਉਣ ਲਈ ਸਭ ਤੋਂ ਪਹਿਲਾਂ ਤੁਹਾਨੂੰ ਆਪਣਾ ਦ੍ਰਿੜ ਇਰਾਦਾ ਬਣਾਉਣਾ ਤੇ ਇਸ 'ਤੇ ਡੱਟ ਕੇ ਪਹਿਰਾ ਦੇਣ ਦੀ ਲੋੜ ਹੈ। ਤੁਹਾਨੂੰ ਆਪਣੇ ਆਪ ਨਾਲ ਇਕ ਇਕਰਾਰ ਕਰਨਾ ਪਵੇਗਾ ਕਿ ਤੁਸੀਂ ਇਕ ਲੰਬੀ ਉਮਰ ਜਿਹੜੀ ਕਿ ਸੌ ਸਾਲ ਵੀ ਹੋ ਸਕਦੀ ਹੈ, ਜਿਊਣਾ ਹੈ। ਇਸ ਲਈ ਤੁਸੀਂ ਇਹ ਇੱਛਾ ਧਾਰੋਗੇ ਕਿ ਮੈਂ ਸਾਰੀ ਜ਼ਿੰਦਗੀ ਰਿਸ਼ਟ-ਪੁਸ਼ਟ, ਚੁਸਤ-ਦਰੁਸਤ, ਦਿਲ, ਦਿਮਾਗ ਦੇ ਤੌਰ 'ਤੇ ਮਜ਼ਬੂਤ ਅਤੇ ਅਕਲ ਭਰਪੂਰ ਰਹਿਣਾ ਹੈ। ਜੇਕਰ ਤੁਸੀਂ ਹਰ ਪਲ, ਹਰ ਦਿਨ ਤੇ ਰਾਤ ਇਸ ਨਿਸ਼ਾਨੇ ਪ੍ਰਤੀ ਪੂਰੇ ਧਿਆਨ ਤੇ ਲਗਨ ਨਾਲ ਅੱਗੇ ਵਧੋਗੇ ਤਾਂ ਤੁਸੀਂ ਆਪਣੇ ਆਪ ਵਿਚ ਇਹ ਮਹਿਸੂਸ ਕਰ ਸਕੋਗੇ ਕਿ ਇਹ ਸੰਭਵ ਵੀ ਹੈ ਤੇ ਤੁਸੀਂ ਇਸ ਨਿਸ਼ਾਨੇ ਤੇ ਪਹੁੰਚ ਵੀ ਸਕਦੇ ਹੋ।

ਪੁਰਾਣੇ ਵਿਚਾਰ ਅਨੁਸਾਰ ਬਹੁਤੇ ਲੋਕਾਂ ਦੀ ਇਹ ਧਾਰਨਾ ਸੀ ਕਿ ਵਧਦੀ ਉਮਰ ਨਾਲ ਉਹ ਨਿਰਬਲ, ਕਮਜ਼ੋਰ ਹੋ ਜਾਣਗੇ ਤੇ ਬੁਢਾਪੇ ਦਾ ਸ਼ਿਕਾਰ ਹੋ ਕੇ ਜ਼ਿੰਦਗੀ ਤੋਂ ਮਾਯੂਸ ਹੋ ਕੇ ਰਹਿ ਜਾਣਗੇ। ਪਰ ਹੁਣ ਇਸ ਵਿਚਾਰ ਵਿਚ ਵੱਡੀ ਤਬਦੀਲੀ ਆਈ ਹੈ। ਅੱਜਕਲ੍ਹ ਦੇ ਵਿਚਾਰ ਅਨੁਸਾਰ ਜ਼ਿੰਦਗੀ ਇਕ ਲਗਾਤਾਰ ਪ੍ਰਗਤੀਸ਼ੀਲ ਪ੍ਰੀਵਰਤਨ ਹੈ, ਜੋ ਕਿ ਸਰੀਰਕ ਵਿਕਾਸ ਦਾ ਭਰਪੂਰ ਨਾ ਮੁੱਕਣ ਵਾਲਾ ਸੋਮਾ (unlimited growth) ਹੈ। ਇਹ ਸਮਝਿਆ ਜਾਣ ਲੱਗਿਆ ਹੈ ਕਿ ਸਾਡੇ ਸਰੀਰ ਵਿਚ ਕੁਦਰਤੀ ਤੌਰ 'ਤੇ ਸਰੀਰ ਵਿਚ ਉਮਰ ਨਾਲ ਆਪਣੇ ਕਮਜ਼ੋਰੀ ਵੱਲ ਲਿਜਾਣ ਦੀ ਕੋਈ ਚੀਜ਼ ਨਹੀਂ ਭਰੀ ਹੋਈ। ਜਿਨ੍ਹਾਂ ਲੋਕਾਂ ਨੇ ਇਹ ਗੱਲ ਸਮਝ ਲਈ ਹੈ ਉਹ ਆਪਣੇ ਸਰੀਰ ਦੀ ਵਾਗਡੋਰ ਆਪਣੇ ਹੱਥ ਵਿਚ ਲੈ ਕੇ ਇਸਨੂੰ ਉਮਰ ਦੇ ਵਧਣ ਦੇ ਨਾਲ ਪਹਿਲੇ ਤੋਂ ਵੀ ਮਜ਼ਬੂਤ ਤੇ ਬਿਹਤਰ ਬਣਾਉਣ ਵਿਚ ਜੁਟੇ ਰਹਿੰਦੇ ਹਨ। ਉਹ ਕਿਸੇ ਵੇਲੇ ਅਵੇਸਲੇ ਨਹੀਂ ਹੁੰਦੇ ਤੇ ਇਹ ਸਮਝਦੇ ਹਨ ਕਿ ਮੇਰਾ ਅੱਜ ਦਾ ਪਲ, ਹੋਣ ਵਾਲੀ ਵੱਡੀ ਉਮਰ ਦਾ ਜੁਆਨੀ ਦਾ ਪਲ ਹੈ। ਜੇ ਇਸ ਪਲ ਨੂੰ ਮੈਂ ਸਾਂਭ ਲਵਾਂ ਇਹ ਮੇਰੀ ਬੁਢਾਪੇ ਵਿਚ ਵੀ ਜੁਆਨੀ ਕਾਇਮ ਰੱਖਣ ਦਾ ਆਧਾਰ ਬਣੇਗਾ।

ਹਰ ਦਿਨ ਸਵੇਰ ਸਾਰ ਉਠ ਕੇ ਇਹ ਫ਼ੈਸਲਾ ਕਰੋ ਕਿ ਮੈਂ ਅੱਜ ਦਿਨ ਭਰ ਚੁਸਤ ਦਰੁਸਤ ਰਹਾਂਗਾ, ਮੈਂ ਅੱਗੇ ਨਾਲੋਂ ਵੀ ਪ੍ਰਗਤੀਸ਼ੀਲ ਰਹਾਂਗਾ, ਤੇ ਮੈਂ ਆਪਣੀ ਸਰੀਰਕ, ਮਾਨਸਿਕ ਸ਼ਕਤੀ ਅਤੇ ਬੁੱਧੀ ਨੂੰ ਪਹਿਲਾਂ ਨਾਲੋਂ ਵੀ ਵਧਾਉਣ ਲਈ ਯਤਨਸ਼ੀਲ ਰਹਾਂਗਾ। ਸਾਨੂੰ ਚਾਹੀਦਾ ਹੈ ਕਿ ਸਾਡੀਆਂ ਇਹੀ ਭਾਵਨਾਵਾਂ ਸਾਡੀਆਂ ਦਿਨ ਭਰ ਦੀਆਂ ਗਤੀਵਿਧੀਆਂ ਦੀ ਰਹਿਨੁਮਾਈ ਕਰਨ। ਦਰਅਸਲ ਅਸੀਂ ਬੁੱਢੇ ਉਦੋਂ ਹੁੰਦੇ ਹਾਂ ਜਦੋਂ ਅਸੀਂ ਆਪਣੇ ਵਿਕਾਸ ਉੱਤੇ ਆਪ ਹੀ ਰੋਕ ਲਾ ਦਿੰਦੇ ਹਾਂ। ਜਿੰਨਾ ਚਿਰ ਅਸੀਂ ਨਵਾਂ ਗਿਆਨ ਗ੍ਰਹਿਣ ਕਰਨ, ਨਵੇਂ ਨਵੇਂ ਹੁਨਰ ਸਿੱਖਣ ਤੇ ਆਪਣੀ ਬੁੱਧੀ ਨੂੰ ਤਰਾਸ਼ਣਾ ਜਾਰੀ ਰੱਖਦੇ ਹਾਂ ਉਨਾ ਚਿਰ ਸਾਡੇ ਤਨ, ਮਨ ਤੇ ਬੁੱਧੀ ਦਾ ਵਿਕਾਸ ਜਾਰੀ ਰਹਿੰਦਾ ਹੈ। ਅਸੀਂ ਦੁਨੀਆਂ ਨੂੰ ਨਿੱਤ ਨਵੀਂ ਅੱਖ ਨਾਲ ਦੇਖਦੇ ਹਾਂ ਤੇ ਆਪਣੇ ਆਪ ਨੂੰ ਨਵੇਂ ਨਰੋਏ ਰੱਖਣ ਵਿਚ ਸਫ਼ਲ ਰਹਿੰਦੇ ਹਾਂ। ਇਸ ਨਾਲ ਅਸੀਂ ਬੁਢਾਪੇ ਨੂੰ ਅੱਗੇ ਪਾ ਦਿੰਦੇ ਹਾਂ ਤੇ ਆਪਣੀ ਉਮਰ ਵਿਚ ਵਾਧਾ ਕਰਦੇ ਹਾਂ।

ਸਾਨੂੰ ਲੰਬੀ ਉਮਰ ਵਾਸਤੇ ਮੁੱਢ ਤੋਂ ਹੀ ਸੁਚੇਤ ਰਹਿਣਾ ਚਾਹੀਦਾ ਹੈ ਕਿਉਂਕਿ ਸਾਡਾ ਬਚਪਨ, ਜੁਆਨੀ ਅਤੇ ਬੁਢੇਪਾ ਇਕ ਦੂਜੇ ਨਾਲ ਜੁੜੇ ਹੋਏ ਹਨ। ਸਾਡੀ ਬਚਪਨ ਵਿਚ ਕੀਤੀ ਹੋਈ ਕੋਈ ਅਣਗਹਿਲੀ ਸਾਡੀ ਜੁਆਨੀ ਉਤੇ ਮਾੜਾ ਅਸਰ ਕਰ ਸਕਦੀ ਹੈ। ਇਸੇ ਤਰ੍ਹਾਂ ਸਾਡੀ ਜੁਆਨੀ ਵਿਚ ਕੀਤੀ ਲਾਪਰਵਾਹੀ ਜਾਂ ਭੈੜੀ ਆਦਤ (ਜਿਵੇਂ ਸਿਗਰਟ, ਸ਼ਰਾਬ, ਨਸ਼ਾ) ਸਾਨੂੰ ਛੇਤੀ ਬੁਢਾਪੇ ਵਲ ਲਿਜਾਵੇਗੀ। ਸੋ ਜੋ ਅਸੀਂ ਕੋਈ ਗ਼ਲਤੀ ਅੱਜ ਕਰਦੇ ਹਾਂ ਉਸਦਾ ਖਾਮਿਆਜ਼ਾ ਸਾਨੂੰ ਕਈ ਦਹਾਕਿਆਂ ਤੱਕ ਭੁਗਤਣਾ ਪੈ ਸਕਦਾ ਹੈ।

ਪਰ ਆਮ ਤੌਰ 'ਤੇ ਬਹੁਤ ਸਾਰੇ ਲੋਕ ਵੱਡੀ ਉਮਰ ਜਿਊਣ ਲਈ ਲੋੜੀਂਦਾ ਧਿਆਨ ਨਹੀਂ ਦਿੰਦੇ। ਇਸਦਾ ਵੱਡਾ ਕਾਰਨ ਹੈ ਕਿ ਜ਼ਿੰਦਗੀ ਬੁਢਾਪੇ ਵੱਲ ਬੜੀ ਹੌਲੀ-

ਹੌਲੀ ਵਧਦੀ ਹੈ ਤੇ ਉਨ੍ਹਾਂ ਨੂੰ ਪਤਾ ਹੀ ਨਹੀਂ ਲੱਗਣਾ ਕਿ ਕਦ ਉਹ ਬੁਢਾਪੇ ਦੀ ਜਕੜ ਵਿਚ ਆ ਜਾਂਦੇ ਹਨ। ਉਨ੍ਹਾਂ ਨੂੰ ਇਸਦਾ ਉਦੋਂ ਹੀ ਅਹਿਸਾਸ ਹੁੰਦਾ ਹੈ ਜਿਸ ਦਿਨ ਉਹ ਅਚਨਚੇਤ ਹੀ ਇਹ ਮਹਿਸੂਸ ਕਰਦੇ ਹਨ ਕਿ ਹੁਣ ਮੇਰੇ ਵਿਚ ਪਹਿਲੇ ਵਾਲੀ ਤਾਕਤ, ਜੋਸ਼, ਜੁਆਨੀ ਤੇ ਚੁਸਤੀ ਫੁਰਤੀ ਨਹੀਂ ਰਹੀ।

ਇਕ ਵਧੀਆ ਤੇ ਲੰਬੀ ਉਮਰ ਪਾਉਣ ਲਈ ਜੋ ਦੂਸਰਾ ਅਤੀ ਜ਼ਰੂਰੀ ਪਹਿਲੂ ਹੈ ਉਹ ਇਹ ਹੈ ਕਿ ਅਸੀਂ ਆਪਣੇ ਸਰੀਰ ਦੇ ਬਾਹਰਲੇ, ਅੰਦਰੂਨੀ ਅੰਗ, ਪਰਨਾਲੀਆਂ ਤੇ ਕਿਰਿਆਵਾਂ ਨੂੰ ਸਹੀ ਤੇ ਸਲਾਮਤ ਰੱਖਣ ਵੱਲ ਪੂਰਾ ਧਿਆਨ ਦੇਈਏ। ਇਸ ਲਈ ਇਹ ਜ਼ਰੂਰੀ ਹੈ ਕਿ ਅਸੀਂ ਆਪਣੀਆਂ ਦਿਨ ਭਰ ਦੀਆਂ ਗਤੀਆਂ ਵਿਚ ਚੁਸਤੀ, ਫੁਰਤੀ ਵਾਲਾ ਰਾਹ ਆਪਨਾਈਏ ਤੇ ਸੁਸਤੀ, ਬੇਦਿਲੀ ਨੂੰ ਤਿਆਗੀਏ। ਵਚਨਬੱਧਤਾ ਨਾਲ ਨਿੱਤਪ੍ਰਤੀ ਕਸਰਤ ਕਰਨਾ ਸਰੀਰ ਨੂੰ ਤੇ ਸਰੀਰ ਦੇ ਅੰਗਾਂ ਨੂੰ ਚੰਗੀ ਅਵਸਥਾ ਵਿਚ ਰੱਖਣ ਲਈ ਬਹੁਤ ਜ਼ਰੂਰੀ ਹੈ। ਸਹੀ ਤੇ ਸੰਤੁਲਿਤ ਖੁਰਾਕ ਦਾ ਸੇਵਨ ਕਰਨਾ, ਸਿਗਰਟ, ਸ਼ਰਾਬ, ਨਸ਼ਿਆਂ ਤੋਂ ਬਚਣਾ ਤੇ ਸਰੀਰ ਨੂੰ ਪਾਣੀ ਦੀ ਪੂਰੀ ਮਾਤਰਾ ਮੁਹੱਈਆ ਕਰਨਾ ਵੀ ਉਨੇ ਹੀ ਜ਼ਰੂਰੀ ਹਨ। ਇਸ ਬਾਰੇ ਪਹਿਲਾਂ ਹੀ ਵਿਸਥਾਰ ਨਾਲ ਚਰਚਾ ਕੀਤਾ ਜਾ ਚੁੱਕੀ ਹੈ। ਵੱਡੀ ਉਮਰ ਵਿਚ ਬਹੁਤ ਸਾਰੇ ਲੋਕ ਕਈ ਪ੍ਰਕਾਰ ਦੀਆਂ ਦੁਆਈਆਂ ਦਾ ਪ੍ਰਯੋਗ ਕਰਦੇ ਹਨ ਜਿਵੇਂ ਕਿ ਨੀਂਦ ਆਉਣ ਲਈ, ਖ਼ੂਨ ਦਾ ਦਬਾਅ ਠੀਕ ਰੱਖਣ ਲਈ, ਸ਼ੂਗਰ ਦੇ ਰੋਗ ਲਈ ਤੇ ਕਈ ਹੋਰ ਇਹ ਸਭ ਵੀ ਸਾਨੂੰ ਬੁਢਾਪੇ ਵੱਲ ਤੇਜ਼ੀ ਨਾਲ ਧਕਦੇ ਹਨ। ਸੋ ਇਸ ਪ੍ਰਕਾਰ ਦੀਆਂ ਦੁਆਈਆਂ ਦਾ ਸੇਵਨ ਘੱਟ ਤੋਂ ਘੱਟ ਤੇ ਜ਼ਰੂਰੀ ਮਿਕਦਾਰ ਵਿਚ ਹੀ ਕਰਨਾ ਚਾਹੀਦਾ ਹੈ।

ਇਸ ਤੋਂ ਇਲਾਵਾ ਸਾਡਾ ਰਹਿਣ ਸਹਿਣ ਦਾ ਤੌਰ ਤਰੀਕਾ ਇਹੋ ਜਿਹਾ ਹੋਵੇ ਜੋ ਸੰਤੁਲਿਤ ਜੁਸ਼ੀਲਾ ਤੇ ਚੜ੍ਹਦੀ ਕਲਾ ਵਾਲਾ ਹੋਵੇ। ਇਹ ਨਾ ਹੀ ਭਾਜੜ, ਚਿੰਤਾ, ਮਾਯੂਸੀ ਤੇ ਨਿਕਾਰਾਤਮਕ ਵਾਲਾ ਤੇ ਨਾ ਹੀ ਬੇਅਰਥ ਪੁਣੇ ਵਾਲਾ ਹੋਵੇ। ਜੋ ਲੋਕ ਦਿਲੋਂ ਖੁਸ਼ ਤੇ ਸੰਤੁਸ਼ਟ ਰਹਿੰਦੇ ਹਨ ਉਹ ਆਪਣੇ ਜ਼ਿੰਦਗੀ ਦੇ ਪਲ ਵਧਾਉਂਦੇ ਹਨ। ਇਸੇ ਕਰਕੇ ਵੇਖਿਆ ਗਿਆ ਹੈ ਕਿ ਜਿਹੜੇ ਲੋਕ ਪਾਠ, ਸਿਮਰਨ ਤੇ ਭਗਤੀ ਵਿਚ ਕੁਝ ਸਮਾਂ ਲਗਾਉਂਦੇ ਹਨ ਉਨ੍ਹਾਂ ਵਿਚ ਅੰਦਰੂਨੀ ਤੌਰ 'ਤੇ ਸ਼ਾਂਤੀ, ਸੰਤੁਸ਼ਟੀ ਤੇ ਖੇੜਾ ਆਉਂਦਾ ਹੈ। ਇਨ੍ਹਾਂ ਲੋਕਾਂ ਵਿਚ ਮਾਯੂਸੀ ਨਹੀਂ ਆਉਂਦੀ, ਇਨ੍ਹਾਂ ਦਾ ਖ਼ੂਨ ਦਾ ਦਬਾਅ ਠੀਕ ਰਹਿੰਦਾ ਹੈ, ਖ਼ੂਨ ਦੇ ਦੌਰੇ, ਸਾਹ ਲੈਣ, ਵੇਖਣ ਤੇ ਸੁਨਣ ਤੇ ਸਰੀਰ ਦੀਆਂ ਹੋਰ ਕਿਰਿਆਵਾਂ ਵਿਚ ਸੰਤੁਲਿਤਾ ਰਹਿੰਦੀ ਹੈ। ਇਸ ਕਰਕੇ ਇਨ੍ਹਾਂ ਵਿਅਕਤੀਆਂ ਦੀ ਉਮਰ ਵਿਚ ਵਾਧਾ ਹੁੰਦਾ ਹੈ। ਜ਼ਿੰਦਗੀ ਦੇ ਹਰ ਪੜਾਅ ਉਤੇ ਉਨ੍ਹਾਂ ਦੀ ਸਿਹਤ ਠੀਕ ਰਹਿੰਦੀ ਹੈ। ਉਨ੍ਹਾਂ ਨੂੰ ਵਾਰ ਵਾਰ ਡਾਕਟਰ ਕੋਲ ਗੇੜੇ ਲਾਉਣੇ ਤੇ ਪੈਸੇ ਨਹੀਂ ਖਰਚਣੇ ਪੈਂਦੇ।

ਇਹ ਵੇਖਿਆ ਗਿਆ ਹੈ ਕਿ ਜਿਹੜੇ ਲੋਕਾਂ ਦੇ ਰਹਿਣ ਸਹਿਣ ਦੇ ਢੰਗ ਵਿਚ ਹੇਠ ਲਿਖੀਆਂ ਗੱਲਾਂ ਵੱਲ ਪੂਰਾ ਧਿਆਨ ਦਿੱਤਾ ਜਾਂਦਾ ਹੈ ਉਨ੍ਹਾਂ ਦੇ ਲੰਬੀ ਉਮਰ ਭੋਗਣ ਦੇ ਆਸਾਰ ਜ਼ਿਆਦਾ ਹੁੰਦੇ ਹਨ।

i) ਜੋ ਹਰ ਰੋਜ਼ 7-8 ਘੰਟੇ ਪੂਰੀ ਨੀਂਦ ਲੈਂਦੇ ਹਨ।

ii) ਜੋ ਹਰ ਰੋਜ਼ ਸਵੇਰ ਦਾ ਨਾਸ਼ਤਾ ਲੈਂਦੇ ਹਨ।

iii) ਜੋ ਸਰੀਰ ਦਾ ਭਾਰ ਸਹੀ ਰਖਦੇ ਹਨ। ਇਹ ਸਰੀਰ ਦਾ ਭਾਰ ਜੋ ਪੈਮਾਨੇ ਮੁਤਾਬਿਕ ਠੀਕ ਹੋਣਾ ਚਾਹੀਦਾ ਹੈ। ਉਸ ਨਾਲੋਂ 5 ਤੋਂ 10 ਪ੍ਰਤੀਸ਼ਤ ਵਧ ਤੇ 5 ਪ੍ਰਤੀਸ਼ਤ ਘੱਟ ਨਹੀਂ ਹੋਣਾ ਚਾਹੀਦਾ।

iv) ਜੋ ਆਪਣੇ ਦਿਨ ਦੇ ਦੁਪਿਹਰ ਤੇ ਰਾਤ ਦੇ ਖਾਣਿਆਂ ਵਿਚਕਾਰ ਹੋਰ ਵਾਧੂ ਘਾਟੂ ਨਹੀਂ ਖਾਂਦੇ। ਤਰਲ ਪਦਾਰਥ ਲੋੜ ਅਨੁਸਾਰ ਪੂਰਾ ਲੈਂਦੇ ਹਨ।

v) ਜੋ ਨਿਯਮ ਅਨੁਸਾਰ ਸਰੀਰਕ ਕਸਰਤ ਕਰਦੇ ਹਨ ਤੇ ਕਸਰਤ ਤੋਂ ਬਾਅਦ ਸਰੀਰ ਨੂੰ ਪੂਰਾ ਆਰਾਮ ਦਿੰਦੇ ਹਨ।

vi) ਜੋ ਸ਼ਰਾਬ ਨਹੀਂ ਪੀਂਦੇ ਤੇ ਜੋ ਪੀਂਦੇ ਹਨ ਉਹ 2 ਪੈਗਾਂ ਤੋਂ ਵਧ ਦਾ ਸੇਵਨ ਨਹੀਂ ਕਰਦੇ।

vii) ਜੋ ਸਿਗਰਟ, ਤੰਬਾਕੂ ਤੇ ਹੋਰ ਨਸ਼ਿਆਂ ਤੋਂ ਛੁਟਕਾਰਾ ਪਾ ਕੇ ਰੱਖਦੇ ਹਨ।

ਮਾਹਿਰਾਂ ਅਨੁਸਾਰ ਜਿਹੜੇ ਵਿਅਕਤੀ 45 ਸਾਲ ਦੀ ਉਮਰ ਤਕ ਇਨ੍ਹਾਂ ਨੁਕਤਿਆਂ ਵਿਚੋਂ ਤਿੰਨ ਨੁਕੜਿਆਂ ਨੂੰ ਸਹੀ ਤਰ੍ਹਾਂ ਅਪਨਾਉਂਦੇ ਹਨ ਉਹ ਆਪਣੀ ਉਮਰ ਵਿਚ 21 ਸਾਲ ਤੱਕ ਦਾ ਵਾਧਾ ਕਰ ਲੈਂਦੇ ਹਨ। ਜੋ ਵਿਅਕਤੀ ਇਨ੍ਹਾਂ ਵਿਚੋਂ ਛੇ ਜਾਂ ਸੱਤ ਨੁਕਤਿਆਂ ਨੂੰ ਸਹੀ ਅਪਣਾਉਂਦੇ ਹਨ ਉਹ ਆਪਣੀ ਉਮਰ ਵਿਚ 33 ਸਾਲ ਦਾ ਵਾਧਾ ਕਰ ਸਕਦੇ ਹਨ। ਜੋ 55 ਤੋਂ 64 ਸਾਲ ਦੇ ਵਿਅਕਤੀ ਇਨ੍ਹਾਂ ਸੱਤ ਨੁਕਤਿਆਂ ਨੂੰ ਪੂਰੀ ਤਰ੍ਹਾਂ ਅਪਨਾਉਂਦੇ ਹਨ ਉਨ੍ਹਾਂ ਦੀ ਉਮਰ 30 ਤੋਂ 34 ਸਾਲ ਦੀ ਉਮਰ ਦੇ ਵਿਅਕਤੀਆਂ ਵਰਗੀ ਹੋ ਜਾਂਦੀ ਹੈ, ਜਿਨ੍ਹਾਂ ਨੇ ਕਿ ਇਸ ਉਮਰ ਤੱਕ ਇਕ ਤੋਂ ਦੋ ਨੁਕਤਿਆਂ ਉਪਰ ਹੀ ਅਮਲ ਕੀਤਾ ਹੋਵੇ। ਇਸੇ ਤਰ੍ਹਾਂ 70 ਸਾਲ ਦੇ ਵਿਅਕਤੀ ਜਿਸ ਨੇ ਇਹ ਸਾਰੇ ਨੁਕਤੇ ਪੂਰੀ ਤਰ੍ਹਾਂ ਅਪਣਾਏ ਉਸਦੀ ਉਮਰ ਇਕ 40 ਸਾਲ ਦੇ ਵਿਅਕਤੀ ਜਿਸਨੇ ਉਪਰ ਦੱਸੇ ਕਿਸੇ ਨੁਕਤੇ ਤੇ ਵੀ ਅਮਲ ਨਹੀਂ ਕੀਤਾ ਦੇ ਬਰਾਬਰ ਵੇਖੀ ਗਈ ਹੈ।

ਇਕ ਵਿਸ਼ਲੇਸ਼ਣ:

ਪੁਰਾਣੇ ਜ਼ਮਾਨੇ ਵਿਚ ਆਮ ਲੋਕ ਇਸ ਭੈ ਵਿਚ ਫਸੇ ਰਹਿੰਦੇ ਸੀ ਕਿ ਉਹ ਕਿਸੇ ਵੇਲੇ ਵੀ ਕਿਸੇ ਨਾ ਕਿਸੇ ਬਿਮਾਰੀ ਦਾ ਸ਼ਿਕਾਰ ਹੋ ਜਾਣਗੇ ਤੇ ਛੇਤੀ ਹੀ ਨਿਰਬਲ ਅਤੇ ਬੁੱਢੇ ਹੋ ਜਾਣਗੇ। ਉਨ੍ਹਾਂ ਦਾ ਰਹਿਣ ਰਹਿਣ ਦਾ ਢੰਗ ਕੋਈ ਬਹੁਤ ਸਾਫ਼ ਸੁਥਰਾ ਸਫ਼ਾਈ ਪਸੰਦ ਨਹੀਂ ਸੀ ਹੁੰਦਾ। ਗ਼ਰੀਬੀ ਤੇ ਭੁੱਖਮਰੀ ਦੇ ਸ਼ਿਕਾਰ ਵਿਅਕਤੀਆਂ ਦੀ ਖੁਰਾਕ ਵੀ ਸਹੀ ਮਿਕਦਾਰ ਤੇ ਸੰਤੁਲਿਤ ਨਹੀਂ ਸੀ ਹੁੰਦੀ। ਫ਼ਲਸਰੂਪ ਉਨ੍ਹਾਂ ਵਿਚੋਂ ਬਹੁਤ ਸਾਰੇ ਲੰਬੀ ਉਮਰ ਦੇ ਵਧੀਆ ਕਿਸਮ ਦਾ ਜੀਵਨ ਜਿਊਣ ਤੋਂ ਵਾਂਝੇ ਰਹਿ ਜਾਂਦੇ ਸਨ।

ਪਰ ਹੁਣ ਵਧੀਆ ਸਿਹਤ ਸਹੂਲਤਾਂ, ਡਾਕਟਰੀ ਇਲਾਜ, ਸੰਤੁਲਿਤ ਖ਼ੁਰਾਕ, ਸਾਫ਼ ਸੁਥਰਾ ਰਹਿਣ-ਸਹਿਣ ਦਾ ਢੰਗ, ਕਸਰਤ ਬਾਰੇ ਜਾਗਰੂਕ ਹੋਣਾ ਆਰਥਿਕ ਹਾਲਤ ਠੀਕ ਹੋਣਾ ਤੇ ਮਾਯੂਸਪੁਣੇ ਦਾ ਘੱਟ ਹੋਣਾ ਆਦਿ ਕਾਰਨਾਂ ਕਰਕੇ ਔਸਤਨ

ਉਮਰ ਵਿਚ ਵਾਧਾ ਹੋਣਾ ਸੰਭਵ ਹੋ ਗਿਆ ਹੈ। ਪਹਿਲੇ ਜ਼ਮਾਨੇ ਵਿਚ ਕੋਈ ਵਿਰਲਾ ਵਿਅਕਤੀ ਹੀ 100 ਸਾਲ ਦੀ ਉਮਰ ਪੂਰੀ ਕਰਦਾ ਸੀ, ਹੁਣ ਵਿਕਸਤ ਦੇਸ਼ਾਂ ਵਿਚ ਔਸਤਨ 10,000 ਲੋਕਾਂ ਵਿਚੋਂ ਘੱਟ ਤੋਂ ਘੱਟ ਇਕ ਵਿਅਕਤੀ ਸੌ ਸਾਲ ਤੱਕ ਜਿਉਂਦਾ ਰਹਿੰਦਾ ਹੈ। ਇਹ ਅਨੁਪਾਤ ਵਿਚ ਦਿਨ-ਬ-ਦਿਨ ਵਾਧਾ ਹੋ ਰਿਹਾ ਹੈ। 80 ਤੋਂ 90 ਸਾਲਾਂ ਦੀ ਉਮਰ ਦਾ ਹੋਣਾ ਇਕ ਆਮ ਗੱਲ ਹੀ ਹੋ ਜਾਵੇਗੀ। 110 ਸਾਲ ਦੀ ਉਮਰ ਤੇ ਪਹੁੰਚਣਾ ਹੀ ਇਕ ਵੱਡੀ ਉਪਲਬਧੀ ਗਿਣੀ ਜਾਵੇਗੀ। ਕੈਲੀਫੋਰਨੀਆ ਦੇ ਸਿਹਤ ਵਿਭਾਗ ਦੇ ਅੰਦਾਜ਼ੇ ਮੁਤਾਬਿਕ ਜੇਕਰ ਆਮ ਲੋਕਾਂ ਨੂੰ ਦਿਲ ਦੀਆਂ ਬਿਮਾਰੀਆਂ ਤੇ ਕੈਂਸਰ ਵਰਗੀਆਂ ਖ਼ਤਰਨਾਕ ਬਿਮਾਰੀਆਂ ਤੋਂ ਬਚਾਇਆ ਜਾ ਸਕੇ ਤਾਂ ਉਨ੍ਹਾਂ ਦੀ ਔਸਤਨ ਉਮਰ 100 ਸਾਲ ਤੱਕ ਹੋ ਸਕਦੀ ਹੈ।

ਖੋਜ ਰਾਹੀਂ ਇਹ ਗੱਲ ਸਾਹਮਣੇ ਆਈ ਹੈ ਕਿ ਜੇਕਰ ਇਕ ਵਿਅਕਤੀ ਦੀ ਸ਼ਕਤੀ (ਕੈਲਰੀ) ਦਾ ਸੇਵਨ ਵੱਡੀ ਉਮਰ ਵਿਚ 30 ਤੋਂ 40 ਪ੍ਰਤੀਸ਼ਤ ਘਟਾ ਦਿੱਤਾ ਜਾਵੇ ਤੇ ਇਹੋ ਜਿਹੀ ਖ਼ੁਰਾਕ ਖਾਧੀ ਜਾਵੇ ਜਿਸ ਵਿਚ ਸਰੀਰ ਨੂੰ ਸ਼ਕਤੀ (ਜਿਸ ਵਿਚ ਸ਼ਕਤੀ ਦੀ ਘਣਤਾ ਘੱਟ ਹੋਵੇ) ਘੱਟ ਮਿਲੇ ਪਰ ਉਸ ਵਿਚ ਦੂਸਰੇ ਖ਼ੁਰਾਕੀ ਤੱਤ ਅੰਗ ਸਹੀ ਮਾਤਰਾ ਤੇ ਸੰਤੁਲਿਤ ਉਪਲੱਬਧ ਹੋਣ ਤਾਂ ਉਸ ਵਿਅਕਤੀ ਦੀ ਸਿਹਤ ਵਧੀਆ ਹੋਣ ਦੇ ਨਾਲ ਉਮਰ ਵਿਚ ਚੋਖਾ ਵਾਧਾ ਹੋ ਸਕਦਾ ਹੈ।

ਇਸ ਸ਼ਕਤੀ ਘਟਾਉਣ (Calories Resrtiction) ਦਾ ਮਤਲਬ ਇਹ ਨਹੀਂ ਕਿ ਉਹ ਭੁੱਖਮਰੀ ਵਾਲੀ ਹਾਲਤ ਵਿਚ ਰਹੇ ਬਲਕਿ ਇਹ ਹੈ ਕਿ ਉਹ ਆਪਣੀ ਹਰ ਰੋਜ਼ ਲੈਣ ਵਾਲੀ ਸ਼ਕਤੀ (ਕੈਲਰੀ) ਨੂੰ ਘੱਟ ਕਰੇ। ਸ਼ਕਤੀ ਦੀ ਘਾਟ ਸਰੀਰ ਵਿਚ ਕੋਲੈਸਟਰੋਲ ਅਤੇ ਖ਼ੂਨ ਦਾ ਦਬਾਅ ਘਟਾਉਂਦੀ ਹੈ।

ਸਾਡੇ ਸਰੀਰ ਵਿਚ ਆਪਣੇ ਆਪ ਨੂੰ ਹਾਲਾਤ ਮੁਤਾਬਿਕ ਜੋ ਢਾਲਣ ਦੀ ਸ਼ਕਤੀ ਹੈ, ਉਸ ਕਰਕੇ ਸਾਡਾ ਸਰੀਰ ਘੱਟ ਸ਼ਕਤੀ ਦੀ ਉਪਲਬਧੀ ਅਨੁਸਾਰ ਆਪਣੀਆਂ ਸ਼ਕਤੀ ਦੀਆਂ ਲੋੜਾਂ ਨੂੰ ਘਟਾਉਂਦਾ ਹੀ ਨਹੀਂ ਬਲਕਿ ਜੋ ਸ਼ਕਤੀ ਉਸਨੂੰ ਉਪਲਬਧ ਹੁੰਦੀ ਹੈ ਇਸ ਤੋਂ ਵਧ ਤੋਂ ਵਧ ਲਾਭ ਉਠਾਉਣ ਦੀ ਆਦਤ ਪਾ ਲੈਂਦਾ ਹੈ। ਇਸ ਨਾਲ ਅੰਦਰੂਨੀ ਸ਼ਕਤੀ ਵਧਦੀ ਹੈ ਤੇ ਸਰੀਰ ਬਿਮਾਰੀਆਂ ਤੋਂ ਬਚਿਆ ਰਹਿੰਦਾ ਹੈ। ਉਸਦੀ ਸਰੀਰਕ ਅਵਸਥਾ ਇਕ ਚੰਗੇ ਤਕੜੇ ਨਰੋਏ ਵਿਅਕਤੀ ਵਾਲੀ ਬਣੀ ਰਹਿੰਦੀ ਹੈ। ਮਾਹਿਰਾਂ ਮੁਤਾਬਿਕ ਇਸ ਨਾਲ ਇਕ ਵਿਅਕਤੀ ਦੀ ਉਮਰ ਵਿਚ 30 ਪ੍ਰਤੀਸ਼ਤ ਤੱਕ ਦਾ ਵਾਧਾ ਹੋ ਸਕਦਾ ਹੈ।

ਇਸ ਵੇਲੇ ਦੀ ਸਥਿਤੀ ਮੁਤਾਬਿਕ ਆਮ ਤੌਰ 'ਤੇ ਜਦੋਂ ਅਸੀਂ 55 ਜਾਂ 58 ਸਾਲ ਦੀ ਉਮਰ ਪਾਰ ਕਰਦੇ ਹਾਂ, ਸਾਡੀ ਸਿਹਤ ਤੇ ਸ਼ਕਤੀ ਗਿਰਾਵਟ ਵੱਲ ਜਾਂਦੀ ਦਿਖਾਈ ਦਿੰਦੀ ਹੈ। ਅਸੀਂ ਕਮਜ਼ੋਰ ਹੁੰਦੇ ਹੋਏ ਤਕਰੀਬਨ 64 ਸਾਲ ਤੀਕ (ਹਿੰਦੁਸਤਾਨ ਦੀ ਔਸਤਨ ਉਮਰ) ਮੌਤ ਦਾ ਸ਼ਿਕਾਰ ਹੋ ਜਾਂਦੇ ਹਾਂ। ਸੋ ਸਾਡਾ ਸਿਹਤ ਦਾ ਨਕਸ਼ਾ ਕੁਝ ਇਸ ਤਰ੍ਹਾਂ ਦਾ ਦਿਖਾਈ ਦਿੰਦਾ ਹੈ।

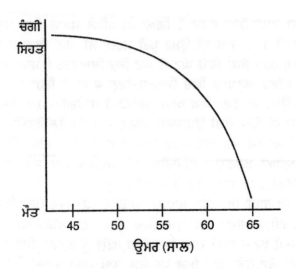

ਪਰ ਜੇਕਰ ਅਸੀਂ ਆਪਣੇ ਆਪ ਨੂੰ ਸਹੀ ਸੇਧ ਦਿੰਦੇ ਹੋਏ ਸਿਹਤ ਦੀ ਵਾਗਡੋਰ ਆਪਣੇ ਹੱਥ ਵਿਚ ਲੈਂਦੇ ਹੋਏ ਪੂਰੀ ਸਾਵਧਾਨੀ ਤੇ ਉਪਰਾਲੇ ਕਰਦੇ ਹਾਂ ਤਾਂ ਇਹ ਨਕਸ਼ਾ ਕੁਝ ਇਸ ਤਰ੍ਹਾਂ ਦਾ ਹੋ ਸਕਦਾ ਹੈ।

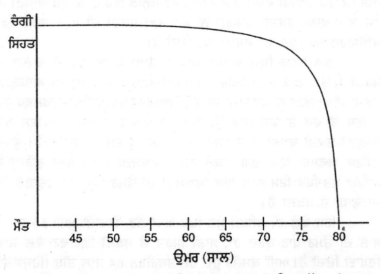

ਇਸ ਨਕਸ਼ੇ ਮੁਤਾਬਿਕ ਸਾਡੀ ਸਿਹਤ 80 ਸਾਲ ਦੀ ਉਮਰ ਤੱਕ ਵੀ ਲਗਪਗ ਉਹ ਬਰਕਰਾਰ ਰਹਿ ਸਕਦੀ ਹੈ ਜੋ 45-50 ਸਾਲ ਪਹਿਲਾਂ ਦੀ ਸੀ। ਕੁਝ ਲੋਕਾਂ ਲਈ ਤਾਂ ਇਸ ਨਕਸ਼ੇ ਦੀ ਸ਼ਕਲ ਇਸ ਤਰ੍ਹਾਂ ਦੀ ਵੀ ਹੋ ਸਕਦੀ ਹੈ।

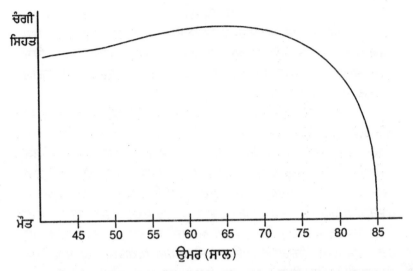

ਇਸ ਨਕਸ਼ੇ ਮੁਤਾਬਿਕ 55-58 ਸਾਲ ਦੀ ਉਮਰ ਵਿਚ ਸਿਹਤ ਪਹਿਲੇ ਨਾਲੋਂ ਵਧੀਆ ਹੋ ਸਕਦੀ ਹੈ ਤੇ 85 ਸਾਲ ਤੱਕ ਵੀ ਵਧੀਆ ਰਹਿ ਸਕਦੀ ਹੈ।

ਕੁਝ ਸਾਇੰਸਦਾਨਾਂ ਦਾ ਇਹ ਅਨੁਮਾਨ ਹੈ ਕਿ ਇਹ ਵੀ ਸੰਭਵ ਹੋ ਸਕਦਾ ਹੈ ਕਿ ਇਕ ਵਿਅਕਤੀ ਕਦੇ ਬੁੱਢਾ ਹੋਵੇ ਹੀ ਨਾ ਤੇ ਆਪਣੀ ਜੁਆਨੀ ਕਾਇਮ ਰੱਖ ਸਕੇ। ਨਵੀਆਂ ਨਵੀਆਂ ਡਾਕਟਰੀ ਸਹੂਲਤਾਂ ਅਤੇ ਨੈਨੋਕਨਾਲੋਜੀ (Molecular Nanotechnology) ਦੀਆਂ ਕਾਢਾਂ ਸਦਕਾ ਜੇਕਰ ਮੌਜੂਦਾ ਔਸਤਨ ਉਮਰ ਵਿਚ ਤਿੰਨ ਮਹੀਨੇ ਪ੍ਰਤੀ ਸਾਲ ਦਾ ਜੋ ਵਾਧਾ ਹੈ ਉਸਨੂੰ ਵਧਾ ਕੇ 12 ਮਹੀਨੇ ਪ੍ਰਤੀ ਸਾਲ ਕੀਤਾ ਜਾ ਸਕੇ ਤਾਂ ਇਹ ਟੀਚਾ ਪਹੁੰਚ ਤੋਂ ਬਾਹਰ ਨਹੀਂ। ਜਿਸ ਤਰ੍ਹਾਂ ਹੁਣ ਵੀ ਕਈ ਸਰੀਰ ਦੇ ਕਮਜ਼ੋਰ ਹੋਏ ਅੰਗ ਇਕ ਨਵੇਂ ਤੇ ਵਧੀਆ ਅੰਗਾਂ ਨਾਲ ਬਦਲੇ ਜਾ ਸਕਦੇ ਹਨ, ਇਸੇ ਤਰ੍ਹਾਂ ਆਉਣ ਵਾਲੇ ਸਮੇਂ ਵਿਚ ਬਹੁਤ ਸਾਰੇ ਅੰਗ ਬਦਲੇ ਜਾ ਸਕਣ। ਇਸੇ ਤਰ੍ਹਾਂ ਬਿਮਾਰੀ ਦਾ ਸ਼ਿਕਾਰ ਹੋਣ ਵਾਲੇ ਸਰੀਰ ਦੇ ਅਣੂ ਤੇ ਕੋਸ਼ਣੂ ਰੋਗ ਰਹਿਤ ਅਣੂਆਂ ਤੇ ਕੁਸ਼ਾਣੂਆਂ ਨਾਲ ਬਦਲੇ ਜਾ ਸਕਣਗੇ। ਇਹੋ ਜਿਹੀਆਂ ਖੋਜਾਂ ਸਦਕਾ ਸਾਇੰਸਦਾਨਾਂ ਦੇ ਕਥਨ ਅਨੁਸਾਰ ਇਹ ਹੋ ਸਕੇਗਾ ਕਿ ਇਕ ਵਿਅਕਤੀ ਜੇਕਰ ਜਾਨ ਲੇਵਾ ਹਾਦਸਿਆਂ ਤੇ ਖ਼ਤਰਨਾਕ ਬਿਮਾਰੀਆਂ ਤੋਂ ਬਚਿਆ ਰਹੇ ਤਾਂ ਉਸਦੀ ਜ਼ਿੰਦਗੀ ਇੰਨੀ ਲੰਬੀ ਹੋ ਸਕਦੀ ਹੈ ਜਿਤਨੀ ਕਿ ਅਸੀਂ ਅਜੇ ਸੋਚ ਵੀ ਨਹੀਂ ਸਕਦੇ।

ਸਾਵਧਾਨੀ

ਇਕ ਵਿਚਾਰ ਅਨੁਸਾਰ ਨੈਨੋਟੈਕਨੋਲੌਜੀ ਅਤੇ ਹੋਰ ਖੋਜਾਂ ਰਾਹੀਂ ਇਹ ਸੰਭਵ ਹੋ ਸਕੇਗਾ ਕਿ ਮਨੁੱਖਤਾ ਅਮਰਤਾ (ਕਦੇ ਨਾ ਮਰਨ) ਵਾਲੀ ਸਥਿਤੀ ਵਿਚ ਪਹੁੰਚ ਜਾਵੇ। ਜੇਕਰ ਇਹ ਸੱਚਮੁਚ ਹੀ ਸੰਭਵ ਹੋ ਗਿਆ, ਇਸਦੇ ਕਈ ਨਤੀਜੇ ਸਾਹਮਣੇ ਆ ਸਕਦੇ ਹਨ।

ਇਸ ਨਾਲ ਔਸਤਨ ਉਮਰ ਲੰਬੀ ਹੋ ਜਾਵੇਗੀ ਤੇ ਦੇਸ਼/ਦੁਨੀਆਂ ਦੀ ਆਬਾਦੀ ਵਿਚ ਚੋਖਾ ਵਾਧਾ ਹੋ ਜਾਵੇਗਾ। ਇਸ ਆਬਾਦੀ ਵਿਚ ਵੱਡੀ ਉਮਰ ਵਾਲੇ (ਬੁੱਢੇ) ਵਿਅਕਤੀਆਂ ਦੀ ਸੰਖਿਆ ਬਹੁਤ ਵੱਧ ਜਾਵੇਗੀ। ਪਰ ਇਹ ਬੁੱਢੇ ਲੋਕ ਸਰੀਰਕ ਤੌਰ 'ਤੇ ਰਿਸ਼ਟ-ਪੁਸ਼ਟ ਹੋਣਗੇ ਅਤੇ ਸਮਾਜ ਦੀ ਉਨਤੀ ਵਿਚ ਪੂਰੀ ਤਰ੍ਹਾਂ ਹੱਥ ਵਟਾਉਣ ਦੀ ਸਮਰੱਥਾ ਰੱਖਦੇ ਹੋਣਗੇ। ਵਧਦੀ ਆਬਾਦੀ ਦਾ ਦੁਨੀਆਂ ਦੇ ਕੁਦਰਤੀ ਸੋਮਿਆਂ ਅਤੇ ਹੋਰ ਸਾਧਨਾਂ ਉਤੇ ਵਾਧੂ ਭਾਰ ਪਵੇਗਾ। ਇਹ ਵੀ ਹੋ ਸਕਦਾ ਹੈ ਕਿ ਇਹ ਸਮੁੱਚੇ ਸਾਧਨ ਇੰਨੀ ਵਧਦੀ ਆਬਾਦੀ ਦੀ ਝਾਲ ਝੱਲਣ ਦੇ ਸਮਰਥ ਨਾ ਹੋਣ। ਇਸ ਨਾਲ ਜ਼ਿੰਦਗੀ ਬਿਤਾਉਣ ਲਈ ਆਪਸੀ ਖਿੱਚੋਤਾਣ ਵਧ ਜਾਵੇ। ਉਹ ਵਿਅਕਤੀ ਜਿਉਣ ਵਿਚ ਸਫ਼ਲ ਹੋਣ ਜਿਨ੍ਹਾਂ ਕੋਲ ਕੁੱਲੀ, ਗੁੱਲੀ ਅਤੇ ਜੁੱਲੀ ਦਾ ਯੋਗ ਪ੍ਰਬੰਧ ਹੋਵੇ ਤੇ ਸਰੀਰਕ ਤੌਰ 'ਤੇ ਪੂਰੇ ਰਿਸ਼ਟ-ਪੁਸ਼ਟ ਹੋਣ। ਜੋ ਲੋਕ ਗ਼ਰੀਬੀ, ਭੁੱਖਮਾਰੀ ਦਾ ਸ਼ਿਕਾਰ ਹੋਣਗੇ ਉਹ ਡਾਕਟਰੀ ਸਹੂਲਤਾਂ ਤੇ ਸਾਇੰਸ ਦੀਆਂ ਕਾਢਾਂ ਦਾ ਫ਼ਾਇਦਾ ਉਠਾਉਣ ਵਿਚ ਨਾਕਾਮਯਾਬ ਹੋ ਜਾਣਗੇ। ਉਹ ਘੱਟ ਉਮਰ ਵਿਚ ਕਾਲ-ਵੱਸ ਹੋ ਜਾਣਗੇ। ਪ੍ਰਸਿੱਧ ਵਿਗਿਆਨੀ ਡਾਰਵਿਨ ਦਾ ਸਿਧਾਂਤ "Survival of the fittest" ਯਾਨੀ ਕਿ ਉਹ ਲੋਕ ਹੀ ਬਚ ਸਕਣਗੇ ਜੋ ਪੂਰੀ ਤਰ੍ਹਾਂ ਰਿਸ਼ਟ-ਪੁਸ਼ਟ ਹੋਣਗੇ, ਲਾਗੂ ਹੋ ਜਾਵੇਗਾ।

ਸਾਇੰਸ ਦਾ ਹੱਦੋਂ ਵਧ ਕੁਦਰਤੀ ਨਿਯਮਾਂ ਨਾਲ ਖਿਲਵਾੜ ਖਤਰੇ ਵਾਲੀ ਸਥਿਤੀ ਪੈਦਾ ਕਰ ਸਕਦਾ ਹੈ। ਮਨੁੱਖਤਾ ਨੂੰ ਕੁਦਰਤੀ ਆਫ਼ਤਾਂ, ਹੜ੍ਹ, ਪਰਲੋ, ਆਕਾਲ, ਭੂਚਾਲ ਜਾਂ ਮਹਾਂ ਵਿਨਾਸ਼ ਵਰਗੀਆਂ ਆਫ਼ਤਾਂ ਦਾ ਸਾਹਮਣਾ ਕਰਨਾ ਪੈ ਸਕਦਾ ਹੈ। ਸੰਤੁਲਿਤਾ ਲਿਆਉਣ ਲਈ ਪ੍ਰਕਿਰਤੀ ਦਾ ਪੂਰਾ ਚੱਕਰ ਹੀ ਦੁਬਾਰਾ ਘੁੰਮ ਸਕਦਾ ਹੈ। ਵਧ ਰਹੀ ਦੁਨੀਆਂ ਦੀ ਆਬਾਦੀ, ਨਵੀਆਂ ਸਾਇੰਸ ਅਤੇ ਟੈਕਨਾਲੋਜੀ ਦੀਆਂ ਕਾਢਾਂ ਸਦਕਾ ਵਾਤਾਵਰਨ ਦੇ ਤਾਪਮਾਨ ਵਿਚ ਵਾਧਾ ਤੇ ਇਸ ਤੋਂ ਹੋਣ ਵਾਲੇ ਖ਼ਤਰਿਆਂ ਦੇ ਬੱਦਲ ਪਹਿਲਾਂ ਹੀ ਮੰਡਲਾ ਰਹੇ ਹਨ। ਇਹੋ ਜਿਹਿਆਂ ਖਤਰਿਆਂ ਪ੍ਰਤੀ ਸਾਡੇ ਸਾਇੰਸਦਾਨਾਂ ਨੂੰ ਸੁਚੇਤ ਅਤੇ ਸਾਵਧਾਨ ਹੋਣਾ ਪਵੇਗਾ।

***

ਦੁਨੀਆਂ ਦੇ ਲੰਬੀ ਉਮਰ ਵਾਲੇ ਲੋਕ

ਇਸ ਅਧਿਆਇ ਨੂੰ ਸਮਾਪਤ ਕਰਨ ਤੋਂ ਪਹਿਲਾਂ ਇਹ ਯੋਗ ਹੋਵੇਗਾ ਕਿ ਉਹ ਕੁਝ ਲੋਕ ਜੋ ਕਿ ਦੁਨੀਆਂ ਵਿਚ ਲੰਬੀ ਉਮਰ ਭੋਗਣ ਵਾਲੇ ਜਾਣੇ ਜਾਂਦੇ ਹਨ, ਬਾਰੇ

ਸੰਖੇਪ ਰੂਪ ਵਿਚ ਵਿਚਾਰ ਕੀਤਾ ਜਾਵੇ। ਇਨ੍ਹਾਂ ਵਿਚੋਂ ਕੁਝ ਇਸ ਤਰ੍ਹਾਂ ਹਨ।

1. ਅਬਖਾਸੀਆ
2. ਔਕੀਨਾਵਨ
3. ਵਿਲਕਾਬਾਮਨ
4. ਹੁੰਝਾਜ਼

1. ਅਬਖਾਸੀਆ : ਅਬਖਾਸੀਆ ਦੱਖਣੀ ਰੂਸ (ਪਹਿਲੇ ਰੂਸ) ਦਾ ਇਕ ਪਹਾੜੀ ਇਲਾਕਾ ਹੈ। ਇਹ ਇਲਾਕਾ ਦੁਨੀਆਂ ਭਰ ਵਿਚ ਕਈ ਸਦੀਆਂ ਤੋਂ ਇਸ ਲਈ ਜਾਣਿਆ ਜਾਂਦਾ ਹੈ ਕਿ ਉਥੋਂ ਦੇ ਬਸ਼ਿੰਦੇ ਬਹੁਤ ਲੰਬੀ ਉਮਰ ਭੋਗਦੇ ਹਨ। ਇਸ ਵਿਚ ਕਾਕਟਸ ਦੀਆਂ ਸਾਰੀਆਂ ਪਹਾੜੀਆਂ ਆਉਂਦੀਆਂ ਹਨ। ਜਿਸ ਵਿਚ ਜੌਰਜੀਆ, ਅਜ਼ਰਬਾਇਜਨ ਅਤੇ ਅਰਮੇਨੀਆਂ ਦੇ ਇਲਾਕੇ ਸ਼ਾਮਲ ਹਨ। ਇਸ ਖਿੱਤੇ ਵਿਚ ਦੁਨੀਆਂ ਵਿਚ 100 ਸਾਲ ਉਮਰ ਦੇ ਵਿਅਕਤੀਆਂ ਦੀ ਗਿਣਤੀ ਦੂਸਰੇ ਇਲਾਕਿਆਂ ਨਾਲੋਂ ਬਹੁਤ ਵਧ ਦੱਸੀ ਜਾਂਦੀ ਹੈ।

ਇੱਥੋਂ ਦੇ ਕੁਝ ਲੋਕਾਂ ਦੀ ਉਮਰ 120 ਤੋਂ 170 ਸਾਲ ਤੱਕ ਦੀ ਪਾਈ ਗਈ ਹੈ। ਇਹ ਇਲਾਕਾ ਇਹ ਮਾਣ ਕਰਦਾ ਹੈ ਕਿ ਇੱਥੇ ਸੌ ਸਾਲਾਂ ਦੇ ਉਮਰ ਦੇ ਵਿਅਕਤੀਆਂ ਦੀ ਗਿਣਤੀ ਦੂਸਰੇ ਇਲਾਕਿਆਂ ਨਾਲੋਂ ਪੰਜ ਗੁਣਾ ਵਧ ਹੈ ਤੇ ਇੱਥੇ 80 ਪ੍ਰਤੀਸ਼ਤ ਵਿਅਕਤੀ ਬਹੁਤ ਵੱਡੀ ਉਮਰ ਵਾਲੇ ਹੁੰਦੇ ਹਨ। ਇਹ ਲੋਕ ਆਪਣੇ ਆਪ ਨੂੰ ਕਦੇ ਬੁੱਢੇ ਨਹੀਂ ਮੰਨਦੇ ਅਤੇ ਉਮਰ ਭਰ ਚੁਸਤ ਦਰੁਸਤ, ਤਕੜੇ ਤੇ ਨਰੋਏ ਰਹਿੰਦੇ ਹਨ। ਇੱਥੋਂ ਦੀਆਂ ਤੀਵੀਆਂ ਤੇ ਆਦਮੀ ਸੱਠ ਸਾਲ ਦੀ ਉਮਰ ਤੋਂ ਬਾਅਦ ਵੀ ਕਈ ਦਹਾਕਿਆਂ ਤੱਕ ਚਾਹ ਦੇ ਬਾਗਾਂ ਵਿਚ ਆਮ ਕੰਮ ਕਰਦੇ ਵੇਖੇ ਜਾਂਦੇ ਹਨ। ਸਰਵੇਖਣਾਂ ਅਨੁਸਾਰ 80 ਪ੍ਰਤੀਸ਼ਤ ਵਿਅਕਤੀ ਜਿਨ੍ਹਾਂ ਦੀ ਉਮਰ 90 ਸਾਲ ਤੋਂ ਵੱਧ ਹੁੰਦੀ ਹੈ ਮਨੋਵਿਗਿਆਨਕ ਤੇ ਸਮਾਜਿਕ ਤੌਰ 'ਤੇ ਬੜੇ ਸੁਚੇਤ ਪਾਏ ਗਏ ਹਨ। ਇਨ੍ਹਾਂ ਵਿਚ ਸਿਰਫ਼ 4 ਪ੍ਰਤੀਸ਼ਤ ਲੋਕਾਂ ਦੀ ਵੇਖਣ ਅਤੇ 10 ਪ੍ਰਤੀਸ਼ਤ ਦੀ ਸੁਨਣ ਦੀ ਸ਼ਕਤੀ ਘੱਟ ਪਾਈ ਗਈ ਹੈ। ਇਨ੍ਹਾਂ ਵਿਚੋਂ ਸਿਰਫ਼ ਉਹੀ ਲੋਕ ਸੁਸਤੀ ਤੇ ਦਲਿੱਦਰੀ ਵਾਲੀ ਜ਼ਿੰਦਗੀ ਭੋਗਦੇ ਹਨ ਜੋ ਕਿ ਕਿਸੇ ਕਾਰਨ ਸਰੀਰਕ ਤੌਰ 'ਤੇ ਅਪਾਹਜ ਹਨ। ਉਹ ਹਰ ਰੋਜ 10 ਤੋਂ 15 ਘੰਟੇ ਕੰਮ ਕਰਦੇ ਹਨ ਤੇ 60 ਤੋਂ 70 ਸਾਲ ਤੋਂ ਬਾਅਦ ਕੰਮ ਕਰਨ ਦਾ ਸਮਾਂ ਘਟਾ ਕੇ 4 ਤੋਂ 5 ਘੰਟੇ ਕਰ ਦਿੰਦੇ ਹਨ। ਪਰ ਉਨ੍ਹਾਂ ਦੇ ਚਿਹਰੇ ਉਤੇ ਕਦੇ ਥੱਕੇ ਹਾਰੇ ਹੋਣ ਦੀ ਝਲਕ ਨਹੀਂ ਦੇਖੀ ਜਾਂਦੀ। ਸਖ਼ਤ ਮਿਹਨਤ ਕਰਨਾ ਉਨ੍ਹਾਂ ਦੇ ਜ਼ਮੀਰ ਵਿਚ ਭਰਿਆ ਹੋਇਆ ਹੈ।

ਉਹ ਬਹੁਤ ਸਾਰਾ ਸਮਾਂ ਘਰ ਤੋਂ ਬਾਹਰ ਗੁਜ਼ਾਰਦੇ ਹਨ। ਉਨ੍ਹਾਂ ਦਾ ਪਹਾੜਾਂ ਉੱਤੇ ਚੜ੍ਹਨਾ, ਮੀਲਾਂ ਤੀਕ ਤੁਰਨਾ ਤੇ ਲੰਬੀ ਘੋੜ ਸਵਾਰੀ ਕਰਨਾ ਜੀਵਨ ਦਾ ਹਿੱਸਾ ਹਨ। ਇਸੇ ਕਰਕੇ ਉਨ੍ਹਾਂ ਦੇ ਸਰੀਰ ਪਤਲੇ, ਫੁਰਤੀਲੇ ਤੇ ਸਿੱਧੇ ਹੁੰਦੇ ਹਨ। ਆਮ ਲੋਕਾਂ ਵਿਚ 65 ਸਾਲ ਦੀ ਉਮਰ ਤੱਕ ਮਾਸ ਤੇ ਮਾਸ ਪੇਸ਼ੀਆਂ ਦੀ ਮਿਕਦਾਰ ਅੱਧੀ ਤੇ ਚਰਬੀ ਦੀ ਦੁਗਣੀ ਹੋ ਜਾਂਦੀ ਹੈ ਪਰ ਇਸਦੇ ਉਲਟ ਉਨ੍ਹਾਂ ਦੀਆਂ ਮਾਸ ਪੇਸ਼ੀਆਂ ਵਿਚ ਕੋਈ

ਘਾਟ ਨਹੀਂ ਆਉਂਦੀ, ਤਕੜੀਆਂ ਤੇ ਮਜ਼ਬੂਤ ਰਹਿੰਦੀਆਂ ਹਨ। ਇਸੇ ਕਰਕੇ ਉਹ ਮੋਟਾਪੇ, ਖ਼ੂਨ ਦੇ ਦਬਾਅ, ਸਾਹ ਤੇ ਦਿਲ ਦੀਆਂ ਬਿਮਾਰੀਆਂ ਤੋਂ ਬਚੇ ਰਹਿੰਦੇ ਹਨ।

ਉਹ ਬੁਢਾਪੇ ਨੂੰ ਇਕ ਸੁਨਿਹਰੇ ਮੌਕੇ ਵਜੋਂ ਦੇਖਦੇ ਹਨ। ਇਸਨੂੰ ਪੂਰੀ ਤਰ੍ਹਾਂ ਉਤਸ਼ਾਹਿਤ ਤੇ ਖੁਸ਼ੀ ਭਰਪੂਰ ਬਿਤਾਉਂਦੇ ਹੋਏ ਆਪਣੀ ਸਿਹਤ ਤੇ ਬੁੱਧੀ ਵਿਚ ਹੋਰ ਸੁਧਾਰ ਲਿਆਉਂਦੇ ਹਨ। ਇੱਥੋਂ ਦੇ ਲੋਕ ਬਜ਼ੁਰਗਾਂ ਦਾ ਸਤਿਕਾਰ ਕਰਦੇ ਤੇ ਸਮਾਜਿਕ ਤੌਰ ’ਤੇ ਉਨ੍ਹਾਂ ਨੂੰ ਬਹੁਤ ਉਪਯੋਗੀ ਗਿਣਦੇ ਹਨ। ਬਹੁਤ ਸਾਰੇ ਦੂਸਰੇ ਲੋਕਾਂ ਵਾਂਗ ਨਿਕਾਰੇ, ਨਿਕੰਮੇ ਤੇ ਸਮਾਜਿਕ ਤੌਰ ’ਤੇ ਵਾਧੂ ਭਾਰ ਵਜੋਂ ਨਹੀਂ ਵੇਖਦੇ। ਉਨ੍ਹਾਂ ਦੇ ਸਮਾਜ ਦਾ ਇਹੋ ਜਿਹਾ ਨਜ਼ਰੀਆ ਬਜ਼ੁਰਗਾਂ ਨੂੰ ਬਹੁਤ ਲੰਬੀ ਉਮਰ ਅਤੇ ਵਧੀਆ ਜੀਵਨ ਬਤੀਤ ਕਰਨ ਲਈ ਉਤਸ਼ਾਹਿਤ ਕਰਦਾ ਹੈ। ਇਹ ਲੋਕ ਆਪਣੇ ਜ਼ਿੰਦਗੀ ਦੇ ਤਜਰਬੇ ਤੇ ਬੁੱਧੀ ਰਾਹੀਂ ਸਮਾਜ ਨੂੰ ਨਵੀਆਂ ਸੇਧਾਂ ਦਿੰਦੇ ਹਨ।

ਇਹ ਸੰਜਮ ਵਿਚ ਰਹਿ ਕੇ ਲੋੜ ਅਨੁਸਾਰ ਖੁਰਾਕ ਖਾਂਦੇ ਹਨ। ਇਹ ਖਾਣਾ ਬੜੇ ਆਰਾਮ ਨਾਲ ਖਾਂਦੇ ਹਨ। ਇਨ੍ਹਾਂ ਦੀ ਖੁਰਾਕ ਤਾਜ਼ੇ ਫ਼ਲ, ਸਬਜ਼ੀਆਂ, ਦੁੱਧ, ਦਹੀਂ, ਪਨੀਰ ਤੇ ਅਨਾਜ ਉਪਰ ਨਿਰਭਰ ਹੈ। ਮੀਟ ਤੇ ਸੁੱਕੇ ਫਲਾਂ ਦੀ ਮਿਕਦਾਰ ਬਹੁਤ ਘੱਟ ਹੁੰਦੀ ਹੈ। ਪਰ ਇਨ੍ਹਾਂ ਦੀ ਖੁਰਾਕ ਵਿਚ ਚਿਕਨਾਈ ਤੇ ਸ਼ਕਤੀ (ਕੈਲਰੀ) ਘੱਟ ਹੁੰਦੇ ਹਨ। ਇਨ੍ਹਾਂ ਦੇ ਖਾਣੇ ਵਿਚ ਚਿਕਨਾਈ ਦੀ ਮਿਕਦਾਰ ਆਮ ਲੋਕਾਂ (60 ਗ੍ਰਾਮ) ਦੇ ਮੁਕਾਬਲੇ ਅੱਧੀ ਹੁੰਦੀ ਹੈ। ਸ਼ਕਤੀ ਦੀ ਮਾਤਰਾ 1500 ਤੋਂ 2000 ਕੈਲਰੀ ਤੱਕ ਹੁੰਦੀ ਹੈ ਜਦੋਂ ਕਿ ਬਹੁਤ ਲੋਕਾਂ ਦੀ ਸ਼ਕਤੀ ਦੀ ਮਾਤਰਾ 2400 ਤੋਂ 3000 ਤੱਕ ਦੀ ਹੁੰਦੀ ਹੈ।

ਇਹ ਲੋਕ ਜ਼ਿਆਦਾ ਤੌਰ ’ਤੇ ਦੋ ਕਮਰਿਆਂ ਦੇ ਘਰਾਂ ਵਿਚ ਹੀ ਰਹਿੰਦੇ ਹਨ। ਜਿਨ੍ਹਾਂ ਵਿਚ ਖੁੱਲ੍ਹਾ ਵਰਾਂਡਾ ਤੇ ਕਮਰੇ ਬੜੇ ਹਵਾਦਾਰ ਹੋਣ ਕਰਕੇ ਰੋਸ਼ਨੀ ਦਾ ਪੂਰਾ ਧਿਆਨ ਰੱਖਿਆ ਜਾਂਦਾ ਹੈ। ਇਨ੍ਹਾਂ ਦੇ ਘਰ ਸਮੁੰਦਰ ਦੀ ਤਹਿ ਤੋਂ 700 ਤੋਂ 1000 ਫ਼ੁੱਟ ਦੀ ਉਚਾਈ ਉੱਤੇ ਹੁੰਦੇ ਹਨ। ਇਨ੍ਹਾਂ ਦੇ ਘਰਾਂ ਨੂੰ ਅੱਗ ਨਾਲ ਗਰਮ ਨਹੀਂ ਕੀਤਾ ਜਾਂਦਾ ਤੇ ਵਾਯੂ ਮੰਡਲ ਦਾ ਤਾਪਮਾਨ 50-55 ਫਾਰਨਹਾਈਟ ਹੁੰਦਾ ਹੈ। ਇਨ੍ਹਾਂ ਦੇ ਵਿਚਾਰ ਅਨੁਸਾਰ ਇਹ ਥੋੜੀ ਠੰਡਕ ਵਾਲਾ ਤਾਪਮਾਨ ਤੇ ਖੁੱਲ੍ਹੀ ਹਵਾ ਉਨ੍ਹਾਂ ਦੀ ਉਮਰ ਵਿਚ ਵਾਧਾ ਕਰਨ ਵਿਚ ਸਹਾਈ ਹੁੰਦੇ ਹਨ।

ਇਨ੍ਹਾਂ ਦੀ ਸੰਜਮ ਵਿਚ ਰਹਿਕੇ ਹਲਕੀ ਖੁਰਾਕ ਦਾ ਖਾਣਾ, ਭਾਰੀ ਕਸਰਤ ਕਰਨਾ ਸਮਾਜਿਕ ਤੌਰ ’ਤੇ ਉਪਯੋਗੀ ਰਹਿਣਾ ਅਤੇ ਮਾਨਸਿਕ ਤੌਰ ’ਤੇ ਚੜ੍ਹਦੀ ਕਲਾ ਵਿਚ ਰਹਿਣ ਦੀ ਜੋ ਜੀਵਨ ਜਾਂਚ ਹੈ ਉਹ ਹੀ ਇਨ੍ਹਾਂ ਲੋਕਾਂ ਦੀ ਲੰਬੀ ਉਮਰ ਹੋਣ ਦਾ ਆਧਾਰ ਹਨ।

2. ਔਕੀਨਾਵਨ: ਔਕੀਨਾਵਾ ਜਪਾਨ ਦਾ ਇਕ ਸਮੁੰਦਰੀ ਟਾਪੂ ਹੈ। ਇਸ ਟਾਪੂ ਦੇ ਬਸ਼ਿੰਦੇ ਲੰਬੀ ਤੇ ਸਿਹਤ ਭਰਪੂਰ ਜ਼ਿੰਦਗੀ ਜਿਊਣ ਲਈ ਦੁਨੀਆਂ ਭਰ ਵਿਚ ਮੰਨੇ ਜਾਂਦੇ ਹਨ। ਇਨ੍ਹਾਂ ਦੀ ਕੈਂਸਰ ਤੇ ਦਿਲ ਦੀਆਂ ਨਾਮੁਰਾਦ ਬਿਮਾਰੀਆਂ ਤੋਂ ਹੋਣ ਵਾਲੀ ਮੌਤ ਦੀ ਦਰ ਦੁਨੀਆਂ ਵਿਚ ਸਭ ਤੋਂ ਘੱਟ ਦੱਸੀ ਜਾਂਦੀ ਹੈ। ਇਸੇ ਤਰ੍ਹਾਂ ਇਨ੍ਹਾਂ ਵਿਚ 100 ਸਾਲ ਦੀ ਉਮਰ ਤੋਂ ਵਧ ਦੇ ਵਿਅਕਤੀਆਂ ਦੀ ਸੰਖਿਆ ਬਹੁਤ ਵਧ ਦੱਸੀ

ਜਾਂਦੀ ਹੈ। ਇਨ੍ਹਾਂ ਦੀ ਕੁਲ ਆਬਾਦੀ 14 ਲੱਖ ਹੈ ਜਿਸ ਵਿਚ 740 ਵਿਅਕਤੀ 100 ਸਾਲ ਦੀ ਉਮਰ ਨਾਲੋਂ ਜ਼ਿਆਦਾ ਉਮਰ ਵਾਲੇ ਦੱਸੇ ਜਾਂਦੇ ਹਨ ਭਾਵ ਇਕ ਲੱਖ ਪਿੱਛੇ 53, ਸੌ ਸਾਲ ਦੀ ਉਮਰ ਤੋਂ ਵਧ ਵਾਲੇ ਹਨ। ਇਹ ਲੋਕ ਲੰਬੀ ਉਮਰ ਹੀ ਨਹੀਂ ਪਾਉਂਦੇ ਇਨ੍ਹਾਂ ਵਿਚ ਬੁਢਾਪਾ ਵੀ ਹੌਲੀ ਰਫ਼ਤਾਰ ਨਾਲ ਆਉਂਦਾ ਹੈ। ਇਨ੍ਹਾਂ ਦੇ ਸੌ ਸਾਲੇ ਬਜ਼ੁਰਗ ਸਰੀਰ ਪੱਖੋਂ ਸੁਡੋਲ ਤੇ ਪਤਲੇ ਹੁੰਦੇ ਹੁੰਦੇ ਹਨ। ਇਨ੍ਹਾਂ ਦੀ ਕੁਦਰਤੀ ਤੌਰ 'ਤੇ ਵਿਰਸੇ ਵਿਚ ਮਿਲੀ ਸਰੀਰ ਨੂੰ ਬਿਮਾਰੀਆਂ ਲੱਗਣ ਤੇ ਇਨ੍ਹਾਂ ਨੂੰ ਰੋਕਣ ਵਾਲੀ ਸ਼ਕਤੀ ਦੂਸਰੇ ਵਿਅਕਤੀਆਂ ਨਾਲੋਂ ਵਧ ਪਾਈ ਗਈ ਹੈ। ਇਨ੍ਹਾਂ ਦੇ ਖ਼ੂਨ ਵਿਚ ਕੋਲੈਸਟਰੋਲ ਦੀ ਮਾਤਰਾ ਘੱਟ ਪਰ ਖ਼ੂਨ ਦੀਆਂ ਨਾੜੀਆਂ ਨਰਮ, ਲਚਕਦਾਰ ਤੇ ਬੜੀਆਂ ਨਰੋਈਆਂ ਵੇਖੀਆਂ ਜਾਂਦੀਆਂ ਹਨ। ਇਨ੍ਹਾਂ ਦੇ ਖ਼ੂਨ ਵਿਚ ਫਰੀ ਰੈਡੀਕਲਜ਼ (Freeradicals) ਦੀ ਮਾਤਰਾ ਘੱਟ ਪਰ ਹਾਰਮੋਨਜ਼ (Hormones) ਦੀ ਮਾਤਰਾ ਵਧ ਪਾਈ ਗਈ ਹੈ ਜਿਸ ਨਾਲ ਇਹ ਕੈਂਸਰ ਵਰਗੀਆਂ ਬਿਮਾਰੀਆਂ ਤੋਂ ਬਚੇ ਰਹਿੰਦੇ ਹਨ। ਬੁਢਾਪੇ ਵਿਚ ਵੀ ਸੈਕਸ ਹਾਰਮੋਨਜ਼ (Sex Harmones) ਦੀ ਮਾਤਰਾ ਵਧ ਰਹਿਣ ਕਾਰਨ ਇਨ੍ਹਾਂ ਦੀਆਂ ਮਾਸ ਪੇਸ਼ੀਆਂ ਨਰੋਈਆਂ ਰਹਿੰਦੀਆਂ ਹਨ ਤੇ ਜੁਆਨੀ ਦੀ ਤਾਕਤ ਬਰਕਰਾਰ ਰਹਿੰਦੀ ਹੈ। ਇਨ੍ਹਾਂ ਦੀ ਖੁਰਾਕ ਵਿਚ ਕੈਲਸ਼ੀਅਮ ਅਤੇ ਵਿਟਾਮਿਨ ਡੀ ਦਾ ਵਧ ਹੋਣਾ ਅਤੇ ਵਧ ਕਸਰਤ ਤੇ ਮਿਹਨਤ ਕਰਨ ਕਰਕੇ ਇਨ੍ਹਾਂ ਦੀਆਂ ਹੱਡੀਆਂ ਦੀ ਤਾਕਤ ਜਪਾਨ ਦੇ ਦੂਜੇ ਲੋਕਾਂ ਨਾਲੋਂ ਜ਼ਿਆਦਾ ਹੁੰਦੀ ਹੈ। ਇਸ ਕਰਕੇ ਬੁਢਾਪੇ ਵਿਚ ਇਨ੍ਹਾਂ ਨੂੰ ਹੱਡੀਆਂ ਟੁੱਟਣ ਤੇ ਕਮਜ਼ੋਰ ਹੋਣ ਦਾ ਡਰ ਘੱਟ ਹੁੰਦਾ ਹੈ।

ਇਨ੍ਹਾਂ ਦੀ ਖੁਰਾਕ ਜਪਾਨ ਦੇ ਦੂਸਰੇ ਲੋਕਾਂ ਨਾਲੋਂ ਕਾਫੀ ਵਖਰੀ ਹੈ। ਇਨ੍ਹਾਂ ਦੀ ਖੁਰਾਕ ਵਿਚ ਸ਼ਕਤੀ (ਕੈਲੋਰੀ) ਦੀ ਮਾਤਰਾ 20 ਪ੍ਰਤੀਸ਼ਤ, ਖੰਡ ਤੇ ਚਿਕਨਾਈ ਦੀ ਮਾਤਰਾ 25 ਪ੍ਰਤੀਸ਼ਤ ਘੱਟ ਹੁੰਦੀ ਹੈ। ਇਨ੍ਹਾਂ ਦੀ ਖੁਰਾਕ ਵਿਚ ਹਰੀਆਂ ਤੇ ਤਾਜ਼ੀਆਂ ਸਬਜ਼ੀਆਂ ਦੀ ਮਾਤਰਾ ਬਹੁਤ ਜ਼ਿਆਦਾ ਹੈ (300% ਭਾਵ ਤਿੰਨ ਗੁਣਾ ਜ਼ਿਆਦਾ), ਅਨਾਜ ਦੀ ਮਾਤਰਾ 75 ਪ੍ਰਤੀਸ਼ਤ ਅਤੇ ਮੱਛੀ ਦੀ ਮਾਤਰਾ ਆਮ ਜਪਾਨੀਆਂ ਨਾਲੋਂ ਬਹੁਤ ਘੱਟ ਹੁੰਦੀ ਹੈ। ਪਰ ਇਨ੍ਹਾਂ ਦੀ ਖੁਰਾਕ ਵਿਚ ਸੋਇਆਬੀਨ, ਦਾਲਾਂ ਤੇ ਦੁੱਧ ਤੋਂ ਬਣੇ ਪਦਾਰਥਾਂ ਦੀ ਮਿਕਦਾਰ ਜ਼ਿਆਦਾ ਹੁੰਦੀ ਹੈ।

ਇਹ ਲੋਕ ਬੜੇ ਖੁੱਲ੍ਹੇ ਸੁਭਾਅ ਵਾਲੇ ਹੁੰਦੇ ਹਨ! ਇਹ ਅੰਦਰੂਨੀ ਤੌਰ 'ਤੇ ਬੜੇ ਤਕੜੇ, ਧਰਮੀ ਤੇ ਹਰ ਔਕੜ ਦਾ ਸਾਹਮਣਾ ਕਰਨ ਦਾ ਸਾਹਸ ਰਖਦੇ ਹਨ। ਇਹ ਜੀਵਨ ਸ਼ੈਲੀ ਵੀ ਇਨ੍ਹਾਂ ਦੀ ਉਮਰ ਵੱਧ ਕਰਨ ਵਿਚ ਸਹਾਇਕ ਹੁੰਦੀ ਹੈ।

3. **ਵਿਲਕਾਬਾਮਨ** : ਵਿਲਕਮਬਾਮਬਾ ਦੱਖਣੀ ਅਫ਼ਰੀਕਾ ਦੇ ਦੇਸ਼ ਇੱਕੂਆਡੋਰ ਦਾ ਇਕ ਛੋਟਾ ਜਿਹਾ ਪਹਾੜੀ ਇਲਾਕਾ ਹੈ। ਇੱਥੋਂ ਦੇ ਰਹਿਣ ਵਾਲੇ ਲੋਕ ਵੀ ਵੱਡੀ ਉਮਰ ਤੱਕ ਜਿਊਣ ਲਈ ਜਾਣੇ ਜਾਂਦੇ ਹਨ। ਇੱਥੋਂ ਦੇ 90 ਸਾਲ ਦੀ ਉਮਰ ਵਾਲੇ ਪੁਰਸ਼ ਖੇਤਾਂ ਵਿਚ ਹਲ ਚਲਾਉਂਦੇ ਵੇਖੇ ਜਾਂਦੇ ਹਨ। ਇਨ੍ਹਾਂ ਦੀਆਂ 100 ਸਾਲ ਦੀਆਂ ਇਸਤਰੀਆਂ ਵੀ ਕੰਮ ਕਰਦੀਆਂ ਵੇਖੀਆਂ ਜਾਂਦੀਆਂ ਹਨ। ਇਕੁਆਡੋਰ ਦੀ ਇਹ ਪਠਾਰ (Valley) ਨੂੰ ਇਕ ਬਹੁਤ ਪਵਿੱਤਰ ਪਠਾਰ ਵਜੋਂ ਜਾਣਿਆ ਜਾਂਦਾ ਹੈ।

Vilca (ਵਿਲਕਾ) ਦਾ ਮਤਲਬ ਹੈ ਪਵਿੱਤਰ ਤੇ Bamba (ਬਾਮਬਾ) ਤੋਂ ਭਾਵ ਹੈ ਪਠਾਰ (Valley)। ਇਸ ਪਠਾਰ ਦਾ ਵਾਯੂਮੰਡਲ ਇਨਾ ਵਧੀਆ ਤੇ ਸਾਫ਼ ਸੁਥਰਾ ਹੈ ਕਿ ਇੱਥੋਂ ਦੇ ਵਸਨੀਕਾਂ ਦੀ ਸਿਹਤ ਤੇ ਲੰਬੀ ਉਮਰ ਕਰਨ ਵਿਚ ਬਹੁਤ ਵੱਡਮੁੱਲਾ ਯੋਗਦਾਨ ਪਾਉਂਦਾ ਹੈ। ਇੱਥੋਂ ਦਾ ਤਾਪਮਾਨ ਪੂਰੇ ਸਾਲ 70 ਡਿਗਰੀ ਫਾਰਨਹਾਈਟ ਰਹਿੰਦਾ ਹੈ। ਇੱਥੋਂ ਦੀ ਹਵਾ ਸਾਰੇ ਸਾਲ ਇਕ ਦਿਸ਼ਾ ਵਿਚ ਹੀ ਚਲਦੀ ਹੈ। ਇੱਥੇ ਮੱਛਰ, ਮੱਖੀਆਂ ਤੇ ਸੱਪ ਨਹੀਂ ਵੇਖੇ ਗਏ। ਇੱਥੋਂ ਦੇ ਲੋਕ ਕੈਂਸਰ, ਦਿਲ ਅਤੇ ਹੋਰ ਪ੍ਰਕਾਰ ਦੀਆਂ ਬਿਮਾਰੀਆਂ ਤੋਂ ਮੁਕਤ ਹਨ। ਇਨ੍ਹਾਂ ਵਿਚ ਕੁਦਰਤੀ ਤੌਰ 'ਤੇ ਬਿਮਾਰੀਆਂ ਤੋਂ ਮੁਕਤ ਰਹਿਣ ਦੀ ਸ਼ਕਤੀ (Immunity) ਬਹੁਤ ਜ਼ਿਆਦਾ ਹੈ। ਇਸੇ ਕਰਕੇ ਇਸ ਪਠਾਰ ਨੂੰ ਸਿਹਤ ਭਰਪੂਰ ਤੇ ਲੰਬੀ ਉਮਰ ਵਾਲੇ ਲੋਕਾਂ ਦੀ ਪਠਾਰ ਵਜੋਂ ਜਾਣਿਆ ਜਾਂਦਾ ਹੈ। ਇੱਥੇ ਬਿਜਲੀ ਵਾਲੇ ਬੱਦਲਾਂ ਤੋਂ ਮੀਂਹ ਅਕਸਰ ਪੈਂਦੇ ਹਨ। ਇਸ ਕਰਕੇ ਇੱਥੋਂ ਦੀ ਹਵਾ ਬਹੁਤ ਸਾਫ਼ ਸੁਥਰੀ ਤੇ ਆਕਸੀਜਨ ਭਰਪੂਰ ਹੋ ਜਾਂਦੀ ਹੈ ਜਿਸਦਾ ਸਰੀਰ ਉੱਪਰ ਜਾਦੂਮਈ ਅਸਰ ਹੁੰਦਾ ਹੈ। ਇਸਦਾ ਪਾਣੀ ਬਹੁਤ ਸਵੱਛ ਹੈ ਤੇ ਇਸ ਵਿਚ ਜੋ ਖਣਿਜ ਪਦਾਰਥ (Minerals) ਪਾਏ ਜਾਂਦੇ ਹਨ ਉਹ ਸਰੀਰ ਨੂੰ ਜ਼ਹਿਰੀਲੇ ਅੰਸ਼ਾਂ ਤੋਂ ਮੁਕਤ ਕਰਨ ਵਿਚ ਉਪਯੋਗੀ ਹੁੰਦੇ ਹਨ। ਇਸਦੇ ਨਾਲ ਹੀ ਸਰੀਰ ਦੀਆਂ ਹੱਡੀਆਂ ਨੂੰ ਮਜ਼ਬੂਤ ਕਰਦੇ ਹਨ। ਇਸ ਕਰਕੇ ਇੱਥੋਂ ਦੇ ਬਜ਼ੁਰਗਾਂ ਦੀਆਂ ਹੱਡੀਆਂ ਵੀ ਬਹੁਤ ਮਜ਼ਬੂਤ ਹੁੰਦੀਆਂ ਹਨ ਤੇ ਵੱਡੀ ਉਮਰ ਵਿਚ ਵੀ ਇਨ੍ਹਾਂ ਦੇ ਟੁੱਟਣ ਦਾ ਡਰ ਘੱਟ ਹੁੰਦਾ ਹੈ।

ਇੱਥੋਂ ਦੇ ਵਾਯੂ ਮੰਡਲ ਦਾ ਤਾਪਮਾਨ ਸਾਲ ਭਰ ਤਕਰੀਬਨ ਇਕੋ ਜਿਹਾ ਰਹਿਣ ਕਾਰਨ ਲੋਕਾਂ ਦੇ ਸਰੀਰ ਨੂੰ ਆਪਣਾ ਤਾਪਮਾਨ ਸੰਤੁਲਨ ਰੱਖਣ ਲਈ ਬਹੁਤੀ ਸ਼ਕਤੀ ਨਹੀਂ ਗੁਆਉਣੀ ਪੈਂਦੀ। ਇਹ ਬਚੀ ਹੋਈ ਸ਼ਕਤੀ ਸਰੀਰ ਵਿਚਲੇ ਰਹਿ ਗਏ ਜ਼ਹਿਰੀਲੇ ਮਾਦੇ ਨੂੰ ਬਾਹਰ ਕੱਢਣ ਵਿਚ ਵਰਤੀ ਜਾਂਦੀ ਹੈ।

ਇਸ ਪਠਾਰ ਵਿਚ ਕਈ ਭਾਂਤ ਦੇ ਫੁੱਲ, ਫਲ ਤੇ ਸਬਜ਼ੀਆਂ ਉਗਾਈਆਂ ਜਾਂਦੀਆਂ ਹਨ। ਇਕ ਖਾਸ ਤਰ੍ਹਾਂ ਦੀ ਸਬਜ਼ੀ ਜਿਸ ਨੂੰ ਯੂਕਾ (Yuka Tuber) ਕਿਹਾ ਜਾਂਦਾ ਹੈ, ਉਗਾਈ ਜਾਂਦੀ ਹੈ ਜਿਹੜੀ ਕਿ ਪਾਣੀ ਵਿਚਲੇ ਖਣਿਜ ਪਦਾਰਥਾਂ ਨੂੰ ਆਪਣੇ ਵਿਚ ਸਮੇਟ ਲੈਂਦੀ ਹੈ। ਇੱਥੋਂ ਦੇ ਲੋਕ ਸਬਜ਼ੀਆਂ, ਫਲ, ਮੱਕੀ, ਸੋਇਆਬੀਨ, ਦੁੱਧ ਤੇ ਆਂਡੇ ਖਾਂਦੇ ਹਨ। ਇਸ ਕਰਕੇ ਇਨ੍ਹਾਂ ਦੀ ਖੁਰਾਕ ਮੁੱਖ ਤੌਰ 'ਤੇ ਸ਼ਾਕਾਹਾਰੀ ਹੈ।

4. **ਹੁੰਝਾਜ਼** : ਹੁੰਝਾਜ਼ ਤਿੱਬਤ ਦੇ ਕਸ਼ਮੀਰ ਨਾਲ ਲਗਦੀਆਂ ਹਿਮਾਲਿਆ ਪਰਬਤ ਦੀਆਂ ਪਹਾੜੀਆਂ (ਉਚਾਈ 9000') ਵਿਚ ਰਹਿੰਦੇ ਲੋਕ ਹਨ। ਇਨ੍ਹਾਂ ਲੋਕਾਂ ਨੂੰ ਵੀ ਦੁਨੀਆਂ ਵਿਚ ਲੰਬੀ ਉਮਰ ਪਾਉਣ ਵਾਲੇ ਲੋਕਾਂ ਵਿਚ ਗਿਣਿਆ ਜਾਂਦਾ ਹੈ। ਇੱਥੇ 100 ਸਾਲ ਦੀ ਉਮਰ ਵਾਲੇ ਵਿਅਕਤੀਆਂ ਦੀ ਸੰਖਿਆ ਬਹੁਤ ਦੱਸੀ ਜਾਂਦੀ ਹੈ। ਅੱਸੀ ਸਾਲ ਦੀ ਉਮਰ ਭੋਗਣਾ ਇਕ ਆਮ ਗੱਲ ਜਾਣੀ ਜਾਂਦੀ ਹੈ। ਇੱਥੋਂ ਦੇ ਲੋਕ ਬੜੇ ਰਿਸ਼ਟ-ਪੁਸ਼ਟ ਤੇ ਕੈਂਸਰ, ਦਿਲ, ਫੇਫੜੇ, ਖੁਰਾਕ ਦੀ ਨਾਲੀ ਦੀਆਂ ਬਿਮਾਰੀਆਂ ਤੋਂ ਮੁਕਤ ਦੱਸੇ ਜਾਂਦੇ ਹਨ। ਇਨ੍ਹਾਂ ਵਿਚ 90 ਸਾਲ ਦੀ ਉਮਰ ਵਾਲੇ ਵਿਅਕਤੀ ਵੀ ਬਾਪ ਬਣਦੇ ਪਾਏ ਜਾਂਦੇ ਹਨ। ਇਹ ਲੋਕ ਬੜੀ ਸਾਦੀ ਪਰ ਖੁਸ਼ਦਿਲ ਜ਼ਿੰਦਗੀ ਜਿਊਣ ਵਾਲੇ ਦੱਸੇ

ਜਾਂਦੇ ਹਨ।

ਇਨ੍ਹਾਂ ਦੀ ਖੁਰਾਕ ਵੀ ਬੜੀ ਸਾਦੀ ਤੇ ਸੰਜਮ ਵਾਲੀ ਹੈ। ਇਹ ਦਿਨ ਵਿਚ ਦੋ ਵਾਰ ਹੀ ਖਾਣਾ ਖਾਂਦੇ ਹਨ। ਸਵੇਰੇ ਪੰਜ ਵਜੇ ਉਠਕੇ ਕਈ ਘੰਟੇ ਬਿਨਾਂ ਕੁਝ ਖਾਧੇ ਕੰਮ ਵਿਚ ਜੁਟੇ ਰਹਿੰਦੇ ਹਨ। ਇਨ੍ਹਾਂ ਦੀ ਖੁਰਾਕ ਵਿਚ ਕਿਸੇ ਕਿਸਮ ਦਾ ਕੋਈ ਜ਼ਹਿਰੀਲਾ ਅੰਸ਼ (ਕੀਟਨਾਸ਼ਕ ਦਵਾਈਆਂ ਤੇ ਹਾਨੀਕਾਰਕ ਰਸਾਇਣ) ਨਹੀਂ ਹੁੰਦਾ। ਇਨ੍ਹਾਂ ਦੀ ਖੁਰਾਕ ਵਿਚ ਅਨਾਜ, ਸਬਜ਼ੀਆਂ, ਫ਼ਲ, ਮੇਵੇ (Nuts) ਦੁੱਧ, ਪਨੀਰ ਆਦਿ ਹੁੰਦੇ ਹਨ। ਦਹੀਂ ਦੀ ਵਰਤੋਂ ਬਹੁਤ ਕੀਤੀ ਜਾਂਦੀ ਹੈ। ਇਹ ਪੂਰੇ ਆਟੇ ਦੀ ਬਣੀ ਰੋਟੀ ਖਾਂਦੇ ਹਨ। ਜਿਸ ਵਿਚੋਂ ਚੋਕਰ ਆਦਿ ਨਹੀਂ ਕੱਢਿਆ ਜਾਂਦਾ। 15 ਤੋਂ 20 ਮੀਲ ਸਫ਼ਰ ਕਰਨਾ ਇਨ੍ਹਾਂ ਲਈ ਆਮ ਗੱਲ ਹੈ। ਭਾਵੇਂ ਇਹ ਦਿਨ ਭਰ ਮਿਹਨਤ ਵਿਚ ਲੱਗੇ ਰਹਿੰਦੇ ਹਨ ਪਰ ਇਸ ਦੌਰਾਨ ਕੁਝ ਸਮੇਂ ਬਾਅਦ ਆਰਾਮ ਜ਼ਰੂਰ ਕਰਦੇ ਹਨ। ਇਹ ਲੋਕ ਕੁਝ ਸਮਾਂ ਪ੍ਰਭੂ ਭਗਤੀ ਵਿਚ ਲਗਾਉਂਦੇ ਹਨ। ਇੱਥੋਂ ਦਾ ਪਾਣੀ ਬੜਾ ਸਾਫ਼ ਸੁਥਰਾ ਹੈ ਜੋ ਕਿ ਬਰਫ਼ ਦੇ ਪਿਘਲਣ ਨਾਲ ਪੈਦਾ ਹੁੰਦਾ ਹੈ।

ਇਹ ਉਪਰ ਦੱਸੇ ਗਏ ਸਮੁੱਚੇ ਕਾਰਨ ਹੀ ਇਨ੍ਹਾਂ ਦੀ ਲੰਬੀ ਉਮਰ ਦਾ ਰਾਜ਼ ਦੱਸੇ ਜਾਂਦੇ ਹਨ। ਪਰ ਹੁਣੇ ਹੀ ਕੀਤੇ ਸਰਵੇਖਣਾਂ ਦੇ ਆਧਾਰ 'ਤੇ ਮਾਹਿਰ ਇਨ੍ਹਾਂ ਲੋਕਾਂ ਦੀ ਲੰਬੀ ਉਮਰ ਭੋਗਣ ਉਤੇ ਕਿੰਤੂ ਪ੍ਰੰਤੂ ਕਰਨ ਲੱਗ ਪਏ ਹਨ। ਉਨ੍ਹਾਂ ਮੁਤਾਬਿਕ ਇਨ੍ਹਾਂ ਲੋਕਾਂ ਦੀ ਉਮਰ ਇੰਨੀ ਨਹੀਂ ਹੈ ਜਿੰਨੀ ਕਿ ਦੱਸੀ ਜਾਂ ਮੰਨੀ ਜਾਂਦੀ ਹੈ। ਉਨ੍ਹਾਂ ਮੁਤਾਬਿਕ ਇਨ੍ਹਾਂ ਵਿਚੋਂ ਬਹੁਤ ਸਾਰੇ ਲੋਕਾਂ ਦੇ ਜਨਮ ਦਾ ਕੋਈ ਅਸਲ ਅੰਦਰਾਜ਼ ਤੇ ਵੇਰਵਾ ਨਹੀਂ ਮਿਲਦਾ। ਇਨ੍ਹਾਂ ਦੀ ਉਮਰ ਜੋ ਕਿਹਾ ਜਾਂਦਾ ਹੈ ਉਹ ਹੀ ਮੰਨ ਲਈ ਜਾਂਦੀ ਹੈ। ਜੋ ਕਿ ਅਕਸਰ ਵਧ ਹੀ ਦੱਸੀ ਜਾਂਦੀ ਹੈ। ਇਨ੍ਹਾਂ ਲੋਕਾਂ ਵਿਚ ਬੱਚਿਆਂ ਦੀਆਂ ਮਾਤਾਵਾਂ ਦੀ ਮੌਤ ਵਧ ਦੱਸੀ ਜਾਂਦੀ ਹੈ। ਗ਼ਰੀਬੀ ਤੇ ਘੱਟ ਖੁਰਾਕ ਮਿਲਣ ਕਰਕੇ ਇਨ੍ਹਾਂ ਦੀ ਸਿਹਤ ਕਮਜ਼ੋਰ ਹੁੰਦੀ ਹੈ। ਮਾਹਿਰਾਂ ਮੁਤਾਬਿਕ ਜਿਸ ਤਰ੍ਹਾਂ ਦੇ ਲੱਛਣ ਇਕ ਗ਼ਰੀਬੀ ਤੇ ਮੰਦਹਾਲੀ ਵਿਚ ਰਹਿਣ ਵਾਲੇ ਦੂਸਰੇ ਵਿਅਕਤੀਆਂ ਵਿਚ ਵੇਖੇ ਜਾਂਦੇ ਹਨ ਉਹ ਸਭ ਇਨ੍ਹਾਂ ਲੋਕਾਂ ਵਿਚ ਵੇਖੇ ਜਾ ਸਕਦੇ ਹਨ।

ਸਮੁੱਚੇ ਤੌਰ 'ਤੇ ਸੰਸਾਰ ਦੇ ਉਪਰ ਦੱਸੇ ਗਏ ਖਿੱਤਿਆਂ ਦੇ ਲੰਬੀ ਉਮਰ ਭੋਗਣ ਵਾਲੇ ਵਿਅਕਤੀਆਂ ਵਿਚ ਹੇਠ ਲਿਖੇ ਤੱਤ ਸਾਹਮਣੇ ਆਉਂਦੇ ਹਨ:-

- ਇਨ੍ਹਾਂ ਇਲਾਕਿਆਂ ਦਾ ਵਾਯੂ ਮੰਡਲ ਸਾਫ਼ ਸੁਥਰਾ ਹੈ।
- ਇਹ ਹਲਕੇ ਠੰਢਕ ਵਾਲੇ ਹਨ ਜਿਨ੍ਹਾਂ ਦੇ ਔਸਤਨ ਤਾਮਪਾਨ ਵਿਚ ਬਹੁਤਾ ਫ਼ਰਕ ਨਹੀਂ ਹੈ।
- ਇਨ੍ਹਾਂ ਇਲਾਕਿਆਂ ਦਾ ਪੀਣ ਵਾਲਾ ਪਾਣੀ ਵੀ ਸਵੱਛ ਤੇ ਨਿਰਮਲ ਹੁੰਦਾ ਹੈ।
- ਇਨ੍ਹਾਂ ਦਾ ਭੋਜਨ ਸਾਫ਼ ਸੁਥਰਾ, ਜ਼ਹਿਰੀਲੇ ਮਾਦਿਆਂ ਤੋਂ ਮੁਕਤ ਹੁੰਦਾ ਹੈ।
- ਇਨ੍ਹਾਂ ਦੀ ਖੁਰਾਕ ਮੁਖ ਤੌਰ 'ਤੇ ਸ਼ਾਕਾਹਾਰੀ ਹੁੰਦੀ ਹੈ। ਜਿਸ ਵਿਚ ਸ਼ਕਤੀ ਤੇ ਚਿਕਨਾਈ ਦੀ ਮਾਤਰਾ ਘੱਟ ਹੁੰਦੀ ਹੈ।
- ਇਹ ਸੰਜਮ ਵਿਚ ਰਹਿਕੇ ਲੋੜ ਤੋਂ ਵੱਧ ਖੁਰਾਕ ਨਹੀਂ ਖਾਂਦੇ।

- ਇਹ ਲੋਕ ਸਖ਼ਤ ਮਿਹਨਤ ਤੇ ਕਸਰਤ ਕਰਨ ਦੇ ਆਦੀ ਹਨ।
- ਇਹ ਲੋਕ ਆਰਾਮ ਭਰਪੂਰ ਭੱਜਦੌੜ ਰਹਿਤ ਜ਼ਿੰਦਗੀ ਬਿਤਾਉਂਦੇ ਤੇ ਕੁਝ ਸਮਾਂ ਪ੍ਰਭੂ ਭਗਤੀ ਵਿਚ ਲਗਾਉਂਦੇ ਹਨ।
- ਇਨ੍ਹਾਂ ਦੀ ਜ਼ਿੰਦਗੀ ਸਾਕਾਰਾਤਮਕ ਰਵੱਈਏ ਵਾਲੀ ਤੇ ਚੜ੍ਹਦੀ ਕਲਾ ਵਿਚ ਰਹਿਣ ਵਾਲੀ ਹੁੰਦੀ ਹੈ।

ਅਸਲ ਵਿਚ ਇਹ ਸਭ ਨੁਕਤੇ ਹੀ ਇਕ ਲੰਬੀ ਤੇ ਸਿਹਤ ਭਰਪੂਰ ਜ਼ਿੰਦਗੀ ਜਿਊਣ ਦਾ ਆਧਾਰ ਹਨ।

ਮੇਰੀ ਜ਼ਿੰਦਗੀ ਦੇ ਪੜਾਅ

ਮੇਰਾ ਜਨਮ 1943 ਵਿਚ ਪਿੰਡ ਮਾਨੂੰਪੁਰ (ਜ਼ਿਲ੍ਹਾ ਲੁਧਿਆਣਾ) ਵਿਚ ਇਕ ਆਮ ਪਰਿਵਾਰ ਵਿਚ ਹੋਇਆ। ਮੇਰੇ ਪਿਤਾ ਜੀ 12 ਏਕੜ ਜ਼ਮੀਨ ਦੇ ਮਾਲਕ ਸੀ ਤੇ ਛੋਟੀ ਜਿਹੀ (ਰੋਡ ਇੰਸਪੈਕਟਰ) ਨੌਕਰੀ 'ਤੇ ਕੰਮ ਕਰਦੇ ਸਨ। ਅਸੀਂ ਪੰਜ ਭਰਾ ਤੇ ਇਕ ਭੈਣ ਸਾਂ। ਮੈਂ ਮੁੱਢਲੀ ਪੜ੍ਹਾਈ ਪਿੰਡ ਦੇ ਸਕੂਲ ਵਿਚ ਹੀ ਕੀਤੀ। ਜਦੋਂ ਮੈਂ ਛੇਵੀਂ ਜਮਾਤ ਵਿਚ ਹੋਇਆ ਤਾਂ ਉਸੇ ਸਾਲ ਪਿੰਡ ਹੀ ਹਾਈ ਸਕੂਲ ਸ਼ੁਰੂ ਹੋਇਆ। ਮੈਂ ਸੱਤਵੀਂ ਜਮਾਤ ਤੱਕ ਪੜ੍ਹਾਈ ਪਿੰਡ ਦੇ ਗੁਰੂਦਆਰੇ ਤੇ ਧਰਮਸ਼ਾਲਾ ਵਿਚ ਹੀ ਕੀਤੀ। ਦਰੱਖਤ ਥੱਲੇ ਆਪਣੇ ਘਰੋਂ ਲਿਆਂਦੇ ਹੋਏ ਸੀਮਿੰਟ ਦੇ ਖਾਲੀ ਹੋਏ ਥੈਲੇ ਵਿਛਾ ਕੇ ਬੈਠ ਜਾਣਾ, ਸਾਹਮਣੇ ਲੱਕੜ ਦੇ ਕਾਲੇ ਬੋਰਡ ਦੀ ਮਦਦ ਨਾਲ ਅਧਿਆਪਕ ਸ:ਹਿਬਾਂ ਨੇ ਪੜ੍ਹਾ ਦੇਣਾ। ਅੱਠਵੀਂ ਜਮਾਤ ਵਿਚ ਦਾਖਲ ਹੋਣ ਤੇ ਕਮਰੇ ਦੀ ਛੱਤ ਤੇ ਬੈਠਣ ਲਈ ਬੈਂਚ ਨਸੀਬ ਹੋਏ। ਪਰਮਾਤਮਾ ਦੀ ਮਿਹਰ ਨਾਲ ਮੈਂ ਪੜ੍ਹਨ ਵਿਚ ਤੇਜ਼ ਤੇ ਮਿਹਨਤੀ ਸੀ। ਸਵੇਰੇ ਉਠ ਕੇ ਮੱਝਾਂ ਨੂੰ ਖੋਲ੍ਹ ਕੇ ਪਾਣੀ ਪਿਲਾਕੇ ਪਹਿਲਾਂ ਖੂਹ ਉਪਰ ਬੰਨਕੇ ਆਉਣਾ। ਉਸ ਤੋਂ ਬਾਅਦ ਤਿਆਰ ਹੋ ਕੇ ਸਕੂਲ ਜਾਣਾ। ਖੁਸ਼ਕਿਸਮਤੀ ਸੀ ਸਾਡੇ ਸਾਰੇ ਅਧਿਆਪਕ ਜਿਨ੍ਹਾਂ ਨੂੰ ਨਾ ਮਾਤਰ ਹੀ ਤਨਖ਼ਾਹ ਮਿਲਦੀ ਸੀ ਬਹੁਤ ਮਿਹਨਤੀ ਸਨ। ਉਨ੍ਹਾਂ ਦੀ ਮਿਹਨਤ ਤੇ ਮੇਰੀ ਚੰਗੀ ਪੜ੍ਹਾਈ ਸਦਕਾ ਮੈਂ ਅੱਠਵੀਂ ਵਿਚ ਬਹੁਤ ਚੰਗੇ ਨੰਬਰ ਲੈ ਕੇ ਬੋਰਡ ਦਾ ਇਮਤਿਹਾਨ ਪਾਸ ਕੀਤਾ ਤੇ ਸਕੂਲ ਵਿਚ ਅਵਲ ਰਿਹਾ। ਇਸੇ ਤਰ੍ਹਾਂ ਸਾਡੀ ਦਸਵੀਂ ਦੀ ਪਹਿਲੀ ਜਮਾਤ ਸੀ, ਜਿਸ ਵਿਚ ਪਹਿਲੀ ਵਾਰ ਤਿੰਨ ਬੱਚੇ ਫਸਟ ਡਿਵੀਜ਼ਨ ਲੈ ਕੇ ਪਾਸ ਹੋਏ। ਮੈਂ ਦੂਸਰੇ ਸਥਾਨ 'ਤੇ ਰਿਹਾ। ਇਨ੍ਹਾਂ ਨੰਬਰਾਂ ਸਦਕਾ ਕਿਸੇ ਵੀ ਲਾਈਨ ਵਿਚ ਪੈ ਸਕਦਾ ਸੀ। ਪਰ ਮੇਰੇ ਮਾਪਿਆਂ ਨੇ ਮੈਨੂੰ ਖੇਤੀਬਾੜੀ ਦੀ ਪੜ੍ਹਾਈ ਵਿਚ ਪਾਉਣ ਦਾ ਫ਼ੈਸਲਾ ਕੀਤਾ। ਐਫ਼.ਐਸ.ਸੀ. ਖਾਲਸਾ ਕਾਲਜ ਅੰਮ੍ਰਿਤਸਰ ਤੋਂ ਕੀਤੀ। ਇੱਥੇ ਵੀ ਮੈਂ ਜਮਾਤ (150 ਬੱਚੇ) ਦੇ ਉਪਰਲੇ ਤਿੰਨ ਚਾਰ ਬੱਚਿਆਂ ਵਿਚ ਆਉਂਦਾ ਤੇ ਆਪਣੀ ਸੈਕਸ਼ਨ 'ਬੀ' ਵਿਚ ਪਹਿਲੇ ਜਾਂ ਦੂਸਰੇ ਸਥਾਨ 'ਤੇ ਆਉਂਦਾ ਇੱਥੇ ਮੈਨੂੰ ਵਜ਼ੀਫ਼ਾ ਵੀ ਮਿਲਿਆ ਤੇ ਕਈ ਇਨਾਮ ਵੀ ਹਾਸਲ ਹੋਏ। ਕਿਉਂਕਿ ਖ਼ਾਲਸਾ ਕਾਲਜ ਵਿਚ ਕੈਮਿਸਟਰੀ ਬਤੌਰ ਮੁੱਖ ਵਿਸ਼ਾ ਨਹੀਂ ਸੀ, ਸੋ ਮੈਂ ਬੀ.ਐਸ.ਸੀ. ਵਿਚ ਗੌਰਮਿੰਟ ਖੇਤੀਬਾੜੀ ਕਾਲਜ ਲੁਧਿਆਣਾ ਦਾਖਲਾ ਲੈ ਲਿਆ। ਇੱਥੇ ਵੀ ਮੈਨੂੰ ਵਜ਼ੀਫ਼ਾ ਮਿਲਿਆ ਤੇ ਬੜੇ ਚੰਗੇ ਨੰਬਰਾਂ ਨਾਲ ਪਾਸ ਹੋਇਆ। ਇੱਥੋਂ ਹੀ ਮੈਂ ਐਮ.ਐਸ.ਸੀ. (ਬਾਇਓ ਕੈਮਿਸਟਰੀ) ਤੇ ਫਿਰ ਪੀ.ਐਚ.ਡੀ. ਬਹੁਤ ਹੀ ਵਧੀਆ ਨੰਬਰਾ ਨਾਲ ਪਾਸ ਕੀਤੀਆਂ ਤੇ ਮੈਰਿਟ ਸਰਟੀਫਿਕੇਟ ਹਾਸਲ ਕੀਤੇ। ਇਸ ਦੌਰਾਨ ਮੈਨੂੰ ਸਟੇਟ ਤੇ ਕੇਂਦਰ ਸਰਕਾਰ ਤੋਂ ਫੈਲੋਸ਼ਿਪ ਮਿਲਿਆ ਜੋ ਕਿ ਮੇਰੀ ਪੜ੍ਹਾਈ ਲਈ

ਕਾਫੀ ਸਨ ਤੇ ਮੈਨੂੰ ਆਪਣੇ ਮਾਪਿਆਂ ਉਤੇ ਮਾਲੀ ਬੋਝ ਪਾਉਣ ਦੀ ਲੋੜ ਨਹੀਂ ਪਈ।

ਮੈਂ ਜ਼ਿੰਦਗੀ ਦਾ ਦੂਸਰਾ ਪੜਾਅ ਚਾਰ ਅਗਾਊਂ ਤਰੱਕੀ ਲੈਂਦੇ ਹੋਏ ਖੇਤੀਬਾੜੀ ਯੂਨੀਵਰਸਿਟੀ ਵਿਚ ਸਹਾਇਕ ਕੈਮਿਸਟ ਦੇ ਤੌਰ 'ਤੇ ਸ਼ੁਰੂ ਕੀਤਾ। ਆਪਣੀ ਮਿਹਨਤ ਤੇ ਲਗਨ ਸਦਕਾ ਛੇ ਸਾਲ ਦੇ ਅੰਦਰ ਹੀ ਮੇਰੀ ਕੈਮਿਸਟ ਦੇ ਤੌਰ 'ਤੇ ਚੋਣ ਹੋ ਗਈ। ਇਸੇ ਤਰ੍ਹਾਂ ਅਗਲੇ ਸਾਢੇ 5 ਸਾਲ ਬਾਅਦ ਹੀ ਮੈਨੂੰ ਸਖ਼ਤ ਮੁਕਾਬਲੇ ਵਿਚ ਪ੍ਰੋਫ਼ੈਸਰ ਚੁਣਿਆ ਗਿਆ। ਉਸੇ ਸਾਲ ਹੀ ਮੈਨੂੰ ਯੂਨੀਵਰਸਿਟੀ ਵਲੋਂ ਖੁਰਾਕ ਤੇ ਤਕਨਾਲੋਜੀ ਵਿਭਾਗ ਦਾ ਮੁਖੀ ਥਾਪ ਦਿੱਤਾ ਗਿਆ। ਇਸ ਸਮੇਂ ਦੌਰਾਨ ਮੈਂ ਬੱਚਿਆਂ ਨੂੰ ਪੜ੍ਹਾਉਣ ਦੇ ਨਾਲ ਨਾਲ ਖੋਜ ਦਾ ਵੀ ਚੰਗਾ ਕੰਮ ਕੀਤਾ। ਮੈਨੂੰ ਖੋਜ ਕਰਨ ਲਈ ਕਈ ਕਈ ਪ੍ਰੋਜੈਕਟ ਜਿਨ੍ਹਾਂ ਵਿਚ ਭਾਰਤੀ ਕ੍ਰਿਸ਼ੀ ਖੋਜ ਸੰਸਥਾ, ਅਮਰੀਕਾ ਦੇ ਖੇਤੀ ਵਿਭਾਗ ਅਤੇ ਪੰਜਾਬ ਸਰਕਾਰ ਦੇ ਪ੍ਰਾਜੈਕਟ ਸ਼ਾਮਲ ਸਨ ਮਿਲੇ। ਮੇਰੀ ਖੋਜ ਦੇ ਪਰਚੇ ਬਹੁਤ ਸਾਰੇ ਕੌਮੀ ਪੱਧਰ ਤੇ ਅੰਤਰਰਾਸ਼ਟਰੀ ਪ੍ਰਸਿੱਧੀ ਦੇ ਖੋਜ ਰਸਾਲਿਆਂ ਵਿਚ ਛਪੇ। ਇਸਦੇ ਸਦਕਾ ਮੈਨੂੰ ਬਹੁਤ ਸਾਰੇ ਕੌਮੀ ਪੁਰਸਕਾਰ ਜਿਨ੍ਹਾਂ ਵਿਚ ਭਾਰਤੀ ਖੇਤੀ ਖੋਜ ਅਨੁਸਾਧਨ (ICAR) ਦਾ ਸਰਵ ਉਤਮ ਟੀਮ ਖੋਜ ਪੁਰਸਕਾਰ, ਕ੍ਰਿਸ਼ੀ, ਸਾਇੰਸ ਦੀ ਕੌਮਾਂਤਰੀ ਅਕੈਡਮੀ ਦੀ ਫੈਲੋਸ਼ਿਪ, ਹਿੰਦੁਸਤਾਨ ਦੀ ਖੁਰਾਕ ਤੇ ਤਕਨਾਲੋਜੀ ਸੰਗਠਨ ਦੀ ਫ਼ੈਲਸ਼ਿਪ, ਨੈਸਲੇ ਵਲੋਂ ਖੁਰਾਕੀ ਖੋਜ ਉੱਤਮ ਵਿਗਿਆਨੀ, ਪੁਰਸਕਾਰ ਆਦਿ ਸ਼ਾਮਲ ਹਨ, ਪ੍ਰਾਪਤ ਹੋਏ। ਅਮਰੀਕਾ ਦੇ ਖੇਤੀ ਵਿਭਾਗ (USDA) ਵਲੋਂ ਮੈਨੂੰ ਵਧੀਆ ਖੋਜ ਕਰਨ ਦਾ ਪ੍ਰਸ਼ੰਸਾ ਪੱਤਰ ਮਿਲਿਆ। ਇਸੇ ਦੌਰਾਨ ਮੈਨੂੰ ਅੰਤਰਰਾਸ਼ਟਰੀ ਮੱਕੀ ਤੇ ਕਣਕ ਦੀ ਖੋਜ ਕੇਂਦਰ, ਮੈਕਸਿਕੋ, ਕੈਨੇਡਾ ਦੀ ਵਿਨੀਪੈਗ (ਮੈਨੀਟੋਬਾ) ਯੂਨੀਵਰਸਿਟੀ ਕੈਨੇਡਾ ਦੇ ਅਨਾਜ ਕਮਿਸ਼ਨ (Candian Grain Comission) ਆਦਿ ਵਿਚ ਬਤੌਰ ਵਿਜ਼ਿਟਿੰਗ ਸਾਇੰਸਦਾਨ ਦੇ ਤੌਰ 'ਤੇ ਕੰਮ ਕਰਨ ਦਾ ਮੌਕਾ ਮਿਲਿਆ। ਇਸ ਤੋਂ ਇਲਾਵਾ ਬਹੁਤ ਸਾਰੀਆਂ ਅੰਤਰ ਰਾਸ਼ਟਰੀ ਗੋਸ਼ਟੀਆਂ ਤੇ ਕਾਰਜਸ਼ਾਲਾ ਤੇ ਬਹੁਤ ਹੋਰ ਖੋਜ ਕੇਂਦਰਾਂ ਜਿਨ੍ਹਾਂ ਵਿਚ ਅੰਤਰਰਾਸ਼ਟਰੀ ਚੌਲ ਖੋਜ ਕੇਂਦਰ, ਫਿਲਪਾਇਨ, ਅਮਰੀਕਾ ਦੇ ਖੇਤੀ ਵਿਭਾਗ ਦੇ ਕੈਲੀਫੋਰਨੀਆ ਸਥਿਤ ਰੀਜ਼ਨਲ ਖੋਜ ਸੰਸਥਾਨ ਬਰਕਲੇ ਅਮਰੀਕਾ ਦੇ ਬੇਕਰੀ ਸੰਸਥਾਨ, ਅਤੇ ਹੋਰ ਬਹੁਤ ਸਾਰੀਆਂ ਯੂਨੀਵਰਸਿਟੀਆਂ ਸ਼ਾਮਿਲ ਹਨ, ਨਾਲ ਵਿਚਾਰ ਵਟਾਂਦਰਾ ਕਰਨ ਦਾ ਮੌਕਾ ਮਿਲਿਆ। ਪੰਜਾਬ ਖੇਤੀਬਾੜੀ ਯੂਨੀਵਰਸਿਟੀ ਨੇ ਮੇਰੀਆਂ ਉੱਚ ਕੋਟੀ ਦੀਆਂ ਪ੍ਰਾਪਤੀਆਂ ਮੱਦੇਨਜ਼ਰ ਮੈਨੂੰ ਸਨਮਾਨਤ (Recognition Award) ਕੀਤਾ। ਇਸੇ ਪੜਾਅ ਦੌਰਾਨ ਮੇਰੀ ਤਰੱਕੀ ਸੰਯੁਕਤ ਨਿਰਦੇਸ਼ਕ ਖੋਜ ਦੇ ਤੌਰ 'ਤੇ ਹੋਈ। ਫਿਰ ਮੈਂ ਯੂਨੀਵਰਸਿਟੀ ਵਲੋਂ ਡੀਨ (ਪੋਸਟ ਗਰੈਜੂਏਟ ਸਟੱਡੀਜ਼) ਦੇ ਅਹੁਦੇ ਲਈ ਚੁਣਿਆ ਗਿਆ। ਜਿਸ ਤੋਂ ਸੇਵਾਮੁਕਤ ਹੋਣ ਨਾਲ ਮੈਂ ਆਪਣਾ ਜ਼ਿੰਦਗੀ ਦਾ ਦੂਜਾ ਪੜਾਅ ਪੂਰਾ ਕੀਤਾ।

ਮੈਂ ਸਮਝਦਾ ਹਾਂ ਕਿ ਮੈਂ ਆਪਣੇ ਜ਼ਿੰਦਗੀ ਦੇ ਪਹਿਲੇ ਦੋ ਪੜਾਅ ਬੜੀ ਸਫ਼ਲਤਾ ਪੂਰਵਕ ਪੂਰੇ ਕੀਤੇ। ਮੈਂ ਇਸ ਦੌਰਾਨ ਨੇਕ ਕਮਾਈ ਦੇ ਨਾਲ ਨਾਲ, ਚੰਗੇ ਰੁਤਬਿਆਂ ਤੇ ਪਹੁੰਚਦੇ ਹੋਏ ਬੁਲੰਦੀਆਂ ਨੂੰ ਛੂਹਿਆ। ਮੈਂ ਆਪਣੀ ਤਰੱਕੀ ਦੇ ਨਾਲ ਨਾਲ ਆਪਣੇ ਪਰਿਵਾਰ ਨੂੰ ਵੀ ਉਤੇ ਚੁੱਕਣ ਵਿਚ ਪੂਰੀ ਕੋਸ਼ਿਸ਼ ਕੀਤੀ। ਮੈਂ ਆਪਣੇ ਭਰਾਵਾਂ

ਨੂੰ ਆਪਣੇ ਕੋਲ ਰੱਖ ਕੇ ਪੜ੍ਹਾਇਆ, ਉਨ੍ਹਾਂ ਨੂੰ ਜ਼ਿੰਦਗੀ ਵਿਚ ਸਥਾਪਤ ਹੋਣ ਵਿਚ ਪੂਰਾ ਹੱਥ ਵਟਾਇਆ। ਸਿੱਟੇ ਵਜੋਂ ਸਮੁੱਚੇ ਪਰਿਵਾਰ ਨੇ ਚੰਗੀ ਤਰੱਕੀ ਕੀਤੀ। ਅੱਜ ਮੇਰੇ ਬੱਚਿਆਂ ਸਮੇਤ, ਭਰਾਵਾਂ ਦੇ ਬੱਚੇ ਵੀ ਅਮਰੀਕਾ, ਆਸਟ੍ਰੇਲੀਆ ਵਿਚ ਬਹੁਤ ਚੰਗੀ ਤਰ੍ਹਾਂ ਸਥਾਪਤ ਹਨ।

ਮੈਂ ਯੂਨੀਵਰਸਿਟੀ ਦੀ ਨੌਕਰੀ ਤੋਂ ਸੇਵਾਮੁਕਤ ਹੋ ਕੇ (ਸਤੰਬਰ 2003) ਜ਼ਿੰਦਗੀ ਦੇ ਤੀਸਰੇ ਤੇ ਆਖ਼ਰੀ ਪੜਾਅ ਵਿਚ ਸ਼ਾਮਲ ਹੋਇਆ। ਮੈਂ ਆਪਣਾ ਘਰ ਬਣਾ ਚੁੱਕਾ ਸੀ। ਦੋਵੇਂ ਪੁੱਤਰਾਂ ਦੀ ਸ਼ਾਦੀ ਹੋ ਚੁੱਕੀ ਸੀ ਤੇ ਉਹ ਅਮਰੀਕਾ ਵਿਚ ਆਪਣੀ ਸਫ਼ਲ ਕਮਾਈ ਕਰਦੇ ਹੋਏ ਆਪਣਾ ਘਰ ਬਣਾ ਕੇ ਚੰਗਾ ਜੀਵਣ ਬਿਤਾਉਣ ਲੱਗ ਪਏ ਸਨ। ਉਨ੍ਹਾਂ ਨੂੰ ਮੇਰੇ ਪੈਸੇ ਵਲ ਵੇਖਣ ਦੀ ਜ਼ਰੂਰਤ ਨਹੀਂ ਸੀ। ਮੇਰੀ ਆਪਣੀ ਕਮਾਈ ਇੰਨੀ ਕੁ ਹੋ ਚੁੱਕੀ ਸੀ ਜਿਸ ਨਾਲ ਮੈਂ ਆਪਣੀ ਰਹਿੰਦੀ ਜ਼ਿੰਦਗੀ ਬੜੀ ਚੰਗੀ ਤਰ੍ਹਾਂ ਬਿਤਾ ਸਕਾਂ। ਚੰਗੀ ਪੈਨਸ਼ਨ ਵੀ ਪ੍ਰਾਪਤ ਸੀ। ਔਖੀ ਘੜੀ ਲਈ ਵਿੱਤੀ ਸਾਧਨ ਠੀਕ ਹਨ।

ਸੇਵਾਮੁਕਤ ਹੋਣ ਤੋਂ ਪਹਿਲਾਂ ਹੀ ਕੁਝ ਸੰਸਥਾਵਾਂ ਵਲੋਂ ਮੈਨੂੰ ਅੱਗੋਂ ਨੌਕਰੀ ਲਈ ਸੱਦੇ ਆ ਚੁੱਕੇ ਸਨ। ਉਨ੍ਹਾਂ ਵਿਚ ਗੁਰੂ ਨਾਨਕ ਦੇਵ ਯੂਨੀਵਰਸਿਟੀ ਅਤੇ ਸੰਤ ਲੌਂਗੋਵਾਲ ਇੰਜੀਨੀਅਰਿੰਗ ਸੰਸਥਾ ਵਲੋਂ ਵਿਜ਼ਿਟਿੰਗ ਪ੍ਰੋਫ਼ੈਸਰ ਲੱਗਣ ਦੇ ਸੱਦੇ ਸ਼ਾਮਲ ਸਨ। ਮੈਂ ਗੁਰੂ ਨਾਨਕ ਦੇਵ ਯੂਨੀਵਰਸਿਟੀ ਵਿਚ ਇਸ ਅਹੁਦੇ ਉਪਰ ਜਾ ਲੱਗਿਆ। ਮੈਂ ਇਸ ਅਹੁਦੇ ਉਤੇ ਕੁਝ ਸਮੇਂ ਲਈ ਹੀ ਕੰਮ ਕੀਤਾ ਸੀ ਕਿ ਮੈਨੂੰ ਡਾਕਟਰ ਖੇਮ ਸਿੰਘ ਜੀ ਗਿੱਲ ਜੋ ਕਿ ਖੇਤੀਬਾੜੀ ਯੂਨੀਵਰਸਿਟੀ ਦੇ ਉਪਕੁਲਪਤੀ ਰਹੇ ਸਨ ਅਕਾਲ ਅਕੈਡਮੀਆਂ ਦੇ ਚੇਅਰਮੈਨ ਹਨ ਮੇਰੇ ਬਹੁਤ ਹੀ ਨਿਕਟਵਰਤੀ ਸੱਜਣ ਤੇ ਸਤਿਕਾਰਯੋਗ ਰਾਹ ਨੁਮਾਹ ਹਨ। ਉਨ੍ਹਾਂ ਦੇ ਸੱਦੇ ਉੱਤੇ ਇਸ ਅਹੁਦੇ ਨੂੰ ਛੱਡ ਕੇ ਅਗਸਤ 2004 ਵਿਚ ਅਕਾਲ ਅਕੈਡਮੀਆਂ ਦੀ ਦੇਖ ਰੇਖ ਦੀ ਸੇਵਾ ਵਿਚ ਸ਼ਾਮਲ ਹੋ ਗਿਆ। ਅਕਾਲ ਅਕੈਡਮੀਆਂ ਪੇਂਡੂ ਖੇਤਰ ਵਿਚ ਪੇਂਡੂ ਬੱਚਿਆਂ ਨੂੰ ਅਜੋਕੀ ਸਾਇੰਸ ਦੀ ਪੜ੍ਹਾਈ ਨਾਲ ਅਧਿਆਤਮਕ ਸਿੱਖਿਆ ਵੀ ਪ੍ਰਦਾਨ ਕਰਦੀਆਂ ਹਨ। ਇਹ ਸੀ.ਬੀ.ਐਸ.ਸੀ. ਨਾਲ ਸੰਬੰਧਤ ਹਨ ਤੇ ਇਨ੍ਹਾਂ ਦਾ ਮਾਧਿਅਮ ਅੰਗਰੇਜ਼ੀ ਹੈ। ਪੜ੍ਹਾਈ ਬਾਰਵੀਂ ਜਮਾਤ ਤੱਕ ਕਰਾਈ ਜਾਂਦੀ ਹੈ। ਇਹ ਬਹੁਤ ਹੀ ਸ਼ਲਾਘਯੋਗ ਕੰਮ ਕਰ ਰਹੀਆਂ ਹਨ। ਇਨ੍ਹਾਂ ਦੇ ਨਤੀਜੇ ਕਿਸੇ ਵੀ ਚੰਗੇ ਸ਼ਹਿਰੀ ਸਕੂਲ ਤੋਂ ਘੱਟ ਨਹੀਂ ਹਨ। ਮੈਂ ਖ਼ੁਦ ਕਿਸਮਤ ਸਮਝਦਾ ਹਾਂ ਕਿ ਮੈਨੂੰ ਇਨ੍ਹਾਂ ਅਕੈਡਮੀਆਂ ਲਈ ਕੰਮ ਕਰਨ ਦਾ ਅਵਸਰ ਮਿਲਿਆ ਤੇ ਸਮਾਜ ਸੇਵਾ ਵਿਚ ਹਿੱਸਾ ਪਾ ਸਕਿਆ।

ਮੇਰੀ ਇਹ ਦਿਲੀ ਇਛਾ ਰਹੀ ਹੈ ਕਿ ਮੈਂ ਆਪਣੇ ਇਲਾਕੇ ਖਾਸ ਕਰਕੇ ਆਪਣੇ ਪਿੰਡ ਦੀ ਭਲਾਈ ਲਈ ਕੁਝ ਕਰਾਂ। ਇਸ ਇਰਾਦੇ ਨਾਲ ਮੈਂ ਪਿੰਡ ਵਿਚ ਇਕ ਪਿੰਡ ਮਾਨੂੰਪੁਰ ਭਲਾਈ ਸਭਾ ਕਾਇਮ ਕੀਤੀ। ਇਸ ਸਭਾ ਹਿੱਤ ਪਿੰਡ ਵਿਚ ਇਕ ਕੰਪਿਊਟਰ ਸਿਖਲਾਈ ਕੇਂਦਰ ਸਥਾਪਤ ਕੀਤਾ।

ਪਿੰਡ ਦੇ ਸਰਕਾਰੀ ਸਕੂਲ ਦੇ ਵਿੱਤੀ ਤੌਰ 'ਤੇ ਕਮਜ਼ੋਰ ਬੱਚਿਆਂ ਲਈ 4000

ਤੋਂ 5000 ਰੁਪਏ ਤੱਕ ਦੀਆਂ ਕਿਤਾਬਾਂ ਖਰੀਦਣ ਲਈ ਹਰ ਸਾਲ ਵਿੱਤੀ ਸਹਾਇਤਾ ਪ੍ਰਦਾਨ ਕਰਦਾ ਹਾਂ। ਆਰਥਿਕ ਤੌਰ 'ਤੇ ਕਮਜ਼ੋਰ ਪਰ ਪੜ੍ਹਾਈ ਵਿਚ ਹੁਸ਼ਿਆਰ ਹੋਣ ਵਾਲੇ ਇਕ ਬੱਚੇ ਨੂੰ ਵਧੀਆ ਸਕੂਲ ਵਿਚ ਪੜ੍ਹਾਈ ਕਰਨ ਲਈ ਉਸ ਦੀਆਂ ਫ਼ੀਸਾਂ ਤੇ ਕਿਤਾਬਾਂ, ਕਾਪੀਆਂ ਦੀ ਲੋੜ ਪੂਰੀ ਕਰਨ ਲਈ ਵਿੱਤੀ ਸਹਾਇਤਾ ਪ੍ਰਦਾਨ ਕਰਨ ਦਾ ਬੀੜਾ ਚੁੱਕਿਆ ਹੋਇਆ ਹੈ।

ਸਾਲ 2008 ਵਿਚ ਮੈਂ ਇਹ ਵਿਉਂਤ ਹੀ ਬਣਾ ਰਿਹਾ ਸੀ ਕਿ ਅਕਾਲ ਅਕੈਡਮੀਆਂ ਦੀ ਸੇਵਾ ਤੋਂ ਵਿਹਲਾ ਹੋ ਕੇ ਅਮਰੀਕਾ ਵਿਚ ਆਪਣਿਆਂ ਬੱਚਿਆਂ ਕੋਲ ਰਹਿਣ ਲੱਗ ਜਾਵਾਂ ਤੇ ਉਨ੍ਹਾਂ ਦੇ ਕਾਰੋਬਾਰ ਵਿਚ ਰੁਝ ਜਾਵਾਂ। ਉਸ ਵੇਲੇ ਹੀ ਮੈਨੂੰ ਜਾਣਕਾਰੀ ਮਿਲੀ ਕਿ ਬੜੂ ਸਾਹਿਬ ਵਿਖੇ ਇੰਟਰਨਲ ਯੂਨੀਵਰਸਿਟੀ (ਅਕਾਲ ਯੂਨੀਵਰਸਿਟੀ) ਦੀ ਸਥਾਪਨਾ ਹੋ ਚੁੱਕੀ ਹੈ। ਮੈਨੂੰ ਡਾਕਟਰ ਖੇਮ ਸਿੰਘ ਜੀ ਰਾਹੀਂ ਸੁਨੇਹਾ ਆਇਆ ਕਿ ਬੜੂ ਸਾਹਿਬ ਵਾਲੇ ਬਾਬਾ ਇਕਬਾਲ ਸਿੰਘ ਜੀ ਮੈਨੂੰ ਇਸ ਯੂਨੀਵਰਸਿਟੀ ਦਾ ਰਜਿਸਟਰਾਰ ਲਾਉਣਾ ਚਾਹੁੰਦੇ ਹਨ। ਮੈਂ ਅਮਰੀਕਾ ਜਾਵਾਂ ਜਾਂ ਇਹ ਅਹੁਦਾ ਸੰਭਾਲਾਂ ਬਾਰੇ ਫ਼ੈਸਲਾ ਕਰਨਾ ਔਖਾ ਹੋ ਗਿਆ। ਅੰਤ ਮੈਂ ਆਪਣੇ ਪਰਿਵਾਰ ਨਾਲ ਸਲਾਹ ਕਰਕੇ ਇਹ ਅਹੁਦਾ ਕਬੂਲ ਕਰ ਲਿਆ। ਜਿਸਨੂੰ ਮੈਂ ਇਕ ਅਗਸਤ 2008 ਨੂੰ ਸੰਭਾਲਿਆ।

ਇਸ ਤਰ੍ਹਾਂ ਮੈਂ ਆਪਣੇ ਆਪ ਨੂੰ ਇਸ ਪੜਾਅ ਵਿਚ ਵੀ ਕੁਝ ਕਰਨ ਦੇ ਇਰਾਦੇ ਨਾਲ ਮਨਸੂਫ਼ ਰੱਖਿਆ ਹੈ। ਇਸ ਨਾਲ ਮੈਨੂੰ ਇਹ ਅਹਿਸਾਸ ਹੀ ਨਹੀਂ ਹੋਇਆ ਕਿ ਮੈਂ ਸੇਵਾਮੁਕਤ ਹੋ ਚੁੱਕਿਆ ਹਾਂ ਬਲਕਿ ਇਹ ਅਹਿਸਾਸ ਹੋ ਰਿਹਾ ਹੈ ਕਿ ਮੈਂ ਅਜੇ ਵੀ ਚੁਸਤ ਦਰੁਸਤ ਹਾਂ ਤੇ ਸਮਾਜ ਲਈ ਕੁਝ ਕਰ ਰਿਹਾ ਹਾਂ। ਇਸ ਨਾਲ ਇਕੱਲਤਾ, ਬੇਅਰਥਪੁਣੇ ਤੇ ਹੀਣਤਾ ਦੀ ਭਾਵਨਾ ਤੋਂ ਬਚ ਸਕਿਆ ਹਾਂ। ਮੈਂ ਕੋਸ਼ਿਸ਼ ਕਰ ਰਿਹਾ ਹਾਂ ਕਿ ਮੈਂ ਮਿਲਿਆ ਸਮਾਂ ਐਵੇਂ ਨਾ ਗੁਆਵਾਂ। ਮੈਂ ਇਹ ਸਭ ਲਈ ਰਸਤਾ ਚੁਨਣ ਦੀ ਸਿਫ਼ਾਰਸ਼ ਕਰਦਾ ਹਾਂ।

ਬੀਤੇ ਕਾਲ ਬਾਰੇ ਮੈਂ ਬਹੁਤਾ ਨਹੀਂ ਸੋਚਦਾ, ਜੋ ਲੰਘ ਗਿਆ ਠੀਕ ਲੰਘ ਗਿਆ, ਆਉਣ ਵਾਲੇ ਕਲ੍ਹ ਲਈ ਵੀ ਮੈਂ ਚਿੰਤਾਤੁਰ ਨਹੀਂ ਰਹਿੰਦਾ ਜੋ ਕਲ੍ਹ ਆਵੇਗਾ ਪਰਮਾਤਮਾ ਦੀ ਮਰਜ਼ੀ ਨਾਲ ਠੀਕ ਹੀ ਆਵੇਗਾ। ਅੱਜ ਵਿਚ ਰਹਿੰਦਾ ਹੋਇਆ ਇਸਦੇ ਪੂਰੇ ਉਪਯੋਗ ਲਈ ਤੱਤਪਰ ਰਹਿੰਦਾ ਹਾਂ। ਸਵੇਰੇ ਉਠਕੇ ਡੇਢ ਘੰਟਾ ਸੈਰ ਤੇ ਕਸਰਤ ਕਰਨੀ ਪਹਿਲੇ ਤਰ੍ਹਾਂ ਦੀ ਕਾਇਮ ਰੱਖ ਰਿਹਾ ਹਾਂ। ਸਵੇਰ ਸ਼ਾਮ ਨੂੰ ਕੁਝ ਸਮਾਂ ਪਾਠ ਕਰਨ ਵਿਚ ਬਿਤਾਉਣ ਤੇ ਕੁਝ ਹੱਥੋਂ ਦੇਣ ਵਾਲਾ ਰਵੱਈਆ ਅਪਨਾਉਣ ਦੀ ਕੋਸ਼ਿਸ਼ ਕਰਦਾ ਹਾਂ। ਨਾਲ ਹੀ ਇਹ ਖ਼ਿਆਲ ਰੱਖਦਾ ਹਾਂ ਕਿ ਲੋੜ ਮੁਤਾਬਿਕ ਸੰਤੁਲਿਤ ਭੋਜਨ ਖਾਧਾ ਜਾਵੇ ਤਾਂ ਕਿ ਸਿਹਤ ਠੀਕ ਰਹਿ ਸਕੇ। ਜਿੱਥੋਂ ਤੱਕ ਹੋ ਸਕੇ ਤਨਾਅ ਪੂਰਨ ਸਥਿਤੀ ਤੋਂ ਬਚਕੇ ਚੜ੍ਹਦੀ ਕਲਾ ਵਿਚ ਰਹਿੰਦੇ ਹੋਏ ਸਮਾਂ ਬਤੀਤ ਹੋਵੇ। ਆਉਣ ਵਾਲੇ ਸਮੇਂ ਲਈ ਕੁਝ ਯੋਜਨਾ ਜ਼ਰੂਰ ਬਣਾਉਂਦਾ ਹਾਂ। ਜ਼ਿੰਦਗੀ ਭਰ ਮੈਂ ਜੋ ਨੀਤੀ ਅਪਨਾਈ ਹੈ ਉਸਦੇ ਤਿੰਨ ਪਹਿਲੂ ਹਨ, (1) ਗਹਿਰਾਈ ਨਾਲ ਸੋਚਣਾ, (2) ਯੋਜਨਾ ਬਣਾਉਣਾ ਤੇ (3)

ਪੂਰਨ ਤੌਰ 'ਤੇ ਅਮਲੀ ਰੂਪ ਦੇਣਾ ਇਸ ਨੀਤੀ ਦੇ ਬਹੁਤ ਚੰਗੇ ਨਤੀਜੇ ਨਿਕਲੇ ਹਨ। ਇਹ ਹੀ ਮੇਰੀ ਜ਼ਿੰਦਗੀ ਦੀ ਸਫ਼ਲਤਾ ਦਾ ਰਾਜ਼ ਹੈ। ਅਗਲਾ ਸਮਾਂ ਮੈਂ ਭਾਵੇਂ ਅਮਰੀਕਾ ਵਿਚ ਬਤੀਤ ਕਰਾਂ ਚਾਹੇ ਇਧਰ। ਪਰ ਸਮੇਂ ਨੂੰ ਯੋਜਨਾਬੱਧ ਤਰੀਕੇ ਨਾਲ ਨਿਭਾਉਂਦੇ ਹੋਏ ਸਾਕਾਰਤਮਕ ਰਖਦੇ ਹੋਏ ਉਪਯੋਗੀ ਰੱਖਣ ਲਈ ਤੱਤਪਰ ਹਾਂ। ਅੱਗੇ ਜੋ ਵਾਹਿਗੁਰੂ ਨੂੰ ਮਨਜ਼ੂਰ। ਇਹ ਪੁਸਤਕ ਵੀ ਅਜਿਹੀ ਕੋਸ਼ਿਸ਼ ਦਾ ਹੀ ਸਿੱਟਾ ਹੈ।

ਅੰਤਿਕਾ

1.1 ਖਾਧ ਪਦਾਰਖਾਂ (100 ਗ੍ਰਾਮ) ਵਿੱਚ ਖੁਰਾਕੀ ਤੱਤਾਂ ਦੀ ਸੂਚੀ

	ਪਦਾਰਥ ਦਾ ਨਾਂ	ਨਮੀ (ਗ)*	ਕਾਰਬੋਹਾਈਡ੍ਰੇਟ (ਗ)	ਪ੍ਰੋਟੀਨ (ਗ)	ਚਿਕਨਾਈ (ਗ)	ਖਣਿਜ ਪਦਾਰਥ (ਗ)	ਕੈਲਸ਼ੀਅਮ (ਗ)	ਫਾਸਫੋਰਸ (ਗ)	ਲੋਹਾ (ਮ:ਗ)	ਸ਼ਕਤੀ (ਕੈਲਰੀ)	ਵਿਟਾਮਿਨ ਏ (ਇੱਕਾਈ)	ਵਿਟਾਮਿਨ ਬੀ (ਮ:ਗ)	ਵਿਟਾਮਿਨ ਸੀ (ਮ:ਗ)
1.ਅਨਾਜ													
	ਕਣਕ	12.8	71.2	11.8	1.5	1.5	0.05	0.32	5.3	348	108	0.54	-
	ਚੌਲ	12.2	79.3	7.0	0.5	0.7	0.01	0.11	2.8	348	0	0.11	-
	ਮੱਕੀ	14.9	66.2	11.1	36.6	1.5	0.01	0.33	2.1	342	560	0.42	-
	ਬਾਜ਼ਰਾ	12.4	67.1	11.6	5.0	2.7	0.05	0.35	8.8	360	85	0.33	-
2.ਦਾਲਾਂ													
	ਛੋਲੇ	11.2	58.9	22.5	5.2	2.2	0.07	0.31	8.9	372	110	0.46	-
	ਮੂੰਗੀ	10.4	60.7	24.0	1.3	3.6	0.14	0.28	8.4	350	158	0.46	-
	ਮਾਂਹ	10.9	60.3	24.0	1.4	3.4	0.20	0.37	9.8	350	64	0.45	-
	ਰਾਜਮਾਂਹ	9.6	60.1	24.9	0.8	3.2	0.06	0.45	5.0	347	-	0.50	-

	ਸੋਇਆਬੀਨ	8.1	20.9	43.2	19.5	4.6	0.24	0.69	11.3	432	310	0.73	-
3.ਤੇਲਬੀਜ ਦੇ ਮੇਵੇ													
	ਬਦਾਮ	5.2	10.5	20.8	58.9	2.9	0.23	0.49	3.5	655	-	0.44	-
	ਪਿਸਤਾ	5.9	22.3	21.2	46.9	2.4	0.05	0.45	5.0	596	100	0.63	-
	ਤਿਲ	5.1	25.2	18.3	43.3	5.2	1.45	0.57	10.5	564	100	1.01	-
	ਮੂੰਗਫਲੀ	7.9	20.3	26.7	40.1	1.9	0.05	0.39	1.6	546	63	0.90	-
	ਨਾਰੀਅਲ	36.3	13.0	4.5	41.6	1.0	0.01	0.24	1.7	444	-	0.05	-
4.ਸਬਜ਼ੀਆਂ													
	ਗੋਭੀ ਪੱਤਾ	90.2	6.3	1.8	0.1	0.6	0.03	0.05	0.8	33	2000	0.06	124
	ਪਾਲਕ	91.7	4.0	1.9	0.9	1.5	0.06	0.04	5.0	32	5500	0.05	48
	ਫੁੱਲ ਗੋਭੀ	89.4	5.3	3.5	0.4	1.4	0.03	0.06	1.3	39	38	0.1	66
	ਬੈਂਗਨ	91.5	6.4	1.3	0.3	0.5	0.03	0.02	0.5	15	-	0.06	26
	ਕਰੇਲਾ	96.0	3.2	0.4	0.1	0.3	0.02	0.06	1.3	34	5	0.05	23
	ਭਿੰਡੀ	88.0	7.7	2.2	0.2	0.7	0.09	0.08	1.5	41	58	0.06	16

	ਕੱਦੂ	92.6	5.3	1.4	0.1	0.6	0.01	0.03	0.7	28	84	0.06	2
	ਮਟਰ	72.1	19.8	7.2	0.1	0.8	0.02	0.08	1.5	109	139	0.25	9
	ਗਾਜਰ	86.0	10.7	0.9	0.2	1.1	0.08	0.03	1.5	47	3000	0.04	3
	ਆਲੂ	74.7	22.9	1.6	0.1	0.6	0.01	0.03	0.7	99	40	0.1	17
	ਮੂਲੀ	94.4	4.2	0.7	0.1	0.6	0.05	0.03	0.4	21	-	0.06	15
	ਟਮਾਟਰ	94.5	3.9	1.0	0.1	0.5	0.01	0.02	0.1	21	320	0.04	2
5.ਫਲ													
	ਸੇਬ	85.9	13.4	0.9	0.1	0.3	0.01	0.02	1.7	56	-	0.03	2
	ਕੇਲਾ	61.4	36.4	1.3	0.2	0.7	0.01	0.05	0.4	153	-	0.04	1
	ਸੰਤਰ੍ਹਾਂ	87.6	10.6	0.9	0.3	0.4	0.05	0.02	0.1	49	350	0.05	68
	ਅੰਬ	86.1	11.8	0.6	0.1	0.3	0.01	0.02	0.3	50	4800	0.04	24
	ਪਪੀਤਾ	86.6	12.0	0.6	0.1	0.5	0.02	0.01	0.9	50	60	0.03	63
6.ਦੁੱਧ ਤੇ ਦੁੱਧ ਪਦਾਰਥ	ਗਾਂ ਦਾ ਦੁੱਧ	87.6	4.8	3.3	3.6	0.7	0.12	0.09	0.2	65	180	0.05	1.6
	ਮੱਝ ਦਾ ਦੁੱਧ	81.0	5.0	4.3	8.8	0.8	0.21	0.13	0.2	117	162	0.04	1.5

	ਦਹੀਂ (ਗਾਂ ਦੇ ਦੁੱਧ ਤੋਂ	90.3	3.3	2.9	2.9	0.6	0.12	0.19	0.3	51	130	0.06	1.6
	ਬੱਕਰੀ ਦਾ ਦੁੱਧ	85.2	4.7	3.7	5.6	0.8	0.17	0.12	0.3	84	182	0.04	1.5
7.ਮੀਟ ਤੇ ਅੰਡਾ													
	ਅੰਡਾ	73.7	-	13.3	13.3	1.0	0.06	0.22	2.1	173	2200	0.13	-
	ਮੀਟ	71.5	-	19.8	13.5	1.3	0.15	0.15	2.5	194	31	0.18	-
	ਕਲੇਜੀ	70.4	1.4	19.3	7.5	1.5	0.01	0.38	6.3	150	22,300	0.3620	20
	ਮੱਛੀ	77.9	-	21.5	1.6	2.0	0.06	0.41	2.3	100	26	0.1	-

ਸਵਾਮੀਨਾਥਨ ਅਤੇ ਭਾਗਵਨ, ਕਿਤਾਬ ਸਾਡਾ ਭੋਜਨ, 1972 ਵਿੱਚੋਂ
(M. Swaminathan and R.K. Bhagwan, Our Food, 1972)

*ਗ = ਗ੍ਰਾਮ, ਮ:ਗ = ਮਿਲੀ ਗ੍ਰਾਮ

1.2 ਬਾਲਿਗ ਵਿਅਕਤੀ ਨੂੰ ਨਿਤਪ੍ਰਤੀ ਖੁਰਾਕੀ ਤੱਤਾਂ ਦੀ ਲੋੜ

ਲਿੰਗ	ਸਰਗਰਮੀ	ਸ਼ਕਤੀ (ਕੈਲਰੀ)	ਪ੍ਰੋਟੀਨ (ਗ੍ਰਾਮ)	ਕੈਲਸ਼ੀਅਮ (ਗ੍ਰਾਮ)	ਲੋਹਾ (ਮ:ਗ)	ਵਿਟਾਮਿਨ ਏ(ਇੱਕਾਈ)	ਵਿਟਾਮਿਨ ਬੀ:1(ਮ:ਗ)	ਵਟਾਮਿਨ ਬੀ:2(ਮ.ਗ)	ਵਿਟਾਮਿਨ ਸੀ(ਮ.ਗ)	ਵਿਟਾਮਿਨ ਬੀ:ਫੋਲੇਟ (ਇੱਕਾਈ)
ਆਦਮੀ										
	ਘੱਟ ਮਿਹਨਤੀ	2425	60	400	28	3000	1.2	1.4	40	100
	ਔਸਤਨ ਮਿਹਨਤੀ	2875	60	400	28	3000	1.4	1.6	40	100
	ਸਖਤ ਮਿਹਨਤੀ	3800	60	400	28	3000	2.0	1.9	40	100
ਇਸਤਰੀ										
	ਘੱਟ ਮਿਹਨਤੀ	1875	50	400	30	3000	0.9	1.1	40	100
	ਔਸਤਨ ਮਿਹਨਤੀ	2225	50	400	30	3000	1.1	1.3	40	100
	ਸਖਤ ਮਿਹਨਤੀ	2950	50	400	30	3000	1.2	1.5	40	100

* ਭਾਰਤ ਦੀ ਚਿਕਿਤਸਾ ਅਨੁਸੰਧਾਨ ਸੰਸਥਾ, 1990 ਮੁਤਾਬਿਕ
(Indian Council of Medical Research, 1990)

1.3 ਬਾਲਿਗ ਪੁਰਸ਼ ਲਈ ਪ੍ਰਤੀਦਿਨ ਲੋੜੀਂਦੇ ਸੰਤੁਲਿਤ ਭੋਜਨ ਦੀ ਮਿਕਦਾਰ*

ਖਾਧ ਪਦਾਰਥ	ਘੱਟ ਮਿਹਨਤੀ (ਗ੍ਰਾਮ)	ਔਸਤਨ ਮਿਹਨਤੀ (ਗ੍ਰਾਮ)	ਸਖਤ ਮਿਹਨਤੀ (ਗ੍ਰਾਮ)
ਅਨਾਜ	460	520	670
ਦਾਲਾਂ	40	50	60
ਹਰੇ ਪਤਿਆਂ ਵਾਲੀ ਸਬਜ਼ੀ	40	40	40
ਹੋਰ ਸਬਜ਼ੀਆਂ	60	70	80
ਜੜ ਮੂਲ ਸਬਜ਼ੀਆਂ (ਗਾਜ਼ਰ, ਮੂਲੀ ਆਦਿ)	50	60	80
ਫਲ	60	60	60
ਦੁੱਧ	150	200	250
ਤੇਲ / ਘਿਓ	40	45	65
ਖੰਡ / ਗੁੜ	30	35	55

ਮਾਸਾਹਾਰੀ ਵਿਅਕਤੀ ਦਾਲ ਦੇ ਥਾਂ 2 ਅੰਡੇ ਜਾਂ 60 ਗ੍ਰਾਮ ਮੀਟ ਜਾਂ ਅੱਧੀ ਦਾਲ ਦੇ ਥਾਂ 1 ਅੰਡਾ ਜਾਂ 30 ਗ੍ਰਾਮ ਮੀਟ ਲੈ ਸਕਦੇ ਹਨ। ਇਸਦੇ ਨਾਲ 10 ਤੋਂ 5 ਗ੍ਰਾਮ ਤੇਲ ਜਾਂ ਘਿਓ ਦੀ ਅਧਿਕ ਵਰਤੋਂ ਕਰ ਸਕਦੇ ਹਨ।

1.4 ਬਾਲਿਗ ਇਸਤਰੀ ਲਈ ਪ੍ਰਤੀਦਿਨ ਲੋੜੀਂਦੇ ਸੰਤੁਲਿਤ ਭੋਜਨ ਦੀ ਮਿਕਦਾਰ*

ਖਾਧ ਪਦਾਰਥ	ਘੱਟ ਮਿਹਨਤੀ (ਗ੍ਰਾਮ)	ਔਸਤਨ ਮਿਹਨਤੀ (ਗ੍ਰਾਮ)	ਸਖਤ ਮਿਹਨਤੀ (ਗ੍ਰਾਮ)
ਅਨਾਜ	410	440	575
ਦਾਲਾਂ	40	45	50
ਹਰੇ ਪਤਿਆਂ ਵਾਲੀ ਸਬਜ਼ੀ	100	100	50
ਹੋਰ ਸਬਜ਼ੀਆਂ	40	40	100

ਜੜ ਮੂਲ ਸਬਜ਼ੀਆਂ (ਗਾਜ਼ਰ, ਮੂਲੀ ਆਦਿ)	50	50	60
ਫਲ	60	60	60
ਦੁੱਧ	100	150	200
ਤੇਲ / ਘਿਓ	20	25	40
ਖੰਡ / ਗੁੜ	20	20	40

ਮਾਸਾਹਾਰੀ ਲਈ ਦਾਲਾਂ ਦੀ ਥਾਂ ਅੰਡਾ ਮੀਟ ਉਸੇ ਮਿਕਦਾਰ ਵਿਚ ਬਦਲੇ ਜਾ ਸਕਦੇ ਹਨ ਜੋ ਪੁਰਸ਼ਾਂ ਲਈ ਦਰਸਾਈ ਗਈ ਹੈ।

* ਭਾਰਤ ਦੀ ਚਕਿਤਸਾ ਅਨੁਸੰਧਾਨ, 1990 ਮੁਤਾਬਿਕ (ICMR, 1990)

1.5 ਖਾਧ ਪਦਾਰਥਾਂ (100 ਗ੍ਰਾਮ) ਵਿਚ ਕੋਲੈਸਟਰੋਲ (ਮ.ਗ.) ਦੀ ਮਾਤਰਾ*

ਖਾਧ ਪਦਾਰਥ	ਕੋਲੈਸਟਰੋਲ
ਘਿਓ	310
ਮੱਖਣ	280
ਦੁੱਧ	11
ਅੰਡਾ	498
ਅੰਡਾ ਦੇ ਜ਼ਰਦੀ	1330
ਮੀਟ	70
ਕਲੇਜ਼ੀ	375
ਮੱਛੀ	70

ਨੋਟ: ਕੋਲੈਸਟਰੋਲ ਪੌਦਿਆਂ ਤੋਂ ਉਤਪਤ ਖਾਧ ਪਦਾਰਥਾਂ ਵਿਚ ਨਹੀਂ ਪਾਈ ਜਾਂਦੀ।
*ਸਵਾਮੀਨਾਥਨ, ਕਿਤਾਬ ਖੁਰਾਕ ਅਤੇ ਭੋਜਨ ਬਾਰੇ ਜ਼ਰੂਰੀ ਜਾਣਕਾਰੀ, 1991 ਵਿਚੋਂ (M.Swaminathan Essentials of Food and Nutrition, 1991, Vol-1, Fundamental Aspects.)

1.6 ਸਰੀਰ ਨੂੰ ਵਿਟਾਮਿਨਾਂ ਦੀ ਲੋੜ*

ਵਿਟਾਮਿਨ	ਸਰੀਰ ਨੂੰ ਲੋੜ	ਘਾਟ ਹੋਣ ਕਰਕੇ ਬਿਮਾਰੀ	ਸੋਮੇ
ਏ (ਰੈਟੀਨੋਲ)	ਕੋਸ਼ਾਣੂਆਂ ਦੇ ਵਧਣ ਲਈ, ਨਿਗਾਹ ਤੇ ਤੰਦਰੁਸਤੀ ਲਈ, ਸਰੀਰ ਨੂੰ ਬਿਮਾਰੀਆਂ ਨਾ ਲੱਗਣ ਦੀ ਸਮਰੱਥਾ ਵਧਾਉਣ ਲਈ।	ਅੰਧਰਾਤਾ, ਬਿਮਾਰੀਆਂ ਦਾ ਖਤਰਾ ਵਧਣਾ, ਅੱਖਾਂ ਨੂੰ ਨੁਕਸਾਨ ਪਹੁੰਚਣਾ।	ਦੁੱਧ, ਪਨੀਰ, ਮੱਖਣ, ਹਰੀਆਂ ਸਬਜ਼ੀਆਂ, ਗਾਜਰ, ਟਮਾਟਰ, ਅੰਡੇ ਦੀ ਜ਼ਰਦੀ, ਕਲੇਜੀ।
ਬੀ:1 (ਥਾਇਆਮੀਨ)	ਸਰੀਰ ਵਿਚ ਬਹੁਤ ਸਾਰੀ ਸ਼ਕਤੀ ਉਤਪੰਨ ਕਰਨ ਲਈ ਕਿਰਿਆਵਾਂ, ਜ਼ਹਿਰੀਲੇ ਮਾਦੇ ਨੂੰ ਘਟਾਉਣਾ।	ਬੇਰੀ, ਬੈਰੀ ਬਿਮਾਰੀ ਭੁੱਖ ਨਾ ਲੱਗਣੀ, ਸੋਚ ਸ਼ਕਤੀ ਘੱਟਣੀ, ਮਾਸ ਪੇਸ਼ੀਆ ਦੀ ਕਮਜ਼ੋਰੀ।	ਹਰੀਆਂ ਸਬਜ਼ੀਆਂ, ਮਾਸ, ਦਾਲਾਂ, ਮੇਵੇ, ਕਣਕ, ਅੰਡੇ, ਮੀਟ।
ਬੀ:2 (ਰਾਈਬੋਫ਼ਲੇਵਿਨ)	ਸਰੀਰ ਵਿਚ ਸ਼ਕਤੀ ਉਤਪਾਦਨ ਲਈ, ਮਸੂੜੇ, ਜੀਭ ਤੇ ਬੁੱਲ੍ਹਾਂ ਨੂੰ ਸਿਹਤਮੰਦ ਰੱਖਣ ਲਈ।	ਕਮਜ਼ੋਰੀ ਅਰੀਬੋ-ਫਲੇਬੀਨੋਸਿਜ।	ਦੁੱਧ, ਦਹੀ, ਮੀਟ, ਅੰਡੇ, ਹਰੀ ਸਬਜ਼ੀ, ਟਮਾਟਰ, ਅੰਬ।
ਬੀ: 3 (ਨਾਇਆਸੀਨ)	ਸਰੀਰ ਵਿਚ ਸ਼ਕਤੀ ਉਤਪਾਦਨ ਲਈ, ਚਮੜੀ ਦੀ ਤੰਦਰੁਸਤੀ ਲਈ ਹਾਜ਼ਮਾਂ ਵਧੀਆ ਰੱਖਣ ਲਈ।	ਪੈਲਗਰਾ ਬਿਮਾਰੀ।	ਕਣਕ, ਚੌਲ, ਮੀਟ, ਅੰਡੇ, ਦਾਲਾਂ, ਮੇਵੇ।
ਬੀ: 5 (ਪੈਂਟੋਥੀਨਿਕ	ਸਰੀਰ ਵਿਚ ਸ਼ਕਤੀ ਉਤਪਾਦਨ ਲਈ ਖ਼ੂਨ ਤੇ	ਪਰੇਸਥੀਜੀਆ ਬਿਮਾਰੀ।	ਕਣਕ, ਚੌਲ, ਮੀਟ, ਅੰਡੇ, ਮੱਛੀ, ਮਟਰ,

ਏਸਿਡ)	ਕੋਲੈਸਟਰੋਲ ਬਣਾਉਣ ਲਈ।		ਦਾਲਾਂ, ਮੇਵੇ।
ਬੀ: 6 (ਪੀਰੀਡੋਕਸੀਨ)	ਸਰੀਰ ਵਿਚ ਪ੍ਰੋਟੀਨ ਤੇ ਸ਼ਕਤੀ ਉਤਪਾਦਨ ਲਈ, ਬਿਮਾਰੀ ਨਾ ਲੱਗਣ ਦੀ ਸਮਰੱਥਾ ਲਈ, ਦਿਮਾਗੀ ਸਿਹਤ ਤੇ ਖ਼ੂਨ ਬਣਨ ਲਈ।	ਖ਼ੂਨ ਦੀ ਘਾਟ (ਅਨੀਮੀਆ)।	ਕਣਕ, ਚੌਲ, ਮੇਵੇ, ਕੇਲਾ, ਸੋਇਆਬੀਨ, ਮੇਵੇ, ਮੀਟ, ਅੰਡੇ, ਮੱਛੀ ਦਾਲ।
ਬੀ:7 (ਬਾਇਊਟਿਨ)	ਸਰੀਰ ਵਿਚ ਸ਼ਕਤੀ ਤੇ ਉਤਪਾਦਨ ਲਈ ਕੋਲੈਸਟਰੋਲ ਤੇ ਚਿਕਨਾਈ ਬਣਾਉਣ ਲਈ।	ਡਰਮੇਟਾਈਟਸ।	ਕਣਕ, ਚੌਲ ਅੰਡੇ ਕਲੇਜੀ।
ਬੀ: 9 (ਫੋਲੇਟ)	ਪ੍ਰੋਟੀਨ ਤੇ ਕੋਸ਼ਾਣੂ ਬਣਨ ਲਈ, ਖ਼ੂਨ ਬਣਨ ਲਈ।	ਨਵਜੰਮੇ ਬੱਚੇ ਵਿਚ ਨੁਕਸ।	ਹਰੀਆਂ ਸਬਜ਼ੀਆਂ ਕਣਕ, ਦਾਲਾਂ, ਕਲੇਜੀ।
ਬੀ: 12 (ਕੋਬਾਲਮੀਨ)	ਸਰੀਰ ਵਿਚ ਕੋਸ਼ਾਣੂ ਬਣਨ ਲਈ, ਖ਼ੂਨ ਬਣਨ ਲਈ।	ਖ਼ੂਨ ਦੀ ਘਾਟ।	ਮੀਟ, ਅੰਡੇ, ਮੱਛੀ, ਦਹੀਂ, ਪਨੀਰ।
ਸੀ (ਐਸਕੋਰਬਿਕ ਏਸਿਡ)	ਦੰਦ, ਮਸੂੜਿਆਂ, ਹੱਡੀਆਂ ਦੀ ਤਾਕਤ ਲਈ, ਲੋਹੇ ਦੇ ਜਜ਼ਬ ਹੋਣ ਵਿਚ ਮਦਦ, ਐਂਟੀ ਔਕਸੀਡੈਂਟ ਤੇ ਤੌਰ 'ਤੇ ਬਿਮਾਰੀਆਂ ਦੀ ਰੋਕਥਾਮ।	ਸਕਰਵੀ ਰੋਗ, ਭੁੱਖ ਨਾ ਲੱਗਣੀ, ਥਕਾਵਟ ਹੋਣੀ, ਚਮੜੀ ਦਾ ਖੁਸ਼ਕ ਹੋਣਾ।	ਫਲ ਤੇ ਸਬਜ਼ੀਆਂ ਖਾਸ ਕਰਕੇ ਨਿੰਬੂ ਜਾਤੀ ਦੇ ਫਲ ਤੇ ਆਮਲਾ।
ਡੀ (ਕੈਲਸੀਫਿਰੋਲ)	ਕੈਲਸ਼ੀਅਮ ਅਤੇ ਫਾਸਫੋਰਸ ਨੂੰ ਜਜ਼ਬ ਕਰਨ ਤੇ ਹੱਡੀਆਂ ਨੂੰ	ਹੱਡੀਆਂ ਦਾ ਪਤਲਾ ਤੇ ਭੁਰਭੁਰਾ ਹੋਣਾ, ਹੱਡੀਆਂ ਦਾ ਵਿੰਗਾ	ਘਿਉ, ਮੱਛੀ ਦਾ ਤੇਲ, ਅੰਡੇ ਦੀ ਜ਼ਰਦੀ, ਧੁੱਪ

	ਬਣਾਉਣ ਲਈ।	ਹੋਣਾ ਤੇ ਟੁਟਣਾ, ਸੋਕੜੇ ਦੀ ਬਿਮਾਰੀ।	
ਈ (ਟੋਕੋਫਿਰੋਲ)	ਐਂਟੀ ਔਕਸੀਡੈਂਟ ਹੋਣ ਦੇ ਤੌਰ 'ਤੇ ਕੋਸ਼ਾਣੂਆਂ ਤੇ ਅਣੂਆਂ ਦੀ ਰੱਖਿਆ, ਕੈਂਸਰ ਤੇ ਹੋਰ ਬਿਮਾਰੀਆਂ ਤੋਂ ਬਚਾਉਣਾ।	ਮਰਦਾਨਾ ਤਾਕਤ ਘੱਟਣਾ, ਨਵ-ਜਨਮੇ ਬੱਚਿਆਂ ਵਿਚ ਖ਼ੂਨ ਦੀ ਘਾਟ।	ਕਣਕ, ਚੌਲ, ਹਰੀ ਸਬਜ਼ੀਆਂ, ਬਨਸਪਤੀ ਤੇਲ ਤੇ ਮੇਵੇ।
ਕੇ (ਕੁਈਨੋਨ)	ਖ਼ੂਨ ਦੇ ਜੰਮਣ ਲਈ, ਜ਼ਖ਼ਮ ਹੋਣ ਉਪਰੰਤ ਖ਼ੂਨ ਨੂੰ ਵਹਿਣ ਤੋਂ ਰੋਕਣਾ।	ਖ਼ੂਨ ਦੇ ਜੰਮਣ ਦੀ ਸ਼ਕਤੀ ਘਟਣੀ।	ਹਰੀਆਂ ਸਬਜ਼ੀਆਂ, ਪੱਤੇ ਵਾਲੀ ਗੋਭੀ, ਸੋਇਆਬੀਨ, ਕਣਕ, ਦੁੱਧ।

1.7 ਸਰੀਰ ਨੂੰ ਖਣਿਜ ਪਦਾਰਥਾਂ ਦੀ ਲੋੜ

ਖਣਿਜ ਪਦਾਰਥ	ਸਰੀਰ ਨੂੰ ਲੋੜ	ਘਾਟ ਦੀਆਂ ਨਿਸ਼ਾਨੀਆਂ	ਸੋਮੇ
ਕੈਲਸ਼ੀਅਮ	ਹੱਡੀਆਂ ਤੇ ਦੰਦਾਂ ਦੇ ਬਣਨ ਤੇ ਮਜ਼ਬੂਤੀ ਲਈ ਮਾਸ ਪੇਸ਼ੀਆਂ ਦੀ ਤਾਕਤ, ਖ਼ੂਨ ਤੇ ਕੋਸ਼ਾਣੂ ਬਣਨ ਲਈ।	ਹੱਡੀਆਂ ਤੇ ਮਾਸ ਪੇਸ਼ੀਆਂ ਦੀ ਕਮਜ਼ੋਰੀ, ਹੱਡੀਆਂ ਦਾ ਟੁੱਟਣਾ ਤੇ ਪਿੱਠ ਦਰਦ।	ਦੁੱਧ ਤੇ ਦੁੱਧ ਤੋਂ ਬਣੇ ਪਦਾਰਥ ਹਰੀਆਂ ਸਬਜ਼ੀਆਂ, ਮੇਵੇ ਤੇ ਬੀਜ।
ਫ਼ਾਸਫੋਰਸ	ਹੱਡੀਆਂ ਦੇ ਬਨਣ ਤੇ ਮਜ਼ਬੂਤੀ ਲਈ, ਸਰੀਰ ਵਿਚ ਖ਼ੁਰਾਕ ਤੇ ਸ਼ਕਤੀ ਪੈਦਾ ਕਰਨ ਲਈ।	ਆਮ ਤੌਰ 'ਤੇ ਇਸ ਦੀ ਘਾਟ ਨਹੀਂ ਹੁੰਦੀ। ਕਿਸੇ ਬਿਮਾਰੀ ਕਾਰਨ ਘਾਟ ਹੋ ਸਕਦੀ ਹੈ।	ਦੁੱਧ, ਦੁੱਧ ਤੋਂ ਬਣੇ ਪਦਾਰਥ, ਅਨਾਜ, ਮੀਟ, ਅੰਡਾ, ਮੱਛੀ, ਮੇਵੇ, ਬੀਜ।
ਮੈਗਨੇਸ਼ੀਅਮ	ਹੱਡੀਆਂ ਤੇ ਦੰਦ ਬਣਨ ਲਈ, ਦਿਮਾਗ ਦੀਆਂ ਨਾੜੀਆਂ ਦੇ ਕੰਮ ਵਿਚ	ਢਿੱਲਾਪਨ, ਨਿਰਾਸ਼ਪੁਣਾ, ਕਮਜ਼ੋਰੀ, ਮਾਸ ਪੇਸ਼ੀਆਂ ਦਾ ਅਕੜੇਵਾਂ ਤੇ ਦਰਦ।	ਅਨਾਜ, ਦਾਲਾਂ, ਮੇਵੇ, ਤਿਲ, ਹਰੀਆਂ ਸਬਜ਼ੀਆਂ।

	ਸਹਾਇਤਾ।		
ਮੈਗਨੀਜ਼	ਸਰੀਰ ਵਿਚ ਸ਼ਕਤੀ ਦੇ ਉਤਪਾਦਨ ਲਈ, ਹੱਡੀਆ ਤੇ ਮਾਸ ਬਣਨ ਲਈ ਮਦਦਗਾਰ।	ਆਮ ਕਰਕੇ ਇਸ ਦੀ ਘਾਟ ਨਹੀਂ ਪਾਈ ਜਾਂਦੀ।	ਅਨਾਜ, ਦਾਲਾਂ, ਮੇਵੇ, ਸੋਇਆਬੀਨ।
ਜ਼ਿਕ	ਸਰੀਰ ਦੇ ਵਿਕਾਸ, ਸੰਤਾਨ ਉਤਪਤੀ ਤੇ ਬਿਮਾਰੀਆਂ ਤੋਂ ਬਚਣ ਲਈ।	ਭੁੱਖ ਦਾ ਘਟਣਾ, ਸਰੀਰਕ ਵਿਕਾਸ ਦਾ ਘਟਣਾ, ਬੀਮਾਰੀ ਤੋਂ ਬਚਾਉ ਦਾ ਘਟਣਾ।	ਤੇਲ, ਬੀਜ, ਮੀਟ, ਹਰੀ ਸਬਜ਼ੀਆਂ ਫਲ।
ਲੋਹਾ	ਖ਼ੂਨ ਦੇ ਬਣਨ ਲਈ, ਪ੍ਰੋਟੀਨ ਅਤੇ ਇਨਜਾਇਮ ਬਣਨ ਲਈ।	ਥਕਾਵਟ, ਸਾਹ ਚੜ੍ਹਨਾ, ਲਹੂ ਦੀ ਘਾਟ।	ਹਰੀ ਸਬਜ਼ੀਆਂ, ਮੀਟ, ਅੰਡੇ ਦੀ ਜ਼ਰਦੀ, ਮੇਵੇ, ਅਨਾਜ।
ਪੋਟਾਸ਼ੀਅਮ	ਕੋਸ਼ਾਣੂਆਂ ਵਿਚ ਖਣਿਜ ਪਦਾਰਥਾਂ ਦੀ ਸੁੰਤਲਤਾ ਲਈ, ਦਿਲ ਦੀ ਧੜਕਨ ਤੇ ਖ਼ੂਨ ਦਾ ਦਬਾਅ ਰੱਖਣ ਲਈ।	ਨਿਰਾਸ਼ਪੁਣ, ਕਮਜ਼ੋਰੀ, ਬਹੁਤੀ ਪਿਆਸ ਲਗਣੀ, ਦਿਲ ਤੇ ਸਾਹ ਦੀ ਤਕਲੀਫ਼।	ਟਮਾਟਰ, ਕੇਲਾ, ਮੇਵੇ, ਨਿੰਬੂ ਜਾਤੀ ਦੇ ਫਲ, ਦਾਲਾਂ।
ਸੋਡੀਅਮ	ਪੋਟਾਸ਼ੀਅਮ ਵਾਂਗ ਕੋਸ਼ਾਣੂਆਂ ਵਿਚ ਖਣਿਜ ਪਦਾਰਥਾਂ ਦੀ ਸੰਤੁਲਿਤਾ ਲਈ ਕੰਮ ਕਰਨ ਲਈ।	ਆਮ ਤੌਰ 'ਤੇ ਨਹੀਂ ਪਾਈ ਜਾਂਦੀ, ਪਾਣੀ ਘਾਟ ਤੇ ਖ਼ੂਨ ਦਾ ਦਬਾਅ ਘੱਟ ਸਕਦਾ ਹੈ।	ਦੁੱਧ, ਪਾਲਕ, ਸਬਜ਼ੀਆਂ, ਲੂਣ।
ਥਲੋਰਾਈਡ	ਕੋਸ਼ਾਣੂਆਂ ਵਿਚ ਖ਼ਿ ਨਜ ਪਦਾਰਥਾਂ ਦੀ ਸੰਤੁਲਿਤਾ ਲਈ। ਮਿਹਦੇ ਵਿਚ ਤੇਜਾਬੀ	ਆਮ ਤੌਰ ਤੇ ਇਸਦੀ ਘਾਟ ਨਹੀਂ ਪਾਈ ਜਾਂਦੀ।	ਲੂਣ ਅਤੇ ਹੋਰ ਪਦਾਰਥ ਜਿਨ੍ਹਾਂ ਵਿਚ ਲੂਣ ਵਰਤਿਆ ਜਾਂਦਾ ਹੈ।

	ਅੰਸ਼ ਪੈਦਾ ਕਰਨ ਲਈ।		
ਆਇਓਡੀਨ	ਸਰੀਰ ਵਿਚ ਹਾਰਮੋਨਜ਼ (ਰਸ) (ਥਾਈਰਾਡ ਹਾਰਮੋਨ) ਲਈ,	ਗਲ ਵਿਚ ਗਿੱਲੜ ਦਾ ਹੋਣਾ।	ਆਇਓਡੀਨ ਵਾਲਾ ਲੂਣ ਸਮੁੰਦਰੀ ਜੀਵ।
ਕੌਪਰ	ਹੱਡੀਆਂ ਦੇ ਬਣਨ ਲਈ, ਕਈ ਇੰਜਾਈਮ ਦੀ ਕਿਰਿਆ ਲਈ।	ਆਮ ਤੌਰ 'ਤੇ ਇਸ ਦੀ ਘਾਟ ਨਹੀਂ ਪਾਈ ਜਾਂਦੀ। ਕੁਝ ਨਵਜੰਮੇ ਬੱਚਿਆਂ ਵਿਚ ਇਸਦੀ ਘਾਟ ਹੋ ਸਕਦੀ ਹੈ।	ਮੇਵੇ ਤੇ ਹੋਰ ਬੀਜ, ਮੱਛੀ, ਖੁੰਭ।

1.8 ਖਾਧ ਪਦਾਰਥਾਂ ਵਿਚ ਮਿਲਾਵਟੀ ਅੰਸ਼ਾਂ ਦੀ ਹੋਂਦ ਦਾ ਪਤਾ ਲਗਾਉਣ ਲਈ ਕੁਝ ਸਰਲ ਤਰੀਕੇ-

1. ਦੁੱਧ ਵਿਚ ਪਾਣੀ

ਦੁੱਧ ਵਿਚ ਪਾਣੀ ਦੀ ਮਾਤਰਾ ਦੀ ਜਾਣਕਾਰੀ, ਇਕ ਜੰਤਰ ਜਿਸਨੂੰ ਲੈਕਟੋਮੀਟਰ ਕਿਹਾ ਜਾਂਦਾ ਹੈ, ਰਾਹੀਂ ਲਈ ਜਾ ਸਕਦੀ ਹੈ। ਇਹ ਜੰਤਰ ਆਮ ਹੀ ਡੇਰੀਆਂ ਅਤੇ ਮਿਲਕ ਪਲਾਟਾਂ ਵਿਚ ਵਰਤਿਆ ਜਾਂਦਾ ਹੈ। ਇਸ ਜੰਤਰ ਨੂੰ ਦੁੱਧ ਵਿਚ ਉਤਾਰਿਆ ਜਾਂਦਾ ਹੈ। ਇਸ ਉੱਤੇ 0 ਤੋਂ 40 ਤੱਕ ਮਾਪ ਦੇ ਨਿਸ਼ਾਨ ਦਰਸਾਏ ਗਏ ਹੁੰਦੇ ਹਨ। ਸ਼ੁੱਧ ਦੁੱਧ ਵਿਚ ਇਹ ਮਾਪ 26 ਜਾਂ ਇਸ ਤੋਂ ਉਪਰ ਹੁੰਦਾ ਹੈ। ਜੇਕਰ ਇਹ ਮਾਪ 26 ਤੋਂ ਘੱਟ ਹੋਵੇਗਾ ਤਾਂ ਦੁੱਧ ਵਿਚ ਪਾਣੀ ਪਾਇਆ ਗਿਆ ਹੋਵੇਗਾ।

2. ਦੁੱਧ ਵਿਚ ਨਿਸ਼ਾਸ਼ਤਾ

ਥੋੜ੍ਹੇ ਜਿਹੇ ਦੁੱਧ ਵਿਚ ਕੁਝ ਬੂੰਦਾਂ ਟਿੰਚਰ ਆਇਓਡੀਨ ਦੀਆਂ ਪਾਓ। ਜੇਕਰ ਦੁੱਧ ਦਾ ਰੰਗ ਨੀਲਾ ਹੋ ਜਾਵੇ ਤਾਂ ਇਸ ਵਿਚ ਨਿਸ਼ਾਸ਼ਤਾ ਪਾਇਆ ਗਿਆ ਹੈ।

3. ਨਕਲੀ ਦੁੱਧ

ਦੁੱਧ ਵਿਚ ਯੂਰੀਆ ਦੀ ਹੋਂਦ ਦਰਸਾਉਂਦੀ ਹੈ ਕਿ ਇਹ ਬਨਾਵਟੀ ਦੁੱਧ ਹੈ। ਇਸ ਨੂੰ ਜਾਣਨ ਲਈ ਥੋੜ੍ਹੇ ਜਿਹੇ ਦੁੱਧ ਵਿਚ ਥੋੜ੍ਹੀ ਜਿਹੀ ਪੀਸੀ ਹੋਈ ਅਰਹਰ ਦੀ ਦਾਲ ਜਾਂ ਸੋਇਆਬੀਨ ਦਾ ਪਾਊਡਰ ਪਾ ਕੇ ਜ਼ੋਰ ਨਾਲ ਹਿਲਾਉ। ਤਿੰਨ ਮਿੰਟ ਦੇ ਇੰਤਜ਼ਾਰ ਬਾਅਦ ਇਸ ਵਿਚ ਲਿਟਮਸ ਪੇਪਰ ਡੋਬੋ ਜੇਕਰ ਇਸ ਦਾ ਰੰਗ ਨੀਲਾ ਹੋ ਜਾਵੇ ਤਾਂ ਇਹ ਦੁੱਧ ਵਿਚ ਯੂਰੀਆ ਦੀ ਹੋਂਦ ਦਰਸਾਉਂਦਾ ਹੈ।

ਥੋੜ੍ਹੇ ਜਿਹੇ ਦੁੱਧ ਵਿਚ (5 ਮਿਲੀ ਲੀਟਰ) ਵਿਚ ਦੋ ਬੂੰਦਾ ਬਰੋਮੋਕਰੀਸੋਲ ਪਰਪਲ ਦੀਆਂ ਪਾਓ। ਜੇਕਰ 10 ਮਿੰਟ ਬਾਅਦ ਦੁੱਧ ਦਾ ਰੰਗ ਜਾਮਣੀ ਹੋ ਜਾਂਦਾ ਹੈ ਤਾਂ ਇਸ ਵਿਚ ਕਪੜੇ ਧੋਣ ਵਾਲਾ ਪਾਊਡਰ ਪਾਇਆ ਗਿਆ ਹੈ।

ਖੋਇਆ ਅਤੇ ਪਨੀਰ ਵਿਚ ਨਿਸ਼ਾਸ਼ਤਾ

ਕੁਝ ਖੋਇਆ ਜਾਂ ਪਨੀਰ ਨੂੰ ਕੁਝ ਪਾਣੀ ਵਿਚ ਉਬਾਲੋ। ਠੰਢਾ ਹੋਣ ਉਪਰੰਤ ਇਸ ਵਿਚ ਕੁਝ ਬੂੰਦਾਂ ਆਇਓਡੀਨ ਦੇ ਘੋਲ ਦੀਆਂ ਪਾਉ। ਜੇਕਰ ਰੰਗ ਨੀਲਾ ਹੋ ਜਾਵੇ ਤਾਂ ਇਹ ਨਿਸ਼ਾਸਤੇ ਦੀ ਮਿਲਾਵਟ ਦਰਸਾਉਂਦਾ ਹੈ।

ਘਿਉ ਵਿਚ ਬਨਸਪਤੀ

ਪਿੰਘਰੇ ਹੋਏ ਇਕ ਚਮਚੇ ਘਿਓ ਵਿਚ ਉਨਾ ਹੀ ਤੇਜ਼ ਤੇਜ਼ਾਬ (ਹਾਈਡਰੋਕਲੋਰਿਕ ਏਸਿਡ) ਇਕ ਕੱਚ ਦੀ ਢੱਕਣ ਵਾਲੀ ਟੈਸਟ ਟਿਊਬ ਵਿਚ ਪਾਉ। ਇਸ ਵਿਚ ਥੋੜ੍ਹੀ ਜਿਹੀ ਖੰਡ ਪਾਉ। ਇਸ ਨੂੰ ਇਕ ਮਿੰਟ ਲਈ ਚੰਗੀ ਤਰ੍ਹਾਂ ਹਿਲਾਉ। ਪੰਜ ਮਿੰਟ ਬਾਅਦ ਜੇਕਰ ਹੇਠਲੇ ਵਾਲੇ ਹਿੱਸੇ ਵਿਚ ਥੋੜ੍ਹਾ ਜਿਹਾ ਗੁਲਾਬੀ ਜਾਮਣੀ ਰੰਗ ਪੈਦਾ ਹੁੰਦਾ ਹੈ ਤਾਂ ਘਿਉ ਵਿਚ ਬਨਸਪਤੀ ਦੀ ਮਿਲਾਵਟ ਹੈ।

ਮੱਖਣ ਵਿਚ ਆਲੂ ਦਾ ਨਸ਼ਾਸ਼ਤਾ

ਥੋੜ੍ਹੇ ਜਿਹੇ ਪੰਘਰੇ ਹੋਏ ਮੱਖਣ ਵਿਚ ਕੁਝ ਬੂੰਦਾਂ ਟ੍ਰਿੰਚਰ ਆਇਓਡੀਨ ਦੀਆਂ ਮਿਲਾਓ ਜੇਕਰ ਰੰਗ ਨੀਲਾ ਹੋ ਜਾਂਦਾ ਹੈ ਤਾਂ ਇਹ ਆਲੂ ਜਾਂ ਨਸ਼ਾਸ਼ਤੇ ਦੀ ਮਿਲਾਵਟ ਦਰਸਾਉਂਦਾ ਹੈ।

ਘਿਓ ਜਾਂ ਤੇਲਾਂ ਵਿਚ ਆਰਜੀਮੋਨ ਦਾ ਤੇਲ

ਇਕ ਕੱਚ ਦੀ ਟਿਊਬ (ਨਾਲੀ) ਵਿਚ ਥੋੜ੍ਹਾ ਜਿਹਾ ਤੇਲ ਜਾਂ ਘਿਓ ਲਉ। ਇਸ ਵਿਚ ਉਤਨੀ ਹੀ ਮਿਕਦਾਰ ਵਿਚ ਸ਼ੋਰੇ ਦਾ ਤੇਜ਼ਾਬ (ਨਾਈਟਰਿਕ ਏਸਿਡ) ਮਿਲਾਉ। ਹੇਠਲੇ ਵਾਲੇ ਹਿੱਸੇ ਵਿਚ ਲਾਲ ਜਾਂ ਗੁਲਾਬ ਰੰਗ ਦਾ ਉਤਪੰਨ ਹੋਣਾ ਤੇਲ ਜਾਂ ਘਿਓ ਦੇ ਨਮੂਨੇ ਵਿਚ ਆਰਜੀਮੋਨ ਤੇਲ ਹੋਣ ਦਾ ਸੰਕੇਤ ਦਿੰਦਾ ਹੈ।

ਚੀਨੀ ਵਿਚ ਚਾਕ ਦਾ ਬੂਰਾ

ਇਕ ਗਲਾਸ ਪਾਣੀ ਵਿਚ 10 ਗ੍ਰਾਮ ਚੀਨੀ ਘੋਲੋ ਤੇ ਇਸਨੂੰ ਕੁਝ ਦੇਰ ਲਈ ਬਿਨਾਂ ਹਿਲਾਏ ਰੱਖ ਦਿਉ। ਜੇਕਰ ਚੀਨੀ ਵਿਚ ਚਾਕ ਦੀ ਮਿਲਾਵਟ ਹੋਵੇਗੀ ਤਾਂ ਇਹ ਗਲਾਸ ਦੇ ਉੱਤੇ ਜਮ੍ਹਾਂ ਹੋ ਜਾਵੇਗੀ।

ਮਿਠਾਈ ਵਿਚ ਗੂੜ੍ਹਾ ਪੀਲਾ ਰੰਗ (Metanil yellow) ਜੋ ਕਿ ਵਰਜਿਤ ਹੈ

ਮਿਠਾਈ ਵਿਚ ਕੋਸਾ ਪਾਣੀ ਪਾ ਕੇ ਹਿਲਾਉ। ਪਾਣੀ ਨੂੰ ਵਖਰਾ ਕਰਕੇ ਇਸ ਵਿਚ ਕੁਝ ਬੂੰਦਾਂ ਹਾਈਡਰੋਕਲੋਰਿਕ ਤੇਜ਼ਾਬ ਦੀਆਂ ਪਾਉ। ਲਾਲ ਰੰਗ ਦਾ ਉਤਪੰਨ ਹੋਣਾ ਮਿਠਾਈ ਵਿਚ ਇਸ ਵਰਜਿਤ ਰੰਗ ਦੇ ਹੋਣ ਦਾ ਸੰਕੇਤ ਦਿੰਦਾ ਹੈ।

ਮਿਠਾਈ ਵਿਚ ਸੈਕਰੀਨ

ਥੋੜ੍ਹੀ ਜਿਹੀ ਮਿਠਾਈ ਦਾ ਸਵਾਦ ਚੱਖੋ। ਜੇਕਰ ਮਿਠਾਈ ਬਹੁਤੀ ਮਿੱਠੀ ਜਾਪੇ ਤੇ ਮਿਠਾਸ ਕਾਫੀ ਦੇਰ ਤੱਕ ਬਣੀ ਰਹੇ ਤਾਂ ਇਸ ਤੋਂ ਸੈਕਰੀਨ ਦਾ ਸੰਕੇਤ ਮਿਲਦਾ ਹੈ।

ਦਾਲਾਂ ਵਿਚ ਕੇਸਰੀ ਦਾਲ

ਦਾਲ ਦੇ ਨਮੂਨੇ ਨੂੰ ਚੰਗੀ ਤਰ੍ਹਾਂ ਪਰਖੋ। ਕੇਸਰੀ ਦਾਲ ਦੇ ਦਾਨਿਆਂ ਦਾ ਇਕ ਖਾਸ ਆਕਾਰ ਹੁੰਦਾ ਹੈ। ਇਸ ਦੇ ਦਾਨਿਆਂ ਦੇ ਕੰਢੇ ਹੁਦੇ ਹਨ, ਜਿਹੜੇ ਕਿ ਇਕ ਸਿਰੇ ਤੇ ਵਰਗ ਆਕਾਰ ਤੇ ਦੂਜੇ ਸਿਰੇ ਤਿੱਖੇ ਹੁੰਦੇ ਹਨ। ਆਮ ਦਾਲਾਂ ਦੇ ਦਾਣੇ ਇਹੋ ਜਿਹੇ

ਨਹੀਂ ਹੁੰਦੇ।

ਦਾਲ ਦੇ ਕੁਝ ਨਮੂਨੇ ਨੂੰ ਕੱਚ ਦੀ ਟਿਊਬ ਵਿਚ ਲਓ। ਇਸ ਵਿਚ 50 ਮਿਲੀ ਲੀਟਰ ਲੂਣ ਦਾ ਤੇਜ਼ਾਬ ਪਾਉ। ਇਸ ਨੂੰ 15 ਮਿੰਟ ਲਈ ਅੱਗ ਤੇ ਰੱਖੋ। ਜੇਕਰ ਗੁਲਾਬੀ ਰੰਗ ਉਤਪੰਨ ਹੋ ਜਾਵੇ ਤਾਂ ਇਸ ਤੋਂ ਸੰਕੇਤ ਮਿਲਦਾ ਹੈ ਕਿ ਦਾਲ ਵਿਚ ਕੇਸਰੀ ਦਾਲ ਮਿਲੀ ਹੋਈ ਹੈ।

ਦਾਲ ਵਿਚ ਗੂੜ੍ਹਾ ਪੀਲਾ ਰੰਗ

5 ਗ੍ਰਾਮ ਦਾਲ ਕੱਚ ਦੀ ਟਿਊਬ ਵਿਚ ਲਉ। ਇਸ ਵਿਚ 5 ਮਿਲੀ ਲਿਟਰ ਪਾਣੀ ਤੇ ਕੁਝ ਬੂੰਦਾਂ ਲੂਣ ਦਾ ਤੇਜ਼ਾਬ ਪਾਉ ਜੇਕਰ ਗੁਲਾਬੀ ਰੰਗ ਉਤਪੰਨ ਹੋ ਜਾਵੇ, ਇਹ ਦਾਲ ਵਿਚ ਪੀਲਾ ਰੰਗ ਹੋਣ ਦਾ ਸੰਕੇਤ ਦਿੰਦਾ ਹੈ।

ਕਾਲੀ ਮਿਰਚ ਵਿਚ ਪਪੀਤੇ ਦੇ ਬੀਜ

ਕਾਲੀ ਮਿਰਚ ਦੇ ਨਮੂਨੇ ਨੂੰ ਚੰਗੀ ਤਰ੍ਹਾਂ ਪਰਖੋ। ਪਪੀਤੇ ਦੇ ਬੀਜਾਂ ਦੀ ਪਛਾਣ ਵਖਰੀ ਹੈ। ਪਪੀਤੇ ਦੇ ਬੀਜ ਮੁਚੜੇ ਹੋਏ (Shrunkn) ਅੰਡੇ ਦੀ ਸ਼ਕਲ ਦੇ ਤੇ ਭੂਰੇ ਹਰੇ ਰੰਗ ਦੇ ਹੁੰਦੇ ਹਨ।

ਕਾਲੀ ਮਿਰਚ ਵਿਚ ਕਾਲੀਆਂ ਬੇਰੀਆਂ ਦੇ ਬੀਜ

ਆਪਣੀਆਂ ਉਂਗਲਾਂ ਨਾਲ ਕਾਲੀ ਮਿਰਚ ਦੇ ਬੀਜਾਂ ਨੂੰ ਚੰਗੀ ਤਰਾਂ ਦਬਾਓ। ਜੇਕਰ ਇਹ ਬੀਜ ਜਲਦੀ ਟੁੱਟ ਜਾਂਦੇ ਹਨ ਤਾਂ ਇਹ ਬੇਰੀਆਂ ਦੇ ਬੀਜ ਹਨ। ਕਾਲੀ ਮਿਰਚ ਦੇ ਬੀਜ ਟੁੱਟਦੇ ਨਹੀਂ।

ਹਲਦੀ ਦੀਆਂ ਗੱਠੀਆਂ ਵਿਚ ਰੰਗ (ਲੈਡ ਕਰੋਮੇਟ)

ਹਲਦੀ ਦੀ ਗੱਠੀ ਦਾ ਚਮਕੀਲਾ ਪੀਲਾ ਰੰਗ, ਇਸ ਬਣਾਉਟੀ ਰੰਗ ਦੀ ਹੋਂਦ ਦਰਸਾਉਂਦਾ ਹੈ। ਜੇਕਰ ਪਾਣੀ ਵਿਚ ਪਾਉਣ ਨਾਲ ਹਲਦੀ ਛੇਤੀ ਹੀ ਰੰਗ ਛੱਡ ਜਾਂਦੀ ਹੈ ਤਾਂ ਇਸ ਵਿਚ ਰੰਗ ਹੋਣ ਦਾ ਸੰਕੇਤ ਹੈ।

ਪੀਸੀ ਹਲਦੀ ਵਿਚ ਪੀਲਾ ਰੰਗ

ਕੱਚ ਦੀ ਨਾਲੀ ਵਿਚ ਇਕ ਚਮਚਾ ਹਲਦੀ ਦਾ ਪਾਉ। ਇਸ ਵਿਚ ਕੁਝ ਬੂੰਦਾਂ ਨਮਕ ਦੇ ਤੇਜ਼ਾਬ ਦੀਆਂ ਪਾਓ। ਗੁਲਾਬੀ ਰੰਗ ਦਾ ਪੈਦਾ ਹੋਣਾ, ਪੀਲੇ ਰੰਗ ਦੀ ਮਿਲਾਵਟ ਦਰਸਾਉਂਦਾ ਹੈ।

ਪੀਸੀ ਹਲਦੀ ਵਿਚ ਚਾਕ

ਕੱਚ ਦੀ ਨਲੀ ਵਿਚ ਕੁਝ ਹਲਦੀ ਲਓ ਤੇ ਇਸ ਵਿਚ ਥੋੜ੍ਹਾ ਜਿਹਾ ਪਾਣੀ ਮਿਲਾਓ। ਫਿਰ ਕੁਝ ਬੂੰਦਾਂ ਨਮਕ ਤੇ ਤੇਜ਼ਾਬ ਦੀਆਂ ਪਾਓ। ਜੇਕਰ ਇਸ ਵਿਚ ਬੁਲਬੁਲੇ ਨਿਕਲਦੇ ਹਨ ਤਾਂ ਹਲਦੀ ਵਿਚ ਚਾਕ ਦੀ ਮਿਲਾਵਟ ਹੋਵੇਗੀ।

ਪੀਸੀ ਮਿਰਚ ਵਿਚ ਰੰਗ ਤੇ ਇੱਟਾਂ ਦਾ ਖੋਰਾ

ਇਕ ਪਾਣੀ ਦੇ ਗਿਲਾਸ ਵਿਚ ਇਕ ਚਮਚਾ ਮਿਰਚਾਂ ਦਾ ਪਾਓ। ਜੇਕਰ ਪਾਣੀ ਝਟ ਹੀ ਰੰਗਦਾਰ ਹੋ ਜਾਂਦਾ ਹੈ ਤਾਂ ਮਿਰਚਾਂ ਵਿਚ ਰੰਗ ਮੌਜੂਦ ਹੈ।

ਜੋ ਰਹਿੰਦ ਗਲਾਸ ਦੇ ਥੱਲੇ ਬੈਠ ਜਾਂਦੀ ਹੈ, ਉਸਨੂੰ ਉਂਗਲੀਆਂ ਵਿਚ ਮਲਿਆ

ਜਾਵੇ ਜੇਕਰ ਇਹ ਰੇਤੇ ਵਾਂਗ ਭੁਰਭੁਰੀ ਜਾਪਦੀ ਹੈ ਤਾਂ ਇਸ ਵਿਚ ਇੱਟਾਂ ਦਾ ਬੂਰਾ ਮਿਲਿਆ ਹੋ ਸਕਦਾ ਹੈ।

ਚਾਹ ਪੱਤੀ ਵਿਚ ਲੋਹੇ ਦੀਆਂ ਪਰਤੀਆਂ

ਚਾਹ ਪੱਤੀ ਦੇ ਕੁਝ ਨਮੂਨੇ ਨੂੰ ਫ਼ਰਸ਼ ਤੇ ਵਿਛਾਓ। ਇਸ ਵਿਚ ਚੁੰਬਕ ਫੇਰੋ। ਚੁੰਬਕ ਨੂੰ ਲੋਹੇ ਦੀਆਂ ਪਰਤੀਆਂ ਚਿੰਬੜ ਜਾਣਗੀਆਂ।

ਅਨਾਜ, ਦਾਲਾਂ, ਆਟਾ, ਮੈਦਾ ਆਦਿ ਵਿਚ ਰੇਤ, ਮਿੱਟੀ ਮੀਂਗਣਾ ਆਦਿ ਦੇਖਣ ਲਈ ਇਨ੍ਹਾਂ ਖਾਧ ਪਦਾਰਥਾਂ ਦੇ ਨਮੂਨੇ ਨੂੰ ਚੰਗੀ ਤਰ੍ਹਾਂ ਘੋਖਣ ਨਾਲ ਇਸ ਵਿਚ ਮਿਲੇ ਹੋਏ, ਰੇਤ, ਮਿੱਟੀ, ਕੰਕਰ, ਮੀਂਗਣਾ ਆਦਿ ਨਜ਼ਰ ਆ ਸਕਦੇ ਹਨ।

From Booklet : Quick tests for common adultrants in food. Central Food Laboratory Calcutta.)

1.9 ਤੁਹਾਡੀ ਸਿਹਤ ਦੀ ਸਥਿਤੀ ਕਿਹੋ ਜਿਹੀ ਹੈ?

ਆਪਣੀ ਸਿਹਤ ਦੀ ਸਥਿਤੀ ਬਾਰੇ ਜਾਨਣ ਲਈ ਹੇਠ ਲਿਖੇ ਪ੍ਰਸ਼ਨਾਂ ਦਾ ਉਤਰ ਦਿਓ:

1. ਕੀ ਤੁਸੀਂ ਦਿਨ ਭਰ ਤਾਕਤ ਭਰਪੂਰ ਅਨੁਭਵ ਕਰਦੇ ਹੋ?
2. ਕੀ ਤੁਹਾਡੇ ਸਰੀਰ ਦੀ ਦਿਖ ਉਮਰ ਦੇ ਲਿਹਾਜ ਨਾਲ ਘੱਟ ਉਮਰ ਵਾਲੀ ਹੈ?
3. ਕੀ ਤੁਹਾਨੂੰ ਨੀਂਦ ਝੱਟ ਪੱਟ ਹੀ ਤੇ ਸਵੇਰੇ ਜਾਗਣ ਤਕ ਪੂਰੀ ਆਉਂਦੀ ਹੈ?
4. ਕੀ ਤੁਸੀਂ ਸਵੇਰੇ ਉੱਠਣ ਵੇਲੇ ਤਾਜ਼ਾ ਤੇ ਤਕੜਾ ਅਨੁਭਵ ਕਰਦੇ ਹੋ?
5. ਕੀ ਤੁਹਾਡਾ ਹਾਜ਼ਮਾ ਦਰੁਸਤ ਰਹਿੰਦਾ ਹੈ?
6. ਕੀ ਤੁਸੀਂ ਖਾਣਾ ਖਾਣ ਉਪਰੰਤ ਸ਼ਕਤੀ ਭਰਪੂਰ ਅਨੁਭਵ ਕਰਦੇ ਹੋ?
7. ਕੀ ਤੁਹਾਨੂੰ ਆਰਾਮਦਾਇਕ ਪਖਾਣਾ ਦਿਨ ਵਿਚ ਇਕ ਤੋਂ ਤਿੰਨ ਵਾਰ ਆਉਂਦਾ ਹੈ।
8. ਕੀ ਤੁਹਾਨੂੰ ਦਿਨ ਵਿਚ ਪਿਸ਼ਾਬ ਤਕਰੀਬਨ ਹਰ ਚਾਰ ਘੰਟੇ ਬਾਅਦ ਆਉਂਦਾ ਹੈ।
9. ਕੀ ਤੁਹਾਡੀ ਚਮੜੀ ਸਾਫ਼ ਤੇ ਚਮਕ ਦਮਕ ਵਾਲੀ ਹੈ?
10. ਕੀ ਤੁਹਾਡੇ ਵਾਲ ਮੁਲਾਇਮ ਤੇ ਚਮਕੀਲੇ ਹਨ?
11. ਕੀ ਤੁਸੀਂ ਬਿਮਾਰ ਬਹੁਤ ਘੱਟ ਹੁੰਦੇ ਹੋ ਤੇ ਠੀਕ ਵੀ ਛੇਤੀ ਹੋ ਜਾਂਦੇ ਹੋ?
12. ਕੀ ਤੁਹਾਡਾ ਮਨ ਸ਼ਾਂਤ ਤੇ ਸੁਚੇਤ ਰਹਿੰਦਾ ਹੈ?
13. ਕੀ ਤੁਹਾਡੇ ਨਿਤਪ੍ਰਤੀ ਦੇ ਰੁਝੇਵਿਆਂ ਵਿਚ ਚੁਸਤੀ ਫੁਰਤੀ ਨਜ਼ਰ ਆਉਂਦੀ ਹੈ?
14. ਕੀ ਤੁਸੀਂ ਕਿਸੇ ਸਮੱਸਿਆ ਦਾ ਇਕ ਚੁਣੌਤੀ ਦੇ ਤੌਰ 'ਤੇ ਸਾਹਮਣਾ ਕਰਦੇ ਹੋ?
15. ਕੀ ਤੁਸੀਂ ਸਰੀਰਕ ਤੌਰ 'ਤੇ ਤਕੜੇ ਤੇ ਲਚਕਦਾਰ ਅਨੁਭਵ ਕਰਦੇ ਹੋ?

16. ਕੀ ਤੁਹਾਡੇ ਸਰੀਰ ਦੇ ਭਾਰ ਵਿਚ ਸੰਤੁਲਿਤਾ ਤੇ ਸਥਿਰਤਾ ਬਣੀ ਰਹਿੰਦੀ ਹੈ?
17. ਕੀ ਤੁਹਾਡੀਆਂ ਅੱਖਾਂ ਸਾਫ਼ ਤੇ ਚਮਕਦਾਰ ਹਨ?
18. ਕੀ ਤੁਸੀਂ ਸ਼ੁਕਰਾਨੇ ਵਾਲੀ ਸੋਚ ਦੇ ਧਾਰਨੀ ਹੋ?
19. ਕੀ ਤੁਹਾਡਾ ਕਾਮਵਾਸ਼ਨਾ ਉਤੇ ਨਿਰੰਤਣ ਹੈ?
20. ਕੀ ਤੁਹਾਡਾ ਚਿਹਰਾ ਖਿੜਿਆ ਤੇ ਮੁਸਕਰਾਉਂਦਾ ਰਹਿੰਦਾ ਹੈ?
21. ਕੀ ਤੁਹਾਡਾ ਵਤੀਰਾ ਸਬਰ, ਸੰਤੋਖ ਤੇ ਸੰਤੁਸ਼ਟੀ ਵਾਲਾ ਹੈ?
22. ਕੀ ਤੁਹਾਡੀ ਸੋਚ ਵਿਚ ਗਹਿਰਾਈ ਤੇ ਫ਼ੈਸਲੇ ਸਪਸ਼ਟ ਹੁੰਦੇ ਹਨ?
23. ਕੀ ਤੁਸੀਂ ਵਾਧੂ ਫ਼ਿਕਰ, ਚਿੰਤਾ ਤੇ ਡਰ ਤੋਂ ਮੁਕਤ ਰਹਿੰਦੇ ਹੋ?
24. ਕੀ ਤੁਸੀਂ ਪਿਆਰ ਤੇ ਹਮਦਰਦੀ ਵਾਲੀ ਜੀਵਨ ਜਾਂਚ ਦੇ ਧਾਰਨੀ ਹੋ?
25. ਕੀ ਤੁਸੀਂ ਆਪਣਾ ਜੀਵਨ ਉਦੇਸ਼ ਭਰਪੂਰ ਤੇ ਪ੍ਰਾਪਤੀ ਵਾਲਾ ਸਮਝਦੇ ਹੋ?

ਜੇਕਰ ਤੁਹਾਡਾ ਇਨ੍ਹਾਂ ਸਭ ਪ੍ਰਸ਼ਨਾਂ ਦੇ ਉਤਰ 'ਹਾਂ' ਹੈ ਤਾਂ ਤੁਹਾਡੀ ਸਿਹਤ ਦੀ ਅਵਸਥਾ ਬਹੁਤ ਵਧੀਆ ਹੈ ਤੇ ਤੁਸੀਂ ਵਧਾਈ ਦੇ ਪਾਤਰ ਹੋ। ਜਿੰਨੇ ਤੁਹਾਡੇ ਉੱਤਰ 'ਨਹੀਂ' ਵਿਚ ਹੋਣਗੇ ਉਨੀ ਹੀ ਸਿਹਤ ਸਥਿਤੀ ਘਾਟ ਵੱਲ ਹੋਵੇਗੀ। ਉਸ ਘਾਟ ਵੱਲ ਵਿਸ਼ੇਸ਼ ਧਿਆਨ ਦੇ ਕੇ ਸੁਧਾਰ ਕਰਨਾ ਚਾਹੀਦਾ ਹੈ।

✡✡✡✡✡✡

✡✡✡✡✡

✡✡✡